கானல் தேசம்

கானல் தேசம்
நொயல் நடேசன் (பி. 1954)

இலங்கையில் யாழ்ப்பாணத்துக்கு மேலே அமைந்திருக்கும் சிறிய தீவுகளில் ஒன்றான எழுவைத் தீவில் பிறந்தவர். பேராதனைப் பல்கலைக்கழகத்தில் மிருக வைத்தியத் துறையில் படித்துச் சில காலம் இலங்கையில் பணியாற்றினார். புலம்பெயர்ந்து இந்தியாவிலும் சில காலம் தங்கியிருந்தார். முப்பது ஆண்டுகளுக்கும் மேலாக அவுஸ்திரேலியாவில் வாழ்கிறார். தன்னுடைய துறைசார்ந்த அறிவையும் அனுபவத்தையும் மையமாகக் கொண்டு தமிழில் பல வகையான எழுத்துகளை எழுதிவரும் நடேசனுடைய மூன்று நாவல்கள் ஆங்கிலத்தில் மொழிபெயர்ப்பாகியுள்ளன. தவிர, கதைகளையும் அனுபவப் பதிவுகளையும் பயணக் கட்டுரைகளையும் எழுதியிருக்கிறார்; கூடவே அவுஸ்திரேலியாவில் உதயம் பத்திரிகையை பதின்மூன்று ஆண்டுகளாகச் சவால்களுக்கும் எதிர்ப்புகளுக்கும் மத்தியில் வெளியிட்டார்.

இதுவரையில் ஐந்து நாவல்களும் மூன்று சிறுகதைத் தொகுப்புகளும் வெளிவந்திருக்கின்றன.

தொடர்புக்கு: uthayam12@gmail.com.

இணையதளம்: noelnadesan.com

ஆசிரியரின் பிற நூல்கள்

மிருக வைத்திய அனுபவங்கள்
- வாழும்சுவடுகள் (பாகம் 01)
- வாழும்சுவடுகள் (பாகம் 02)
- வாழும்சுவடுகள் (மூன்றுபாகங்கள் இணைந்த புதிய பதிப்பு)

சிறுகதைத்தொகுப்பு
- மலேசியன் ஏயர்லைன் 370
- அந்தரங்கம்
- பிள்ளைத் தீட்டு

நாவல்கள்
- வண்ணாத்திக்குளம்
- உனையே மயல் கொண்டு
- அசோகனின் வைத்தியசாலை
- பண்ணையில் ஒரு மிருகம்

பிரயாண இலக்கியம்
- நைல் நதிக் கரையில்

நொயல் நடேசன்

கானல் தேசம்

காலச்சுவடு பதிப்பகம்

அன்பார்ந்த வாசகருக்கு,

வணக்கம்.

காலச்சுவடு நூலை வாங்கியமைக்கு நன்றி.

நூலின் உள்ளடக்கம், உருவாக்கம், அட்டைப்படம் இன்ன பிற அம்சங்கள் பற்றிய உங்கள் கருத்துகளையும் ஆலோசனைகளையும் காலச்சுவடு வரவேற்கிறது. தகவல், எழுத்து, வாக்கியப் பிழைகள் தென்பட்டால் கட்டாயம் தெரிவித்து உதவுங்கள். நூல் தயாரிப்பில் கடும் குறைபாடு இருப்பின் மாற்றுப் பிரதி உங்களுக்குக் கிடைக்கக் காலச்சுவடு ஏற்பாடு செய்யும்.

மின்னஞ்சல்: publisher@kalachuvadu.com

காலச்சுவடு நாகர்கோவில் தலைமையகத்துக்கும் கடிதம் அனுப்பலாம்.

தங்கள்
எஸ்.ஆர். சுந்தரம் (கண்ணன்)
பதிப்பாளர் – நிர்வாக இயக்குநர்

கானல் தேசம் ❖ நாவல் ❖ ஆசிரியர்: நொயல் நடேசன் ❖ © நொயல் நடேசன் ❖ முதல் பதிப்பு: டிசம்பர் 2018, நான்காம் (குறும்) பதிப்பு: அக்டோபர் 2022 ❖ வெளியீடு: காலச்சுவடு பப்ளிகேஷன்ஸ் (பி) லிட்., 669, கே.பி. சாலை, நாகர்கோவில் 629001

kaanal teecam ❖ Novel ❖ Author: Noyal Nadesan ❖ © Noyal Nadesan ❖ Language: Tamil ❖ First Edition: December 2018, Fourth (Short) Edition: October 2022 ❖ Size: Demy 1 x 8 ❖ Paper: 18.6 kg maplitho ❖ Pages: 400

Published by Kalachuvadu Publications Pvt. Ltd., 669 K.P. Road, Nagercoil 629001, India ❖ Phone: 91-4652-278525 ❖ e-mail: publications@kalachuvadu.com ❖ Printed at Adyar Students xerox Pvt. Ltd., No. 275 Habibullah Road, Triplicane high Road, Opp Triplicane Post Office, Triplicane, Chennai 600005

ISBN: 978-93-86820-88-4

10/2022/S.No. 856, kcp 3873, 18.6 (4) 1k

என்னுரை

அப்பிள் நிலத்தில் விழுவது, அதனது காம்பு சூரியவெப்பத்தில் காய்ந்துவிடுவதாலா? காற்று பலமாக வீசியதாலா? புவியீர்ப்பினாலா? அல்லது அப்பிள் மரத்தின் கீழே நின்ற சிறுவன் அதை உண்பதற்கு விரும்பியதாலா?

இப்படிப் பல காரணங்கள் பழமொன்று விழுவதற்கு இருக்கும்போது, ஏனைய விடயங்களுக்கு எத்தனை காரணங்கள் இருக்கலாம் என ருஷ்ஷிய எழுத்தாளர் லியோரோல்ஸ்ரோய் கேள்வி எழுப்பியிருக்கிறார்.

இதை வாசித்தபோது இலங்கையில் தமிழர்கள் போராட்டம் தோற்றதற்கு இலங்கை அரசாங்கம் மட்டுமல்ல காரணம் என்ற விசாலமான சிந்தனையில் உருவாகியதே இந்த நாவல். அதேவேளையில் ஈழப் போராட்டத்தை அவதானமாகக் கவனித்த காலப்பகுதியில், அவுஸ்திரேலியாவில் வெளிவந்த உதயம் மாத இதழின் நிருவாக ஆசிரியனாக இருந்தபோது பல சம்பவங்கள் என்னை ஆழமாகப் பாதித்தன. அதில் முக்கியமானது இலங்கையின் இராணுவத் தளபதிமீது நடத்தப்பட்ட தற்கொலைக்குண்டுத் தாக்குதலாகும்.

தற்கொலைத் தாக்குதல் என்பது மிகவும் பழைமையானது. பழைய வேதாகமத்தில், வெட்டாத மயிரில் இருந்து வலிமை பெற்ற சாம்சன் சிறையிருந்த மண்டபத்தின் தூண்களை உடைத்து, சிறைப்பிடித்தவர்களையும் பார்வையாளர்களையும் கொன்று தானும் இறந்தான். பாரதப்போரில் அரனின்

களப்பலி நாம் படித்தது. அத்துடன் நமது தொன்மையான கதைகளில் இப்படியான தற்கொலைத் தாக்குதல்கள் பல உள்ளன.

ஜப்பானியர்களது கமக்காசியென அழைக்கப்பட்ட குண்டுடன் பாய்ந்து தாக்குதல் நடத்தும் சம்பவங்கள் இரண்டாம் உலக மகா யுத்தத்தில் நடந்து எதிரிகளை நிலைகுலையப் பண்ணியது. தற்போது தீவிரவாதிகளாக ஆண்களும் பெண் களும் குழந்தைகளுமென தற்கொலைத் தாக்குதல்கள் செய்திருக்கிறார்கள். இவையெல்லாம் தன்னுயிரைக் கொடுத்து எதிரியை அழிப்பதற்கான உதாரணங்கள்.

விடுதலைப்புலிகள் கர்ப்பிணியான பெண்ணைத் தொடர்ச்சி யாக இராணுவ மருத்துவமனைக்கு அனுப்பி, பின்னர் இராணுவ தளபதிக்கு எதிராக தற்கொலைக் குண்டுதாரியாக பாவித்தது போன்ற அதிர்ச்சியூட்டும் சம்பவங்களை வேறு வரலாறுகளில் நான் படித்திருக்கவில்லை. மனித சமூகத்தில் மட்டுமல்ல மிருகங்கங்கள் மத்தியிலும் நம்மால் பேசப்படும் தாய்மை என்ற கருத்தாக்கத்தை அத்தகைய செயல் தகர்க்கிறது. இத்தகைய செயலை எப்படிப் புரிந்துகொள்வது?

தமிழ் மக்களின் சொத்துக்கள் உடமைகள் அழிக்கப்பட்டது பலருக்கும் தெரியும். ஆனால், தென்பகுதியில் ஒரு இடத்தில் விடுதலைப்புலிகளுக்கு ஆதரவாக இருந்த சிங்களக் குடும்பத்தின் வீடு, பாதுகாப்புப் படையினரால் தரைமட்டமாக்கப்பட்டது மற்றைய ஒருசெய்தி.

முல்லைத்தீவு இராணுவ முகாம்மீது விடுதலைப் புலிகளின் தாக்குதலில் ஆயிரக்கணக்கானவர்கள் இறந்தபோதிலும் ஏழு இராணுவ வீரர்கள் பல நாட்கள் தண்ணீர்த்தாங்கியில் ஒளிந்திருந்து உயிர்பிழைத்தார்கள்.

விடுதலைப்புலிகளால் துணுக்காயில் நடத்தப்பட்ட சித்திரவதை முகாமில் பலர் இறந்தபோதும் சிலர் உயிர் தப்பினார்கள்.

இப்படியான சம்பவங்கள் சில என்னை ஆழமாக யோசிக்க வைத்தன. எனினும், போர்க்காலத்தில் நான் இலங்கையில் இருக்கவில்லை. சம்பவங்கள் உண்மையானவை என்பதால் அதனது காரணங்களை அடிப்படையாகக்கொண்டு புனையப்பட்ட பாத்திரங்களை இந்த நாவலில் உலவவிட்டிருக்கிறேன். இந்த நாவலில் சில முக்கியமான சம்பவங்கள் ஊடகங்கள் மூலமும் தனிப்பட்ட தொடர்பாலும் எனக்குத் தெரிந்தவை. அவைகளின் காரணங்கள் புனைவின்வழியில் உண்டாகும்

சாத்தியங்களாக்கப்பட்டுள்ளன. தகவல் எங்குமுள்ளது. அதன் காரணத்தை உட்சரடுகளின் வழியேதேடி உண்மையைக் கண்டு சொல்வது நாவலாகும்.

கடந்த முப்பது வருடப் போரில் பல இருண்ட பக்கங்களோடு பல நிரப்பப்படாத பக்கங்களும்உள்ளன. இவை எதிர்காலத்தில் வரலாற்று ஆசிரியர்களால் எழுதப்படுமா என்பது தெரியாதபோது நாவலாசிரியரினால் கற்பனையால் சில பகுதிகள் விரவப்படுகிறது.

The king died and then the queen died is a story. The king died, and then queen died of grief is a plot.

- E. M. Forster

இதுவரையும் போரைப் பற்றி எழுதியவர்கள் போரில் பங்குகொண்டவர்கள். நான் போரை நேரடியாகப் பார்த்தவனில்லை என்பதால், நான் உருவாக்கிய பாத்திரங்கள் புனைவானவை. அவர்கள் சென்ற வழியே இந்த நாவல் செல்கிறது. இது போர் நாவலல்ல. போரால் பாதிக்கப்பட்டவர்கள் ஒருசிலரது கதையே. இதில் வருபவர்கள் எவரேனும் கற்பனைப்பாத்திரங்கள் அல்லர் என வாசகர் தீர்மானித்தால் அது வாசகரின் அனுபவம் அல்லது வாழ்க்கைநோக்கு. அதற்கு நான் பாத்திரவாளியல்ல.

இலங்கையில் நீடித்த போரினால் மூன்று இனங்களிலும் பாதிக்கப்பட்டவர்கள் இருக்கிறார்கள். பாதிப்பின் அளவுகளின் எண்ணிக்கையில் வித்தியாசமிருக்கலாம். நான் மனிதர்களை இன மதம் கடந்து பார்க்கிறேன். அவர்களது பாதிப்புகளை வெளிப்படுத்த எனது பாத்திரங்கள் அந்தந்தச் சமூகத்தில் இருந்து தெரிவாகியிருக்கிறார்கள். வெளிநாடுகளில் வாழ்ந்த தமிழர்கள் மட்டுமல்ல பல வெளிநாட்டவர்களும் இந்தப் போர் வரலாற்றில் நிஜமான பாத்திரங்களாக இருப்பதனால் எனது பிரதான பாத்திரங்கள் சில வெளிநாட்டவர்களாகச் சித்திரிக்கப்பட்டுள்ளனர்.

ஒரு நாவலாசிரியனாகவும் இலக்கியப்பரப்பில் நிற்கும் எனது அரசியல் பார்வையையும் வாசகர்கள் புரிந்துகொள்ள வேண்டும் என்பதற்காக இங்கு மேலுமொன்றைச் சுட்டிக் காண்பிக்கின்றேன்.

83 ஜூலையின் பின்பு தமிழர்கள் ஆயுதப்போரை நோக்கித் தள்ளப்பட்டார்கள் என நினைத்தவர்களில் நானும் ஒருவன். தமிழர்கள் மிகவும் இலகுவாக அதிகாரப்பகிர்வைப் பெற்றுக் கொள்ளக் கிடைத்த இரண்டு சந்தர்ப்பங்களை விடுதலைப்புலிகள் நிராகரித்ததுடன் பல முக்கிய அரசியல் சமூகத் தலைவர்களையும்

கொன்றதால் போராட்டத்தை ஆதரித்த என் போன்றவர்கள், பிற்காலத்தில் இலங்கை அரசாங்கத்தை விட தமிழ்மக்களின் எதிரிகள் விடுதலைப்புலிகள்தான் என்ற நிலைப்பாட்டை எடுக்க வேண்டியிருந்தது.

இந்த எனது எண்ணத்திலிருந்து இம்மியளவும் மாறாதவேளையில், எதிர்காலத்திலும் இதுபோன்ற தவறுகள் எமது சந்ததிக்கு நேர்ந்துவிடலாகாது என்பதற்காகவே எனது நோக்கத்தை நாவலாக இங்கு பதிவுசெய்துள்ளேன்.

இந்தப் போராட்டத்தை முன்னெடுத்துச் சென்றவர்களது தவறுகளை மட்டுமல்ல, அயல்நாடான இந்தியாவின் பங்கையும் விவரிக்காமல் இந்தப் போரைப்பற்றி எழுதமுடியாது. போரின் இறுதிக்காலத்தில் மேற்கு நாடுகள் பலவும் இதில் பங்குகொண்டன. இந்தப்போரில் முக்கியப் பங்குகொண்ட விடுதலைப்புலிகள் இயக்கம், தமிழர்களுக்காக இலங்கை அரசோடு போராடியதுடன் மட்டும் நிற்கவில்லை. ஏனைய விடுதலை இயக்கங்களை எதிர்த்தும் போராடியது. அத்துடன் உள்நாட்டில் வாழ்ந்த ஏனைய இனத்தினரோடும் போராடியது. வெளிநாடுகள் முன்வைத்த தீர்வு யோசனைகளுக்கு எதிராகவும் போராடியது. ஒருவிதத்தில் பல முனைகளில்போரிடவேண்டிய நிலையைத் தங்களுக்கு அவர்களே உருவாக்கினார்கள்.

காட்டில் வேட்டையாடும் மிருகங்கள் தமது உணவிற்கு அதிகமாக வேட்டையாடுவது இல்லை. அவை தங்கள் இருப்பைப் பாதுகாக்கவும் பாலுறவிற்காகவும் மட்டுமே சண்டையில் ஈடுபடும். காட்டிலுள்ள விதிமுறைகள்கூட இந்தப் போராட்டத்தில் இருக்கவில்லை. எந்தவிதமான நியாயங்களோ அறங்களோ போராட்டத்தில் ஈடுபட்டவர்களைக் கட்டுப்படுத்தவில்லை எனும் கசப்பான உணர்வை அவர்களை ஆதரித்தவர்களாலும் மறுக்க முடியாது.

அரசியல்வாதிகள் பலதரப்பிலும் இப்படியான நிலைக்கு மூலகாரணம் என்பது பலருக்கும் புரிந்த உண்மை. இலங்கை அரசாங்கத்தில் இருந்த அரசியல்வாதிகள் இந்தப் போராட்டத்தை ஆரம்பத்திலேயே சுமுகமாக முடித்திருக்கலாம். ஆனால், அவர்கள் போரை உருவாக்கி அதை அரசியலாக்கியது மட்டுமல்ல, வியாபாரமாகவும் மாற்றினார்கள். அதேபோன்று தமிழ் அரசியல்வாதிகளும் விளையாட்டு மைதானத்தில் வீரர்களை உற்சாகப்படுத்தும் பார்வையாளர்களாக இயங்கினார்கள். இதனால் இரண்டு பக்கத்திலும் பல்லாயிரக்கணக்கான இளைய தலைமுறையினர் வீணாக உயிரிழந்தார்கள். விதைநெல்லை அவித்து தங்கள் பசிபோக்கும் விவசாயியின் போக்கை

ஒத்தவை இலங்கை அரசியல்வாதிகளின் நடத்தைகள். இந்தப் போரை அரசிற்கோ எந்த இனத்திற்குமோ பெருமைதரும் போராக நினைவுகூர முடியாது. இங்கு வெற்றியை ஒரு பிரிவும் பெறவில்லை; அழிவு மட்டுமே நடந்தது.

சிறுவயதில் இருந்து வாழ்கையின் பெருமளவு காலத்தில் நீடித்த இந்தப் போரையும் அதனது விளைவுகளையும் அவதானித்து வந்துள்ளேன். போரைத் தணிக்கவும் போரில் பாதிக்கப்பட்டவர்களுக்கு உதவுவதிலும் என்னால் முடிந்தவரை எனது சக்திக்குட்பட்டவாறு முயற்சி செய்திருக்கின்றேன்.

போர் முடிந்தாலும் இன்னமும் பூரண அமைதி ஏற்படாத காலத்தில் இந்த நாவல் வெளிவருகின்றபோதிலும் பொதுவாக எழுபதுகளில் இருந்து போராட்டத்தில் ஈடுபட வந்து, பின்னர் விடுதலைப்புலிகளால் கொலை செய்யப்பட்ட ஆயிரக்கணக்கான இளைஞர்களுக்கும் (இதில் பலர் எனது நண்பர்கள்) பிரதானமாக நான் மிகவும் நேசித்த பத்மநாபாவுக்கும் இந்த நாவலைச் சமர்ப்பிப்பதன் மூலம் ஏதோ சிறிய ஆறுதலைஅடைய முடியும் என நினைக்கிறேன்.

மதநம்பிக்கையுள்ளவன் மறைந்த தனது பெற்றோரது அஸ்தியைக் கரைக்கும்போது ஏற்படும் உணர்வுடன் இந்த நாவலைப் படைத்தேன் என்றால் அது மிகையான கூற்றல்ல. இந்த நாவலின் நோக்கம் பழையவற்றைக் கிளறுவதல்ல. புதியவற்றை மாற்றாக வைப்பதற்கே என்பதுடன் நாவலுக்கும் வாசகர்களுக்குமிடையிலிருந்து விலகுகிறேன்.

ஆவுஸ்திரேலியா
06.09.2018

நொயல் நடேசன்

1

பாலைவனத்து நடனம்

அசோகனுக்கு தூரத்தில் பாலைவனம் தண்ணீராகத் தெரிந்தது. இதுதான் கானல்நீரா?. பாலை நிலத்தில் மட்டுமா யாழ்ப்பாணத் தெருவிலும் கூட பாடசாலை விட்டு வரும்போது இந்தக் கானல் நீரை பார்த்திருக்கிறேனே!. தார் வீதியில் தெளிவாகத் தெரியுமே. நாமும் கானல் தேசத்து மனிதர்கள்தானோ?

மேகமற்ற வெளிர் நீலவானம், ராஜஸ்தான் தார்ப பாலைவனத்தின் மேல் குடைவிரித்திருந்தது. பத்துமணிக்கே ஆக்ரோஷமாக சூரியக்கதிர்கள் தரையை நோக்கிப் பாய்ந்தன. போட்டிருந்த பேஸ்போல் தொப்பியின் கீழ் தலை வியர்த்தது. அணிந்திருந்த சேட் வியர்வையில் நனைந்து முதுகோடு ஒட்டியது.

மற்றவர்களுடன் அசோகன் சேர்ந்து நடந்த போது மணல் காலடி ஓசைகளை மௌனமாக்கியது. ஆனால், நைக்கி காலணியை போட்டுவந்ததால் மணல் காலணிக்குள் சென்று பாதத்தை அரித்தது. இந்த அரிப்பு தொடர்ந்து இருக்கப்போகிறதே என அங்கலாய்த்தபடி மற்றவர்களைப் பார்த்தான். அவர்கள் செருப்பு அணிந்து வந்திருந்தார்கள்.

பெரிய விடயங்களைத் திட்டமிடும் நான் இதை நினைக்கவில்லை எனக் கவலைப்பட்டான். அசோகனோடு இருபத்தைந்து பேர் கொண்ட அந்த குழு ஜெய்சல்மீர் கோட்டைக்கு முன்பாக நின்றது.

போர் வீரர்களை நடத்திச் செல்லும் கம்பீரத்தோடு வழிகாட்டி முன்னே சென்று, தொடர்ந்து வந்த உல்லாசப் பிரயாணிகளை அணிவகுப்பில் திரும்பும் தளபதி போலத் திரும்பிப்பார்த்தான். மஞ்சள் சூரிய ஒளியில் எதிரில் இருந்த கோட்டை கண்ணுக்கு உறுத்தியது. வழிகாட்டி ஆங்கிலத்தில் கோட்டை வரலாற்றைச் சொல்லத் தொடங்கினான்.

“இந்த கோட்டை மற்ற கோட்டைகள் போல் அல்ல. மக்கள் இன்னும் இங்கு தொடர்ச்சியாக வாழ்கிறார்கள். பரம்பரையாக இவர்கள் மன்னனுக்கு நெருங்கி இருப்பவர்கள். சத்திரியர்களும் பிராமணர்களும் உள்ளே வசிக்கிறார்கள். மற்றவர்கள் கோட்டைக்கு வெளியே. அவர்களது சாதி அந்தஸ்த்துக்கு ஏற்ப...”

“நாட்டியம் ஆடும் பெண்களைக் கொண்ட சாதியினர் எங்கு இருப்பார்கள்?” என ஆங்கிலத்தில் – பழக்கமான அவுஸ்திரேலிய தொனியில் – ஒரு குரல் வந்தது. திரும்பிப் பார்த்தான்.

“அவர்கள் சாதியில் குறைந்தவர்கள். கோட்டைக்கு வெளியேதான் குடி இருப்பார்கள். அவர்களின் சாதியில் இருந்து தான் தாசிப் பெண்களும்...” அந்த வழிகாட்டி வார்த்தையை முடிக்கவில்லை.

“அவர்கள் தாசிகள் அல்ல. கலைஞர்கள்... ஜிப்சிகளாக இந்த பகுதியில் இருந்து ஆயிரம் வருடங்களுக்கு முன்பு விலகிச் சென்றவர்கள்.”

வார்த்தைகளுக்கு உரியவளைப் பார்க்க எல்லோரும் திரும்பியபோது ஐம்பது வயதானவர்கள் மத்தியில் முப்பது வயதுக்கு கீழ் ஒரு பெண் நிற்பது தெரிந்தது. பார்வைக்கு துருக்கிய அல்லது ஈரானிய சாயலுடனான உயரமான தோற்றம். கரிய கேசத்தை உயர்த்தி தலையில் கிளிப் பண்ணியிருந்தாள். மை இடாத அகலவிழிகள் முகத்தில் பெரிய பகுதியை தனதாக்கி யிருந்தன. சிவப்பு சாயம் பூசிய அவளது உதடுகள் நடு இரவில் மொட்டவிழும் மலராக விரிந்திருந்தன. பஞ்சாபி சல்வார் உடுத்து தலையை துப்பட்டாவால் சுற்றி கழுத்துவரை மறைத்திருந்தாள். அவளது அழகான பின்பகுதியை எந்த உடைகளாலும் மறைக்கமுடியவில்லை. உருண்டு திரண்ட கணுக்கால்களில் மலிவான சிவப்பு பிளாஸ்டிக் பாதணி அணிந்திருந்தாள். தொழில்முறை நாட்டிய பெண்போல் இடை சுருங்கி கீழே பருத்து உருவ அமைப்பு இருந்தது.

ஆத்திரத்தில் வார்த்தைகளை எரிகணைகளாக்கி, ஏற்கனவே வெப்பமான அந்த இடத்தை கொதி நிலைக்கு ஏற்றிவிட்டு விலகிச் சென்றபோது இவளது பாதம்பட்டு சுழல்காற்று மணலை

வீசுவதுபோல அள்ளிவீசி அங்கு சிறிய மணற்புயல் அங்கு உருவாகியது.

அவளது கோபம் தோய்ந்த வார்த்தைகள் அசோகனுக்கு மட்டும் அல்ல சகலருக்கும் ஆச்சரியத்தைக் கொடுத்தன. பிரான்சுக்காரர்கள் தங்களுக்குள் பேசிக்கொண்டனர். வழிகாட்டிக்கு என்ன செய்வது என்று தெரியவில்லை. நிலைகுலைந்து போய் ஆச்சரியத்துடனும் அவமானத்துடன் திரும்பி அவள் போகும் திசையை பார்த்து "மேடம் பிளீஸ்" என்றான். இதுவரை இராணுவத் தளபதியைப்போல் நிமிர்ந்து நின்றவனின் தோள்கள் தளர்ந்து, முதுகு குனிந்தபடி அடிமைபோல அவளை சிறிது தூரம் பின்தொடர்ந்தான். அவள் பட்டத்து இளவரசிபோல அவனை ஒருகணம் தலையை மட்டும் திரும்பிப் பார்த்துவிட்டு முன்னே வேகமாகச் சென்றாள்

அவளது அழகான பிருஷ்டம் மேகக் கூட்டத்திடையே தூரத்து பவுர்ணமி நிலவாக கோட்டைத் தூண்கள் இடையில் மறைந்தது.

அவளது பின்புறத்தை இரசித்தபடி நின்றவனுக்கு வழிகாட்டியின், "இந்தக் கோட்டையின் தலைவாசல் ஒரு தாசியால் கட்டப்பட்டது..." என்ற சொல் மட்டும் தூரத்தில் கேட்டது.

பிரான்சிய கூட்டம் வழிகாட்டியோடு தூரமாக சென்று தொலைந்துவிட்டது. அவுஸ்திரேலிய அழகியும் கண்பார்வையில் இருந்து மறைந்துவிட்டாள். அவள் உருவம் கண்களை நிறைத்ததால் மற்றவைகளை மறந்து நிலைகுலைந்து அசோகன் தனித்து விடப்பட்டான். அவளைத் தேடுவோமா என்று ஒரு நினைப்பு நிழலாக வந்து போனது.

தன்னை மெதுவாக சுதாரித்து ஒரு நிலைக்கு வந்து தனியாக கோட்டையை சுற்றிப் பார்த்தான். சிறிது நேரம் அங்குள்ள சிறிய குளத்தில் உள்ள மீன்களுக்கு கடலைப்பொரி எறிந்து தனது காலை நேரத்தைக் செலவழித்தவன், மதியத்தின் பின் ஹோட்டலில் இருந்து புறப்பட்டு வாடகைக் காரில் தார்ப்பாலைவனத்தை அடைந்தான். அங்கு பாலைவனத்துக்கு மத்தியில் ஏராளம் கூடாரங்கள் சுற்றுலா பயணிகளுக்கென அமைக்கப்பட்டிருந்தன.

ஒருபகுதியில் மண் சுவரால் ஆன குடிசைகளும் அமைக்கப்பட்டிருந்தன. அவற்றையும் சுற்றுலாப்பயணிகள் பாவித்தார்கள். கூடாரங்களின் தரையில் சீமெந்தால் அமைத்த பெரும் பகுதி படுக்கை அறையாகவும் சிறு பகுதி பிரிக்கப்பட்டு

குளியலறையாகவும் மாற்றப்பட்டிருந்தது. அங்கேயே மலகூடமும் இருந்தது.

அடிப்படை வசதிகளில் திருப்தி அடைந்த அசோகன் இரண்டு மணித்தியாலங்கள் அந்தக் கூடாரத்தில் இளைப்பாறி விட்டு, மாலை நாலுமணியளவில் ஒட்டகச் சவாரிக்குச் சென்றான். கூடாரத்தில் இருந்து சிறிது தூரத்தில் ஏராளமான ஒட்டகங்களுடன்; அவற்றின் காப்பாளர்களும் நின்றார்கள்.

பாலைவனம் என்றதும் மனதில் வருவது நீலவானத்தின் பின்னணியில் விரிந்த வெண்மணல் திட்டுகளும் அதில் மெதுவாக கால் புதைத்தபடி வரிசையாக ஏதோ ஒன்றை, தேடிச் செல்லும் ஒட்டகங்களும் அவற்றின் மூக்கணாங் கயிற்றை பிடித்தபடி அருகில் செல்லும் தலைப்பாகை அணிந்த உயர்ந்த மனிதர்களும்தான். இதுதான் பலரதும் மனதில் உருவாக்கப்பட்ட படிமம்.

இதையேதான் அசோகனது மனதில் ஹொலிவூட் படங்களும் இந்திப்படங்களும் பதிவாக்கி இருந்தன.

மெல்பேர்னிலுள்ள வங்கியில் தன்னுடன் ஒன்றாக வேலை பார்க்கும் நண்பர்களுடன் சேர்ந்து ஒரு விடுமுறைக் காலத்தின் போது, அவுஸ்திரேலியாவின் சாம்சன் பாலைவனத்திற்கு சென்றிருந்தான். அங்கே மணல் திட்டுகளைக் காணவில்லை. சிவந்த கரடுமுரடான தரை அமைப்புடன் சிறிதும் பெரிதுமான பாறைகள்தான் எங்கும் காணப்பட்டன. சில நாட்களின் முன்பு விழுந்திருந்த சிறிதளவு மழைத்தூறல் அந்தப் பாறைகளின் இடைவெளியை அதிகாலையில் யாரோ ஒரு இளம் பெண் போட்ட ஒழுங்கற்ற வண்ணக்கோலம்போல் காட்சியளிக்க வைத்திருந்தது. பல வர்ண பூக்கள், கொத்துக் கொத்தாகப் பூத்து சிவந்த தரைப் பகுதிக்கு கண்களை அள்ளும் அழகைக் கொடுத்திருந்தன.

பாலைவனத்தில் மணல் திட்டியைக் காணவந்த அசோகனுக்கு இந்த அழகான காட்சி ஏமாற்றத்தை அளித்தது. இதனால் அடுத்த விடுமுறையில் இந்தியப் படங்களில் வந்த தார்ப்பாலைவனத்தைப் பார்ப்பது என முடிவு செய்து அதன் விளைவாகத்தான் உதயப்பூர் என்ற நகரத்துக்கு விமானத்தில் பறந்து வந்து அங்கிருந்து பாலைவன நகரமான ஜெய்சல்மீர் செல்வதற்கு உல்லாச பஸ்ஸில் ஏறி அமர்ந்து கொண்டான்.

பஸ்ஸில் எல்லோரும் வெள்ளை நிறத்தவர்கள். பெரும்பாலானவர்கள் பிரெஞ்ச் மொழி பேசினார்கள்.

கையில் இருந்த புத்தகத்தை வாசித்தபடி இருந்தவனை, புரியாத பிரெஞ்ச் மொழி நித்திரைக்கு அழைத்தது.

ஜெய்சல்மீர் வந்து சேர இரவு ஒன்பது மணிக்கு மேலாகி விட்டது. ஏற்கனவே அறை ஒதுக்கியிருந்த ஹோட்டலில் வந்து பஸ் நின்றது. இறங்கியபோது அவன் வாயில் மணல் கடிபட்டது. போட்டிருந்த உடை முழுவதும் பாலைவன மணல் படிந்து இருந்தது போன்ற ஒரு உணர்வு ஏற்பட்டது.

சூடான குழாய்த் தண்ணீரில் முதலில் போட்டிருந்த உடையுடன் குளித்துவிட்டு, இரண்டாம் முறையாக உடையற்று நீராடிய பின்புதான் உடலெங்கும் ஒட்டியிருந்த பாலைவன மண் நீங்கியது போன்ற ஒரு திருப்தி மனதில் ஏற்பட்டது.

உணவை வரவழைத்து அருந்தியதும் பிரயாண அலுப்பும் உண்ட களைப்பும் சேர்ந்து அசோகனை ஆழமான நித்திரைக்கு கொண்டு சென்றன. ஹோட்டல் சிப்பந்தி கதவைத் தட்டியதும் எழுந்தபோது கடிகாரம் காட்டிய நேரம் காலை ஒன்பது மணியாயிருந்தது.

“சார் ... கைடு வந்திருக்கிறார்”

ஒரு வழிகாட்டியை முகவர் மூலம் ஒழுங்கு பண்ணியிருந்தது அப்பொழுதுதான் அவன் நினைவுக்கு வந்தது. அவசரமாக குளித்து உடைகளை மாற்றிவிட்டு அறைக்கு வெளியே சென்றபோது வெள்ளையர் கூட்டமே இவனுக்காக காத்திருந்தது. அவர்களில் பலரும் அந்த பஸ்ஸில் வந்த பிரான்சுக்காரர்கள். ஓரிருவரைத் தவிர மற்றவர்கள் ஐம்பது வயதுக்கு மேற்பட்டவர்கள். பலரதும் பார்வைகள் கூர்மையாக அவனைத் துளைத்தன. நாங்கள் உன்னால் காத்திருந்தோம். அந்தப் பார்வைகள் ஊசிகளாக அவன் நெஞ்சில் இறங்கின.

கைடு “கோட்டைக்கு நடந்து போகலாமா?” என்றதும் எல்லோரும் பின்தொடர்ந்தனர்.

காலை நேரம் நடப்பதற்கு சுகமாகவும் உற்சாகமாகவும் இருந்தது. கோட்டை அதிக தூரம் இருக்கவில்லை. பொடி நடையாக அனைவரும் கோட்டைக்கு வந்து சேர்ந்தனர்.

இந்த இடத்தில் தான் அந்தப் பெண்ணின் குறுக்கீடு நடந்தது.

○

அவுஸ்திரேலிய பெண்ணினால் குழுவில் இருந்து தொலைந்ததை எண்ணி அசோகன் தன்னை நொந்துகொண்டான். மதியம் ஹோட்டலில் உணவு அருந்திவிட்டு மாலையில் பாலைவனத்தை நோக்கிப் புறப்பட்டான்.

ஒட்டகச்சவாரி கிடைத்தது. ஒரு சிந்தி முஸ்லீம், தான் மற்றவர்கள்போல் மது அருந்துவதில்லை என்று கூறி தனது ஒட்டகச்சவாரி பாதுகாப்பானது என உறுதியளித்தான். அவனது ஒட்டகத்தில் அசோகன் ஏறி பாலைவனத்தை அடைந்தான்.

அசோகன் தேடிய பாலைவனம் இங்கே இருந்தது. கடைசியில் பாலைவனத்தைக் கண்டுகொண்டேன் என்று மனம் துள்ளியது. மண் மேடுகளின் மடிப்புக்கள் சந்தோசத்தைக் கொடுக்க வேகமாக காலணிகள் மணலில் புதைய சிறு பிள்ளையாக எதிரில் தெரிந்த பாரிய மேட்டின் உச்சிக்கு ஏறினான்.

மணல் மேட்டில் ஏறி அமர்ந்து பார்த்தபோது மேற்கு திசையில் உள்ள சூரியன் மறைவதற்கு இன்னும் சில நிமிடங்களே இருந்தன.

சுற்றி இருந்த மண் மடிப்புகளில் உல்லாச பிரயாணிகள் அமர்ந்திருந்தார்கள். இடைக்கிடையே பிரயாணிகள் அமர்ந்திருக்க ஒட்டகங்களை நடத்திச்செல்லும் ஒட்டகக் காப்பாளர்கள் நிஜமாகவும் அவர்களின் நிழல் மாலை நேரத்து சூரிய வெளிச்சத்தில் பல மடங்கு பெரிதாகவும் அந்த மணல் பிரதேசத்தை நிறைத்திருந்தன.

பாலைவனத்தில் சூரிய அஸ்த்தமனம் பார்ப்பது உல்லாச பிரயாணிகளுக்கு ஒரு சடங்காகி விட்டது. இதை சடங்காக்கியவர்கள் உல்லாசப்பிரயாணிகளா அல்லது ஒட்டகச்சாரதிகளா இல்லாவிடில் உல்லாச பிரயாணத்துறையா என்ற கேள்வி அசோகனுக்குள் எழுந்தது. யார் இதற்குப் பொறுப்பாக இருந்தாலும் மிகவும் புத்திசாலித்தனமான தீர்மானம் என நினைத்துக்கொண்டே சூரிய அஸ்த்தமனத்தை கமராவால் எடுப்பதற்காக மண்ணில் சாய்ந்து படுத்தான்.

மாலைச்சூரியன் பூப்பந்தை அணைப்பதை ஒரு கிளிக் செய்துவிட்டு அடுத்தபடி வேறு கோணத்தில் மீண்டும் ஒரு கிளிக் எடுப்போம் எனத் தயாராகினான். அப்போது தூரத்தில் ஒரு ஒட்டகமும் தெரிந்தது. சூரிய அஸ்த்தமனத்தையும் ஒட்டகத்தை யும் ஒன்றாக படம் பிடிப்போம் என மணல் மேட்டில் சிறிது கீழ்நோக்கி வழுக்கியபடி நகர்ந்த போது எதிரே இராஜஸ்தானி ஹாக்கரா உடையில், தலையை மறைத்து துப்பட்டா அணிந்தபடி ஒரு பெண் தோன்றினாள்.

சூரியனையும் ஒட்டகத்தையும் கமராவின் நேர்கோட்டில் கொண்டுவந்த போது இந்தப் பெண்ணின் பின்பகுதி இடையில் வந்து மறைத்தது. எரிச்சலுடன் மணல் மேட்டில் இருந்து விலகி அமர்ந்தபோது, காலையில் வழிகாட்டியுடன் கொதிதண்ணீராக

தகித்த அந்த அவுஸ்திரேலிய அழகியின் கவர்ச்சியான பிருஷ்டம் தான் எனத் தெரிந்ததும் அசோகனின் கோபம் பாலைவனத்தில் பெய்த மழை போல் காணாமல் போய்விட்டது. மணல் மேட்டின் சரிவில் நடுப்பகுதியில் நின்றவள் தனது துப்பட்டாவை இரு கைகளாலும் உயர்த்தி தூக்கி பிடித்தபடி ஆடத் தொடங்கினாள்.

ஆரம்பத்தில் மெதுவாக தொடங்கி பின்பு வேகமாக அவளது பாலைவன நாட்டியம் நடந்தது. காட்டில் அதிகாலையில் ஆண் மயிலின் தோகை விரித்தலை அவள் நினைவுக்கு கொண்டு வந்தாள். அசோகனால் படப்பிடிப்பை தொடர முடியவில்லை. சிறிது விலகி நின்று எடுத்தாலும் அவளது உடல் படத்தில் விழுவதற்கு வாய்ப்புள்ளது. அவளது பின்பகுதியை அவளுக்கு தெரியாமல் படம் எடுப்பது நாகரிகம் இல்லை என நினைத்தான். அதே வேளை இவ்வளவு அழகை நிறைத்து இருந்த அவளின் பின் பகுதியைத் தவற விடவும் அசோகனின் உள்ளத்து அழகுணர்வு இடம் கொடுக்கவில்லை.

சூரிய அஸ்த்தமனத்தை மட்டும் எடுக்கத் தயாராக வைத்திருந்த கமராவால் சிறிது நகர்ந்து சூரியனோடு அவளது பிருஷ்டத்தையும் போட்டோ எடுத்தான். கமராவை ரீவைண்ட் பண்ணி பார்த்த போது ஒரு படத்தின் வலதுபக்க விளிம்பில் சிவப்பு துப்பட்டா உடலின் மேல்பகுதியை மறைத்தது. பூக்களும் இலைகளும் முறையே சிவப்பும் பச்சையுமாக அவளது ஹாக்கராவை நிறைத்திருந்தன.

சூரியன் முற்றாக மறையும்வரை கிட்டத்தட்ட பத்து நிமிடங்கள் இந்தத் தோகை விரிப்பு நடனம் நடந்தது. இந்த நடனம் பலர் கவனத்தை ஈர்த்தது. அதற்குள் அவளைச் சுற்றி ஒரு சிறு கூட்டம் கூடிவிட்டது. இதில் உல்லாசப் பயணிகளோடு பாட்டுப்பாடி காசு சேர்க்கும் குடும்பமும் வந்து, அதில் இரு சிறுமிகள் பாடத் தொடங்கினார்கள். ஒரு இளைஞர் கூட்டம் சிறிது தூரத்தில் நின்று நடனத்தை இரசித்தது. தன்னைப் பலர் இப்படி பார்ப்பது இவளுக்கு நிச்சயமாக உற்சாகத்தை ஊட்டி இருக்க வேண்டும் என்பது அவளது ஆட்டத்தின் வேகம் அதிகரிப்பதிலிருந்து தெரிந்தது. சூரியன் முற்றாக மறைந்த பின்னர்தான் இவளது நடனம் நின்றது. நடனத்துக்கு தானாக வந்து இசை அமைத்துப் பாடிய இரண்டு இராஜஸ்தானிய பெண் குழந்தைகள் அசோகனிடம் வந்து காசுக்காக கையை நீட்டினார்கள்.

அசோகனுக்கு தர்ம சங்கடமாக இருந்தது. ஆடிய அந்த அஸ்திரேலிய அழகியிடம் காசு கேட்கும்படி ஆங்கிலத்தில் கூறியது மட்டுமல்லாது சைகையிலும் காட்டினான். ஆனால்,

அந்த குழந்தைகள் இவனை விட்டுப் போக மறுத்து சிரித்தபடியே முன்னால் நின்றன. குழந்தைகள் கை ஏந்தும்போது எப்படி மறுப்பது? இனித் தவிர்க்க முடியாது என்று நினைத்து நூறு ரூபாயை எடுத்து அந்தக் குழந்தைகளிடம் கொடுத்தான். துப்பட்டாவை எடுத்து தோளில் போட்டு மணலில் புதைந்து கிடந்த சிவப்பு பிளாஸ்டிக் காலணியை குனிந்து எடுத்துக்கொண்டு அசோகனிடம் நேரே வந்தாள் அந்த அழகி. மங்கிய மாலை நேரத்தில் பாலைவனத்து பின்னணியில் வானத்தில் இருந்து ஒரு தேவதை இறங்கி வருவது போல் இருந்தது.

காலையில் அவளது கோபத்தைக் கண்டவன். இப்பொழுது அவள் அறியாமல் அவளது பின்பகுதியையும் சேர்த்து, தான் போட்டோ எடுத்ததைத் தெரிந்தால் எப்படிக் குதிப்பாள்? என்ற நினைப்பு எழுந்தது. பொலிசை அழைப்பாளா? ஊரைக் கூட்டுவாளா?

அசோகனுக்கு இதயத்துடிப்பு அதிகரித்தது. விழிகள் பிதுங்கினது.

இவளை நேரடியாக சந்திக்காமல் தவிர்க்க வேண்டும் போல் இருந்தது. எழுந்து போவோமா என நினைத்துப் பம்மினான்.

கவ்வியிழுக்கும் அந்தப் பெரிய கண்களிடமிருந்து தப்ப முடியாது. புலியின் வேட்டைக்கு இரையாகப்போகும் ஒரு சிறு ஆட்டுக்குட்டி போல் தனது உடல் அந்த இடத்தில் உறைந்ததை அவன் உணர்ந்தான்.

அவளது முகத்தில் கோபத்திற்குப் பதிலாக சாந்தம் தெரிந்தது.

“சங்கீதத்திற்கு காசு கொடுத்து விட்டாய்.இனி நாட்டியத்துக்குத் தரவேண்டும்” என கையை நீட்டி அவுஸ்திரேலிய தொனியில் அவளது கீழ் உதட்டால் மட்டும் புன்முறுவல் பூத்தது அசோகனுக்கு தைரியத்தை அளித்தது.

“பாலைவனத்தில் இவ்வளவு அழகான நாட்டியத்தை எதிர்பார்க்கவில்லை. இந்த நடனத்திற்கான சன்மானத்தை கோட்டையில் இருந்த மன்னன் கொடுக்கலாம். நான் சாதாரணமானவன். இந்த அழகிய நடனத்துக்கு ஏற்பப் பணம் கொடுக்குமளவுக்கு நான் பணக்காரன் இல்லை.”

“அளவுக்கு மேல் புகழாதே. எனது பிருஷ்டத்தை எத்தனை தடவை போட்டோ எடுத்தாய்?”

இப்படி அவள் நேரடியாகக் கேட்டதும் இதயத்தின் துடிப்பு மீண்டும் அதிகரித்ததுடன் நாக்கும் புரள மறுத்துவிட்டது.

அசோகன் தன்னை சுதாரித்துகொண்டே "ஒன்றே ஒன்று மட்டும் தான், அதுவும் சூரியனுக்கு அருகில் வந்து விட்டாய். என்னை நம்பாவிடில் நீயே பார்த்துக்கொள்" எனக் கூறிய அசோகன் தனது கமராவை நீட்டினான்.

"ஒன்றுதானா" எனப் போலியாக கவலைப்படுவது போல் உதட்டைக் குவித்து தோளைக் குலுக்கி பாவனை காட்டினாள்.

இவள் நட்பாகத்தான் கேட்கிறாள் என்பது உறுதியாகியதால் துணிவை நெஞ்சில் தேக்கியபடி "நீ ஆவுஸ்திரேலியாவில் எந்த இடம்?" என ஆவலை அடக்கமுடியாமல் கேட்டான்.

"உனக்கு எப்படித் தெரியும் நான் அவுஸ்திரேலியாவென? எனது பின்பகுதியில் எழுதப்பட்டிருந்ததா?"

குறும்புடன் சிறிது ஆச்சரியத்தையும் முகத்தில் காட்டியபடி இவ்வளவு நேரமும் நின்றுகொண்டிருந்தவள் அசோகனுக்கு அருகில் இருந்தாள்.

இவளைக் கொஞ்சம் சீண்டலாமோ என்று நினைத்தபடி, 'உனது பின்பகுதியை பற்றிய நம்பிக்கை யார் கொடுத்தது?" என்றான்.

உடனே "எனது பழைய போய் ஃபிரண்ட்" எனச் சிரித்தபடி தயக்கமின்றி கூறினாள் அவள்.

"உனது இடம்?" மீண்டும் அசோகன்.

"நான் மெல்பேர்ன். நீ..."

"நானும்" எனப் பக்கத்தில் நெருங்கியபடி அமர்ந்தாள்.

"நான் இவ்வளவு நேரமும் நீ ஒரு இந்தியன் என்று நினைத்தேன்" எனப் போலி ஏமாற்றத்தை முகத்தில் வழியவிட்டபடி கால்களை மணலில் புதைத்தாள்.

இவளது பாதங்கள் அம்மாவின் பாதங்கள்போல் இரண்டாவது விரல் பெரிதாகி அமைந்திருக்கிறது என நினைத்தான்.

"நான் ஐந்து வருடங்கள் முன்பு இலங்கையில் இருந்து மாணவனாக மெல்பேர்னுக்கு வந்து எங்கள் தேசத்து யுத்தத்தை காரணமாகக் காட்டி தங்கிவிட்டேன்."

"அப்ப... நீ ஒரு அகதியா?" சிரித்தபடி அவள் கேட்டது, அசோகனுக்குப் பிடிக்கவில்லை. அந்த இடத்தைவிட்டு எழ முயற்சித்தான்.

அசோகனது உணர்வைப் புரிந்துகொண்டு ‘எனது கேள்வியை தவறாக அர்த்தப்படுத்திக் கொள்ளாதே. எனது மூதாதையரும் அகதிகள்தான்.” தோளில் இறுக்கமாக அழுத்தி இருத்தினாள்.

அவளது கையில் இருந்து மெதுவாக விலகி சுதாரித்துக் கொண்டு பேச்சைத் தொடர வேண்டிய கட்டாயத்தில், ‘அது என்ன வகை நடனம்?” என்று கேட்டான். இவ்வளவு அழகிய பெண்ணின் பேச்சுத் துணையை கத்தரித்துக்கொண்டு எந்த இளைஞனால் போக முடியும்?

“காலையில் ரூர் கைட்டின் வார்த்தைகள் தாக்கிவிட்டன. அவனது அந்த வார்த்தைகளை ஏற்றுக்கொள்ளாமல் விலகி வெளியேறிவிட்டேன். அதுவும் பின்பு மனதுக்கு உளைச்சலாக இருந்தது. இந்தப் பாலைவனமும் மணல் மேடுகளும் என்னை வசீகரித்து விட்டன. ஒரு கனவுப் பிரதேசத்துள் பிரவேசித்தது போல் இருந்தது. இந்த மணல் பிரதேசத்திற்கு வந்தபோது காதில் ஏதோ ஒரு சங்கீதம் காற்றில் மிதந்து வந்து என் ஆத்மாவுடன் கலந்து என்னையறியாமல் ஆடவைத்தது.”

“காலையில் நீ கைட்டோடு பிணங்கியதை நான் பார்த்தேன். நீ ஒரு சண்டைக் கோழியாக சிலிர்த்தபடி சென்றாய். உன்னைப் பார்த்துக்கொண்டிருந்தபோது அந்தக் குழு என்னை விட்டு வெகு தூரத்தில் போய் விட்டதால் நான் மட்டும் தனியாக அந்தக் கோட்டையை சுற்றிப்பார்த்தேன்”

“உண்மையாகவா? என்னை மன்னித்துக் கொள். எனது நடத்தை நல்லது அல்ல. யாருடனோ இருந்த கோபத்தை அந்த கைட்டிடம் காட்டிவிட்டேன். இவ்வளவு நேரமாகியும் உன் பெயரை நான் இன்னும் கேட்கவில்லை. ஹாய்... எனது பெயர் ஜெனி... ஜெனிபர்”

“அசோகன்” எனச்சொல்லிக் கொண்டே கையை நீட்டினான்.

“மெல்பேர்னில் என்ன செய்கிறாய்?”

“பாங்கில் இன்போ”

“ரிப்பிக்கல்”

“என்ன அலுத்துக்கொள்கிறாய்?”

“என் பழைய போய் ஃபிரண்டும் ஐ.ரி.தான். எந்தக் கலை ரசனையும் இல்லாதவன்.”

“இவ்வளவு அழகான உன்னை இரசிக்கவில்லையா?” எனக் குறும்புத்தனமாகக் கேட்டபோது, ‘அதுதான் சொன்னேனே... எனது பின்புறத்தை அவனும் இரசித்தான்” என்றாள்.

"உனது அழகை அவன் ரசிக்கவில்லை என்று எப்படி உன்னால் சொல்ல முடியும்?" அசோகன் சிரித்தபடி கேட்டான்.

"ஷட் அப். இந்த ஆண் வர்க்கமே இப்படித்தான். பெண்களின் முலைகளையும் பிருஷ்டத்தையும் விட வேறு எதனையும் இரசிக்கத் தெரியாத பாவப்பட்ட ஜென்மங்கள்" என்று கூறியவாறு அவள் எழுந்தாள்.

"மீண்டும் யார் மீதோ உள்ள ஆத்திரத்தை என்னிடம் காட்டுகிறாய். அதுசரி... எந்த இடத்தில் இங்கு தங்கியிருக்கிறாய் .. ? சொல்லு"

"றியால் என்ற பக்கத்தில் உள்ள கூடாரங்கள் ஒன்றில்"

இரவாகி நிலவு வந்துவிட்டது. உல்லாசப் பிரயாணிகளால் நிரம்பி இருந்த பாலைவனம் காலியாகி விட்டது. இருவரும் தனித்து விடப்பட்டிருந்தனர்.

"நானும் அங்குதான் தங்குகிறேன். இருவரும் ஒன்றாக நடக்கலாமா?"

சிறிது தூரத்தில் உள்ள பாதையில் வாகனங்கள் லைட்டுகளை போட்டபடி கிளம்பிக் கொண்டிருந்தன. இருவரும் மணலில் கால் புதைய மெதுவாக நடந்து ரோட்டை அடைந்த போது எந்த வாகனமும் இல்லை. ஒட்டகங்கள் சில காப்பாளர்களுடன் நடந்துகொண்டிருந்தன.

அமைதியாக நடந்து வந்தவளிடம் "என்ன வேலை செய்கிறாய்?" எனக் கேட்டான்.

சில கணங்கள் தாமதித்து விட்டு "ட்ரவல்ஸ் ஒன்றில் பிரயாண முகவராக வேலை செய்தேன். மெல்பேர்ன் திரும்பியதும் மீண்டும் வேறு வேலை தேடவேண்டியிருக்கும்"

கூடாரங்களை நெருங்கியபோது அங்கிருந்த இரு பரிசாரகர்கள் இருவரையும் முன்வாசலால் வரும்படி சொன்னார்கள்.

அந்த பரந்த பாலைவனத்தில் கூடாரங்கள் வட்டமாக அமைக்கப்பட்டிருந்தன. எந்தப் பக்கத்துக்கூடாகச் சென்றாலும் ஒவ்வொரு கூடாரத்துக்கும் போகமுடிவதோடு, நடுவே இருக்கும் உணவுக் கூடத்துக்கும் சென்றுவிடலாமே. இவர்கள் ஏன் இப்படிச் சொல்கிறார்கள் .. ?

லொஜிக்கை புறத்தே தள்ளிவிட்டு பரிசாரகர்கள் காட்டிய பாதையில் சென்றபோது, உணவுக்கூடத்திற்கு மேற்கில் முன்வாசலில் மின்குமிழ்களால் சோடிக்கப்பட்ட தலைவாசல்

இருந்தது. அதன் கீழ் இரண்டு இராஜஸ்தானிய பெண்கள் இருவருக்கும் மலர் தூவி வரவேற்றார்கள். உணவுக்கூடத்தின் முன்றல் ஏற்கனவே மக்களால் நிரம்பி இருந்தது.

உணவுக் கூடாரத்துக்கு செல்ல இருந்த ஜெனிபரிடம் “ஜெனி . . . நான் எனது கூடாரத்துக்கு சென்று குளித்து விட்டுவருகிறேன்.” என்று சொன்னதும் “நானும் குளிக்கப் போகிறேன்” எனச் சொன்ன ஜெனியும் சிறிது தொலைவில் இருந்த தனது கூடாரத்தை நோக்கிச் சென்றாள்.

“ஏன் இவளிடம் நெருங்கிப் பழகுகின்றேன்? அதுவும் வெள்ளைக்காரி. நேரடியாகவும் பேசுகிறாள். அனலாகவும் புனலாகவும் அடிக்கடி மாறும் சுபாவம் உள்ளவளாக இருக்கிறாள். இவளை தாமதிக்காமல் கழற்றி விடவேண்டும்.” என நினைத்தான். குளித்து விட்டு அளவுக்கு அதிகமாகவே வாசனை திரவியத்தை உடலில் பூசிக்கொண்டான். பெட்டியில் இருந்த சிவப்பு நிற குர்தா உடையை எடுத்து அணிந்தான். இந்த உடை அவனிடத்தில் பலகாலம் இருந்தாலும் அவுஸ்திரேலியாவில் இருந்தவரை உடுத்தியதில்லை.

பெட்டியை மூடியவனுக்கு அந்தப் பெட்டியின் மூலையில் இருந்த ரெட் வைன் மனதில் சபலத்தை ஊட்டியது. மெல்பேர்னில் விமானம் ஏறுவதற்கு முன்பு அவசர அவசரமாக டியூட்டி ஃபிறீ ஷொப்பில் வாங்கியது. வைனை எடுத்துக்கொண்டு ஏதாவது கிளாஸ் இருக்குமா எனப்பார்க்க கண்களைச் சுழற்றியபோது கூடார வாசலில் நிழல் தெரிந்தது.

“உள்ளே வரலாமா?”

ஜெனி நின்றாள். வெள்ளை பருத்தியில் கறுத்த பொத்தான்கள் போட்ட கால்வரை நீளமான கவுனை அணிந்திருந்தாள். தேவாலயத்தில் மணமகளின் திருமண உடைபோல் இருந்தது. தலைமயிரை ஈரத்துடன் தொங்கவிட்டிருந்தாள்.

இந்த உடையில் அழகாக இருக்கிறாய் என்று சொல்வோமா என நினைத்துவிட்டு நாக்கை கடித்தபடி ‘வரவு நல்வரவாகுக” என்று மட்டும் சொன்னான்.

“வைன் வைத்திருக்கிறாய்” எனக் கூறி அகல விழித்து வியப்படைந்தாள்.

“கிளாஸ் அல்லது கப் ஏதாவது இருக்குமா எனப் பார்க்கிறேன்”

“இப்படித்தா” எனக் கூறி அப்படியே அதை வாங்கி, போத்தலோடு குடித்தாள்.

அசோகனும் அவ்வாறே குடித்தான். இருவருமாக மாறி மாறி அரைப்போத்தலை குடித்து முடித்ததும் உணவுக் கூடத்துக்குச் சென்றார்கள்.

அசோகன் மனதில் பயம் எட்டிப்பார்த்தது. இவள் பலகாலம் பழகியவள் போல் நடந்துகொள்கிறாளே! பிரமச்சாரிய விரதத்தில் இருப்பது போல் எந்த பெண்களிடமும் நெருங்கிப் பழகாமல் இருக்கும் எனக்கு இவளால் பிரச்சினை வருமோ? வில்கி நடக்க முயற்சிக்கவேண்டும். இலையை நோக்கி நகரும் புழுவாக மெதுவாக இதயத்தை நோக்கி கவலை நகர்ந்தது.

கூடாரத்து முன்றலில் நீள் வட்டமாக சிறிய கதிரைகளில் கூடியிருந்த ஐம்பதுக்கும் மேற்பட்ட உல்லாசப்பிரயாணிகளுக்காக, மீசையும் வண்ணத் தலைப்பாகையும் கட்டியிருந்த இரண்டு ஆண்களில் ஒருவர் பாட்டுப்பாட மற்றவர் டோலாக்கு அடித்துக்கொண்டிருந்தார். இந்த இசைக்கு இரு இளம் பெண்கள் பாரம்பரிய நடனம் ஆடிக்கொண்டிருந்தார்கள். இரண்டு பெண்களும் அழகிகள். பதினாறு, பதினெட்டு வயதில் சகோதரிகள் போல் தோற்றமளித்தார்கள்.

இருவரும் தங்களுக்கு ஒதுக்கப்பட்ட இருக்கைகளில் அமர்ந்ததும் ஜெனி நெருங்கிவந்து காதருகில் "இராஜஸ்தானில் இருந்துதான் இந்த ஜிப்சிகள் ஐரோப்பாவுக்கு வந்தார்கள்" என அசோகனின் காதில் முணுமுணுத்தாள்.

அவளது வரலாற்று அறிவை உடனே ஏற்றுக்கொள்ள மறுத்தாலும் வைன் தந்த போதையில் இருவரும் இருப்பதால் விவாதத்தை தவிர்ப்பதற்காக "அப்படியா" என்று கேட்டு வைத்தான்.

இப்பொழுது அந்த நாட்டிய சகோதரிகள் நெருப்பு சட்டியைத் தலையில் வைத்து ஆடினார்கள். அசோகனுக்கு இந்த நாட்டியம் மனதைக் கவரவில்லை. ஆனால், சகோதரிகளின் இடுப்பு மற்றும் பின்புற ஏற்ற இறக்கங்கள் இரசிக்கக் கூடியதாக இருந்தன.

ஜெனி பாடுபவர்களுக்கு எதிரில் இருந்த தட்டத்தில் ஐநூறு ரூபாவை போட்டாள். இவளைத் தவிர மற்றவர்கள் எவரும் பணம் போடவில்லை.

"என்ன மனிதர்கள்? எவரும் பணம் கொடுக்கவில்லை. நான் தட்டத்தை எடுத்துக் கொண்டு எல்லோரிடமும் செல்லப் போகிறேன்." என்றாள்.

"இவர்கள் மத்தியதர இந்திய மக்கள். மிகவும் நெருக்கடியின் மத்தியில் வெளிநாடு சென்று பணம் சேர்த்து தங்கள் நாட்டுக்கு

அந்தப் பணத்தை சிக்கனமாக செலவு செய்ய எண்ணி வந்திருப்பவர்கள். இங்கு இருப்பவர்கள் முதலாம் தலைமுறை குஜராத்தி மக்கள். பணத்தின் அருமை நன்கு தெரிந்தவர்கள். மேலும் இந்த நடனம் கிராமத்துக் கலை வடிவம். இதை இவர்கள் பல தடவை பார்த்திருக்கலாம்."

"கலையை இரசிக்கத் தெரியவில்லை" என்றவள் அசோகனை முறைத்தாள்.

இவள் யாரை சொல்கிறாள்? என்னையா அவர்களையா?

நெருப்பாட்டம் முடிந்ததும் நொறுங்கிய கண்ணாடி துண்டுகள் மேல் ஆடினார்கள். அதைப் பார்க்க முடியாமல் முகத்தைத் திருப்பிய ஜெனி அசோகனின் தோளில் தலை புதைத்தாள். அசோகனுக்கு அந்தரமாக இருந்தது. தாங்கள் இருவரும் ஜோடிகளாக நடந்துகொள்வது போன்று தோன்றியது. ஆனால், அவளது முகத்தை விலக்க துணிவு இல்லை. கண்ணாடித் துண்டுகளின் மேல் ஆடிய ஆட்டம் முடிந்ததும் நான்கு இளம் இந்தியப் பெண்கள் தங்களோடு பொலிவூட் நாட்டியம் ஆட வருமாறு நாட்டியம் ஆடும் சகோதரிகளிடம் வற்புறுத்தினர்கள். அந்த நான்கு பெண்களும் பார்ப்பதற்கு மேல்நாட்டில் வளர்ந்தவர்கள் போலத் தோற்றமளித்தார்கள். பாட்டு பாடிக்கொண்டிருந்த ஆணிடம் கண்களால் அனுமதி கேட்டுப் பெற்றுக்கொண்டனர் சகோதரிகள். பிரபலமான பொலிவூட் படத்தின் பாடல் ஒன்றுக்கு அந்த நாலு பெண்களுடன் அவர்கள் ஆடத்துவங்க மேலும் பல பெண்களும் சேர்ந்து கொண்டார்கள்.

அங்கிருந்தவர்களில் பெரும்பாலானவர்கள் குஜராத்தியர், மற்றவர்கள் பஞ்சாபிய குடும்பத்தினர். ஏற்கனவே பிரபலமான பாடல் என்பதால், மொத்த கூட்டமும் கலந்துகொண்டது. இளைஞர் கூட்டமும் நடனத்தில் ஈடுபட்டது. சபையில் நாட்டியத்தில் கலந்து கொள்ளாமல் இருந்தவர்களின் கமராக்கள் தொடர்ச்சியாக பளிச்சிட்டன. நாட்டியம் ஆடிய சகோதரிகள் பொலிவூட் நர்த்தகிகளை விட அழகாக ஆடினார்கள்.

"பார்த்தாயா . . . பொலிவூட் பாடல்கள்தான் தற்கால இந்தியாவின் ஆதார சுருதியாக எல்லா மொழி பேசுபவர்களையும் இணைக்கிறது. மேலும், சகலராலும் புரிந்துகொண்டு இரசிக்க முடிகிறது."

எதுவித பதிலும் வராததால் தான் கூறியதை ஜெனி இரசிக்கவில்லை என்பது அசோகனுக்குப் புரிந்தது.

தட்டத்தில் பணம் போடுவதை நாட்டியம் ஆட அழைத்த நான்கு பெண்களும் ஆரம்பித்து வைக்க பலர் வந்து பணம் போட்டனர்.

“இப்பொழுது பார்த்தாயா... மக்கள் தங்களுக்கு பிடித்ததைச் செய்ததால் பணம் போடுகிறார்கள்.”

மீண்டும் பதில் இல்லை.

ஒவ்வொரு நடனத்தின் தொடக்கத்திலும் ஒரு உயரமான மனிதர் வந்து நடக்கவிருந்த நடனத்தை பற்றிய ஒரு குறிப்பை ஹிந்தியில் சொல்லிவிட்டுப் போவார். அசோகன் இம்முறை பொறுக்காமல் அவரை அழைத்து தயவு செய்து ஆங்கிலத்திலும் சொல்லும்படி கேட்டான்.

உயர்ந்த மனிதர் தட்டுத்தடுமாறி உடைந்த ஆங்கிலத்தில் சிறிய விளக்கம் கொடுத்தார். ‘பாலைவனத்து மக்கள் மழையை வேண்டி ஆடும் நடனம் இது. இதை மயில் நடனம் என்பார்கள்.”

மயில் நடனம் தொடங்குவதற்கு முன்பாக அதற்கான பாட்டு உச்ச நிலையில் பாடப்பட்டது. பாட்டைக் கேட்டதும் ஜெனி எழுந்து நின்றாள். அவளது கண்களில் போதை மயக்கம் தெரிந்தது.

“இந்தப்பாட்டை நான் முன்பு கேட்டிருக்கிறேன். நான் ஆடப்போகிறேன்” எனக்கூறிவிட்டு எந்தப் பதிலும் எதிர்பாராமல் சபையின் மத்தியில் சென்றாள். வைனைக் குடித்து ஒருமணி நேரத்துக்கு மேல் ஆகிவிட்டதே. இவ்வளவு நேரமும் அமைதியாக இருந்தாளே என அசோகன் நினைத்தான். இவளைக் கண்டதும் நாட்டியம் ஆடத் தயாராக இருந்த இரு சகோதரிகளும் இவளுடன் சேர்ந்துகொண்டனர்.

நாட்டியத்தில் அவர்களது அசைவுகளை அப்படியே பிரதிபலித்து ஆடினாள். இவளது கை, கால், கண் எல்லாம் ஒன்றையொன்று போட்டி போட்டபடி அசைந்தன. அந்தப் பெண்களிலும் பார்க்க ஜெனி சிறப்பாக ஆடியதாக அசோகனுக்குத் தெரிந்தது. இவளது இராஜஸ்த்தானிய உடையும் ஆவுஸ்திரேலிய உணவில் வளர்ந்த செழித்த தேகமும் கூட்டத்தில் இருந்த சகலரையும் இரசிக்க வைத்தன. பலர், குறிப்பாக இளைஞர்கள் இவளுக்கு நெருக்கமாக வந்து படம் எடுத்தனர்.

இவளால் எப்படி அழகாக நடனம் ஆடமுடிகிறது? இராஜஸ்த்தானியப் பகுதியில் நாடோடியாக இசைபாடும் மக்களுக்கே உரிய இசைக்கு இவ்வளவு அழகாக ஆடமுடிந்தது?

முதல்முறையாக அசோகனுக்கு மனதில் ஒரு பெருமிதம் உருவாகியது. மெல்பேர்னில் இந்திய நடனம் பயின்றாளா? பரதநாட்டியமும் பொலிவூட் நாட்டியமும் சில அவுஸ்திரேலிய பெண்கள் பழகுவதாக கேள்விப்பட்டுள்ளான்.

வியந்துகொண்டிருக்கும் போது நடனம் முடிவடைந்தது. சுற்றியிருந்து பார்த்த மக்கள் எழுந்து நின்று ஒரு சிறந்த கலைஞருக்குக் கைதட்டுவது போல் ஒரு நிமிடம் கைதட்டிப் பாராட்டினார்கள். இந்தப் பாராட்டு ஜெனிக்கு என்பது தெரிந்ததால் அந்த நாட்டிய சகோதரிகள் விலகிச்சென்றனர். கைதட்டல் தொடர்ந்தது. இவள் அந்த இடத்தில் அப்படியே நின்றாள். ஒரு நிமிடத்துக்கு மேல் பொறுத்துக் கொள்ளாமல் அசோகன் சபையின் மத்திக்குச் சென்று ஜெனியை இழுத்து வந்து நாற்காலியில் இருத்தினான்.

"என்ன நடந்தது?" அவளது தோளில் தட்டியபடி கேட்டான். பதில் சொல்லுமளவிற்கு அவள் பழைய நினைவுக்கு வரவில்லை. போத்தலில் இருந்த தண்ணீரை கையில் ஊற்றி அவளது முகத்தில் தடவினான்.

சிரித்தபடி "நான் ஓகே." என்றாள்.

"உன் நாட்டியம் அழகாக இருந்தது. எங்கே பழகினாய்?"

"நான் நாட்டியமே பழகவில்லை... நம்புவாயா?"

"இல்லை. இந்தா உனது நாட்டியத்துக்கு" என இரண்டு ஐநாறு ரூபாயை எடுத்து அவன் கொடுக்க அதை வாங்கி அந்த இரண்டு நாட்டிய பெண்களிடமும் கொடுத்தாள்.

உள்ளே சாப்பாடு பரிமாறத் தொடங்கியதால் கூட்டம் கலைந்து உள்ளே சென்றது. அசோகன் எழுந்து நின்றபோது 'நான் டொய்லெட் போகவேண்டும்" என எழுந்தாள்.

"உணவுக்கூடப்பகுதியுள் ஒன்று இருக்கிறது. அதைப் பாவித்துக் கொள்" என்று கூறிவிட்டு அவன் வெளியே நின்றான்.

போனவள் போனதைவிட வேகமாக திரும்பிவந்து 'பாஸ்ரட், அது மரக்கறி உணவு சாப்பிடுபவர்கள் இருக்கும் இடம் என்கிறான். என்னை டொய்லெட்டுக்குள் செல்ல விடவில்லை. நான் சாப்பிடப் போனதாக நினைத்துவிட்டான்" என்று கோபத்தில் கத்தினாள்.

"இவனுகளுக்கு விளக்கமளிப்பதிலும் பார்க்க எமது கூடாரத்துக்கு போவோம்" எனக் கூறி அவளது கூடாரத்தை நோக்கி நடந்தான்.

"அவனுக்குத் தெரியாது நான் வீகன் என்று..."

"அப்ப நீ பால் சாப்பிடுவதும் இல்லையா?"

"இல்லை"

"அப்போ பட்டினிதான்.. இந்த ஊர்ப்பகுதியில் பால் இல்லாமல் எந்தச் சாப்பாடும் இவர்கள் தயாரிப்பது இல்லை"

கூடாரத்தின் உள்ளே சென்றவள் வெளியே வந்ததும் 'அந்த வைன் போத்தலில் கொஞ்சம் மிச்சம் இருக்கிறதுதானே?' எனக் கேட்டாள்.

இருவருமாக அசோகனின் கூடாரத்துக்குள் சென்று எஞ்சியிருந்த வைனைக் காலி பண்ணினார்கள்.

உணவுக்கூடத்துக்கும் கூடாரத்திற்குமிடையில் நூறு மீட்டர் தொலைவு இருக்கும். பாலைவனத்து நிலவின் ஒளி வாரி இறைக்கப்பட்டு கண்ணுக்கெட்டும் வரையும் நிர்மலமான பொன்னிற தோற்றத்தைக் கொடுத்தது. அவன் மெதுவான போதையை உணர்ந்தான். திரும்பிப் பார்த்தபோது மணலில் பாதங்கள் இழுபட சிறிது தூரம் தள்ளாடி நடந்து வந்த ஜெனி ஒரு மணல் குன்று வந்ததும் உட்கார்ந்துவிட்டாள். "இந்த இடத்தில் கொஞ்சம் இருந்துவிட்டு வருகிறேன். ஏதோ பழக்கமான இடம்போல் தெரிகிறது," என்றாள்.

"இரவு பத்து மணியாகிவிட்டது. நாங்கள் இருப்பது பாலைவனத்தில். அதிலும் நீ வீகன் ... இப்போதாவது போகாவிட்டால் சாப்பாடு பிறகு இருக்காது. ஏற்கனவே உணவு முடிந்திருக்கும். எனக்கும் பசிக்கிறது" எனக் கூறி அழைத்தபோதும் மனதில் இவளோடு சேர்ந்து நான் தவறு செய்கிறேன். இவளை ஏன் சந்தித்தேன்? என்றும் தோன்றியது.

ஏற்கனவே பெரியம்மா வவுனியாவில் பெண்பார்க்கும் முயற்சியில் ஈடுபடுகிறார். நானோ நடக்கும் யுத்தத்தைக் காரணமாக்கி பின் தள்ளிக்கொண்டு போகிறேன். முக்கியமாக நான் ஈடுபட்டிருக்கும் விடயங்கள் என்ன ஆவது என மனம் குமைந்து கொண்டிருந்தது.

இருவரும் உணவருந்தும் இடத்துக்குச் சென்றபோது ஆட்கள் இல்லாமல் காலியாக இருந்தது. உணவும் முடிந்துவிட்டது. ஜெனியைக் கண்டவுடன் சமையல்காரர்கள் வந்து உபசரித்தார்கள். அரைமணி நேரத்தில் திரும்பவும் உணவைத் தயாரித்தார்கள். ஜெனியால் போதையில் உணவை உண்ணமுடியவில்லை. சமையல்காரர்கள் அசோகனிடம் 'உங்கள் மனைவி உணவை உண்ணவில்லை' என கவலைப்பட்டார்கள்.

ஜெனி உணவை உண்ணாமல் விட்டதற்காகவா அல்லது மனைவி எனக் கூறியதற்காகவா கவலைப்படுவது? என அசோகன் யோசித்தான். விரைவாக இவளைக் கூடாரத்தில் கொண்டுபோய் விடாவிட்டால் இங்கே காட்சிப் பொருளாகி விடுவாள் என நினைத்தவாறு அவளது கையைப் பிடித்தபடி அவளது கூடாரத்துக்கு இழுத்துச் சென்றான். ஜெனி அசோகனின் தோளில் சாய்ந்தபடி நடந்தாள் என்பதைவிட இழுபட்டாள்.

"இதோ உனது கூடாரம். இனி நான் போகிறேன்."

"நீ எங்கே போகிறாய்? எனக்கு போதை தெளியும்வரை என்னோடு இருந்துவிட்டுப் போ. போதையில் இருக்கும் என்னை நீ ரேப் பண்ணமாட்டாய் என்ற நம்பிக்கை உன்மீது இருக்கிறது. ஆனால், மற்றவர்களின் மீது எனக்கு நம்பிக்கை இல்லை. சமீபத்தில் ஐரோப்பிய பெண் இந்தப்பகுதியில் ரேப் பண்ணப்பட்டாள் என பத்திரிகையில் படித்தேன்"

போதையிலிருந்தாலும் எச்சரிக்கையாக இருக்கிறாள் என்று மனதில் நினைத்துக்கொண்டு "சரி வா, எனது கூடாரத்திற்கு. குளித்தால் உனக்கு போதை குறையும்."

உள்ளே வந்ததும் அசோகனது கட்டிலில் அமர்ந்தபடி 'உனது கூடாரம் பெரிதாக இருக்கிறது' சொல்லியவாறு கட்டிலில் படுத்தாள். அசோகன் தனது காலணிகளை கழற்றிவிட்டு குளியலறைக்குள் சென்றான்.

குளிர்ந்த தண்ணீர் சீறிக்கொண்டுவந்து தலையில் விழும்போது போதையால் ஏற்பட்ட உடல் களைப்பும் பாலைவனச் சூடும் எங்கோ பறந்து சென்றது. குளித்து உடையை அணிந்துகொண்டு படுக்கை அறைக்கு சென்ற போது மெதுவாக, ஆனால், சீராக மூச்சு விட்டபடி ஜெனி ஆழ்ந்த நித்திரையில் இருந்தாள்.

நல்லவேளையாக கட்டிலின் ஒரு முனையில் அவள் படுத்திருந்தாள். போர்வையையும் இழுத்து அவளின் மீது போர்த்திவிட்டு நுளம்பு வலைக்கு வெளியே மறுபாதியில் அருகில் படுத்துக்கொண்டான்.

நித்திரை அவனை அணைத்துக்கொள்ள மறுத்தது. எந்தப் பெண்ணோடும் அருகில் படுக்காது இளமைக்காலத்தைக் கழித்தவனுக்கு, அதுவும் இவ்வளவு அழகிய பெண்ணுக்குப் பக்கத்தில் படுப்பது ஒரு சத்திய சோதனையாக இருந்தது. ஐந்து நிமிடம் தொடர்ந்து படுக்க முடியவில்லை.

கூடாரத்தின் பிரதான விளக்கை அணைத்துவிட்டு கட்டில் அருகே உள்ள விளக்கை ஏற்றிவிட்டு சிறிய கதிரை ஒன்றில் அமர்ந்துகொண்டு ஜெய்சல்மீர் பற்றிய புத்தகத்தைப் படித்தான். அதிலும் மனம் செல்லவில்லை. கூடாரத்துக்கு வெளியே வந்தான். நிலவொளியில் பார்த்தபோது பதினைந்துக்கு மேற்பட்ட கூடாரங்கள் சுற்றி இருந்தன. எல்லா கூடாரங்களிலும் விளக்குகள் அணைந்துவிட்டன. அந்தப்பிரதேசம் அமைதியாக இருந்ததால் அங்கு வீசிய காற்று மணல்மீது மோதி எழுப்பிய ஒலி சங்கீதமாக ஏறி இறங்கி கேட்டுக்கொண்டிருந்தது.

அந்தக் காற்றின் ஒலியை சில நிமிடங்கள் கிரகித்துக் கொண்டிருந்த அசோகனுக்கு அந்த சங்கீத ஒலியை மீறி சில ஆங்கில வார்த்தைகள் காதருகே தவழ்ந்து வந்தன.

கூடாரத்தின் வாசலில் நின்றவன் சுற்றிப் பார்த்தும் ஒன்றும் புலப்படாததால் உள்ளே வந்தான்.

ஜெனியிடம் இருந்துதான் அயர்லாந்து தொனியில் அந்த வார்த்தைகள் வந்தன. அவளது கண்கள் மூடியிருந்தன. ஆனால், உதடுகள் அசைந்து வார்த்தைகள் தொடர்ச்சியாக வந்தன.

“பாலைவனப் பிரதேசத்தில் பஞ்சம் வந்துவிட்டது. பல காலமாக மழை இல்லை. கோட்டைக்குள் இருந்த இராசாவும் படை எடுப்பைக் கண்டு ஓடிவிட்டார். தண்ணீருக்கும் உணவுக்கும் தட்டுப்பாடு என்பதால் கோட்டைக்கு வெளியே இருந்த கலைஞர்கள், கைத்தொழிலாளர்கள் அனைவரும் பஞ்சம் பிழைக்க மேற்குத் திசையில் செல்கிறார்கள். நான் வரமாட்டேன். நான் வரமாட்டேன்”

ஜெனி திரும்பிப் படுத்தபோது வார்த்தைகள் நின்றுவிட்டன. இப்பொழுது மெதுவான விசும்பல் வந்தது. அத்துடன் இரண்டு கண்களிலுமிருந்து கண்ணீர் வந்து தலையணையை ஈரமாக்கியது.

சில நிமிடத்தில் மீண்டும் திரும்பிய போது, அகலமான கருவிழிகளை திறந்தபடி “ஏன் இன்னும் படுக்கவில்லை “என சாதாரணமாகக் கேட்டாள்.

குடிவெறியில் இருக்கும் என்னை ரேப் பண்ணமாட்டாய் என நம்புகிறேன் எனச் சொல்லிவிட்ட நீ என் படுக்கையை ஆக்கிரமித்துக்கொண்டு இருக்கும் போது, நான் எங்கே படுக்க முடியும்? என சொல்ல நினைத்தாலும் நாகரிகமாக ‘நீ பேசுவதை இரசித்துக் கொண்டிருக்கிறேன்” எனக் கூறினான்.

“நான் பேசினேனா?”

"நான் ஒலிப்பதிவு பண்ண நினைத்தேன்"

'நான் ஒரு கனாக் கண்டேன். அதில் இந்த ஊரில் மணல் புயல் அடிக்கிறது. தாயும் தந்தையும் தலைகளில் சுமைகளோடு முன்னே நடந்து ஊரை விட்டு வெளியேறும்போது அவர்களது மகளான இளம் பெண், இரண்டு ஆண் சிறுவர்களை இழுத்தபடி பின் செல்கிறாள். அந்தப்பெண்ணிடம் இராஜாவின் சேவகர்கள் 'இராஜாவோடு வந்துவிடு. காலம் முழுவதும் இராஜா வைத்துக்கொள்வார்' என்கிறார்கள். அதற்கு மறுத்த அவள் குழந்தைகளை இழுத்துக் கொண்டு தாய் தந்தையரைப் பின்தொடர மொத்த குடும்பத்தையும் மணல் மூடுகிறது. அதோடு என் கனவு முடிந்துவிட்டது."

"காலையில் நீ அந்த ரூர் கைட்டிடம் ஜிப்சிகள் இந்தப் பகுதியில் இருந்து ஆயிரம் வருடங்களுக்கு முன்பு விலகிச் சென்றவர்கள் என்றாய். அந்த நினைப்பில் உனக்கு வந்த கனவாக இருக்கும்"

'நான் கனவு காண்பது வழக்கமானது. நீ பயப்படாமல் வந்து படு" அருகில் அழைத்தாள்

"குடிபோதையிலிருக்கும் உன்னைக் கெடுத்து விடுவேன் என்ற பயத்தில் ஒதுங்கி நிற்கிறேன்" என்றபடி கட்டிலில் அமர்ந்தான்.

"உன்னைப்பார்த்தால் அந்தளவு துணிவுள்ள ஆளாகத் தெரியவில்லை. அருகில் படு. என்னைப் பற்றிய ஒரு இரகசியத்தை சொல்லவேண்டும்."

""அது என்ன இரகசியம்?"

"நான் ஒரு ஜிப்சி தெரியுமா?' நீ போதையில் பேசுகிறாய்"

"உண்மையாக! எனது பாட்டியின் தாய் அயர்லாந்தில் இருந்து வந்த விபச்சாரி. வீடொன்றில் திருடிய குற்றத்திற்காக டோவர் துறைமுகத்தில் ஒரு கப்பலில் பிரித்தானிய பொலிசால் அவுஸ்திரேலியாவுக்கு ஏற்றி அனுப்பப்பட்டவள். அவளது தாய் ஒரு ஜிப்சி. இந்தக் கதையை பாட்டி சாவதற்கு சிலகாலம் முன்புதான் சொன்னாள்"

"உண்மையாகவா?"

'என் பாட்டி நோர்த் விக்ரோரியாவில் ஒரு குடும்பத்தில் முடக்குவாதம் வந்து நடக்க முடியாத விவசாயியைப் பராமரிக்க வேலைக்காரியாகி, பின்னர் அந்த விவசாயிக்கு என் அம்மா பிறந்தாள். பாட்டாவின் மனைவியின் இரண்டு ஆண்களுக்கு

விவசாயக்காணிகள் போய்ச் சேர்ந்ததால் அம்மாவும் பாட்டியும் மெல்பேர்ன் நகரத்துக்கு வந்துவிட்டார்கள். அம்மாவுக்கு ஒரு சகோதரியும் இருக்கிறாள். இப்போது என் கதையை நம்புகிறாயா?" என அவள் கேட்டபோது பச்சாதாபம் அவள் குரலில் இருந்தது. அசோகனின் நம்பிக்கையை இரந்து கேட்பவளாக அவளது குரல் ஒலித்தது.

"கொஞ்சம் நம்புகிறேன்."

'இதைவிட ஒரு ஆதாரம் காட்டுகிறேன். பார்..." என்று சொல்லிவிட்டு மேல்சட்டையை தளர்த்தி தனது முலைகளைக் காட்டினாள்.

அசோகனுக்கு தலை விறைத்தது. அதைப் பார்க்காமல் முகத்தைத் திருப்பினான்.

'இந்த கருப்பான முலைக்காம்புகள் பாட்டியிடமிருந்து எனக்கு வந்தன. ஐரோப்பிய பெண்களுக்கு இளம் சிவப்பில் இருக்கும்." என்று சொல்லியபடி படுக்கையிலிருந்து எழுந்து சட்டையின் கறுத்த பொத்தான்களை கழற்றி மார்பை முற்றாக துகில் நீக்கினாள்.

'இன்னமும் நீ நம்பமாட்டாயா?" என்றபடி அருகில் வந்தபோது அவளது சுவாசம் சூடாக முகத்தைத் தாக்கியது."

இதற்குமேல் பொறுக்கமுடியாது. இவளது நோக்கம் என்னவாக இருந்தாலும் பரவாயில்லை என அசோகன் அவளது மார்பின் மிக அருகே வந்து "இனியும் உன்னை நான் நம்ப மறுத்தால், நீ வேறு பல ஆதாரங்களைக்காட்ட முயற்சிப்பாய்" எனக்கூறி அவளது மார்பில் முகம் புதைத்தான்.

2

இடப்பெயர்வு

மறுநாள் அசோகன் டெல்லி சென்று அங்கிருந்து சென்னைக்கு விமானத்தில் புறப்பட வேண்டும். ஜெனி, தனது இந்திய விடுமுறை முடிந்து விட்டது, ஜெய்பூர் போவதற்குத்தான் தனக்கு டிக்கட் உள்ளது எனக் கூறிவிட்டு, வந்த பிரெஞ்சுக்காரரோடு சேர்ந்து போய்விட்டாள்.

அவளோடு கலந்த முதல் இரவில் இருந்து அசோகனால் மீள முடியாமல் இருந்தது. முற்பகல் முழுவதையும் கட்டிலில் உருண்டும் புரண்டும் கழித்துவிட்டு மதியத்திற்கு கூடாரத்தைக் காலி பண்ண வேண்டிய கட்டாயத்தால் மனமற்று கண்ணை மூடியபடி மெதுவாக உடலை கழுவிச் சென்று சோப்போ ஷம்புவோ பாவிக்காது குளித்தான். உடலில் பட்டுத்தெறித்த நீரால் அவளது ஸ்பரிசத்தால் ஏற்பட்ட தடயங்களை கழுவ முடியவில்லை. ஜெனி விட்டுச் சென்ற உடலின் சுகந்தம், சுவாசித்து வெளியாக்கிய மூச்சுக்காற்று இன்னமும் அந்தக் கூடாரத்தை நிறைத்து இருப்பதாக உணர்ந்தான். கூடாரத்தை மேலும் ஒருநாள் வைத்திருந்தாலென்ன என்ற அவனது சிந்தனையை ஏற்கனவே ஏற்றுக் கொண்டிருந்த கடமை தடுத்தது. விருப்பமின்றிக் காலி செய்துவிட்டு வாடகைக்காரில் உதயப்பூருக்குச் சென்றான்.

அசோகனின் பயணத்தில் சென்னையில் ஒருவரை முக்கியமாகச் சந்திக்க வேண்டும். இந்த வேண்டுகோள் அசோகனை படிப்பிப்பதற்காக அவுஸ்திரேலியா அனுப்பிய சிற்றம்பலத்தாரிடம் இருந்து வந்திருந்தது. சிற்றம்பலத்தார் யாழ்ப்பாணத்தைச் சேர்ந்தவரானாலும் பல காலமாக கோலாலம்பூரில் நகைக்கடை வைத்திருக்கிறார். கோலாலம்பூரின் புற நகர்ப்பகுதியில் உள்ள இவர் வீட்டில்தான் ஒருமாத காலம் இலங்கையில் இருந்து வந்து அவன் தங்கியிருந்தான்.

அவுஸ்திரேலியாவில் தனது படிப்பை முடித்து வேலையில் சேரும் வரை சிற்றம்பலத்தாரிடம் இருந்து இரண்டு முறை மாத்திரமே தொலைபேசி அழைப்புகள் வந்திருக்கின்றன. அவை அவனது உடல் நலத்தை விசாரிப்பனவாகவே இருந்தன. ஆனால், இரண்டு மாதத்திற்கு முன்பு வந்த அழைப்பில், 'இந்த மார்கழியில் எனக்கு வேண்டிய ஒருவரை சென்னையில் சந்தித்து விட்டு வா. ஆனால், சென்னைக்கு நேரடியாக போக வேண்டாம். வட இந்தியாவில் ஒரு கிழமை விடுமுறையை கழித்துவிட்டுப் பிறகு போ. நான் தரும் இந்த விலாசத்தை எழுதி வைக்காமல் மனப் பாடம் செய்துகொள்" எனச்சொன்னார்.

சிற்றம்பலத்தாரின் வேண்டுகோள் ஆரம்பத்தில், ஆச்சரிய மாகவும், புதுமையாகவும் இருந்தது. அவரது குரலில் முன்பு இல்லாத கட்டளைத்தொனி தெரிந்தது. அதன் காரணம் அவனுக்குப் புரியவில்லை.

இவரால்தான் நான் இந்த நிலைக்கு வந்தேன். இவர் இல்லாவிடில் அவுஸ்திரேலியாவை மட்டுமல்ல, எந்த வெளிநாட்டையும் நினைத்துக்கூட என்னால் பார்த்திருக்க முடியாது. தற்காலத்திய நிலைமைக்கு இவரே காரணம். எனது கடந்த காலம் எவ்வளவு வேதனையானது? அவை டேபிள் வெயிட்டின் கண்ணாடி வார்ப்புக்குள் அடைத்துவைக்கப்பட்ட காற்றுக்குமிழ் போல் நிரந்தரமானது. காற்றுக்குமிழ் அழிவதற்கு முன் கண்ணாடி அழிவதுபோல் நான் அழியவேண்டும்.

இந்தியாவினால் அனுப்பப்பட்ட சமாதானப் படைகள், கொக்குவிலில் விடுதலைப்புலிகளுடன் நடத்திய சண்டை. அப்பா, அம்மாவை பறிகொடுத்த பின்பு அம்மாச்சியால் வளர்க்கப்பட்ட நிலையில் கையைப் பிடித்தபடி பதினைந்து வயதில், யாழ்ப்பாணக் குடாநாட்டிலிருந்து வெளியேறிய இலட்சக்கணக்கான மனிதர்களில் ஒருவனாக வந்தேன்.

அந்த மழை நாள் நன்றாக நினைவிருக்கிறது. 1995 ஒக்ரோபர் 16ஆம் திகதி.

கொக்குவிலில் இருந்து அதிகாலை இருட்டில் "தம்பி எழும்படா. சனமெல்லாம் யாழ்ப்பாணத்தை விட்டு ஓடுது. ஆமிக்காரன் கிட்ட வந்திற்றான் எண்டு பொடியள் சொன்னவை யெண்டு ஊர்சனம் ஊரைவிட்டு ஓடுது. உங்காத்தை சாகமுதல் ஆச்சி இவனைப் பாத்துக்கொள்ளூ என்று சொல்லி என்ர கையில் கொடுத்துவிட்டுப் போயிட்டாள். உன்னைக் காப்பாத்தத்தான் நான் உயிர் வாழுறன். எழும்படா பாவி" என அழுது கொண்டே என்னை எழுப்பியது.

சண்டை நடப்பதால் பாடசாலை மூடப்பட்டிருந்தது. சக மாணவர்களோடு சேர்ந்து நாங்கள் ஒழுங்கைகள், மதகுகள் என சுற்றி விட்டு வருவதுதான் எமது அப்போது தினசரி வேலையாக இருந்தது.

அச்சுவேலியில் சண்டை நடக்குது. கோப்பாயில் சண்டை நடக்குது என்று பெரிசுகள் கதைப்பது எங்களுக்கும் கேட்கும். அதோடு வெடிச் சத்தங்களும் இடைக்கிடை கேட்டுக்கொண்டு இருக்கும். தூரத்தில் ஹெலி குண்டு போடுது எனச்சொல்வார்கள். இரவிலை லைட் இல்லாததால் பகல் சுத்த வேண்டிய இடமெல்லாம் சுத்திவிட்டு, போட்ட காற்சட்டையையும் கழற்றாமல் அம்மாச்சி கோப்பையில் வைத்திருந்த சோற்றை அரை இருட்டில் தின்றுவிட்டு வந்து படுப்பதுதான் வழக்கம்.

அம்மாச்சி எழுப்பிய போது, கண்களை திறக்காமல் பாயில் இருந்தபடி உடம்பு உளைவை முறித்தேன்.

"அட அறுந்தவனே. ஆமி வந்து கொல்லப் போறான் எண்டு சனமெல்லாம் ஓடுது. நீ உடம்பு உளைவு முறிக்கிறாய்" என்று சொல்லி முதுகில் ஒரு அறை விழுந்தது. அம்மா செத்த எட்டு வருசத்தில் ஒருக்காலும் அம்மாச்சி அடித்ததில்லை என்ற ஆத்திரத்தில் "இந்தக் கிழவி படுக்க விடுகுதில்லை. இந்தக் கிழவியால பெரிய பிரச்சினையா இருக்கு. இது எப்ப சாகும்" எனச் சொல்லிக் கொண்டு கதவின் உட்பக்க குமிழியில் தொங்கவிட்டிருந்த சேர்ட்டை எடுத்துப் போட்டேன்.

இதற்குள் அம்மாச்சி ஒரு சூட்கேசுக்குள் எனது உடைகளை மாத்திரம் அடைத்து, எனது ஒன்பதாம் வகுப்பு ரிப்போர்ட் கார்ட்டையும் உடைகளுக்கு மேலே வைத்து இறுக்கி மூடினார். கையைப் பிடித்து இழுத்துக்கொண்டு வீட்டுக்கு வெளியே வந்தார்.

அதிகாலை, இன்னமும் விடியவில்லை.

காலையில் முகங்கள் தெரியாத ஈரலிப்பான நேரத்தில் கொக்குவிலில் இருந்து பெரிய தெருவான காங்கேசன்துறை

ரோட்டைத் தவிர்த்து சிறு ஒழுங்கைகள் வழியாக கஸ்தூரியார் ரோட்டால் யாழ்ப்பாணம் செல்வது என்பதுதான் அம்மாச்சியின் உத்தேசம்.

வரும் வழியில் எங்கள் அருகே ஒருவர் சொல்கிறார்: 'நல்லூர்க் கந்தனை கும்பிட்டுவிட்டுத்தான் ஊரைவிட்டு வெளிக்கிடுவோம் என இவ சொல்கிறா" சொன்னவரது முகம் இருட்டில் தெரியவில்லை. மெலிந்து உயரமாக இருந்தார். சைக்கிளை உருட்டியபடி வந்துகொண்டிருந்தார். சைக்கிளின் பின்புறக்கரியரில் நாலு சூட்கேசுகள் கட்டப்பட்டிருந்தன. அவருக்குப் பின்னால் பருமனான அவரது மனைவியும் அவரின் கையைப்பிடித்தபடி எனது தோள் உயரத்தில் ஒரு கவுன் போட்ட பெட்டையும் வந்துகொண்டிருந்தனர். பெட்டையின் கண்கள் இரண்டும் அந்த இருட்டில் கண்ணாடிபோல் மினுங்கின.

இதை அம்மாச்சி கேட்டதும் 'இந்தப் பயல என்னிட்ட விட்டு விட்டு தாயும் தகப்பனும் மேல போயிட்டினம். இவன்ரை உயிரை பாதுகாக்கத்தான் நான் உயிர் வாழுறன். நானும் கந்தனிட்டை வாறன்" எனக்கூறிக் கொண்டு நல்லூர் செல்லும் பாதையில் இறங்கினார்.

"அப்பு.. நீங்கள் எந்த இடம்?" அம்மாச்சி கேட்டார்.

"நாங்கள் நல்லூர்தான். கொக்குவில்ல தங்கச்சி வீடு. கலியாணம் முடிச்சு அவள் லண்டன் போனதால் வீடு சும்மா கிடக்குது. பொடியள் போய் இருந்திருவாங்க. அதைப் பார்த்துக்கொள்ளச் சொல்லி அவள் கடிதம் போட்டிருந்தாள். அதுக்காக இடைக்கிடை வந்து தங்கிறது. அப்படித்தான் நேற்று வந்தபோது இங்கே அமந்திட்டம்"

"அது சரி சதாசிவண்ணே ... நல்லூரில் இருந்தா மட்டும் வித்தியாசமாயிருக்குமே? இந்தா நான் சண்டிலிப்பாயில் இருந்து வாறன்" என்ற குரல் கேட்டது.

திரும்பிப் பார்த்தபோது, சொன்னவரும் சைக்கிளைத் தள்ளிக்கொண்டு வந்தார். கரியரில் சூட்கேசுகளும் சைக்கிள் பாரில் ஒரு குழந்தையும் இருந்தன. அவரது இளம் மனைவி இடுப்பில் கைக்குழந்தையை சுமந்துகொண்டு வந்தாள். மேலும், இரண்டு குடும்பத்தின் சுமையுடன் நானும் ஆச்சியுடன் மெதுவாக நல்லூரை நோக்கி முன்னேறினோம்.

"தம்பி . . . தங்கச்சியை வேணுமெண்டா பாக்கியம் அக்காவிடம் குழந்தைய குடுத்துட்டு கொஞ்சநேரம் கையாறச் சொல்லு." சதாசிவமென்பவர்.

“பரவாயில்லை. அரைமணி நடையில கோயில் வந்திடும்தானே. எங்கட விதி இப்படி கிடக்கு. ஆமிக்காரனுக்கு பயந்து ஊர் விட்டு ஊர் ஓடவேண்டிக்கிடக்கு.” அந்த சண்டிலிப்பாய் மனிதர்

“ஏன் பொய் சொல்லுறாய்? நாங்க ஆமிக்காரனுக்கும் பயமெண்டு சொல்லு”

“அண்ணை இதுதான் விண்ணானம் வேணாம் எண்டிறது. இப்ப ஆருக்கு பயந்து நாம் ஓடுறம்?”

“நாங்க இந்திய இராணுவத்துக்கு பயந்து ஓடேல்லயா?. . புலியளுக்குப் பயந்து ஒளியிறேல்லயே? அதுக்கு முந்தி மற்ற இயக்கங்கள் இருக்கேக்க அவையளுக்கும் பயந்தனாங்கதானே? மொத்தத்தில ஆர் ஆயுதம் வைச்சிருந்தாலும் அது எங்களுக்கு ஒண்டுதான். எங்களைப் போன்றவை பயப்பட மட்டுத்தான் வேணும் எண்டதுதான் விதியாக்கும்“

“சீ.. சீ... எங்கட பொடியளிட்ட ஆயுதம் இருந்தாத்தான் அது எங்களுக்கு பாதுகாப்பு எண்டு ஆதரவு கொடுத்தம். அவங்களிட்ட ஆயுதங்கள் இல்லாவிட்டால் சிங்களவர் எங்களை நாய்க்கும் மதிக்கமாட்டார்கள்.”

“அப்பிடியெண்டுறாய்... உதுகளைத்தான் நீ மட்டுமல்ல எங்கட பல தமிழ்ச்சனமும் நம்பிக்கொண்டு இருக்குது. உது உங்கடை நம்பிக்கை. அதை நான் குறை கூறேல்லை. உங்கட உந்த நம்பிக்கை, கடவுளில வாற நம்பிக்கை மாதிரி. ஆனா கடவுளில நம்பிக்கை வைச்சாலும் நாங்க கஷ்டப்பட்டு உழைக்கிறனாங்கள் தானே... அதாவது கடவுள் காப்பாத்துவார் எண்டுகொண்டு, நாங்கள் எங்களில நம்பிக்கை வைச்சுத்தானே வேர்வை சிந்திறம். அதைத்தான் நான் சொல்லுறன்.”

“பேசாம வாங்கோ... எந்த நேரத்திலும் அரசியல்... உதைப் பேசி எங்களுக்கு என்ன இலாபம்?” என்றார் பாக்கியம் – சதாசிவத்தாரின் மனைவி.

“நீ சொல்லுறது சரிதான் பிள்ளை. பிறந்த ஊரையும், வாழ்ந்து வளர்ந்த வீட்டையும் விட்டுட்டு இந்த வயதில ஈரல் குலையை கையில பிடித்துக்கொண்டு குஞ்சு குருமானோடு தலை தெறிக்க ஓடுறம். உயிர்தப்பி வாழ ஓடுற நாங்கள் அரசியல் கதைச்சு என்ன புண்ணியம்? இராத்திரி வறுத்த அரைக்கிலோ கடலையும் ஒரு போத்தல் தண்ணியும், இந்தப் பயலுக்கு ஒரு சோடி சேர்ட்டு, காற்சட்டை, எனக்கு மாத்திகட்ட ஒரு சீலை. இதுதான் என்ர கையில இருக்கிற என்ர சொத்து. இதற்கு மேல என்னாலோ இவனாலோ எதையும் காவ ஏலாது.”

அம்மாச்சியின் வார்த்தைகள் நறுக்கிப் போட்ட கம்பித் துண்டுகளாக அந்தக்காலை வேளையில் அங்குள்ளவர்கள் இதயத்தில் கூர்மையாகத் தைத்தன.

சில நிமிட நிசப்தம் அங்கே படர்ந்தது.

“நாங்க பேச விரும்பினாலும் விரும்பாவிட்டாலும் அரசியல் எங்களை விடாது. சங்கக் கடையில் அரிசி நிறுக்கும் போது ஒவ்வொரு அரிசிமணியிலும் எனக்கு அரசியல் தெரிந்தது. இந்தியப்படைகள் இலச்சக்கணக்கில வந்து இறங்கிய போது நாங்கள் வரவேற்றதும் அரசியல்தான். அவங்கள் புலியளோட அடிபட்டுக்கொண்டதும் அரசியல்தான். இராஜீவ் காந்தியை நம்முடைய ஆட்கள் கொண்டது, அதுக்குப் பிறகு பிரேமதாசா கொல்லப்பட்டது, சந்திரிக்கா பண்டாரநாயக்கா நீல சீலை கட்டிக்கொண்டு யாழ்ப்பாணம் வந்தது... இப்படி எல்லாமே இந்த அரசியல்தான்.” எனசொல்லிய பேச்சை கொஞ்சம் நிறுத்திவிட்டு இரண்டு நிமிடம் சென்றதும் மீண்டும் “ஏன் இப்ப கூடை, பெட்டிகளோடு, பிள்ளைகளை தூக்கிக் கொண்டு பெட்டைநாய், குட்டிகளை இடத்துக்கிடம் காவினது மாதிரி திரிகிறமே . . . இதை என்னண்டு சொல்லுகிறது . . . இதுவும் அரசியல்தான்” என்றார் சதாசிவம். தொடர்ந்து கதைத்ததில் அவருக்கு மூச்சுவாங்கியது.

‘‘அண்ணை எங்கட ஊரில இருந்த கம்யூனிஸ்ட் வாத்தியார் மாதிரி கதைக்கிறியள். அவரை பொடியள் இனத்துரோகி எண்டு எப்பவோ சுட்டுப்போட்டாங்கள்.”

“அது தெரியும். செய்த தவறுகளை புரிந்து கொள்ளவோ அல்லது அறிந்துகொள்ளவோ நாங்கள் விரும்புவதில்லை. சில வேளைகளில் சொற்ப சிலர் தவறுகளைப் பற்றிப் பேசப் போகும்போது, அவர்களும் சமூக விரோதிகளாகவும், துரோகிகளாகவும் பெயர் சூட்டப்பட்டு அழிக்கப்படுகிறார்கள். இதுவும்தான் இந்த சமுதாயத்தின்ரை தலைவிதி. இதை மாற்றமுடியாது எண்டு நினைச்சுத்தான் கோவிலுக்குப் போய் நல்லூர்க் கந்தனிடம் பாரத்தை போட்டு விட்டு ஊரை விட்டு நானும் ஓட முயற்சிக்கிறன்.”

நல்லூர் கோவில் துலக்கமாக எதிரே தெரிந்தது. கோவிலருகே அதிக கூட்டமில்லை. வயதானவர்கள் மட்டும் அன்று கோவிலருகே தென்பட்டார்கள். கறுப்புத் தலைகளைக் காணவில்லை. எல்லாம் வெண்ணிறமாகத் தெரிந்தன.

மரணம் அருகில் இருக்கிறதென உணர்ந்து கொண்டபின்னர், மரணம் எப்படி வந்தால் என்ன என்ற தீர்மானத்தில் அவர்கள்

இருக்க வேண்டும். நோய் வந்தால் சாவது போல் இப்பொழுது ஆயுததாரிகள் வந்திருக்கிறார்கள். அவ்வளவுதான் வித்தியாசம் என ஆயுதங்கள் ஏந்தியவர்களைத் துச்சமாக நினைத்திருக்கவேண்டும். பயம் தெளிந்திருந்ததால் அவர்களிடம் எந்தவித அவசரமும் தென்படவில்லை.

கோவிலின் வாசலருகே எழுபது வயது மதிக்கத்தக்க ஆச்சி ஒருவர் 'என்ன சனமெல்லாம் ஊரை விட்டு ஓடுதுகள். நீங்க கோயில் கும்பிட வாரீங்கள்" என சிரித்தபடி கேட்டார். அவரது மூக்குக் கண்ணாடியூடாக, கண்ணின் குறும்பு தெளிவாகத் தெரிந்தது. ஆச்சி தலையில் துணியை சேர்த்து கொண்டையாகக் கட்டியிருந்தார். அதில் ஈரம் தெரிந்தது. கையிலிருந்த தட்டத்தில் செம்பருத்தி மலர்கள்.

'இருந்த இடத்தில நிம்மதியாக இருக்க முடியேல்லை. போற இடமாவது அமைதியாக இருக்கும் எண்டு யாராவது உறுதியளிக்க முடியுமா? நல்லூர்க் கந்தனைத் தவிர யார் எங்களுக்குச் செவிசாய்ப்பார்கள்? வேற யாரையும் நம்மால நெருங்கத்தான் முடியுமா?" மீண்டும் சதாசிவம்.

"அது சரிதான். சாவுதான் எனக்கு நிம்மதி" என ஆச்சி விலகிச் செல்ல முயன்ற போது, 'ஆச்சி ... நீங்கள் ஏன் இருக்கிறியள்? பயமாயில்லயே ..?" என்றார் அந்த சண்டிலிப்பாய்க்காரர்.

"இரண்டு வருடத்துக்கு முன்னால அவர் மோசம் போய் விட்டார். என்ர ஆம்பிளப் பிள்ளைகள் இரண்டும் கனடாவில. நான் ஆமிக்கு ஏன் பயப்பிடோணும்?" என்று சொல்லிக்கொண்டே கோவில் முகப்பு மணலில் இறங்கி மெதுவாக தேர் முட்டியை நோக்கி ஆச்சி சென்றார்.

சைக்கிள்களை வெளியில் நிறுத்திவிட்டு எல்லோரும் உள்ளே செல்ல, " நான் வெளியில இருந்து கும்பிட்டு விட்டு சாமானை பார்த்துக்கொள்கிறன். நீங்கள் நிம்மதியாக சாமி கும்பிட்டு விட்டு வாருங்கள்." என்றார் சதாசிவம்

"அண்ணர் ... நீங்க போங்க. நான் நிக்கிறன்" என்றார் சண்டிலிப்பாய்க்காரர்.

"தம்பி, அவர் நிற்கட்டும். நாங்கள் கெதியா போகவேணும். ஆச்சி, தம்பியை கூட்டிக்கொண்டு போங்கோ" என்றார் பாக்கியம்.

ஏன் எதற்கென காரணம் கேட்க விரும்பவில்லை. கோயிலை கும்பிட்டபடி அம்மாச்சியின் பின்னால் சுற்றி வந்தேன். நெற்றியில் திருநீற்றைப் பூசியபோது அம்மாவைப் போன்று அம்மாச்சியும்

கண்களின் இமைகளுக்கு கீழே மறுகையை வைத்து கண்ணுள் திருநீறு உதிர்வதைத் தடுத்து பூசியது ஆச்சரியத்தைக் கொடுத்தது. இன்றுவரையும் அள்ளி நெற்றியில் பூசும்போது பாதி திருநீறு நிலத்திலும் கொஞ்சம் கண்ணிலும் விழும். அதனால் அம்மாச்சி திருநீற்றைக் கையில் எடுத்தாலே ஓட்டம்தான்.

கோவிலை விட்டு வெளியே வந்தபோது காலைச் சூரியன் தனது முகம் காட்டியது. சீதளக்காற்று மெதுவாக விலகத் தொடங்கியது. கூட்டம் சிறிது அதிகரித்திருந்தது.

“நாங்கள் யாழ்ப்பாணம் போய் மெயின் ரோட்டால் போறதே? இல்லாட்டி நல்லூரின் பின்பகுதியால போய் செம்மணி வெளிக்கு போறது தூரம் குறைவா ..? அண்ணை என்ன நினைக்கிறியள்”

சதாசிவண்ணை சைக்கிளை தள்ளியபடி பேசாமல் வந்தார். அவரது மௌனத்தை சகிக்க முடியாதவர்கள் போல அவரது முகத்தைப் பார்த்தனர் மற்றவர்கள். அவ்வளவு நேரமும் பேசிக் கொண்டே நடந்து வந்து கொண்டிருந்த அவரது அமைதி பிடிக்கவில்லை.

“அண்ணே என்ன யோசிக்கிறியள்?” மீண்டும் சண்டிலிப்பாய்க்காரர்.

“இந்தாளுக்கு என்ன வந்திட்டுது? எல்லாருக்கும் லெக்சர் அடித்தபடி இருக்கும். ஏனப்பா என்ன நடந்திட்டுது?” புருவத்தை நெறித்தபடி அவரது மனைவியார்.

“நாங்க பின்பகுதியால் போக வேண்டாம். அது பொடியள் போற வழி. ஹெலியால குண்டு போடுறதோ ஆமிக்காம்பில் இருந்து ஷெல் அடியோ நடக்க வாய்ப்புண்டு. கண்டி வீதியால மக்களோட மக்களாப் போனா ஷெல் அடிக்கிற சாத்தியம் குறைவு” முகத்தை தூக்கி எவரையும் பார்க்காமல் சொன்ன அவரது தலை மெதுவாக ஆடியது.

“அது சரி ஏன் மூஞ்சை இப்பிடி இருக்கு. கோயிலுக்கு வரும்வரையிலும் நல்லாத்தானே இருந்தீங்கள்” ஆராய முயற்சித்தார் பாக்கியம்.

“இல்லை. கோயிலைச் சேர்ந்தவர்கள் சொன்னார்கள். விடுதலைப்புலிகள் இரண்டு நாட்களுக்கு முன்பாக கோயில் நகைகளையும் பணத்தையும் வந்து பாரம் எடுத்தவங்களாம்...”

“சரி அவங்கள் எடுத்தா நாம என்னத்தச் செய்யிறது? கோயில்களை மற்ற இயக்கங்களும் கொள்ளை அடிச்சாங்க.

இப்ப இவங்கள் தங்கட பங்குக்கு செய்திருக்கிறாங்கள் . . ." என்றார் சண்டிலிப்பாய்க்காரர்.

"என்ர கவலை கோயில் நகைகளை இவங்கள் பாரம் எடுத்தது இல்லை. ஆமி வந்து கொள்ளை அடிக்கும் என்று சொல்லித்தான் பாரம் எடுத்தவங்களாம். அப்படியெண்டால் இவங்களுக்கு ஆமி யாழ்ப்பாணத்தை பிடிக்கப்போகுது எண்டது முன்னமே தெரிந்திருக்கு. ஆனால், நேற்று வரையில் அதை மக்களுக்குச் சொல்லவில்லை. சொல்லி இருந்தால் இப்படி அவசரப்பட்டு மக்கள் அள்ளுப்படத் தேவை இல்லைத்தானே . . ?"

இப்படிப் பட்டவங்களை நம்பி எப்படி வன்னிப்பிரதேசத்திற்கு நாங்கள் போக முடியும்? என்று அவர் மனதுள் நினைத்திருப்பாரோ... மழை பெய்யத் தொடங்கியது. மழையும் அவரது நினைப்பைச் சரியென வழிமொழிந்ததோ!

எவரும் பேசவில்லை. பருத்தித்துறை வீதியால் யாழ்ப்பாண நகரை வந்து சேர்ந்தனர். அங்கே இருந்த பாரிய கூட்டம் நல்லூர் திருவிழாவை நினைவுபடுத்தியது. கலகலத்தபடி கலர் கலராக பல்வேறு வர்ணத்தில் உடையணிந்த பெண்களும் திறந்த மேனியுடன் வெள்ளை வேட்டியுடன் ஆண்களும் திருவிழாவுக்கு மகிழ்ச்சியாகச் செல்வார்கள். ஆனால், இங்கே துக்கத்தை தங்களுடன் கட்டி எடுத்துக்கொண்டு மூட்டை முடிச்சுகளுடன் அனைவரும் நகர்ந்தனர். ஆண்கள் இடைக்கிடை பேசினாலும் பெண்களின் சத்தம் அதிகம் இல்லாமலே இருந்தது. இனிவரும் காலங்களின் சுமைகளை அறிந்து அவர்கள் சாதித்த மௌனமாக அந்த அமைதி இருந்தது. போர், இடப்பெயர்வு, வறுமை, பஞ்சம் எல்லாம் பெண்களின் மேலேயே அதிக பாரத்தைச் சுமத்துகிறது. பிரம்மாவாகவும் விஷ்ணுவாகவும் பெண்கள் மாறிவிடுகிறார்கள். ஆச்சிகூட வீட்டைவிட்டு வெளிக்கிட்ட பின்பு ஓரிரு வார்த்தைகளுடன் நிறுத்திக்கொண்டார்.

பலவகை மோட்டார் வாகனங்கள், ட்ரக்டர்கள், மோட்டார் சைக்கிள்கள் மற்றும் சைக்கிள்களுடன் வளர்ப்பு மிருகங்களான ஆடு, மாடுகளுடன் நாய்களும் அந்த ஊர்வலத்தில் பங்கு கொண்டன. மக்களோடு சேர்ந்து கால்நடைகளும் நகரும் இந்த இடப்பெயர்வை இருபதாம் நூற்றாண்டில் நடக்கும் மக்கள் இடப்பெயர்வாக மோட்டார் வாகனங்கள்தான் இனம் காட்டின.

மழை விடாமல் பெய்து கொண்டிருந்தது. வெக்கையாயின் பலரால் நடக்க முடியாமல் இருந்திருக்கும்.

அம்மாச்சி சூட்கேசை எனது தலையில் வைத்து பிடித்தபடி நடந்தா. அம்மாச்சியை சில மாட்டு வண்டிக்காரர்கள் வண்டியில் ஏற்ற முன்வந்தபோதும், என்னை விட்டுப் போக மறுத்துவிட்டா.

மழையில் நனைந்தாலும் ஆகாயத்தை அடிக்கடி பார்த்துக் கொண்டு வந்தார்கள். ஹெலிகொப்டர் வந்து குண்டு போடுமா என்ற பயத்தில்தான் ஆகாயத்தை பார்க்கிறார்களோ என நினைத்தேன். நல்ல வேளையாக அப்படியான அசம்பாவிதம் எதுவும் நடைபெறவில்லை. தூரத்தில் இடிமுழக்கமாக ஷெல் வெடிக்கும் சத்தம் மட்டும் விடாமல் கேட்டுக்கொண்டிருந்தது. வயதானவர்கள் சிலரை சாய்மனைக் கதிரையில் வைத்துக் காவிக் கொண்டு வந்தவர்களைப் பார்க்க பாவமாக இருந்தது. சதாசிவத்தார் இரண்டு தடவை விஸ்கோத்து தந்தார்.

அன்று செய்த ஒரு விடயத்தை நினைத்தால் இப்பவும் சிரிப்பு வரும். ஆம். நான் ஒண்டுக்கடித்தபடியே நடந்து வந்தேன். பெய்த மழை எனது வியர்வையை மட்டும் கழுவவில்லை. மழை அன்றைக்கு பெய்தது ஒரு விதத்தில் எனக்கு கடவுள் செயலாகத்தான் இருந்தது.

அம்மாச்சி வறுத்த கடலையை கையில் எடுத்து இடைக்கிடை தந்து சாப்பிடச் சொன்னா. அம்மாச்சியைப் பார்க்க எனக்குப் பெருமையாக இருந்தது. அம்மாச்சி வழக்கத்தில் கொஞ்சம் வேலை செய்துவிட்டு நெஞ்சு சுளகுபோல் படக்கு படக்கு என்று அடிக்குது எனச் சொல்லிவிட்டு படுத்துவிடும். இப்ப ஒரு வன்மம் தான் இப்படி நடக்க வைத்திருக்கு.

இரவுக் கருக்கலுக்கு முதல் சாவகச்சேரி வந்துவிட்டோம். ஒரு கொட்டிலில் என்னோடும் அம்மாச்சியோடும் சதாசிவத்தார் குடும்பமும் சண்டிலிப்பாய் குடும்பமும் தங்கின. பத்துக்கு பத்தடியான அந்த இடத்தில் இரண்டு பக்கமும் விறகு அடுக்கப்பட்டிருந்தது. சதாசிவத்தார் குடும்பத்தில் அந்த சின்னப் பெட்டை கார்த்திகா தாயின்ர கையை பிடித்துக்கொண்டு திரு திருவென்று என்னைப் பார்த்து முழித்தவாறு இருந்தாள்.

கொட்டிலில் இரவு தங்கிய அம்மாச்சியால் மறுநாள் எழும்ப முடியவில்லை. அந்த சின்னப் பெட்டையின் தாய் பாக்கியம் ஆச்சிக்கு இரண்டு பனடோலைத் தந்தார். குடித்த பின்பு ஆச்சிக்கு வியர்த்தது. எழும்பிக் குந்திய ஆச்சி, அந்த பாக்கியம் மனிசியிடம் மார்பில் இருந்த துணியாலான மடிசஞ்சியில் இருந்து கொஞ்சம் காசை எடுத்துக் கொடுத்தா. “இராசாத்தி, இந்த அனாதைப் பொடியை எட்டு வருசமாக நான் பார்த்து வருகிறேன். இந்த மழையில நனைஞ்சதால எனக்கு

குளிரும் சன்னியும் வந்திருக்கு எண்டு நினைக்கிறேன். இதில் பிழைப்பேன் என்ற நம்பிக்கை எனக்கில்லை. அப்படி உயிர் பிழைத்தாலும் என்னால் மேலும் நடக்க முடியாது. சத்திரம் சாவடி எனப்போவது என நினைத்திருக்கிறேன். தயவு செய்து வழியில் ஏதாவதொரு அனாதை ஆசிரமத்தில் இவனைக் கொண்டு போய்விட்டிடு" என்று கெஞ்சினா.

"இல்லை ஆச்சி, நீ பயப்பிடாதே. நாங்கள் இருக்கிறம்" என்றார் பாக்கியம்.

அம்மாச்சி சொன்னபடிதான் நடந்தது. மறுநாளிரவு என்னை கட்டிப்பிடித்தபடி படுத்திருந்தா. அடுத்த நாள் விடிய அம்மாச்சியின் பிடியில் இருந்து எழும்ப முடியவில்லை. அம்மாச்சியின் கைகள் சில்லென்றிருந்தன. அசைக்க முயன்றபோது விறைத்து, யன்னல் சட்டங்கள் போலிருந்தன. முழுப்பலத்தையும் பாவித்து கைகளைப் பிரித்து திமிறிக்கொண்டு காலை கருக்கல் வெளிச்சத்தில் அம்மாச்சியின் முகத்தைப் பார்த்தபோது கண்கள் விழித்திருந்தன. சுவாசம் நின்றிருந்தது. எழும்பி நின்று பார்த்துக் கொண்டிருந்த என்னருகே வந்த பாக்கியம் மனிசி மூக்கருகே கையை வைத்துவிட்டுச் சொன்னா "தம்பி இராத்திரியே ஆச்சி கடவுளிடம் போயிருக்க வேணும்."

பலமணி நேரமாக அம்மாச்சியுடன் படுத்திருந்தது மனதில் முள்ளாக உறுத்தியது.

சதாசிவத்தாரும் சண்டிலிப்பாய்க்காரரும் அம்மாச்சியை தூக்கிப் போய் அந்த கொட்டிலில் இருந்த விறகைப் பாவித்து சிறிது தூரத்தில் எரிக்க முடிவு செய்தார்கள். அந்த கொட்டிலின் தாழ்வாரத்தில் தொங்கிய தென்னோலைகளை இணைத்து பந்தமாக கட்டினார்கள். விறகுகளை அடுக்கி அதில் அம்மாச்சியை வளர்த்திவிட்டு, அந்த தென்னோலை பந்தத்தை கொளுத்தி என்னிடம் தந்து அம்மாச்சி படுத்திருந்த விறகை கொளுத்தச் சொன்னார்கள். தயங்கித் தயங்கி கொள்ளிவைத்தேன்

சில வருடங்களுக்கு முன் அம்மா அப்பா இருவரையும் ஒரே விறகடுக்கில் வைத்து கொள்ளி போடும் போது தயக்கமில்லை. அம்மாச்சி இருந்த காரணமா அல்லது அப்போது விபரம் தெரியாததா என்பது இன்றுவரை எனக்குப் புரியவில்லை.

எனக்குக் கடைசியாக இருந்த ஒரு உறவுக்கும் நெருப்பு வைத்தேன். எரியும் அம்மாச்சியை பார்த்துக்கொண்டிருந்தேன். அம்மாச்சியின் பூர்வீக அடி சாவகச்சேரி என்று என் அம்மா சொல்லிக் கேட்டிருக்கிறேன். அந்த விதத்தில் அம்மாச்சி ஒருவிதத்தில் அதிர்ஷ்டம் செய்தவர் என்ற நினைப்பும் வந்தது.

சதாசிவம் குடும்பத்தினருடனும் சண்டிலிப்பாய்க்காரருடனும் பலநாட்கள் அந்த மரத்தடியில் தங்கினோம். சதாசிவத்தை பெரியப்பாவாகவும் சண்டிலிப்பாய்க்காரரை மாமாவாகவும் உறவு வைத்து அழைக்கப் பழகிக்கொண்டேன். பிறகு, கிளாலிக்கடல் மார்க்கமாக இரவு நேரத்தில் வள்ளம் ஒன்றில் அக்கரையை அடைந்தோம். அதுதான் எனது முதல் வள்ளப்பயணம். முழிப்பெட்டை கார்த்திகா அண்ணை அண்ணை என அந்த பயண காலத்தில் என்னுடன் ஒட்டி விட்டது.

வள்ளத்தில் எங்களைப்போல் பல குடும்பங்கள் இருந்தன. இயக்கத்தினரது வள்ளங்கள் அவை என சண்டிலிப்பாய் மாமா ரகசியமாகச் சொன்னார். இயக்கப்பொடியங்களோடு பெரியப்பா எந்தக் கதையும் வைத்துக்கொள்ளவில்லை. மாமா "தம்பிமாரே இவங்களை இந்த ஆனையிறவில இருந்து எப்ப அடித்துக் கலைப்பீர்கள் ?"

பதில் சொல்லவில்லை. அவர்கள் சாக்கு மூடைகளை வள்ளத்தில் பத்திரமாக வைப்பதில் கண்ணும் கருத்துமாக இருந்தார்கள். அவர்களது மூட்டைகளுக்கு இடையில் நான் படுத்திருந்தேன். சாக்குகள் சில இடங்களில் இறுக்கமாகக் கட்டாதபடியால் மூடைகள் வாய் பிதுங்கி உள்ளிருந்தவைகளைப் பார்க்கக்கூடியதாக இருந்தது. கத்தை கத்தையாக ரூபாய் நோட்டுக்கள் அவற்றுக்குள் நிரப்பப்பட்டிருந்தன. இரவு நேரத்தில் நேவியை பார்த்து எச்சரிக்கையாக ஓட்டுவதிலும் அவர்களது கவனம் இருந்தது.

கரையில் இறங்கியதும் மீண்டும் பல நாட்கள் மரங்களின் நிழலும் சிறு கொட்டில்களும் வசிப்பிடமாகின. இந்த இடங்களில் சனங்கள் சிலர் வந்து அரிசி, பருப்பு என கொடுத்தனர். எல்லோரும் மரங்களுக்கு கீழ் அடுப்பு வைத்து உணவு சமைத்தார்கள். ட்ரக்ரர் வைத்துக்கொண்டு முல்லைத்தீவு, கிளிநொச்சி என்று பெரும்பாலானவர்கள் போய்க்கொண்டிருந்தார்கள். பெரியப்பா மட்டும் வவுனியா போகவேண்டும் என்று பிடிவாதமாக நின்றார். மாமாவையும் வரும்படி அழைத்தார். மாமா சம்மதித்தார். ட்ரக்ரர், கிளிநொச்சி, மாங்குளம் என இரண்டு நாட்கள் தங்கித்தான் வந்தது. பல இடங்களில் இயக்கம் மறிச்சு வழிகளை மாத்தி மாத்தி விட்டது. மாமா சொன்னார் "குண்டு போடுவாங்கள் எண்டுதான் இயக்கம் இப்படி செய்கிறது"

ஓமந்தை செக்பொயின்டில் இயக்கத்தின் அனுமதிக்காக இரண்டு நாட்கள் காத்திருந்தோம். எங்களுடன் வந்த பலர் கிளிநொச்சி, முல்லைத்தீவு என இறங்கிப் போய்விட்டார்கள்.

கொழும்புக்கு போக இருப்பவர்கள்தான் பெரும்பாலும் அனுமதிக்குக் காத்திருந்தார்கள்.

பெரியப்பா இருதய வருத்தம் இருக்கு என்றும் தனது ஒன்றுவிட்ட சகோதரன் வவுனியாவில் இருக்கிறார் எனவும் கூறியபோது செக்போஸ்ட்டில் இருந்தவர்கள் நம்ப மறுத்தனர். அவர் பிடிவாதமாக அங்குள்ள புலிப் பெரியவர்களிடம் தனது மருத்துவத்திற்கான கடிதங்களை காட்டிய பின்பே சம்மதித்தனர். என்னை தங்கள் மூத்த பிள்ளை என வயதையும் குறைத்து சொன்னதால் நம்பாமல் சேர்ட்டிபிக்கட்டை கேட்ட போது அது பள்ளிக்கூடத்தில் இருக்கு என பெரியம்மா சொன்னதை நம்பி விட்டார்கள். எனது சூட்கேசுக்குள் ஆச்சி வைத்தது எனக்கு நினைவுக்கு வந்தது. ஆனால், மாமாவை அவர்கள் விடவில்லை. ஓமந்தையில் மாமாவும் பெரியப்பாவும் கட்டிப்பிடித்து விடைபெற்றார்கள்.

வவுனியா பெரிய பாடசாலையில் கார்த்திகாவும் நானும் சேர்ந்தோம். கார்த்திகா அண்ணா அண்ணா எனப் பாடங்கள் கேட்பது, உணவைத் தருவது என்று நெருங்கிவந்து ஒட்டிக்கொண்டாள். பெரியப்பா பெரியம்மாவுடன் அவளும் சொந்தமாகியது எனது இதயத்திற்கு மருந்தாகியது. பத்தாம் வகுப்பில் யாழ்ப்பாணத்தில் படித்திருந்த எனக்கு, பாடங்கள் இலேசாக இருந்தன. அதிலும் கணக்குப் பாடங்களில் எப்போதும் அதிக புள்ளிகள் எடுப்பதனால் ஆசிரியர்களுக்கு நான் ஒரு செல்லப்பிள்ளை.

ஒரு நாள் எங்கள் பாடசாலை வருடாந்தர விளையாட்டு நிகழ்வுக்கு எங்களது ஊர் தேவாலயத்து பாதிரியார் விருந்தினராக வந்திருந்தபோது கணக்கு வாத்தியார் என்னைக் காட்டினார். "இவன்தான் இந்த பள்ளியிலே கணக்கில் புலி" என அறிமுகப் படுத்தினார். உயரமாக சிறிது முன் வழுக்கை விழுந்த அந்த பாதிரியார் நீண்ட வெள்ளை அங்கியின் நடுவில் இடுப்பில் கறுத்தப்பட்டி அணிந்திருந்தார். "தம்பி எங்கை இருக்கிறாய்?" என ஆர்வமாகக் கேட்டு முதுகைத் தடவினார்.

"நான் பெரியப்பா வீட்டில் இருக்கிறேன்" என்றேன். கார்த்திகா எழுந்து நின்று "என்ர அண்ணா" என்றாள். பாதிரியார், "அப்பா என்ன செய்கிறார்?" எனத் திரும்பிக் கேட்டார். கார்த்திகா, "எனக்குத் தெரியாது" எனக்கூறித் தலையை ஆட்டினாள். பாதிரியார் "தம்பி, அப்பாவும் நீயும் சேர்ச்சில் என்னை வந்து பாருங்கள்" என்று சொல்லிச் சென்றார்.

அன்று மாலை பாடசாலை முடிந்ததும் நாங்கள் இருவருமாக பெரியம்மாவிடம் சென்று, "அப்பா என்ன செய்கிறார்" எனக் கேட்டபோது "கடைகளுக்கு கணக்கு எழுதுகிறார்" என்றார். பெரியப்பாவிடம், பாதிரியார் பாடசாலைக்கு வந்ததையும் கணக்கு வாத்தியார் என்னை அறிமுகப்படுத்தியதையும் தன்னை வந்து சந்திக்கச் சொன்னதையும் கூறியதும் "சரி அடுத்த ஞாயிற்றுக்கிழமை பின்னேரம் தேவாலயத்திற்குச் சென்று சந்திப்போம்" எனச் சொல்லிவிட்டு பெரியம்மாவோடு பேசிக்கொண்டிருந்தார். நான் பார்த்தவரை பெரியப்பாவோ பெரியம்மாவோ கோயிலுக்குப் போனது இல்லை. பெரியம்மா மட்டும் எங்களது வீட்டின் வாசல் அருகே முருகன் படத்தை வைத்து காலையில் வணங்குவதை பார்த்திருக்கிறேன்.

அன்றுதான் பெரியப்பாவின் சரித்திரத்தை – அவர் வவுனியா வந்த காரணத்தை அறிந்தேன். பெரியப்பா சுன்னாகத்தில் கூட்டுறவு சங்கக் கடையில் வேலைசெய்து கொண்டிருந்தவர். இடப்பெயர்வு வந்ததும் அவரது தொழில் திறமையை பாவிக்கக் கூடிய ஒரே ஒரு இடமாகத் தமிழ்ப் பகுதிகளில் வவுனியா மட்டும் தான் இருந்தது. மொத்த வியாபாரிகள் பலரும் வவுனியாவில் உணவுப்பொருட்களை வாங்கி விற்பவர்களாக இருந்தார்கள். யுத்தத்தால் பெருமளவு தமிழர்கள் இடம் பெயர்ந்து வந்து வவுனியாவில் வாழ்வதாலும் பணப் புழக்கம் கூடியுள்ளது. இந்தக் காரணத்தை அறிந்தே முல்லைத்தீவு, கிளிநொச்சி எனப் போகாமல் வவுனியாவுக்கு வந்தார் என்பதை பெரியம்மாவால்கூட பின்புதான் புரிந்து கொள்ளமுடிந்தது.

ஞாயிற்றுக்கிழமை வந்தது. தேவாலயத்தில் வழிபாடு முடித்த மக்கள் தெருவில் போவதைப் பார்த்த பெரியப்பா, "தம்பி வாடா" எனக் கூட்டிக்கொண்டு தெருவில் இறங்கினார். தேவாலய வாசலில் எங்களைக் கண்டதும் பாதிரியார் வந்து "வாங்கோ" என வரவேற்று எனது தலையில் கைவைத்து ஆசீர்வதித்துவிட்டு உள்ளே அழைத்துச் சென்றார். தேவாலயத்தின் முன் வரிசை வாங்கிலில் எங்களை இருத்திவிட்டு தான் மாத்திரம் நின்று கொண்டிருந்தார். மரியாதை காரணமாக நான் எழுந்தபோது "இல்லை இரும் தம்பி" என தோளில் அழுத்தினார்.

"மிஸ்டர் சதாசிவம், நான் பாடசாலைக்கு போனபோது தம்பிதான் கணக்கில கெட்டிக்காரன் என்று வாத்தியார் சொன்னார். தம்பி போல கெட்டிக்காரரை இந்த சூழ்நிலையில் வைத்திருந்தால் படிக்க வைக்க முடியாது. வெளிநாட்டில போய் படிச்சுப்போட்டு வந்தால் எங்கட நாட்டுக்கும் நல்லது. தம்பிக்கும் நல்லது."

நொயல் நடேசன்

“சாமி, நாங்கள் ஊரைவிட்டு இடம் பெயர்ந்து வந்திருக்கிறம். எப்படி வெளிநாட்டுக்கு அனுப்பிறது?” கவலை தோய்ந்த முகத்துடன் பெரியப்பா கேட்டார்.

“நீங்க ஓமெண்டால் மலேசியாவில் ஒரு நண்பர் இருக்கிறார். அவர் உதவியுடன் அவுஸ்திரேலியா போனால், மெல்பேர்னில் ஒரு டாக்டர் இப்படியான எங்கட கெட்டிக்காறப் பிள்ளைகளைப் படிக்க உதவி செய்வார்” என்றார் மிகுந்த உற்சாகத்துடன் கையை ஆட்டியபடி பாதிரியார்.

“தம்பி வெளிநாடு போறது எனக்கு சந்தோசம். என்ரை அவவிட்டயும் ஒருக்காக் கேட்டுவிட்டு பதில் சொல்கிறேன்” என்றார் பெரியப்பா.

அன்று இரவு எங்கள் வீட்டில் எவரும் சாப்பிடவில்லை. பெரியம்மா இரவு தொடர்ச்சியாக அழுதார். பெரியப்பா மௌனமாக இருந்தார். கார்த்திகா பாதிரியாரைத் திட்டினாள். இவர்கள் எல்லோரையும் பிரிவதையிட்டு எனக்குக் கவலையாக இருந்தாலும் வெளிநாட்டுக்குச் செல்வது என்பது என் மனதில் ஆவலைத் தூண்டியிருந்தது. கார்த்திகா, “அண்ணை... எங்களை விட்டுப் போகப்போகிறாயா?” என இருமுறை வாயாலும் பலமுறை அவளது கண்களாலும் கேட்டாள். அவளது கைகளைப் பிடித்தபடி மௌனமாக நிற்பதைவிட எதுவும் சொல்ல முடியவில்லை.

தனி ஒருவனாக வளர்ந்தபோது என்னைச் சுற்றி இருந்தவர் களின் அன்பையும் பாசத்தையும் பெற்றுக்கொண்டு இருந்த நான் இப்பொழுது அன்பை மற்றவர்களுடன் பரிமாறும் நிலைக்கு தள்ளப்பட்டிருந்தேன். அதுவும் எதுவித முன்னறிவிப்பும் இல்லாமல் ஒரு புதிய குடும்பம், சொந்தம் என்ற நிலையில் அதை எப்படிக் கையாள்வது என ஒருவரும் சொல்லவில்லை. நீச்சல் தெரியாதவன் கடலில் தள்ளப்பட்டது போல் அன்பைக் காட்டும் கட்டாய நிலைக்குத் தள்ளப்பட்டேன். மனதிற்கு மிகவும் சங்கடமாக இருந்தது.

வெளிநாட்டுக்குப் போகும்வரை கார்த்திகாவுடன் விளையாடுவதிலும் பேசுவதிலும் ஈடுபடலாம் என நினைத்த போது ஒருநாள் பெரியவளாகி விட்டாள் என சொல்லி, அந்தச் சிறிய வீட்டின் மூலையில் இருத்தி அவளை சுற்றி தனது சீலையால் மறைப்பை உருவாக்கிவிட்டாள் பெரியம்மா. அந்த நாட்கள் வினோதமாக இருந்தன. வீட்டின்பின் பகுதியில் தாழ்வாரத்தோடு சேர்த்து வெளிப்புறமாக ஒரு கொட்டில் தென்னோலை கிடுகால் அமைக்கப்பட்டது. நிலத்தில் பாய்

விரித்து அங்கே கார்த்திகா குடிவைக்கப்பட்டாள். அவள் ஒரு கிழமைக்கு ஆண்களைப் பார்க்கக்கூடாது என பள்ளிக்கூடம் செல்லாமல் தடுத்தது உண்மையில் எனக்குப் புதிராக இருந்தது. அவளது குடிசைக்குள் எங்கள் வீட்டு உலக்கை பேய்களுக்கு எதிராக வைக்கப்பட்டது. நல்லெண்ணையை அவளுக்கு பருக்குவதில் பெரியம்மா தீவிரமாக இருந்தார். அந்தப்பகுதி நான் போக முடியாத பிரதேசம் ஆகிவிட்டது. நான் தூரத்தில் நின்று பார்தேன். இந்த நாட்களில் கார்த்திகாவின் கண்களை மட்டும் என்னால் சந்திக்க முடிந்தது.

அவள் அந்தக் குடிசையை விட்டு வெளியே வருவதற்கு முன்பு நான் வவுனியாவில் இருந்து வெளியேறவேண்டி வந்துவிட்டது. கார்த்திகா குளிப்பதற்கு இரண்டு நாட்களின் முன் பெரியம்மாவின் அழுகையையும் மீறி தேவாலயத்திற்கு அழைத்து வரப்பட்டபோது, ஞாயிறு காலைப் பூசை முடிந்திருந்தது. பாதிரியார் யாருடனோ தொலைபேசியில் பேசிக் கொண்டிருந்தார். அவர் பேசி முடிக்கும் வரையில் காத்திருந்த பெரியப்பா, "ஃபாதர்... உங்களை நம்பித்தான் இவனை ஒப்படைக்கிறேன்" எனக்கூறி அவர் கையில் ஒப்படைக்கிறார்.

"கவலைப்படாதீர்கள். ஒருகாலத்தில் இவன் மிகப் பெரியவனாக திரும்பி வருவான். நீங்களும் பார்க்கப் போகிறீர்கள்" எனக்கூறி சமாதானப்படுத்தினார். பெரியப்பாவின் கண்களில் கண்ணீர் உதிர்ந்தது.

சில மணித்தியாலத்தின் பின்னர் கொழும்பில் இருந்து வந்த பெண் அதிகாரியின் ஜீப்பில் நான் ஏற்றப்பட்டேன். வழியில் விசாரித்தவர்களிடமெல்லாம் பைபிள் படிப்பதற்காக ரோமாபுரிக்கு போவதாகக் கூறினார்கள். அந்தப் பெண் அதிகாரி சொல்லிய விதம் விசாரித்தவர்களை அடுத்த கேள்வி கேட்க வைக்கவில்லை. கொழும்புக்கு வந்து சில நாட்களில் மீண்டும் ஒரு பாதரின் உதவியுடன் மலேசியாவுக்கு விமானம் ஏறினேன்.

படிக்கவேண்டும் என்பதில் அக்கறையாயிருந்த எனக்கு வெளிநாடு செல்வது விருப்பமாக இருந்தது என்பது பெரியப்பாவிடமோ பெரியம்மாவிடமோ சொல்லமுடியாத ஒன்று. இரண்டு வருடகாலத்தில் மீண்டும் இடம் பெயர்கிறேன். யாழ்ப்பாணத்தில் இருந்து அம்மாச்சியோடு வந்த நான் இப்பொழுது தனிமையாக – ஆனால் சிறிது துணிவுடன் – வெளியேறுகிறேன்.

கடந்த இரு வருடங்களில் பெரியப்பா பெரியம்மா என் மீது பொழிந்த அன்பை அளவிடமுடியாது. மூத்த பிள்ளையாக

நொயல் நடேசன்

என்னை நடத்தியதோடு படிப்பித்து முன்னேற்றுவதில் மிகவும் அக்கறையாக இருந்தார்கள். ஒருவருக்கொருவர் இவன் வெளிநாடு போனால் படிப்பது மட்டுமன்றி உயிர் வாழவும் முடியும் என்று பேசியிருக்கிறார்கள். தங்களது சொந்த பிள்ளையில்லை என்பதால் பிரித்து அனுப்பவில்லை என்பதைப்புரிய வைக்க ஒருவரை ஒருவர் வெல்லுவதுபோல அவர்கள் முயற்சி செய்திருந்தார்கள். இயக்கத்தில் சேர்ந்த இளைஞர்கள் பலரைப்பற்றி எனக்கு முன்பாக வேண்டுமென்றே பேசினார்கள். வெளிநாடு செல்லும் முடிவு சரியானது என நான் நினைக்க வேண்டுமென அவர்கள் எண்ணினார்கள் என்பதாகவே இப்போது அதை நான் புரிந்துகொள்கிறேன்.

3

சென்னை

அசோகன் ராஜஸ்தான், விடுமுறை முடிந்ததும் புதுடில்லிக்கு வந்து இரண்டு நாட்கள் விமான நிலையத்துக்கு அருகே உள்ள ஒரு ஹோட்டலில் தங்கினான். அந்த ஹோட்டல் கொடுத்த பணத்துக்கு ஏற்ப வசதியானதாயிருக்கவில்லை. படுக்கை விரிப்புகள் வெள்ளையாக இருந்தாலும் பல நாட்களாக சலவை செய்யப்படவில்லை என நினைக்கத் தோன்றியது. டஸ்ற் மைட் என்ற சிறிய கிருமிகள் பல காலமாக பணம் தராமல் குடி இருப்பது ஹோட்டல் சொந்தக்காரர்களுக்குத் தெரியாவிட்டாலும் அசோகனுக்கு தெரிந்தது. கால்கள், கைகளில் அரித்தது. இந்த ஹோட்டலை யாரோ தெரிவுசெய்து கொடுத்திருக்க வேண்டும். இந்த ஹோட்டலில் தங்குமாறு சிற்றம்பலத்தாரிடம் இருந்து குறும்செய்தி அவுஸ்திரேலியாவில் இருந்தபோதே வந்தது.

ஜன்னல் ஊடாக தொலைவில் இந்திராகாந்தி விமான நிலையத்தில் விமானங்கள் ஏறி இறங்குவது புகை மற்றும் தூசி மண்டலத்துக்கூடாகத் தெரிந்தது. அருகில் கட்டிடவேலை நடப்பதால் புழுதி கிளம்பிக்கொண்டிருந்தது. பெண்கள் பலர் செங்கட்டிகளைச் சுமந்துகொண்டிருந்தார்கள். இலங்கையில் கட்டிட வேலையில் ஈடுபடும் பெண்களை அசோகன் பார்த்ததுகூடக் கிடையாது.

ஹோட்டலில் காலை உணவை உண்ட பின் அசோகனுக்குப் போரடித்தது. வெளியே போய் வருவதற்குத் தயாரானான். வரவேற்பாளரிடம் ஆலோசனை கேட்டபோது “பாலிகா பஷார்” என்றார். அவரது ஆலோசனைப்படி புதுடில்லி

பாலிகா மார்க்கட் பக்கம் செல்வதற்காக ஹோட்டலின் வெளியே வந்து விசாரித்தான். பல ஓட்டோகாரர்கள் இந்தியில் பேசினார்கள். அவர்களுக்கு ஆங்கிலம் புரியவில்லை. திரும்பவும் ஹோட்டல் வரவேற்பு மேசைக்கு வந்து பாலிகா மார்க்கட் பக்கம் போகவேண்டும் என அழுத்திக் கேட்டபோது தங்களது ஹோட்டல் காரை பாவிக்கும்படியும் காருக்கான வாடகைத் தொகையை மொத்தமாக ஹோட்டல் தொகையோடு செலுத்தலாம் என்றும் சொன்னபோது அசோகனுக்கு ஏற்கக்கூடியதாக இருந்தது. மேலும் கையில் இருந்த இந்திய ரூபாய்கள் குறைந்து விட்டன. அவுஸ்திரேலியா டாலர்களை இந்திய ரூபாய்களாக பாலிகா மார்க்கட்டுக்குப் போய் மாற்றும் தேவையும் இப்போது வந்திருந்தது. காரின் சாரதி வந்து அழைத்தபோது "ஆங்கிலம் தெரியுமா? " என கேட்டான். அவன் "ஆம்" என்று கூறியது மனத்துக்கு நிம்மதியாக இருந்தது.

பாலிகா மார்க்கட் நிலத்துக்கு கீழாக இருந்தது. ஒரு விதத்தில் மெல்பேன் விக்டோரியன் மார்க்கட்டைப் போல. முக்கியமான வித்தியாசம் இங்குள்ள வியாபாரிகள் ஒவ்வொன்றையும் வாங்கும்படி வற்புறுத்தினார்கள். வியாபாரிகளின் வற்புறுத்தல் களில் இருந்து ஹோட்டல் சாரதி காப்பாற்றினான். பெரும்பாலான பொருட்கள் மலிவாக இருந்தன. அவுஸ்திரேலிய டாலர்களை மாற்றிவிட்டு வந்ததற்கு அடையாளமாக தோலாலான இடுப்பு பெல்ட் ஒன்றை வாங்கினான்.

வெளியே வந்ததும் புதுடில்லியின் முக்கிய பகுதிகளைக் காரில் சுற்றிப்பார்ப்போம் என நினைத்து காரை ஓட்டச் சொன்னான். கார் புதுடில்லியின் பாராளுமன்றம், இந்தியாகேட் என்று போய்க்கொண்டிருந்தது. சாரதி தனது ஆங்கிலத் திறமையால் ஒரு ரூர் வழிகாட்டியாக மாறி இருந்தான். கார் சாணக்கியபுரியைத் தாண்டிச் செல்லும்போது வெளிநாட்டு தூதரகங்கள் உள்ள பகுதியில் பலநாடுகளின் தூதராலயங்களை காட்டிக்கொண்டு சென்றான். அவுஸ்திரேலிய தூதராலயத்தைக் கடக்கும்போது வாசலருகே ஒரு வெள்ளைக்காரப் பெண் நடந்து போனாள். அந்தப் பெண்ணின் பின்பகுதி பார்ப்பதற்கு ஜெனி போல் இருந்தது. கறுத்தகோட் அணிந்திருந்தாள். முகத்தை ஸ்காவ் மூடியிருந்தது.

"பார்க்கிற வெள்ளைக்காரிகள் எல்லாம் ஜெனியாகத் தெரிகிறது" என வாய்க்குள் முணுமுணுத்துக் கொண்டான்.

ஜெனியின் நினைப்பு குளித்த பின்பும் விட்டுச் செல்லாத உயர்ரக வாசனைத் திரவியம் போல் உடலெங்கும் நறுமணத்தைக் கொடுத்தது. உதடுகளால் மெதுவாக மீண்டும் ஒரு முறை பெயரை

உச்சரித்துக் கொண்டான். சாரதி கண்ணாடியால் பார்ப்பது தெரிந்ததும் உதட்டைக் கடித்துக்கொண்டான்.

வாழ்வில் நடந்த அந்த உடலுறவு மட்டுமல்ல, அந்நியப் பெண்ணுடன் நெருங்கியது, உணவு உண்டது என எல்லாமே முதல் முறையாக இருந்தன. பெண்களிடம் இவ்வளவு இன்பமிருக்குமா? குகையில் ஒளித்து வைத்திருந்த பொற்காசுகளை ஒரே நாளில் கைப்பற்றியது போன்று இருந்ததே? இதைப் புரிந்துகொள்ளாமல் இத்தனை நாளும் இருந்திருக்கிறேனே? இதெல்லாம் தெரிந்திருந்தாலும் இப்படி ஒருத்தியை நான் நினைத்தே பார்த்திருக்க மாட்டேன் எனக் கனவுலகில் மிதந்து கொண்டிருந்தபோது வாகனம் ஹொாட்டலை நோக்கி தெற்கு டெல்லிக்குச் செல்லத் தொடங்கியது. தற்செயலாக பின்னால் திரும்பி பார்த்தபோது ஒரு வெள்ளை மாருதி கார் தொடர்ந்து வருவது போல் இருந்தது. ஆங்கிலப்படங்கள் பார்த்ததால் வந்த பிரமையோ? நானென்ன அவ்வளவு முக்கியமானவனா? என நினைத்துவிட்டு பேசாமல் இருந்து விட்டான். மீண்டும் ஜெனியின் நினைப்பில் மூழ்கினான். கண்ணை மூடியபடி கூடாரத்தில் நடந்தவைகளை இரைமீட்க நினைத்தால் முடியவில்லை. சீராகத் தொடர்ந்து வந்த நினைவுகள் திடீரென அறுந்துவிட்டால் மீண்டும் ஆரம்பத்தில் இருந்து தொடங்க வேண்டுமா?

சிறிது நேரத்தின் பின்பு கண்ணைத் திறந்தபோது அதே கார் தொடர்ந்து வந்துகொண்டிருந்தது. சந்தேகம் துளிர்விட்டது. யாராவது என்னைக் கொள்ளையடிக்க முனைகிறார்களா? அதுவும் பகல் மாலை மூன்று மணி. இரண்டு பக்கமும் வாகனங்கள் சென்றுகொண்டிருக்கின்றன. கொள்ளைக்கு ஏற்ற இடம் இது இல்லையே?

அப்பொழுது சாரதியின் கைத்தொலைபேசிக்கு ஒரு அழைப்பு வந்தது. சில வார்த்தைகளை இந்தியில் பேசிவிட்டு காரின் வேகத்தைக் குறைத்தான். கார் ஏயார்போட் அருகில் உள்ள ஃப்ளைஓவர் அருகில் உள்ள சிறிய சந்தில் உள்வாங்கி நின்றது.

“ஏன் நிற்பாட்டினீர்கள். ஹோட்டேலுக்கு சிறிது தூரம் இருக்கே?”

“பின்னால் வரும் காரில் இருந்தவர் காரை நிறுத்த சொன்னார்”

எப்படி பின்னால் வருபவர்கள் காரை நிறுத்த சொல்ல முடியும்? இந்தச் சாரதியின் தொலைபேசி இலக்கம் எப்படி அவருக்குத் தெரிந்திருக்கும்? என்னிடம் பணத்தை திருடுவதற்கு

இந்த சாரதியும் உடந்தையா? நம்பிக்கையானவர்களாக இருப்பார்கள் என்றுதான் ஹோட்டல் காரை எடுத்தேன். காசைக் கேட்டால் உடனே கொடுத்துவிடுவோம். அதிக அளவு பணம்கூட என்னிடமில்லையே? நல்லவேளையாக பாஸ்போட்டினை ஹோட்டல் அறையில் வைத்துவிட்டேன்.

இப்படி யோசித்துக் கொண்டிக்கும்போதே நடுத்தர வயதான மனிதர் காரின் பின் கதவு வழியாக உள்ளே ஏறினார். மழையில் நனைந்த கருங்கல்லின் நிறத்துடன் கூரான பார்வை, ஆறடி உயரம், விரிந்த தோள்கள், பின்னோக்கி வாரிய தலைமுடி, முகம் நிறைந்து முறுக்கி கீழ்நோக்கி வழிந்த மீசை, சந்தனக்கலர் சேட்டும் அதே நிறத்தில் பாண்ட்டும் அணிந்திருந்தார். "வணக்கம் சார்" என்றார் தமிழில்.

"யார் நீங்கள்? எதற்காக என் காரில் ஏறினீர்கள்?" என பதற்றத்துடன் காரின் வலப்பகுதிக்கு அசோகன் ஒதுங்கினான்.

"ஒன்றுக்கும் யோசிக்க வேணாம் சார். எனது பெயர் பாண்டியன். நமக்கு சொந்த ஊர் மதுரைப் பக்கம். நமக்கு வேண்டியவர் ஊரில் இருந்து மெசேஜ் அனுப்பினாங்க. நீங்க அவுஸ்திரேலியாவிலிருந்து டெல்லி வழியாக தமிழ்நாட்டுக்கு வருகிறீர்களாம். எதுவித சிக்கலும் இல்லாமல் பாத்துக் கொள்ளும்படி எனக்குச் சொன்னாங்க. அதுதான் நான் ஏற்கனவே ஹோட்டல் ரூமுக்கு வந்து எல்லா டிவைசுகளையும் செக் பண்ணி பாத்திற்றேன். பாத்ரூம், கட்டில், ரெலிபோன் எல்லாம் கிளீனா இருக்கு."

"நீங்கள் சொல்வது புரியவில்லை. எனக்கு ஏன் சிக்கல்?" புதிராக இருந்தது அசோகனுக்கு.

"சார் நீங்க மலேசியாவில் இருந்து சிற்றம்பலம் சார் அனுப்பி வாறேங்க. சிற்றம்பலம் சார் நம்ம விடுதலைப்புலிகளின் கூட்டாளி என்று எங்களது டிப்பாட்மெண்டுக்கு ஒரு சந்தேகம் இருக்கு. இந்த வகையில் உங்களுக்கு ஒரு சிக்கலும் வராமல் இருக்கத்தான் நான் வந்தேன்."

அசோகனுக்கு விடயம் மேலும் சிக்கலாகியதுடன் ஏதோ பெரிய வலையில் மாட்டிக்கொண்டிருக்கிறேன் என்பது அப்போதுதான் மெதுவாகப் புரியத் தொடங்கியது. இந்த நேரத்தில் டிரைவர் காரை விட்டு வெளியேறி சிகரட் பற்றிக்கொண்டு நின்றான்.

"நீங்கள் யார்?"

"நானும் இந்திய உளவுப்பிரிவைச் சேர்ந்தவன். நீங்கள் சென்னையில் சந்திக்க இருப்பவர் நமக்கு மிகவும் வேண்டியவர்.

அவர் உதவி கேட்கும் போது நான் தட்ட முடியாது. இதை விட நாம எல்லாம் ஒரே ஆட்கள் இல்லையா?" என்று சொல்லிவிட்டு "டிரைவர் ஹோட்டல் சலோ" என வசதியாக பின்சீட்டில் உட்கார்ந்தார். டிரைவர் அரைகுறையாக இருந்த சிகரட்டை எறிந்தான். மிகவும் பழக்கப்பட்டவர் போல் தலையருகே கையை எடுத்து சலூட் ஒன்றை அடித்துவிட்டு காரை சில நிமிட தூரத்தில் இருந்த ஹோட்டலை நோக்கி ஓட்டினான்.

அசோகனுக்கு உடல் வியர்க்கத் தொடங்கிவிட்டது. பதில் சொல்ல நாக்கு வேலை செய்ய மறுத்தது. நெஞ்சு இறுகியது. நடந்தவை எல்லாம் துப்பறியும் ஆங்கிலப்படத்தில் வந்த ஒரு காட்சி போல் இருந்தன. சிற்றம்பலத்தார் ஏதோ காரணத்துக்கு தன்னை உபயோகிக்கிறார் என்பது புரிந்தது. ஒரு மெகா சீரியல் போல் இது ஆரம்பிக்கிறதே. இதன் அடுத்த அத்தியாயம் என்ன? சென்னைக்கு சென்றதும் தான் அதைப் புரிந்து கொள்ள முடியும் என மனக்குழப்பத்துடன் ஹோட்டலில் இறங்கி பாண்டியனைப் பின் தொடர்ந்து தனது அறைக்குச் சென்றான்.

ஹோட்டல் அறையைத் திறந்து கொண்டு அசோகன் உட்செல்ல பாண்டியனும் வந்து கட்டிலில் அமர்ந்தான். கட்டில் கிரீச்சிட்டது.

அசோகனுக்கு அழையாத விருந்தாளியான அவரை எப்படி உபசரிப்பது எனத் தெரியவில்லை. அறையின் யன்னலூடாக வெளியே பார்ப்பதும் மீண்டும் கட்டிலில் அவரருகே இருப்பதும் எழும்புவதுமாக இருந்தான். இவனது பதற்றத்தை உணர்ந்துகொண்ட பாண்டியன், சிரித்தபடி கையால் மீசையை ஒதுக்கினான். "அசோகன் எதுக்கும் கவலைப்பட வேண்டாம். மதியம் டெல்லி ஏர் போட்டுக்கு இதே ஹோட்டல் காரில் செல்லுங்கள். சென்னையில் நம்மாள்கள் பார்த்துக்கொள்வார்கள்." என்றான்.

தன்னை சுதாரித்துக்கொண்டு "எனக்கு ஏன் இவ்வளவு முக்கியத்துவம் என புரியவில்லை?" என்றான்.

பாண்டியன் மீசையை விரல்களால் நீவிக்கொண்டான். "அது நமக்கு தெரியாது. மலேசிய சிற்றம்பலத்தாரின் ஆட்கள் வந்தால் அவர்களை டெல்லியில் பார்த்துக் கொள்ளும்படி எனக்கு செய்தி வரும். சிலோனில் பிறந்த எவரும் தொண்ணூற்றோராம் ஆண்டின் பின் டெல்லிக்கு வந்தால் நம் டிப்பாட்மெண்ட் கவனமாக இருக்கும். ரோட்டில் சின்ன ரபிக் பிரச்சினையில் நீங்கள் மாட்டினாலும் பத்திரிகைக்காரங்க பெரிய நியூஸாக மாத்திவிடுவாங்க. அது அப்பறம் பல வடிவத்தில் திரிந்து தேசிய பாதுகாப்பு பிரச்சினையாக மாறிவிடும். அதற்கு பிறகு

உதவுவது கடினம். அதனால்தான் இப்படி ஒரு முன்னேற்பாடு நம்மட செழியன் ஐயா செய்திருக்கிறார் என நினைக்கிறேன்."

"அது யாரு செழியன் ஐயா"

என்னைச்சுற்றி விரித்த வலையில் புதிய கண்ணியாக இருக்குதே!

"நீங்கள் அவரை சென்னையில் சந்திப்பீர்கள்" என எழுந்தார் பாண்டியன்.

'நன்றி' கூறிக்கெண்டு வாசலுக்குச் சென்ற போது, "டிரைவரிடம் எனது போன் நம்பர் உள்ளது. ஏதாவது எமேர்ஜன்சியானால் டிரைவரிடம் சொல்லவும்" எனக் கூறி விடை பெற்றார்.

அசோகனுக்கு இரவு டஸ்ற் மைற்றுகளின் அரிப்பு உடலில் தெரியவில்லை. பயம் இப்பொழுது உடல் முழுவதும் மலைப்பாம்பாக ஊர்ந்து கொண்டிருக்கிறது. வெகுவிரைவில் இரையாகுவேனா? இவர்கள் எதற்காக என்னைத் தொடர்பு கொள்ளவேண்டும்? இந்திய உளவுத்துறையிடம் இருந்து, அந்த உளவுத்துறையில் உள்ளவர்களே என்னைப் பாதுகாக்கிறார்கள். அதுவும் நான் சிற்றம்பலத்தாரின் ஆள் என்கிறார்கள். சிற்றம்பலத்தாரின் செல்வாக்கு இந்திய உளவுத்துறைக்குள் உள்ளதெனில் சிற்றம்பலத்தார் யார்? அதைவிட தொண்ணூற்றோராம் ஆண்டின் முக்கியத்துவம்தான் என்ன?

அசோகனுக்கு நினைவு வந்தது. அந்த ஆண்டில்தான் இந்தியாவின் பழைய பிரதமர் விடுதலைப் புலிகளால் கொல்லப் பட்டார். அப்படியானால் சிற்றம்பலத்தார் விடுதலைப் புலிகளின் முக்கிய மனிதராக இருக்க வேண்டும். எனக்கு மெல்போனில் உதவிய டாக்டர் மற்றும் என்னை அவுஸ்திரேலியாவுக்கு அனுப்பிய கத்தோலிக்க ஃபாதர் எல்லோரும் விடுதலைப் புலிகள் இயக்கத்தின் சங்கிலித் தொடர் போன்றவர்கள். இவர்கள் வேள்விக் கடாவாக என்னை வளர்த்திருக்கிறார்கள். இவர்களிடம் இருந்து தப்ப முடியுமா? இவர்கள் தமிழர் விடுதலைக்காக உழைப்பதால் எப்படி நான் மீறமுடியும்? இவர்கள் வழியில் போய் என்னிடம் என்ன எதிர்பார்க்கிறார்கள் என்று பார்த்துக் கொள்வோம். தற்போதைய நிலையில் அதுதான் உகந்த விடயம். முன்வைத்த காலை பின்வைக்காது சென்னை செல்வோம் என்ற முடிவுக்கு வருவதற்குள் பின்னிரவாகிவிட்டது.

சென்னையில் ஆகாய விமானம் தரை இறங்கியது. வெக்கையும் ஒருவிதமான துர்நாற்றமும் திடீரென தாக்கி அந்த மதியத்தில் அசோகனை நிலைகுலையச் செய்தன.

டெல்லியில் வந்திறங்கியபோது இந்தியாவை முதல் முறையாக பார்க்கப்போகிறோம் என்றதொரு சந்தோசம் இருந்தது. இப்பொழுது வலைப்பின்னலுக்குள் சென்று மாட்டிக்கொள்ளப் போகிறோம் என்ற எண்ணம்தான் மனதில் நிறைந்து இருந்தது.

வவுனியாவில் அசோகன் வாழ்ந்த காலத்தில் அவனை ஒத்த வயதுப் பெடியன்கள் பலரும் இயக்கத்தில் சேர்ந்தார்கள். தானும் இயக்கத்தில் சேர்ந்துவிடலாமோ என பல முறை அவன் நினைத்தான் என்றாலும் இரண்டு காரணங்கள் அவனைச் சேரவிடாமல் தடுத்தன.

விடுதலைப்புலிகளால் தமிழர்களுக்கு அழிவு ஏற்படும் என பெரியப்பா திட்டவட்டமாகவும் தொடர்ச்சியாகவும் சொல்வதும், தான் இயக்கத்தில் சேர்ந்தால் பெரியம்மாவின் பாசத்திற்கு துரோகம் இழைத்து விடுவேனோ என்ற எண்ணமும் தடுத்துக்கொண்டிருந்தன. இலங்கையில் வாழும்போது விலகியிருந்த அரசியலின் அதே வலைப்பின்னலில் அவுஸ்திரேலியாவுக்கு வந்து சிக்கிக் கொண்டுவிட்ட முரண்நகையை அவன் உணர்ந்து கொண்டான்.

விமான நிலையத்தில் இருந்து பெட்டியுடன் வெளியே வந்தபோது “அசோகன் வாங்கோ” என இலங்கைத் தமிழில் பேசியவாறு இருபத்தைந்து வயதுடைய பொது நிறமான – குள்ளமான இளைஞன் பெட்டியைக் கையில் வாங்கிக் கொண்டான். அவனுக்குப் பின்னால் ஒருவர் நின்று கொண்டிருந்தார்.

“நீங்கள்?” என ஒருவிதமான வியப்புடன் கேட்டான் அசோகன்.

“நான் சோமு” என்றான் அந்த இளைஞன். “இது டிரைவர் அண்ணாச்சி. சோலைமலை என்ற பெயர் மறந்து பலகாலமாச்சு. அண்ணாச்சி என்ற பெயரே நிலைத்து விட்டது” என சாவகாசமாக சொல்லிக்கொண்டு கருமையான அம்பாசிடர் காரின் டிக்கியுள் அசோகனின் பெட்டியை வைத்தான். “அண்ணாச்சி அப்பிடியே மைலாப்பூர் கோயில் பக்கம் வண்டியைச் செலுத்துங்கள்” எனச் சொன்னான்.

“என்ன அசோக் ஒன்றும் பேசுறீங்க இல்லை. அவுஸ்திரேலியாவில் எல்லாரும் அமைதியானவர்கள் தானா?”

“இல்லை. இதுதான் நான் முதல்தரமாக வெளிநாட்டுக்குப் போறது.”

“சார் என்ன வெளிநாடு என்று சொல்கிறீர்கள். இது உங்கள் தாய்நாடு. உங்களுக்கு உதவ நாங்கள் உயிரைக் கொடுக்கவும்

தயாராக இருக்கிறோம்" என உணர்ச்சிகளால் குரல் கரகரக்க அண்ணாச்சி கூறினார்.

இப்படி மனதைத் தொடும் வார்த்தைகளை அசோகன் எதிர்பார்க்கவில்லை. உணர்வுகளை வார்த்தைகளில் அதிகம் பயன்படுத்தாத ஈழத்தமிழ்ச் சமூகத்தில் வளர்ந்தவன் அசோகன். அம்மாச்சி, அம்மா, அல்லது பெரியம்மா உணர்வு மேலிடும் போது உடல்மொழியை மட்டும் உபயோகிப்பார்கள். பலமுறை மொழி பேசாது கட்டி அணைப்பதைக் கண்டிருக்கிறான். அப்பாவும் பெரியப்பாவும் தலையிலோ முகத்திலோ கொஞ்சித்தான் பாசத்தை வெளிப்படுத்தி இருக்கிறார்கள். தீவிர கோபம் வந்தாலும் பாசம் வந்தாலும் மொழி நிறுத்தப்பட்டு உடல் பாவிக்கப்படுவதை சிறுவயதில் யாழ்ப்பாணத்தில் பார்த்திருக்கிறான். உடல் மொழியை பாசத்திலும் கோபத்திலும் பிரயோகிக்கத் தெரிந்த ஈழத் தமிழ்ச் சமூகம் உணர்வுகளை வெளிக்காட்ட வாய்மொழியை தமிழ்நாட்டினர் அளவிற்குப் பயன்படுத்தவில்லை. அதனால் அண்ணாச்சியின் பாசம் கொண்ட வார்த்தைகள் அவனை உணர்ச்சி மயமாக்கின.

"என்னை மன்னித்துக்கொள்ளுங்கள்" என மட்டுமே அவனால் பதில் சொல்ல முடிந்தது.

"பரவாயில்லை. அண்ணாச்சிக்கு உங்க மேல் அவ்வளவு பற்று உள்ளது" என்று சோமு அந்த இடத்தில் பரவிய பாச உணர்வுகளுக்கு ஒரு முற்றுப்புள்ளி வைத்தான்.

அந்தக் கறுப்பு நிற அம்பாசிடர் கார் சென்னையின் தெருக்களைக் கடந்து சென்றுகொண்டிருந்தது. எக்காலத்திலும் கண்டிராத அளவு மக்கள் கூட்டத்தைத் தாண்டி நண்பகல் நேரத்தில் கார் ஓடிக்கொண்டிருப்பது போல உணர்ந்தான். அந்த நினைப்பிற்குச் சிகரம் வைப்பது போல இலங்கையிலோ அவுஸ்திரேலியாவிலோ இல்லாத ஒன்றை அண்ணாச்சி அடிக்கடி செய்தார். காரின் ஹார்னை அடிக்கடி ஒலித்துக்கொண்டிருந்தார். அவ்வாறே மற்றைய வாகனங்களும் ஹார்னைப் பாவித்தபோது சென்னை நகரமே இரைச்சலை எழுப்பியபடி உணவைத்தேடி அசைந்துகொண்டிருக்கும் ஒரு இராட்சத மிருகம் போலத் தோன்றியது.

கார் ஒரு பெரிய தெருவில் இருந்து இடப்பக்கம் திரும்பியது. சிறிய சந்து போன்ற இடத்தில் திரும்பி ஓடிய பின்பு பல மாடிகளைக் கொண்டதொரு ஹோட்டலின் முன்பு வந்து நின்றது. சோமு பெட்டியை தானே எடுத்துக்கொண்டான். வரவேற்பு மேசையிலிருந்த இருவரிடமும் வணக்கம் சொல்லிவிட்டு நேரடியாக லிஃப்ட்டிற்கு சென்றது மீண்டும் புதுமையாக

இருந்தது. ஏதோ பல முறை ஒத்திகை பார்த்த நாடகம் நடப்பது போல அது இருந்தது.

பெட்டியை அறையில் வைத்து விட்டு "அசோக்... உங்களுக்கு இரவு சாப்பாடு அறைக்கு வரும். நீங்கள் நொன் வெஜிரேரியன்தானே? இங்கே பிரியாணி நன்றாக இருக்கும். நாளை காலை உங்களை சந்திப்பேன். முக்கியமானவரை பார்க்கவேண்டி இருக்கும். இன்றைக்கு அறையில் ஓய்வாக இருங்கள். வெளியே செல்லவேண்டாம். இது உங்களுக்கு தெரியாத இடம்தானே" சிரித்தபடி சொல்லிவிட்டு சோமு அறையை விட்டு அண்ணாச்சியுடன் வேகமாக வெளியேறிவிட்டார். தான் இப்பொழுது இந்த அறையில் சிறைவைக்கப்பட்டிருப்பது அசோகனுக்குப் புரிந்தது.

நிச்சயமாக சோமு விடுதலைப்புலிகளின் ஒரு முக்கிய புள்ளியாகத்தான் இருக்க வேண்டும். அவனுக்கு மேலே வேறு பல பெரியவர்கள் தமிழ்நாட்டின் முக்கிய புள்ளிகளுடன் இணைந்து வேலை செய்கிறார்கள். ராஜீவ் காந்தி கொலைச் சம்பவத்தின் பின்பு அரசாங்கம் இவர்களைத் தடை செய்தாலும் செயற்பாடுகள் இன்னும் தொடர்ந்து நடைபெறுகின்றன.

அவுஸ்திரேலியாவில் விடுதலைப்புலிகளின் ஆதரவாளர் களையும் இலங்கைத் தமிழர்களையும் தவிர்த்துக் கொண்டு வாழ்ந்ததால், இலங்கையில் நடந்து வரும் போர் விடயங்களில் அசோகன் மேலோட்டமாகவே இருந்தான். அது திட்டம் போட்டு எடுத்தல்ல. பகல் படிப்பாலும் இரவு நேர கிளீனிங் வேலையாலும் நித்திரையை மறந்த நாட்கள் கூட உண்டு.

அறையில் இருந்த தொலைக்காட்சியை ஓடவிட்டான். சினிமா பாடல்களும் நகைச்சுவைக் காட்சிகளும் நிறைந்திருந்தன. கடைசியாக ஏதோ ஒரு சனலில் ஆங்கிலப்படம் ஒன்று ஓடியது. அதைப் பார்த்துக் கொண்டிருந்தபோது பிரியாணி அறைக்கே வந்து சேர்ந்தது. சாப்பிட்டபடி தொலைக்காட்சியைப் பார்த்தான். படமும் புரியவில்லை; சாப்பாட்டின் சுவையும் தெரியவில்லை. அம்மாச்சியின் நினைவு ஏனோ வந்தது.

அம்மா செத்துப்போனதை நினைத்து ஒவ்வொரு நாளும் அம்மாச்சி ஒரு பத்து நிமிடமாவது வாய்விட்டு அழுவா. பிறகு முகத்தைக் கழுவித் துடைத்து வாசலில் தொங்கும் சங்கில் இருந்து திருநீற்றை நெற்றியில் பூசிவிட்டு "இந்தியா உணவுப் பொட்டலங்களைப் போட்டு இலங்கைப்படைகளிடம் இருந்து யாழ்ப்பாணத்தைக் காப்பாற்றிச்சுது. அந்த நன்றியையெல்லாம் மறந்திட்டு நாங்கதானப்பு அவங்களோடை வீணான ஒரு சண்டைக்குப் போனம். ஏன் போனம் எண்டு யோசிச்சுப்பாத்தா

இப்பவும் மண்டை விறைக்குது ... சண்டை போட்டவங்கள் சண்டையை துவங்கிற்று காட்டுக்க ஓடிப்போய் ஒளிச்சிட்டாங்கள். அறுவான்களே ... உங்களுக்கு சண்டைதான் விருப்பமென்டா காட்டுக்குள் நிண்டபடியே அவங்களோட சண்டை போட வேண்டியதுதானே. அதை விட்டுவிட்டு சந்தியில வந்து குண்டு வைச்சு ... இந்த அறுவாங்கள்தான் என்ர குடும்பம் இப்படி நடுத்தெருவில நிற்கிறதுக்குக் காரணம்" இப்படி ஆச்சி மாலை நேரம் புலம்புவது தினசரி நிகழ்ச்சியாகவே அப்போது இருந்தது. மகளை இழந்த தாயின் புலம்பல் அது.

ஆச்சியின் வார்த்தைகள் அசோகனை அதிகம் பாதித்ததில்லை. ஆனால், பெரியப்பாவின் வார்த்தைகள் கனதியானவை. விடுதலைப்புலிகளை மட்டுமல்ல ஆயுதம் தங்கிய எவரையும் அவருக்குக் கண்ணில் காட்டக்கூடாது. அவர் சொல்லும் வார்த்தைகளை அவர்கள் கேட்டிருந்தால் எப்போதோ சுட்டுக்கொலை செய்து எரித்திருப்பார்கள் என பெரியம்மா பலவேளையில் அசோகனுக்குச் சொல்லியிருக்கிறார்.

பெரியப்பா அடிக்கடி சொல்வார்: "இவர்கள் அழிகடவுள்கள்"

பெரியப்பாவின் வார்த்தைகள்தான் எனதும் கார்த்திகாவினதும் மனத்துள் புகுந்து இயக்கத்தில் சேரவிடாமல் எங்களை அறியாமல் காப்பாற்றி இருக்கவேண்டும். "என்னோடு ஒரே வகுப்பில் படித்த பல பிள்ளைகள் இயக்கத்தில் சேர்ந்திருக்க, நான் மட்டும் அவுஸ்திரேலியாவுக்கு வந்து படிக்க முடிந்திருக்கிறது. கார்த்திகா ஆசிரியையாக வருவதற்காக படித்துக் கொண்டிருக்கிறாள். இப்படி நாங்கள் இருக்கிறோமென்றால் அதற்கு வேறு காரணம் இருக்க முடியாது. இப்படி பெரியப்பாவின் வார்த்தைகள் மந்திரமாக வழிகாட்டியிருந்தும் இப்பொழுது நான் விடுதலைப்புலிகளின் சர்வதேச வலைப்பின்னலில் சிக்கிவிட்டேனே ... இது தெரியவந்தால் பெரியப்பா என்ன நினைப்பார்?" என நினைத்தபடியே படுக்கையில் புரண்டு கொண்டிருந்தான். தூங்கிவிட்டான்.

பலமாகக் கதவில் தட்டிய சத்தம் காலைவேளை அவனை எழுப்பியது. வாசலில் சோமுவும் அண்ணாச்சியும் காத்துக்கொண்டிருந்தார்கள்.

"அசோக் ... கீழே கார் காத்துக்கொண்டிருக்கு. சீக்கிரம் வாருங்கள்."

"இதோ ... பத்து நிமிசத்தில் வெளிக்கிட்டு வருகிறேன்"

அசோகன் பின் சீட்டிலும் சோமு அண்ணாச்சியின் பக்கத்திலும் இருக்க மைலாப்பூர் ஹொட்டலில் இருந்து

புறப்பட்ட கார், முதலில் சில பெரிய பிரதான வீதிகளாலும் பின்பு பல சிறிய வீதிகளாலும் சென்றது. பெரிய வீதியோ சிறிய வீதியோ... சென்னை புதிதானபடியால் அசோகனுக்கு எல்லா இடங்களும் ஒன்று போலத்தான் தெரிந்தன. காரின் கண்ணாடி கறுப்பாக ஏர்கண்டிசனுக்காக மூடப்பட்டு இருந்ததால் வெளிக்காட்சிகள் அசோகனைக் கவரவில்லை. மனிதர்கள், வாகனங்கள் கட்டிடங்களென மாறி மாறி நிழலாக கருப்பு கண்ணாடிக்கு வெளியே தெரிந்தன.

"நாம போற இடம் எது சோமு அண்ணை?"

"இன்னும் ஐந்து நிமிடத்தில் உங்களுக்குத் தெரிய வரும்" என்றான் சோமு சிரித்துக்கொண்டே.

சொன்னபடி ஐந்தே நிமிடத்தில் கொம்யூனிகேசன் என எழுதப்பட்டிருந்த ஒரு கோல் சென்டர் முன்பு கார் நின்றது. "அசோக் நாங்கள் இறங்குவோம்" என கூறியபடி சோமு இறங்கியதும் அசோக்கும் இறங்கிக் கொண்டான். அண்ணாச்சி காரை இருநூறு மீற்றர் முன்னாக கொண்டு போய் நிறுத்தினார். ஆனால், காரைவிட்டு அவர் இறங்கவில்லை.

கோல் சென்டரின் உள்ளே ஒரு பக்கமாக மூன்று ரெலிபோன் பூத்கள் இருந்தன. அடுத்த பக்கத்தில் இரண்டு மேசைகளும் அவற்றிற்கான கதிரைகளும் போடப்பட்டிருந்தன. உள்ளே மாடிபோல் இருந்த பகுதிக்கு சில மரப்படிகள் இருந்தன. அந்த மாடிக்குச் சென்றதும் அங்கு ஒரு அறை இருந்தது. அந்த அறையின் கதவை திறந்தபடி முப்பது வயது உள்ள ஒருவர் வெளியே வந்தார். கறுத்த பாண்டும் நீல அரைக்கை சட்டையும் அணிந்திருந்தார். அவரது உறுதியான விரிந்த மார்பும், திரண்ட தோள்களும், இறுகி இரத்த குழாய்கள் வெளித்தள்ளியபடி தெரிந்த கைகளும் இயக்கத்தவராக நன்கு இனங்காட்டின. அவருக்கு பின்பாக அறுபது வயது மதிக்கத்தக்க ஒருவர். கண்ணாடி அணிந்து, தோளில் கறுத்த சால்வை சகிதம் மெலிந்த தோற்றத்துடனிருந்த அவர் தலையை ஒட்ட வெட்டி இருந்தார். நரைத்த சிறிய மீசை அவரை மிக சாந்தமான பெரியவராகக் காட்டியது.

"தம்பி வாங்க... உட்காருங்க" வார்த்தைகள் அவரை தமிழ்நாட்டவராகக் காட்டின.

சோமு உள்ளே வரவில்லை. இப்பொழுது அசோகன் தனியே மற்ற இருவரோடு உள்ளே விடப்பட்டான்.

அறையில் விடுதலைப்புலிகளின் தலைவர் பிரபாகரனின் படம் இருந்தது. நரைத்த நீண்ட தாடி வைத்த கரும்சட்டையுடன்

மூக்குக் கண்ணாடி அணிந்த ஒரு பெரியவரினது படமும் இருந்தது.

"தம்பி அவுஸ்திரேலியாவில் எந்த இடம்?" என பெரியவர் கேட்டார்

"மெல்பன்"

"உங்களுக்கு நம்ம டாக்டரை தெரியும்தானே?" மீண்டும் பெரியவர்.

"தெரியுறதா. தம்பி எங்கட பிள்ளை. ஆகஸ்தீன் சாமியார் அனுப்பி டாக்டரோடு தான் இருந்து கம்பியூட்டர் படித்தவர்" என மற்றவர் கூறினார்.

"அப்ப என்னங்க சாந்தன்... தம்பிக்கு காலமை சாப்பாடு எப்படி? நாங்களும் சாப்பிட்டுக்கொண்டு பேசுவம்."

சாந்தனின் வேண்டுகோள்படி காலையுணவாக இட்லி வடையை சோமு கொண்டு வந்தான். மீண்டும் பெரியவர் பேச்சைத் தொடங்கினார்.

"நமது உறவுகள் அவுஸ்திரேலியாவில் எப்படி இருக்கிறாங்கள்?"

"இருக்கிறார்கள்" என சுருக்கமான பதில் அசோகனிடம் இருந்து வந்தது.

"என்ன ரொம்ப அமைதியானவர் போல் இருக்கிறீங்க. உசார் இல்லை"

"ஐயா... தம்பி படிப்பு முடித்து இரண்டு வருடம்தான் ஆகுது.. இப்ப மெல்போர்னில் உள்ள பாங்க் ஒண்டில கம்பியூட்டருக்கு பொறுப்பா இருக்கிறார். எங்களுக்கு அவரிடத்தில் சில உதவி தேவை எனவேதான் வரவழைத்திருக்கிறோம்" என்றான் சாந்தன் பெரியவரை இடைமறித்து.

"ஓகோ அப்படியா. நான் முன்பு இங்கு வந்த ராஜன் போல விடுதலைக்குப் பணம் சேர்க்கிற தம்பி என நினைத்தேன்"

விடுதலைக்காகப் பணம் சேர்க்கும் ஒரு சிலரைப்பற்றி அசோகன் கேள்விப்பட்டிருக்கிறான். ஆனாலும், ராஜன் யார் என்று அசோகனுக்குத் தெரிந்திருக்கவில்லை. 'சாந்தனுக்கு எனது சகல விடயங்களும் தெரிந்திருக்கு. சிற்றம்பலத்தார்தான் சொல்லி இருக்க வேண்டும். சென்னையில் சாந்தன் முக்கியமான ஆளாக இருக்க வேண்டும். இனிமேல் பொறுக்காமல் என்னிடம் என்ன எதிர்பார்க்கிறார்கள் என கேட்கவேண்டியதுதான்' என நினைத்துக்கொண்டான் அசோகன்.

அவர்களைப் பார்த்து, ‘சிற்றம்பலம் ஐயாதான் என்னை சென்னைக்குப் போகச் சொன்னவர். மற்றப்படி எதுவுமே சொல்லவில்லை. அவர் சொன்ன விலாசங்கூட இது இல்லை. மேலும் செழியன் ஐயா சொன்னார் எனச் சொல்லி நியூடெல்லியில் ஒருவர் என்னை சந்தித்தார் ...” அவன் முடிக்கவில்லை. அதற்குள் சாந்தன் புன்னகையுடன் இடைமறித்தான்.

“உங்களுக்கு முன்பு இருந்து சாப்பிடுகிறதுதான் செழியன் ஐயா. நேற்றுத்தான் மதுரையில் இருந்து வந்தார் ... அசோக் ... நீங்கள் கவலைப்படத் தேவையில்லை. எல்லாம் நாங்கள் திட்டமிட்டபடி நடக்கிறது ...” என்று பெரியவரை செழியன் ஐயா என அறிமுகம் செய்தான் சாந்தன்.

“கரையில் இருந்து பலரும் வருவதால் புதிய விலாசம் தேடிக்கொண்டோம். தமிழ்நாட்டில் எங்களுக்கு பல நெருக்கடிகள் உள்ளன” என்று சாந்தன் ஆரம்பித்தான். பொறுமை இழந்தவனாக “அண்ணே ... நீங்கள் என்னிடம் என்ன எதிர்பார்க்கிறீர்கள்?” என்று நேரடியாக அவசரம் நிறைந்த தொனியில் கேட்டான் அசோகன்.

இரண்டு கண்களும் அசோகனின் கண்களூடாக சென்று உள்ளே இறங்கி ஆழம் பார்த்தன. பிறகு “ஐரோப்பா வட அமெரிக்காவில் இயக்கத்துக்கு சேர்கிற காசு எல்லாம் அவுஸ்திரேலியா வழியாகத்தான் வருகிறது. அங்கிருந்துதான் ஆயுதம் வாங்குவதற்காக மற்ற இடங்களுக்கும் போகிறது. இதனால் அவுஸ்திரேலியாவில் எங்கடை ஆட்களை கொஞ்சம் பாத்துக்கொள்ள வேண்டும்.” என்றார் அதே தொனியில் சாந்தன்.

“எனக்கு தமிழ் ஆட்களோடு அதிகம் பழக்கமில்லை. படிச்சுக் கொண்டே இருந்ததால் ஆரோடையும் நான் நெருங்கிப் பழகவில்லை.”

“அதனால்தான் உம்மால் முடியும் ... அகஸ்டீன் சாமியார் நீர் எப்படி கெட்டிக்காறன் என்று சொல்லி இருக்கிறார். பாங் வேலையும் கம்பியூட்டர் அனுபவமும் உமக்கு உதவும். மெல்பன் தமிழ் ஒன்றியத்துக்குள் செல்லும்.”

“நான் யாரோடு தொடர்பு கொள்வது?”

“அது பின்னர் சொல்லப்படும்”

“வேற என்ன செய்ய வேண்டும்?” இதற்காக மட்டும்தானா என்னை வரவழைத்தார்கள் என்ற சந்தேகம் இப்போது அசோகனின் மனதில் நிழலாடியது.

"ஒன்றும் செய்ய வேண்டாம். உங்களுக்கு கேர்ள் பிரண்ட் இருந்தால் கல்யாணம் செய்யலாம்" எனக் கூறி சாந்தன் சிரித்தான்.

கேள் பிரண்ட் என்றதும் குப்பென்று அசோகனின் முகம் சிவந்து உடல் வியர்த்தது. ஜெனியின் ஞாபகம் வந்தது. அன்றைய இரவு தான் ஒரு ஜிப்சி என்பதற்கு அவள் காட்டிய ஆதாரங்கள் கண்ணுக்குள் நிழலாக வந்தன. எண்ணங்கள் முகத்தில் வெளிப்படுமா என்று பயம் தொற்றியது.

"இப்போதைக்கு அப்படியான எண்ணம் இல்லை"

முகத்தில் ஏற்பட்ட மாற்றங்களை நிச்சயமாக புரிந்துகொண்ட சாந்தன் "எங்களுடைய இயக்கத்திற்கு அது பிரச்சினை இல்லை. அவுஸ்திரேலியாவில் எங்களுக்கு பணம் சேர்ப்பவர்களுடன் நெருங்கிப் பழகுங்கள். அதேவேளையில் எந்த ஒரு காரணத்தாலும் நீங்கள் பணம் சேர்ப்பதில் பங்கு பற்றக்கூடாது. எங்கள் அனுதாபியாகக் காட்டிக்கொள்ளவும் வேண்டாம். எங்கட ஆதரவாளராக தெரியவும் கூடாது. மற்ற விவரங்கள் மலேசியா சிற்றம்பலம் ஐயாவின் மூலம் மட்டும்தான் உங்களுக்கு வரும். மற்றவர்களிடம் இருந்து வரும் எந்த தகவலும் உங்களைப் பாதிக்கத் தேவையில்லை. நான் அடுத்த கிழமை மண்ணுக்கு போய்விடுவேன்."

இவர்கள் முற்றாக விடயத்தைச் சொல்லவில்லையோ என நினைத்தான். "அண்ணை ஒரு சந்தேகம். இதை நீங்கள் சிற்றம்பலம் ஐயா மூலம் சொல்லி இருக்கலாம்தானே?"

"அவர் சொல்லும் போது உங்களுக்கு இயக்கம் சொன்னது போல் இருக்காது" எனப் புன்னகையுடன் கூறியபடி சாந்தன் எழுந்தான். இடுப்பில் செருகி இருந்த பிஸ்டலின் மேல் பகுதி வெளியேதள்ளி நீலசேட்டை புடைத்தபடி தெரிந்தது.

சிறு வயதிலே இயக்கங்களைப் பார்த்து வளர்ந்த அசோகனுக்கு அந்த பிஸ்டல் பயத்தை உருவாக்கவில்லை. ஆனால், சாந்தனின் அந்தச் செய்கை வேண்டுமென்றே புரியப்பட்டது போல் தோன்றியது.

"நான் திரும்பி அவுஸ்திரேலியா போகலாம்தானே?"

"இனிமேல் டெல்லியால் போகவேண்டாம். உங்களைச் சந்தித்தவரை மீண்டும் சந்திக்க வேண்டி வந்துவிடும். அவர்கள் உங்களிடம் துருவி விசாரிப்பார்கள். பழைய ரிக்கட்டை கிழித்துப் போட்டு சோமுவோடு போய் புதிதாக சிங்கப்பூருக்கு ஒரு

டிக்கட் போடுங்கள்." என கூறிவிட்டு சோமுவை அழைத்துவர சாந்தன் வெளியில் சென்றான்.

நாகப்பாம்பின் படம்போல் விரிந்திருந்த சாந்தனின் தோளின் பின்பகுதியையும் கல்லில் செதுக்கியது போன்ற அவனது இடுப்பையும் பார்க்க அசோகனுக்கு பொறாமையாக இருந்தது. எத்தனை வருட இயக்கப் பயிற்சியோ!

"தம்பிக்கு இது புது அனுபவம். சாந்தன் தலைவருக்கு மிகவும் வேண்டியவர். மகா கெட்டிக்காரன். இப்ப கூட இராமநாதபுரம் செல்கிறோம்" என செழியன் ஐயா மீசையைத் தடவியபடி கூறினார்.

அவரிடம் சில விடயங்களை அறியலாம் என்று நினைத்தவன் போல மெதுவான குரலில் "ஐயா சாந்தன் உளவுத்துறையைச் சேர்ந்தவரா?" என்று கேட்டுப் பார்த்தான் அசோகன். பதிலுக்கு செழியன் ஐயா புன்னகை புரிந்தார். பிறகு "அதற்கு மேல். தலைவரின் உள்வட்டப்பாதுகாப்புப் பிரிவைச் சேர்ந்தவர். இந்த யுத்த நிறுத்த காலத்தில் அவரை இங்கு அனுப்பியுள்ளார். ஆயுதங்கள் பணம் பற்றியதை நேரடியாகக் கவனிக்கவேண்டியதால்..." என்றார் கனிவான குரலில்.

"தமிழ்நாட்டில் இருந்து இப்பொழுது ஆயுதங்கள் போகிறதில்லை என கேள்விப்பட்டேன்"

மேசையில் இரண்டு தரம் வலது கை முஷ்டியால் குத்தினார். மூக்குக் கண்ணாடியை கையில் எடுத்துக்கொண்டு தலையை இரண்டு பக்கமும் ஆட்டினார். கண்களில் சிறிது சிவப்பு நிறம் படர்ந்தது. "யார் சொன்னது? எங்களை விட்டால் யார் உங்களுக்கு உதவி செய்வது? அரசாங்கங்கள் உதவாது இருக்கலாம். நெருக்கடி கொடுக்கலாம். ஆனால், எமது மக்களுக்கு உதவுவதை யார் தடுக்கமுடியும்? எங்கள் மீனவர்களை யாரால் தடுக்கமுடியும்? சென்னையில் இருந்து கன்னியாகுமரி வரையில் உள்ள மீனவர்கள் உங்களுக்கு உதவக் காத்திருக்கிறார்கள். சிங்கள அரசுப் படைகளின் துப்பாக்கிகளை எங்கள் மீனவர்கள் சட்டை செய்யப்போவதில்லை. பாக்கு நீரிணை எங்களைப் பிரிப்பதாக அரசாங்கங்கள் நினைத்தால் அவர்கள் முட்டாள்கள். உண்மையில் பாக்கு நீரிணைதான் எங்களை இணைக்கிறது என்பதை நான் அவர்களுக்கு பல தடவை எடுத்துக் கூறியிருக்கிறேன். இது சம்பந்தமாகத்தான் சாந்தனுடன் இராமேஸ்வரம் போக இருக்கிறேன். நாங்கள் இலங்கைத் தமிழர்களுக்கு உதவிக் கரம் நீட்டுவதை புதுடில்கியோ சிங்கள அரசோ தடுக்க முடியாது. எங்கள் உறவு இலங்கைத்

தமிழருடன் தொப்புள் கொடி உறவு போன்றது. அதைப்பிரிக்க எந்தக் கொம்பனாலும் முடியாது" என ஒரு சிறிய பிரசங்கம் போல செழியன் சொல்லி முடித்தார்.

சோமுவும் சாந்தனும் உள்ளே வந்தார்கள். பேசுவதற்கு வாயைத் திறந்த செழியன் ஐயா அவர்களைக் கண்டதும் பேச்சை நிறுத்திவிட்டு "எப்படி சோமு?" என்றார்.

"நல்லது" என சிரித்தபடியே கூறிய சோமு "அசோக் நாளைக்கு சிங்கப்பூருக்கு மதியம் டிக்கட் இருக்கிறது. அப்பிடியே டிக்கட்டை புக் பண்ணி விட்டு இன்று இரவு ஏர்போட்டுக்கு அருகில் ஒரு ஹோட்டலில் ரூம் போடுவோம்" என்றான்.

தலையை ஆட்டிக்கொண்டு வெளியேறிய போதுதான் தனது சுதந்திரம் முற்றாகப் பறிக்கப்பட்டு நாகரிமான அடிமையாக்கப் பட்டிருப்பது அசோகனுக்குப் புரிந்தது.

காரில் ஏறியதும், சோமுவிடம் சொப்பிங் செய்யவேண்டும் என அசோகன் கேட்டுக்கொண்டதால் ஒரு பெரிய பிளாசாவில் காரை நிறுத்திவிட்டு அசோகனை மட்டும் செல்லும்படி கூறிவிட்டு அண்ணாச்சியும் சோமுவும் காரில் இருந்தார்கள்.

சென்னையை பெரிதாக சுற்றிப் பார்க்க விரும்பவில்லை. ஓரளவு சொப்பிங் செய்யும் எண்ணத்துடனே அசோகன் வந்திருந்தான். ராஜஸ்தானில் இருக்கும்போது கோட்டைகளையும் அரச மாளிகைகளையும்; சுற்றிப் பார்த்ததால் எதுவும் வாங்க வில்லை. ராஜஸ்தானில் மொழி புரியாததால் ஒருவித தயக்கமும் ஏற்பட்டிருந்தது. சென்னை அப்படி அல்லவே. அசோகன் அதிக நேரம் செலவழிக்காமல் ஐந்து சேட்டுகளை மட்டும் வாங்கிக் கொண்டு வந்தான். அதில் இரு சேட்டுகளை அண்ணாச்சியிடமும் சோமுவிடமும் கொடுத்தான். சோமு மறுத்ததால் அதையும் அண்ணாச்சியிடம் கொடுத்து விட்டான். பழைய ஹோட்டலில் இருந்து வெளியேறி புதிய ஹோட்டல் ரூமில் இவனை விட்டு விட்டுச் சென்றனர். பெரிய சுதந்திரம் கிடைத்தது போல் அசோகனுக்கு இருந்தது.

ஜெனியை சந்தித்த நாள் முதல் சுதந்திரம் பறிபோய்விட்டது போன்ற உள்ளுணர்வு அசோகனுக்கு ஏற்பட்டது. தற்போது அதற்கு மேலும் போய்விட்டது.

நானாக போய் சிக்கிக்கொண்டேனா? அல்லது ஆரம்பத்திலே என்னைச் சுற்றி இருந்த வலை இப்பொழுது தான் கண்ணுக்குப் புலப்படுகிறதா? இதைப் பெரியப்பா கேள்விப்பட்டால் எப்படித் தாங்குவார்? காலம் காலமாக வெறுத்த ஒரு இயக்கத்தின்

உளவாளியாக தனது மகன் மாறி இருக்கிறான் என்பதை மன்னிப்பாரா? இந்த வேலையில் உயிராபத்து மற்றும் சிறை செல்வதற்கான சாத்தியம் உள்ளதா? பற்பல கேள்விகள் மனதில் எழுந்தாலும் தீர்க்கமான விடை கிடைக்கவில்லை. மது அருந்தலாமா என யோசிக்கும் அளவுக்கு மனம் களைத்திருந்தது.

வாழ்க்கையில் ஜெனியோடு அந்த பாலைவனத்து இரவில் குடித்ததைவிட, முன்பு ஒருமுறை மட்டும் குடிந்திருந்த அவனுக்கு இப்பொழுது போதை தேவையாக இருந்தது. புதிய ஹோட்டலின் ரூம் போயை வரவழைத்தான். இரண்டு பியரையும் பிரியாணியையும் கொண்டு வரச்சொன்னான். மதுவின் போதையில் அன்று இரவு கழிந்தது அயர்ந்து தூங்கினான்.

அதிகாலையில் கனவு அவனைத் திடுக்கிட வைத்தது. இரவு வீதியில் இராணுவ வாகனத்திற்கு கண்ணிவெடி புதைத்துவிட்டு சில இளைஞர்கள் காத்திருக்கிறார்கள். தூரத்தில் பார்த்துவிட்டு சைக்கிளில் விலகிச் செல்லும்போது குழந்தையொன்று அந்த இடத்தை நோக்கி ஓடுகிறது. அதை நோக்கி குழந்தையின் தாய் ஓடுகிறாள். இராணுவ லொறியின் சத்தம் தூரத்தில் கேட்கிறது. ஓடிப்போய் தூக்கினால் காப்பாற்றிவிடலாம். சைக்கிளை நிலத்தில் போட்டுவிட்டு ஓடியபோது எங்கிருந்தோ வெள்ளையுடை அணிந்த இரு இறகுகள் முளைத்த தேவதை குழந்தையை அலாக்காக தூக்கிப் போய் தாயிடம் ஒப்படைக்கிறது. இதைப்பார்த்ததும் இராணுவ லொறி நின்றுவிட்டது. இளைஞர்கள் அங்கிருந்து வேலியால் பாய்ந்து ஓட இராணுவத்தினர் அவர்களைச் சுட்டு விழுத்துகிறார்கள். அதைப்பார்த்து உறைந்து போய் நின்ற இவனை ஒரு ஆமிக்காரன் துப்பாக்கியால் சுடுகிறான். சூடுபட்டு தோளில் எரிந்த உணர்வால் துடித்தபடி எழுந்துகொண்டான்

நல்லவேளையாக இது கனவு. தோளைத் தடவிக்கொண்டு அசோகன் எழுந்து பாத்ருமிற்கு சென்றான்.

நல்லதோ கெட்டதோ ஏதோ பெரிய விடயங்கள் எனது வாழ்வில் நடக்கப்போகிறது.

சொல்லி வைத்தால் போல் அண்ணாச்சியும் சோமுவும் அடுத்த நாள் காலை காரில் வந்து சிங்கப்பூர் விமானம் ஏறும் வரையும் காத்திருந்து வழியனுப்பிவிட்டுச் சென்றனர்.

4

புது டெல்கி

அந்த பாலைவனப் பிரதேசத்தின் கூடாரத்தில் நடந்த சம்பவத்தில் இருந்து ஜெனியால் வெளிவர முடியவில்லை. பாலைவனத்தின் மணலும் வைனும் நினைவில் ஊர்வலமாக வந்து அவளை கையில் பிடித்து மீண்டும் மீண்டும் அங்கேயே அழைத்துச் சென்றன. அங்கு நடந்த சம்பவங்கள் மனதில் மட்டுமல்லாது உடலிலும் பச்சைகுத்தியதுபோல் அகற்றமுடியாது இருந்தன.

நான் அசோகனிடம் நடந்து கொண்டதை எந்த வகையிலும் நியாயப்படுத்த முடியாது. எனக்குத் தந்த வேலையை மீறி தனிப்பட்ட சிக்கலாக்கிவிட்டேன். தனிப்பட்ட விடயங்களை தொழிலில் இருந்து இதுவரையும் பிரித்து வைத்திருந்த எனக்கு இது ஒரு வீழ்ச்சியே. நாட்டின் பாதுகாப்புக்கு பொறுப்பான நிறுவனத்தில் வேலைசெய்யும் எனக்கு இது தண்டனைக்குரிய குற்றமாக மாறலாம். அப்படி சிக்கலான நேரத்தில் எப்படி மீள்வது? அது என்னால் முடியுமா?

தென்கிழக்கு ஆசியாவில் ஆயுதக்கடத்தலில் முக்கிய புள்ளியாக கருதப்படும் சிற்றம்பலத்தை அவுஸ்திரேலிய உளவுத்துறை பலகாலமாக அவதானித்து வருகின்றது. மத்திய அவுஸ்திரேலியாவுக்கு ஆட்களை கடத்துபவர்களை கண்காணித்து தகவல்களை மத்திய அரசாங்க பொலிசுடன் ஒருங்கிணைக்கும் மத்தியு ஒரு நாள் மெல்பேனுக்கு வந்து எனது பொஸ்ஸான ரோனியை சந்தித்தான்.

“மெல்பேனில் ஒரு மாணவனிடம் சிற்றம்பலம் என்ற ஆயுத கடத்தல்காரர் தொலைபேசித் தொடர்பில் இருக்கிறார். அவன் இப்பொழுது வங்கியொன்றில் கடமை புரிகிறான். கடைசியாக கிடைத்த தகவலின்படி அவன் இந்தியாவுக்கு விடுமுறைக்கு போகிறான். இலங்கைத் தமிழராக இருப்பதால் விடுதலைப்புலிகளுடன் தொடர்பு இருக்கலாம் எனச் சந்தேகிக்கிறேன்;. மெல்பேனில் எந்த அரசியல் நடவடிக்கையிலும் அவன் இதுவரை ஈடுபடவில்லை. அவனது செயல்கள் பற்றிய தகவல்களை சேகரிக்கும் பொறுப்பை உங்களுக்கு தருகிறேன்”

“அது மிகவும் இலகுவானது. ஜெனிபர் இங்கு வரமுடியுமா” ரோனியின் குரலுக்கு அங்கு சென்றேன்.

எனது முகத்தை ஏறிட்டு வழமையான கேலிச்சிரிப்புடன் “ஜெனிபர் இந்தியாவுக்கு விடுமுறைக்கு போகிறாய்தானே. அரசாங்க செலவில் போவதற்கு உனக்கு அதிஸ்டம் கிடைத்திருக்கு” எனச் சொல்லி ஒரு கோப்பை தள்ளினான்.

அவனது சிரிப்பைப் புறந்தள்ளி கோப்பை எடுத்தேன்.

“ஹய் ஜெனி! இந்த கோப்பில் உள்ளவன் அவுஸ்திரேலியப் பிரஜை. இங்கே இவ்வளவு காலமும் எந்த சட்டவிரோத விடயத்திலும் சம்பந்தப்படவில்லை. அதனால் மென்மையாக நடந்து கொள்ள வேண்டும்;” என்றான் மத்தியு கண்டிப்புடன்

“அதைப்பற்றி கவலைப்படத் தேவையில்லை. ஜெனிபரிடம் எனக்கு நம்பிக்கை இருக்கு” ரொனி கண்ணை வெட்டி பாதி சீரியசாக பாதி கேலியாக சிரித்தான்.

“ஜெனிபர் நியூ டெல்லியில் ஹைக்கொமிசனைத் தொடர்பு கொள். அங்கு அறிவித்துவிடுகிறேன்;” எனக்கூறிவிட்டு மத்தியு வெளியே சென்றான்.

“ஜெனிபர் உனக்கு போய் பிரண்ட் இப்பொழுது இல்லைத் தானே. இந்த விடுமுறை உனக்கு சந்தோசத்தைக் கொடுக்கும் என நினைக்கிறேன். இன்னும் டிக்கட் பதிவு செய்யவில்லைதானே. இந்தக் கோப்பில் அந்த நபரின் பயண விவரம் எல்லாம் இருக்கிறன. இரண்டு நாட்கள் விடுமுறை எடுத்து பயண ஆயத்தங்களைச் செய்யலாம்” என்று ரோனி கூறினான்.

“ரோனி இன்றைக்கு ஏன் இவ்வளவு கருணையுடன் நடக்கிறாய்” என சிரித்தபடி கண்களை விரித்து புருவத்தை நெறித்து தனது வியப்பைக் காட்டியபடி கோப்பை எடுத்தாள்.

“உன்னைப் போல் அழகி எவ்வளவு காலம் போய் பிரண்ட் இல்லாமல் இருப்பது? அந்த இடத்தைப் பிடிக்க

எனக்கு சந்தர்ப்பம் கிடைக்காதா என நினைத்து நான் காட்டும் கருணைதான். அந்தக் கருணையை நீ மறுக்கமாட்டாய் என்ற நம்பிக்கை இருக்கிறது”

எழுந்து நின்று விழிகளை வாளாக்கி அவனது கண்களை ஊடுருவினாள். ‘நான் எந்த ஆணிடமும் கருணையை எதிர்பார்ப்பதில்லை. ஆனாலும், என்னில் நம்பிக்கை வைத்து இந்த வேலையைத் தந்ததற்கு நன்றி நண்பனே” சொல்லிவிட்டு கோப்பைக் கையில் எடுத்துக்கொண்டு அடிபட்ட பாம்பைப்போல் வேகமாக வெளியேறினாள்.

“உனது பழைய போய் பிரண்டில் உள்ள கடுப்பை என்னிடம் காட்டாதே. விடுமுறையை சந்தோசமாகக் கொண்டாடு. வெற்றி கிடைக்கட்டும்” ரோனி நட்புடன் கையசைத்தான். திரும்பாமல் வேகமாகச் சென்ற அவளது கறுப்பான குதியுயர்ந்த பாதணிகள் கம்பளத்தரையில் ஓசையற்று அழுத்தமாகப் பதிந்தன

அவனைப் பொறுத்தவரையில் ஜெனிபர் ஒரு குதிரைமாதிரி. வேலையைக் கொடுத்தால் இடையில் விசாரிக்க வேண்டியதில்லை. வேலை முடிந்து அதன் விபரம் நிச்சயமாக மேசைக்கு வந்துவிடும்.

அவுஸ்திரேலிய உளவுத்துறையின் மெல்பேர்ன் அலுவலகத்தில் இருந்து வெளியேறிய ஜெனி கால்ரனில் உள்ள கபேக்குச் சென்றாள். வழக்கமாக அமரும் மூலைக்குச் சென்று ஓடர் பண்ணிவிட்டு அந்த கோப்பை திறந்தாள். அதில் இருந்த பாஸ்போட் அளவு போட்டோவில் அசோகன் சிவஞானம் இருபத்தைந்து வயது என பின்பகுதியில் எழுதப்பட்டிருந்தது. முற்றாக சவரம் செய்யப்பட்ட முகத்தில் கூர்மையான நாசியுடன் பார்ப்பதற்கு அழகாக சிரித்தபடியிருந்தான்.

அந்த போட்டோவில் இருந்தவனுக்கும் ஆயுதக்கடத்தல் அல்லது ஆட்கடத்தல் என்பதற்கும் எந்தத் தொடர்பும் இருக்காது. வழக்கம் போல் எம்மவர்கள் தவறான இலக்குகளைத் துரத்துகிறார்கள் போல.

எதற்கும் இந்தப் பையன் எங்கே போகிறான் என அவனது ரிக்கட்டையும் பயண ஒழுங்கையும் பார்த்தபோது ஆச்சரியப்படும்படி இருந்தது. நான் போக இருந்த ஜெய்சல்மீருக்குப் போகிறான். எனது வேலை சுலபமாக முடிந்து விட்டது. நான் ஜெய்ப்பூர் வழியாக செல்ல இருக்கிறேன்;. இவன் உதயப்பூர் வழியாக செல்கிறான். ஒழுங்கு பண்ணியபடி எனது வழியால் சென்று தற்செயலாக சந்திப்பது போல் ஜெய்சல்மீரில் சந்திப்போம் என முடிவு செய்துவிட்டு பார்த்தபோது காப்பி ஆறிவிட்டது.

ஆறிய காப்பியை அருந்தினாள்.

○

இப்படித் திட்டமிட்டு நடந்த சந்திப்பில் திட்டமிடாமல் அவனது கூடாரத்தில் படுக்கையை பகிர்ந்தேன் என்பதை எப்படி ரோனிக்கு சொல்வது? சொன்னாலும் அவுஸ்திரேலிய மக்களின் வரிப்பணத்தில் அவனை உளவு பார்ப்பதற்காக இந்தியா போகத்தான் அனுமதி தந்தேன். அவனோடு படுக்கையை அனுபவிக்க அல்ல என சொல்லி பெரிதாக சிரிப்பான். அந்த அவமானத்தை எப்படித் தாங்குவது?

அதை எண்ணிப்பார்த்த போதே நெற்றியில் ஈரமாகியது.

○

அந்தக் கூடாரத்தில் பாலைவனத்து சூரியன் சுள்ளென்று அடிக்க கட்டிலில் படுத்து உருண்டு கொண்டிருந்தாள். இரவில் உடலுறவு கொண்டபோது பாதி தூக்கம், பாதி போதை என்பதால் அது இடையில் இருந்து பார்த்த திரைப்படம் போல அரைகுறையாக இருந்தது.

அதிகாலை நாலு மணியில் விழித்ததும் தூக்கத்தில் இருந்தவனை தட்டி எழுப்பினாள். "உன்னால் எனக்கு முதுகு வலி. இரவு கடுமையாக நடந்துகொண்டாய்" எனப் பொய் சிணுக்கத்தில் அவனை முதுகு உருவ வைத்தாள். அதன் பின் அவனோடு கோவிப்பது போல் சரசமாடியதையும் அவனை உடலுறவுக்கு கெஞ்ச வைத்த சல்லாப நாடகங்களையும் நினைத்தபோது முகம், காது, மூக்கு எல்லாம் தீ அருகே சென்றதுபோல் சுட்டது. உடலில் உள்ள தசைகள் எல்லாம் திடீரென முறுகின. கண்ணை மூடியபடி தலையை மேசையில் கவிழ்த்தாள். தலையிடிப்பதாக பாவனை பண்ணி இருந்தாள். உடல் திடீரென காற்று வெளியேறிய பலூனாக தளர்ந்தது. வெட்கத்துடன் யாராவது கவனிக்கிறார்களா எனச் சுற்றிப்பார்த்து விட்டு மீண்டும் மேசையில் முகம் புதைத்தாள்.

அவனுடனான தொடர்பு எனது உளவு வேலையின் பகுதியல்ல. இரண்டு வருடங்களாக தனித்திருந்த பெண்மையின் வெட்கமற்ற தேவை என்ற விடயத்தை அவனுக்குப் புரியவைக்க வேண்டும். பாவம், இது வரையும் ஒழுக்கமாக இருந்த அப்பாவி. பாலைவனக் கூடாரத்தில் என்னிடம் அன்றைய இரவில்தான் தன்னையிழந்திருக்கிறான். இவனைப் போய் கண்காணிக்கச் சொல்லி என்னை அனுப்பினானே மத்தியு!

இன்னும் சிலமணி நேரத்தில் அந்த வழிகாட்டி என்னை தேடத்தொடங்கிவிடுவான். அந்த பஸ்ஸில்தான் என் பெயர் உள்ளது எனச் சொல்லிவிட்டு தனது கூடாரத்துக்குச் சென்றாள்.

ஜெய்ப்பூருக்கு இன்று இரவு போனால்தான் நாளை டெல்கி போகலாம் என தனக்கு மட்டும் கேட்கக்கூடியதாக சொன்னாள். விசில் அடித்துவிட்டு உதட்டைக் கடித்தாள். பாட்டி சிறுவயதில் விசில் அடித்தால் “கூவிற பெட்டைக்கோழியும் விசில் அடிக்கிற பொம்பிளையும் குடும்பத்துக்கு சரி வராது.” என்பாள். அதை சரியென நான் நிரூபித்து விட்டேனே என நினைத்தபடி குளித்து வெளியேறத் தயாராகிய போது நண்பகல் ஆகிவிட்டது. தார்ப் பாலைவனத்தின் சூடு நிலத்தில் இருந்தும் வெளிப்பட்டது. இந்த சூட்டில்தான் எனது மூதாதையர்கள் வாழ்ந்தார்கள். இந்தப் பிரதேசம் எனக்கு பலவிதத்தில் வாழ்நாள் முழுக்க நினைவிருக்கும். கூடார வாசலில் இருந்து ஒரு கைபிடி மண்ணை எடுத்து சிறிய துணிப்பையொன்றில் போட்டுக்கொண்டாள்.

திட்டமிட்டபடி ஜெய்ப்பூரில் இருந்து விமானத்தில் புதுடெல்கி செல்ல இரவாகிவிட்டது. நேரடியாக ஹோட்டலுக்கு சென்று தங்கினாள். நாளைக்கு தூதராலயத்தில் உளவுக்கு பொறுப்பான வில்கின்சனுக்குக் கூற வேண்டியதைக் குறிப்பாக எழுதினாள். இரவு சாப்பாட்டுக்குச் செல்ல ஒன்பது மணியாகிவிட்டது. சட்டத்துடன் சர்வதேச உறவுகளை விசேட பாடமாக எடுத்து கன்பராவில் உள்ள அவுஸ்திரேலிய தேசிய பல்கலைக்கழகத்தில் பட்டப்படிப்பு முடித்த ஜெனிக்கு குறிப்புகளைத் தயாரிப்பது இலகுவாக இருந்தது. தனிப்பட்ட விடயத்தைத் தவிர்த்து வந்த இலக்கோடு தொடர்ச்சியான தொடர்பை ஏற்படுத்தியுள்ளதாக மட்டும் எழுதிவிட்டாள்.

அவுஸ்திரேலியாவின் சட்டப்படி அவளது உளவு நிறுவனத்திற்கு தகவல்களை சேகரிப்பதும் அந்த தகவல்களை வைத்து அறிக்கையை அரசாங்கத்துக்கு கொடுப்பது மட்டுமே முடியும். சர்வதேச ரீதியில் ஒருவர் குற்றம் செய்கிறாரென அவரை விசாரணைக்கு உட்படுத்த வேண்டுமானால் அவுஸ்திரேலிய மத்திய பொலிசின் உதவியை நாடவேண்டும். ஆயுதக்கடத்தல், ஆட்கடத்தல் என்ற இரண்டு முக்கிய விடயங்களையும் கவனிப்பதில் இரண்டு நிறுவனங்களும் சேர்ந்து ஈடுபடவேண்டியுள்ளதால் ஒவ்வொரு விடயத்திலும் அறிக்கைகள் முக்கியமாகின்றன. இரண்டு நிறுவனங்களும் பிரதம மந்திரியின் கீழ் இயங்குகின்றன.

இரவில் மீண்டும் அதேவிடயம் கறையானாக மனதை அரித்தது. அசோக்கோடு முதல் நாள் இரவும் பின்பு அதிகாலை

யிலும் நடந்துகொண்டது எந்த விதத்திலும் சரியானது அல்ல. அவனை மீண்டும் மெல்பேனில் பின்தொடரும் வேலையை தராவிட்டால் இத்தோடு விடயத்தை மறந்து விடலாம். ஆனால், இந்தத் தொடர்பை தொடர்ச்சியாக பேணும்படி கேட்டுகொண்டால் என்ன நடக்கும்? அப்பாவி முகத்தை வெளிக்காட்டும் அவன் உண்மையான வில்லனாக இருந்தால் அதைவிட பெரிய சிக்கல் வரும். அவனது வக்கீலின் குறுக்கு விசாரணையில் சிலவேளை இரவு நிகழ்வுகள் வெளியானால் நீதிமன்றத்தில் தலைகுனிய வேண்டும். அப்பொழுது வழக்கும் எடுபடாமல் போனால் அதைவிட பெரிய அவமானம் உளவுத்துறைக்கு வேறு என்ன இருக்கிறது? என்னை நிலை தளம்பச் செய்தது இரண்டு வருடத் தனிமையா? அவனது நடத்தையா? இல்லை அந்த வைனா? இல்லை பாலைவனம், தனிமை மற்றும் வைன் எல்லாம் ஒன்றாகச் சேர்ந்து உருவாக்கிய சூழ்நிலையா?

கேள்விக்கு இலகுவில் விடை கிடைக்காது எனத் தெரிந்தாலும் தொடர்ச்சியாக மனம் அலைந்து கொண்டிருந்து. நடு இரவுக்குப் பின்னால்தான் அவளால் உறங்க முடிந்தது.

அடுத்த நாள் காலையில் வாடகைக் காரை அமர்த்திக் கொண்டு தூதராலயத்திற்குச் சென்றபோது வாசலில் நின்ற சனக்கூட்டத்தைக் கடந்து காவலாளியிடம் பெயரைக் கூறியதும் இலகுவாக கதவுகள் திறந்து கொண்டன. வில்கின்சன் ஏற்கனவே வாசலுக்குத் தகவல் அறிவித்தபடியால்தான் இலகுவாக இருந்தது.

2001 செப்டம்பரின் பின் உலகம் எங்கும் அவுஸ்திரேலிய தூதரகங்கள் பலத்த பாதுகாப்பு செய்யப்பட்டன. கொங்கிரீட் சுவர்களுக்கு முன்பாக இலத்திரனில் இயங்கும் இரும்புத்தடைகள் போடப்பட்டன. இதைவிட ஆயுதம் தாங்கிய காவலாளிகளின் பாதுகாப்பு என மூன்று விதமான தடைகள் உட்கட்டிடத்தை குண்டு தாங்கிய கார்கள் மற்றும் வெடிகுண்டு லாரிகளில் இருந்து பாதுகாக்கும் ஏற்பாடாக இருந்தன. இதைவிட கமரா கண்காணிப்புகள் தனி. இப்படியான நடவடிக்கைகளால் பெரும்பான்மையான மேற்கு நாட்டுத்தூதராலயங்கள் கோட்டை களாக மாறியிருந்தன.

வில்கின்சன் வாசலுக்கு வந்து வரவேற்றார். கன்பராவில் தெற்காசியாவுக்குப் பொறுப்பாக இருந்தவரை ஆப்கானிஸ்தானில் அவுஸ்திரேலியப்படைகள் போனதும் அரசாங்கம் புதுடெல்லிக்கு அனுப்பியதாக ரோனி மூலம் கேள்விப்பட்டாள். இவர் ஆப்கானிஸ்தான் விடயங்களை கண்கணிப்பவர் என ஊகித்துக் கொண்டாள். நாற்பத்தைந்து வயதான வில்கின்சன் தலையை

முழுவதும் வழித்திருந்தார். வெள்ளைசேட்டுடன் மஞ்சள் ரை அணிந்த ஆறடி உயரமான அவரைப் பார்த்தால் ஏதாவது கம்பனியின் முகாமையாளர் போன்று தெரிந்தார்.

'இந்தியாவுக்கு உங்கள் வருகை நல்வரவாகுக" எனக்கூறி இறுக்கமாகக் கையைப் பிடித்தார்.

"நன்றி. இந்த இடம் ஒரு கோட்டை மாதிரி இருக்கிறது"

"இதற்கு அல் – ஹைடாவைத்தான் குறை கூறவேண்டும். வழக்கமாக இஸ்ரேலிய மொசாட் மட்டும்தான் அழகிய பெண்களை சந்திக்க அனுப்பும். எங்கள் அரசாங்கம் இப்படிச் செய்யத் தொடங்குவதற்கு யார் காரணம்? அல்—ஹைடாவா? என்றார் குறும்பு சிரிப்புடன்.

வில்கின்சனின் புகழ்ச்சியை ஏற்காமல் புறந்தள்ளியபடி "திரு வில்கின்சன் இங்கு மொசாட் ஏது?" என்றாள்.

"அவர்களிடம்தான் மத்திய ஆசியா மற்றும் மேற்காசியா சம்பந்தமானவற்றைப் பெற்றுகொள்கிறோம். எங்களைவிட அவர்கள் சுதந்திரமாக வேலை செய்வார்கள். ஆயுதம் ஏந்தியபடி ஜேம்ஸ் பொண்டாக வேலை செய்ய முடியும். எந்த அரசாங்கக் கட்டுப்பாடும் இல்லை. தற்பொழுது இந்தியாவில் அவர்கள் நடமாட்டம் அதிகம். இந்திய அரசாங்கத்திற்குத் தெரிந்து சிலரும் தெரியாமல் பலரும் வேலை செய்கிறார்கள்."

வாசலில் கைத்தொலைபேசியை அங்கிருந்த இந்தியக் காவலர் ஒருவர் கேட்ட போது வில்கின்சன் "எங்கள் ஆள்" என்றான். இருவரும் மெட்டல் டிடெக்டர் வழியாக நடந்து கட்டிடத்தின் உள்ளே சென்றனர்.

வில்கின்சனின் அறையில் வெறுமையாக பெரிய மேசை இருந்தது. அதன் முன்னால் பெரிய கறுப்பு லெதர் சோபா பக்கத்தில் இரண்டு சிறிய சோபாக்கள் இருந்தன.

"ஏதாவது குடிக்க?"

"இல்லை இப்பொழுதுதான் காலை உணவை ஹோட்டலில் சாப்பிட்டேன்" எனச் சொன்னவாறு, ஹாண்ட்பாக்கில் இருந்து சிறு நோட்டுப்புத்தகத்தையும் சில தாள்களையும் வெளியில் எடுத்தாள் ஜெனி.

"நேரடியாக தொழில் பற்றி..."

ஜெனி பதிலளிக்காது ஒரு கடதாசியை நீட்டினாள். அதை வாங்கிக்கொண்ட வில்கின்சன் "மிகவும் கொஞ்சம் போல இருக்கு" என்றான்.

“நான் என்ன செய்வது? விடுமுறையில் இந்தியாவுக்கு போக இருந்த போது ஒரு கோப்பைக் கொடுத்து இதில் உள்ளவரை பின்தொடரச் சொன்னார்கள். அதற்கு முன்பு எந்த விடயமும் சொல்லவில்லை. அவனோடு தொடர்பை ஏற்படுத்தியுள்ளேன். அவன் சென்னைக்குப் போக நான் இங்கு வந்துள்ளேன். இந்தப் பின்புலத்தை நீங்கள் விளக்குவீர்கள் என்றார்கள்”

“இலங்கையில் கடந்த இருபது வருடமாக நடைபெறும் உள்நாட்டு யுத்தத்தில் எதுவித சம்பந்தமும் இல்லாமல் இருந்தோம். இந்தப் போருக்கு முக்கியமாக உள்நாட்டுக் காரணிகள் இருந்தாலும் மேற்குலக நாடுகளுக்கும் சோவியத்தரப்புக்கும் நடந்த பனிப்போரில் இலங்கையைத் தன்பக்கம் வைத்திருக்கும் நோக்கத்தில் இந்தியா எண்ணையை ஊற்றியது. சோவியத்தின் வீழ்ச்சிக்குப் பின்பு தனது கொள்கையை மாற்றி இலங்கை அரசுக்கும் எல்ரீரீஈ என்ற தமிழ் ஈழ விடுதலை இயக்கத்துக்கும் இடையில் சமாதானத்தைக் கொண்டு வர முயன்றது. இதேவேளையில் எல்ரீரீஈ பலமாகிவிட்டதால் இந்தியாவை எதிர்த்தது மட்டுமல்லாது இந்தியப் பிரதமராக இருந்தவரையும் குண்டு வைத்துக் கொன்றுவிட்டது. எல்ரீரீஈ சுதந்திரமாக கறுப்புச் சந்தையில் தென் கிழக்காசியாவில் இருந்து ஆயுதங்களை வாங்கியது. இதற்கு அவுஸ்திரேலிய மற்றும் மேற்கு நாடுகளில் உள்ள தமிழர்கள் பணம் கொடுத்தார்கள். இதன் மூலம் இந்த இயக்கம் சர்வதேச ரீதியாக பெரிதாக வளர்ந்தது. இவர்கள் வளர்வதை மறைமுகமாக நாங்களும் ஆதரித்தோம். இவர்கள் கப்பல் நிறுவனங்களை வைத்து இந்த கடத்தல்களைச் செய்தார்கள். முக்கியமாக, ஏராளமான ஆயுதத்திற்கான பணம் அவுஸ்திரேலியா ஊடாக மலேசியா தாய்லாந்து எனச் சென்றது. இவர்களால் எங்களுக்கு எந்தப் பாதிப்பும் இருக்காததால் நாங்கள் கண்டுகொள்ளவில்லை. ஆனால், நியூயோர்க் குண்டுதாக்குதலின் பின் நிலைமை மாறிவிட்டது. பயங்கரவாதம் செய்பவர்களையும் அவர்களுக்கு பணவுதவி செய்பவர்களையும் தேடி உலகம் முழுக்க விரிக்கப்பட்டுள்ள வலையில் நாங்கள் பாகுபாடு காட்ட முடியாது. மேலும் இந்த எல்ரிரிஈ இயக்கம், கடல்படை, விமானப்படை என முன்னேறிவிட்டதால் இவர்களைப் பொருட்படுத்த வேண்டியதாகிவிட்டது. இவர்கள் உலக கப்பல் போக்குவரத்து மற்றும் சுதந்திரமான வியாபாரத்துக்கு தடையாக இருப்பார்கள் என நினைத்து ஐரோப்பா, அமெரிக்கா மற்றும் கனடா உளவுத்துறைகள் இவர்களுக்கு எதிராக இயங்குகின்றன. இந்த ஐந்து விழிகள் கூட்டில் நாங்களும் சேர்ந்துள்ளோம்.”

“இதில் எப்படி நாங்கள் இயங்குகிறோம்?”

இவர்களது ஆயுதக்கடத்தலின் முக்கிய இடங்களாக இருப்பன தாய்லந்து, கம்போடியா மற்றும் இந்தோனேசியா. ஆனால், பணம் மலேசியாவில் இருந்தே செல்கிறது. இங்கு ஏராளம் தமிழர் இருப்பதால் பல வியாபார கம்பனிகள் இவர்களின் பேரில் இருக்கின்றன. இந்தோனேசியா, கம்போடியா போன்ற இடங்களில் இருந்து கறுப்புச் சந்தையில் இராணுவம் தங்களது ஆயுதங்களை விற்கும்போது ஆயுதங்களுக்கு, பணம் மலேசியாவில் இருந்து கொடுக்கப்படுகிறது. இந்தத் தென்கிழக்காசிய நாடுகளில் ஏற்கனவே எங்கள் கண்காணிப்பு இருப்பதால் இலகுவாக இருக்கும் என எமது தோழமை நாடுகளின் உளவு நிறுவனங்கள் கருதியதால் பொறுப்புகள் எம்மிடம் தரப்பட்டுள்ளன."

"இதில் ஈடுபடுவதால் எமக்கு ஏதாவது நட்டம் உள்ளதா?"

"நட்டம் ஒன்றும் இல்லை. எமது நாட்டில் வாழும் தமிழர் களைக் கண்காணிக்கவேண்டும். இதன் மூலம் நாம் இந்த உள்நாட்டு யுத்தத்தில் பங்குதாரர்களாகிறோம். இதை விட இலங்கையில் இருந்து அகதிகள் அதிகம் அவுஸ்திரேலியா வர சாத்தியம் உண்டு."

"இந்த விடயத்தில் நாம் ஈடுபடுவது இந்தியாவுக்குத் தெரியுமா?"

"நாங்கள் சொல்லப்போவதில்லை. ஆனாலும் அவர்கள் அறிவார்கள்."

"இப்பொழுதுதான் எனக்கு நான் என்ன செய்கிறேன் என புரிகிறது. ரோனியும் மத்தியுவும் ஒரு கோப்பை தந்தபோது எனது பங்கு புரியவில்லை."

"பெரும்பாலான விடயங்கள் அவர்களுக்கு இன்னும் தெரியாது. இதை புதுடெல்கியில் வைத்து நடத்தும் போது அரசியல் சாயம் வராமல் பார்த்துக் கொள்ளமுடிகிறது. அரசியல்வாதிகளின் கண்களுக்கு இந்த விடயங்கள் எட்டாதிருக்கும். இப்பொழுதுதான் இந்த விடயம் ஆரம்பிக்கப்பட்டிருக்கிறது."

"நான் நாளை அவுஸ்திரேலியா செல்கிறேன். மெல்பேனில் என்ன செய்யவேண்டும்?"

'இந்த எல்ரீரீஈ இயக்கத்தினர் ஐரோப்பா கனடாவில் மூன்று பிரிவாக தொழில்படுகிறார்கள். நடுத்தர வர்க்கத்தில் பட்டம் பெற்றுத் தொழில் பார்ப்பவர்களை வசதியாக முன்னணியில் விட்டு, மனிதாபிமான உதவிகளைச் செய்யும் நிறுவனங்களை உருவாக்கி, தமிழ் மக்களிடம் பணம் கேட்கிறார்கள். இதற்கு புதிதாக நாட்டுக்குள் வந்த இளைஞர்களை பணம் திரட்டும்

வேலைக்கு பாவிக்கிறார்கள். இந்த இளைஞர்கள் இதனால் சமூக அந்தஸ்து பெறுகிறார்கள். அத்துடன் கொமிசன் கிடைக்கிறது. இப்படி சேரும் பணத்தை வைத்து இரண்டாவது பிரிவு ஆயுதம் மற்றும் சண்டைக்குத் தேவையான பொருட்களை வாங்குவதில் ஈடுபடுகிறது. பணத்தை வைத்திருப்பவர்களும் ஆயுதம் கொள்வனவு செய்பவர்களும் இரண்டு பிரிவாக வெவ்வேறு நாடுகளில் இயங்குகிறார்கள். மூன்றாவது பிரிவு இந்த இரண்டு பகுதியையும் மறைவாக உளவு பார்க்கிறது. விடுதலைப்புலிகள் இயக்கத்தின் ஓரிருவருக்குத்தான் மூன்று பகுதிகளையும் தெரியும். எம்மைப் பொறுத்தவரை முதலாவது பிரிவினர் அவுஸ்திரேலிய சட்டத்துக்கு உட்பட்டு இயங்குகிறார்கள். இரண்டாது பிரிவைப்பற்றிய தகவலைத்தான் நாம் சேகரிக்க வேண்டும். மூன்றாவது பிரிவினரால் எமக்கு எதுவிதக் கவலையும் இல்லை. ஆனால், இவர்களில் யாராவது ஒருவரை கைக்குள் போட்டால்தான் எமது வேலை இலகுவாகும். கொமன்வெல்த் அரசாங்கத்திற்கு நேரம், பணம் மிச்சமாகும்.

"ஆகவே இந்த மூன்றாவது அணியின் ஒருவராக இந்த அசோகனை நினைக்கிறீர்கள்?"

"நிச்சயமாகத் தெரியாது. சில முக்கியமானவர்களினது தொலைபேசி, மின்னஞ்சல்களைத் தொடர்ச்சியாக கன்பரா சட்டர்லைட் நிறுவனம் மூலம் கண்காணித்து வருகிறோம். அப்படிப்பட்ட ஒருவரது தொடர்பு இவருக்கு இருக்கிறது. கடைசியாக வந்த தொலைபேசியை மொழி பெயர்த்தபோது "சென்னைக்குப் போகும்படி மொட்டையாகக் கூறி ஒரு தொலைபேசி இலக்கத்தை கொடுத்தது சந்தேகத்தை வரவழைத்தது. இது ஒரு தற்செயலான சம்பவமாகக் கூட இருக்கலாம்."

"அசோகனை நான் தொடர்ந்து கண்காணித்து வரும்போது இவன் இயக்கத்துக்காக வேலை செய்தாலும் ஒரு குற்றவாளியாக எந்தக்காலத்திலும் தண்டிக்க முடியாத நிலையில் இருப்போம். இந்த நிலையில் தொடர்ச்சியாக எமது நாட்டு பிரஜையை கண்காணிப்பது ஒரு துன்புறுத்தலாக மாறும். இதை எப்படிச் சமாளிப்பது?"

"இது மிகவும் சூடிகையான கேள்வி. உனது சட்டம் படித்த பின்புலத்திற்கு நன்றி. நாங்கள் அவுஸ்திரேலிய சட்டத்தை உடைத்துவிட்டு பின்பு அந்தச் சட்டத்தைப் பாதுகாக்க முடியாது. ஆனால், தவிர்க்க முடியாது அதன் ஓரங்களை தற்காலிகமாக சிறிது வளைக்க வேண்டியதாக உள்ளது. இந்த இயக்கத்தவர்கள் எங்களுக்குப் புதியவர்கள். இவர்களது மொழி, கலாசாரத்தை புரிந்துகொண்டு கண்காணிப்பில் விடயங்களைப் பெறுவதற்கு

நேரமாகிவிடும். அப்பொழுது குற்றம் நடந்துவிடுகிறது. இதற்காகத்தான் உன்னைத் தேர்ந்தெடுத்தோம்."

"ஏன் ... என்னை?" என அகலமாக கண்ணை விரித்து ஆச்சரியத்தை வெளிக்காட்டினாள் ஜெனி.

"அப்படியே இடது பக்கத்தில் உள்ள குளியல் அறைக் கண்ணாடியில் பார்த்தால் தெரியும்"

"என்னைவிட அழகானவர்கள் உங்களிடம் இருக்கிறார்கள்" எனக் கூறியபோது ஆத்திரம் தெரிந்தது. விறைப்பாக கதிரையின் முனைக்கு நகர்ந்தவள் வேறுபக்கம் முகத்தைத் திருப்பினாள்

ஆண்கள், பெண்களை மட்டம் தட்டுவதற்கு ஒரு தந்திரமாக பாவிக்கும் போலியாக அழகை புகழ்வதை சிறு வயதில் இருந்தே கேட்பதற்கு ஜெனிக்கு பொறுமையில்லை.

"அமைதி கொள். தயவு செய்து குற்றமாக நினையாதே. இந்த வேலைக்கு எனக்கு இளமையான பெண்கள் தேவை என கன்பராவுக்கு அறிவித்தபோது மூன்று பேர்களது புகைப்படங்கள் தனிப்பட்ட விபரங்களோடு வந்தன. மற்றவர்கள் இருவரும் நீலக்கண்கள், செந்தலை மயிரோடு ஐரோப்பியா தோற்றம் கொண்டிருந்தார்கள். உன்னில் வித்தியாசமாக இந்தியத் தன்மை இருந்தது. இதனால்தான் நான் உன்னைத் தேர்ந்து எடுத்தேன்."

"அப்படியானால் நான் அசோகனை மயங்கவைக்க வேண்டுமா? அதற்கு உடை அலங்காரம் என விசேட போனஸ் கிடைக்குமா?" சிரித்தபடி கேட்டாள். மனதில் ஏற்கனவே செய்த தவறை பற்றிய குற்ற உணர்வு மெதுவாக அகலத் தொடங்கியது.

"அப்படியான அர்த்தத்தில் நான் சொல்லவில்லை. உன்னுடன் பழகும்போது அதை அவன் துன்புறுத்தலாக நினைக்கமாட்டான். இரண்டாவது ஒத்த வயதும் ஒரு காரணமாக பட்டது. அப்படி ஏதாவது ஆட்சேபனை இருந்தால் மறுபரிசீலனை செய்வதற்கு நான் தயார்".

"என்னால் முடியும். ஆனால், எனது திறமைக்கு மட்டும் என கிடைத்திருந்தால் மிக சந்தோசமாக இருக்கும். மற்றபடி எதுவும் ஆட்சேபனை இல்லை."

"உனது திறமையைத்தான் நாங்கள் எதிர்பார்க்கிறோம். தொடர்ச்சியாக சில வருடங்கள் இந்த வேலையை செய்ய வேண்டியதாக இருக்கும். அத்துடன் இலங்கைக்கும் போகத் தயாராக இரு. ஏதாவது அவசர விடயமானால் என்னைத் தொடர்பு கொள்ளலாம். மற்றபடி எல்லாம் வழக்கம் மாதிரி இருக்கட்டும்."

வில்கின்சன் தூதரக வாசலுக்கு வந்து வழியனுப்பினார்.

தூதராலயத்திற்கு சற்று தூரமாக தெருவோரத்தில் நிறுத்தி வைத்திருந்த காரை நோக்கி நடந்தாள். புதுடெல்கியின் மதியவெயில் நிலத்தில்பட்டு முகத்தில் தெறித்தது. முகத்தைப் பாதுகாக்க ஸ்கார்பை கைப்பையில் இருந்து உருவிக்கட்டினாள். சாணாக்கியபுரி மற்ற இடங்களைவிட அதிகம் மரங்கள் அடர்ந்த பகுதியானதால் நடப்பதற்கு நன்றாக இருந்தது. அவளை நோக்கி காரை செலுத்த முனைந்த சாரதியை கைகாட்டி தடுத்துவிட்டு காரை நோக்கி நடந்தாள். அப்பொழுது எதிர்ப்பக்கத்தில் இருந்து வேகமாக போன காரில் பின்சீட்டில் அசோகன் முகம் தெரிந்தது போலிருந்தது. கண்ணைக் கசக்கியபடி மீண்டும் பார்த்தபோது கார் பார்வையை விட்டு மறைந்துவிட்டது.

ஏதோ காரணத்தால் இந்த விடுமுறை எனது வாழ்க்கையில் ஒரு தாக்கத்தை ஏற்படுத்தும் என்ற உள்ளுணர்வு ஏற்பட்டது. இதைத்தான் பூர்வஜென்ம பந்தம் என்பதா..?

பாட்டியின் ஜிப்சி கண்களும் கரும்கூந்தலும் அம்மாவைக் கடந்து எனக்கு வந்து சேர்ந்திருக்கிறது. அதற்கு என்ன காரணம்...?

நான் ஏன் இங்கு வந்தேன்..? இந்தப் பாலைவனத்தில் ஏதோ இரகசியம் புதைந்திருக்க வேண்டும். அந்த இரவில் அடித்த காற்றில் வந்த சேதி என்ன..? அவனோடு படுத்தபோது வந்த கனவுகளின் கதையென்ன? அதில் மணலில் புதைந்து மீண்டும் எழுந்து வந்தது தற்செயலான நிகழ்வா?

கடந்த காலம் என்பதற்கு இறந்த காலம் என்பது அர்த்தமில்லையா? அந்த இரவு, ஆயிரம் வருடத்திற்கு முன்பான எனது பாரம்பரிய நிறமூர்த்தத்தில் மறைந்திருந்த விடயங்களைப் பிரித்து எடுத்து மாலையாகக் கோர்த்த இரவாகிவிட்டதே!

வீடியோ கிளிப்பில் பார்த்துவிட்டு பாலைவனத்தில் அசோகன் முன்னால் ஆடிய அந்த ராஜஸ்தான் நாடோடி நடனம் அவனை என்னிடம் நெருங்க வைத்தது. ஆனால், மெல்பேனில் எப்படி அவனைத் தொடர்வது? ஒரு நாள் இரவில் நடந்த சம்பவங்களை விடுமுறையில் நடந்ததாக நினைத்து அவன் மறந்துவிட முயற்சித்தால் என்ன செய்வது?

நிச்சயமாக இவனோடுள்ள ஏதோ பூர்வஜென்மத் தொடர்பால்தான் இப்படியான ஒரு வேலை எதிர்பாராமல் கிடைத்திருக்கிறது. இந்த விடயத்தில் திட்டம் போட்டு நடத்துவதிலும் பார்க்க எதிர்பாராமல் நடந்த விடயங்கள் அதிகமானதால், அதிர்ஷ்டத்தை நம்பி தொடர்வோம். இந்த

வழியில் எவ்வளவு தூரம் என்னால் நடந்து செல்லமுடியும் என்பதை பொறுத்திருந்து பார்ப்போம்.

இப்படியாக பல எண்ணங்கள், மாறிவரும் மெல்பேனின் காலநிலை போல் ஜெனியை ஆட்கொண்டன. கையில் கொண்டு வந்த புத்தகத்தை படிக்கவோ, அல்லது விமானத்தில் சினிமா பார்ப்பதற்கோ முடியாத மனநிலையில் மெல்பேன் வந்து சேர்ந்தாள். ஜெனி துணி முடிச்சாகக் கொண்டு வந்த தார்ப்பாலைவன மணலை என்னவென சுங்க அதிகாரிகள் கேட்டபோது புனித மண் என்றாள். அவர்களும் அனுமதி கொடுத்துவிட்டார்கள்.

5

தமிழர் ஒருங்கிணைப்புக்குழு

இந்தியாவில் இருந்து வந்த அசோகன் மெல்பேன் எயார்போட்டில் இறங்கியபோது நடு இரவாகி விட்டது. அந்த இரவிலும் அனல் காற்று முகத்தில் பளீரென அறைந்து இது அவுஸ்திரேலியாவில் மார்கழி மாதம் என சேதி சொன்னது. இந்தியாவின் தார்ப் பாலைவனம் பகலில் கொதித்தாலும் இரவில் குளிராக இருந்தது நினைவுக்கு வந்தது.

தார்ப்பாலைவனம் குளிர்மையாக இருந்ததற்கு காலநிலை மட்டுமா காரணம்? அல்லது ஜெனியும் காரணமா? அவளது நினைப்பே உடலை குளிர்த் தென்றலாக வருடுகிறதே. மெல்பேனில் மீண்டும் அவளைப் பார்ப்பேனா? அவள் எந்த தொடர்புக்கும் இடம் வைக்காமல் காலையில் எழுந்து தனது கூடாரம் போய்விட்டாளே! ஒரு இரவுத் தொடர்பு மட்டுமா? நான் அப்படி நினைக்கவில்லை. தொடரும். ஆனால், தொடர்வது நல்லதா?

டாக்சிக்கான வரிசையில் முன்னால் பலர் நின்றனர். காத்திருக்கும் தருணத்தில் தொடர்ச்சி யாக ஜெனியைப் பற்றிய எண்ணம் வந்து கொண்டிருக்கிறதே? பிளட்டில் படுத்தபடியே கண்ணை மூடி இரைமீட்டல் சுகமானது. இந்தத் தொடர்பு ஓர் இரவோடு முடியாது, தொடரும் என்று மனக்குருவி கூவியது. டாக்சிக்கான வரிசை பாம்பாக நீண்டு வளைந்திருந்தது; அதன் வால்பகுதியில் காத்துக்கொண்டிருந்தான்

இன்னமும் கைத்தொலைபேசி அணைக்கப்பட்ட நிலையில் இருப்பது நினைவுக்கு வந்தது. அதன் பொத்தானை அழுத்தி உயிர் கொடுத்தபோது அது ஓசையில்லாமல் அதிர்ந்தது.

யார் எனக்கு இந்த நேரத்தில் போன் பண்ணுவது? ஜெனிதான் மெல்பேன் வந்துவிட்டேன் எனப் பார்க்கிறாளா? நீ எப்ப வருகிறாய் என்றுகூடக் கேட்கவில்லையே?

பிறைவேட் என்றபடி தொலைபேசியில் ஒளிர்ந்தது.

தொலைபேசியை எடுத்ததும் “நான் சிற்றம்பலம் பேசுகிறேன்” என்ற குரல்.

ஆச்சரியம் தாங்காமல் “இப்பொழுதுதான் வந்திறங்கி ஏர்போட்டில் நிற்கிறேன்.” என்றான்.

“அது தெரியும். எல்லாம் சுமுகமாக இருந்ததா?”

“எல்லாம் நன்றாக முடிந்தது.”

“சாந்தன் சொன்னது புரிந்ததுதானே?”

“ஓம்”

“அப்படியே செய்யவும்” – குரல் பாடசாலை அதிபரைப் போல அதிகாரம் மிக்கதாக இருந்தது.

சில வருடங்களின் முன்பு கோலாலம்பூரில் சந்தித்தபோது சிற்றம்பலத்தார் அறுபது வயதான பெரிய தொழிலதிபராக இருந்தாலும் தமிழாசிரியர் போல் தோற்றமளித்தார். சிவந்த முகம். முன் வழுக்கையான தலை. எப்பொழுதும் திருநீறும் குங்குமப் பொட்டும் அவரது நெற்றியில் இருந்தன. வெள்ளை நிறமான அரைக்கை சட்டை முழங்கையை மறைக்க அணிந்தபடி வேட்டியுடன், வீட்டிலும் வெள்ளை பாண்டு சட்டையுடன் வெளியிலும் செல்லும் வழக்கமுடையவர். அவரது வீட்டில் இரு மாதங்கள் தங்கியபோது அவரது மனைவி புன்னகையுடன் அவனைக் கவனித்த விதம், தொடர்ச்சியாக அவரைக் காணவரும் விருந்தினர்களை உபசரித்தமுறை என்பன அசோகனைக் கவர்ந்தன. சகலரையும் சிரிப்புடன் உணவு அருந்திச்செல்லும்படி கேட்பார்கள். பிள்ளைகள் இருவர் திருமணமாகி அமெரிக்காவில் இருப்பதனால் கணவனும் மனைவியும் பொதுச்சேவை செய்வதாக வீட்டுக்கு வந்த சிலர் பேசிக்கொண்டனர்.

அந்தக்காலத்தில் இவர் விடுதலைப்புலிகளின் முக்கிய மனிதர் என சொல்லியிருந்தால் நிச்சயமாக நம்பியிருக்கமாட்டான். இப்பொழுது ஒரு விடயம் நினைவுக்கு வருகிறது. அவரது

கைத்தொலைபேசிக்கு அழைப்பு வந்தால் அவசரமாக வந்து முற்றத்தில் செழித்து வளர்ந்திருந்த மாமரத்தின் கீழ் நின்றுதான் பேசுவது வழக்கம். தொலைபேசியில் தெளிவாக பேசுவதற்காகவே அங்கு செல்கிறார் என நினைத்தது தவறு என்பது புரிந்தது. சிற்றம்பலத்தாரது தோரணையைப் பார்த்தால் இயக்கத்தில் மிக முக்கியமானவராக இருக்கவேண்டும். உடனுக்குடன் பல விடயங்களை அறிந்துகொள்ளும் அவர்களது வெளிநாட்டு பிரதிநிதி போலத் தெரிகிறது.

அவனுக்கான டாக்சி வந்து நின்றதும் 'நோத் மெல்பேன்' என சொல்லிவிட்டு பின் சீட்டில் இருந்துகொண்டான். முன்சீட்டில் இருந்தால் அந்த இந்திய டாக்சி சாரதியுடன் உரையாட வேண்டும். அதற்கான மனநிலையில் அவன் இல்லை. விடுதலைப்புலிகளுக்காக அவன் உளவு பார்ப்பதை உறுதிப்படுத்தவே சிற்றம்பலத்தாரது இந்தத் தொலைபேசி அழைப்பு என்பது புரிந்ததால் அடுத்து என்ன செய்வது என்ற கேள்வி மனதில் குமைய ஆரம்பித்தது.

அசோகனுக்கு விடுதலைப்புலிகள் தங்கள் இயக்கத்தவர்களைக் கண்காணித்து உளவறியும் பொறுப்பை கொடுத்தது ஆரம்பத்தில் மனதில் ஆழமாகப் பதியவில்லை. ஆனால், சிற்றம்பலத்தாரின் தொலைபேசி அழைப்பு மிகவும் முக்கிய விடயமாக அதை எடுத்துக்கொள்ள வேண்டும் என நினைக்க வைத்தது.

தெருக்களில் வாகனப் போக்குவரத்து இல்லாத நேரமான தால் டாக்சி மெல்பேனை கூர்மையான கத்திபோல் கிழித்தபடி வேகமாக பிளட்டுக்கு சென்றது.

சாந்தனது கட்டளைப்படி ஒருங்கிணைப்புக் குழுவினரைக் கண்காணிப்பது இலகுவானதாக இருக்கவில்லை. எந்த ஒரு காலத்திலும் மெல்பேனில் வாழும் இலங்கைத் தமிழர்களுடன்; தொடர்பு இல்லாததால் எப்படி ஒருங்கிணைப்புக் குழுவினருடன் தொடர்பை உருவாக்குவது எனத் தலையைக் குடைந்து கொண்டிருந்தபோது இலங்கையில் இருந்து வந்து கடற்பொறியியல் படித்த மயிலிட்டி வாசுதேவன் ஞாபகத்திற்கு வந்தான். ஒரு பாடம் மட்டும் இருவரும் ஒன்றாகப் படித்தார்கள். அவனுக்கு சில தொடர்புகள் இருக்கலாம் என்ற சந்தேகம் இருந்தது. அவனும் மெல்பேன் டாக்டரின் உதவியால் ஆரம்பத்தில் வந்தது மட்டுமல்லாது மலேசியாவிலும் ஒரு வருடம் தங்கி இருந்ததாக சொன்ன விடயங்கள் நினைவுக்கு வந்தன.

அவனைத் தொடர்பு கொண்டு தமிழ் அமைப்புகளின் தொடர்பு பற்றிக்கேட்டபோது அவன் மகிழ்சியுடன் "வா இன்று வாரவிடுமுறை கூட்டம் சிற்றியில்தான் நடைபெறுகிறது.

உன்னை அந்தக் கூட்டத்திற்கு கூட்டிச்செல்கிறேன் “என ஒப்புக்கொண்டான். அவனது தகவலின்படி மெல்பேனின் தமிழர் ஒருங்கிணைப்புக் குழுதான் விடுதலைப்புலிகளின் உத்தியோகப்பூர்வமான அவுஸ்திரேலிய அமைப்பு. அவர்களது கூட்டங்கள் நோத்மெல்பேனில் நூல் நிலையத்தின் மாடியில் நடப்பதை அறிந்துகொண்டான்.

அங்குச் சென்றதும் ஒருங்கிணைப்பாளரை வாசுதேவன் நேரடியாக அறிமுகப்படுத்தினான். அவர் மிக சந்தோசத்துடன் உங்களைப் போன்ற இளைஞர்கள் எங்களுக்குத் தேவையென்று கை குலுக்கினார்.

சுருள் தலையுடன் சிவப்பு நிறமும் சராசரி உயரமும் கொண்டவர். அவர் நித்திய புன்னகையுடன் அமைதியாக வார்த்தைகளைக் கோர்த்தார். ஐம்பது வயதான ஒருங்கிணைப்பாளர் மனோகரனை அசோகனுக்குப் பிடித்துவிட்டது.

“தம்பி எங்கே வேலை?”

“வங்கியில்”

“உங்கள் உதவிகள் எதிர்காலத்தில் எம்மக்களுக்கு தேவைப் படும். தொடர்பில் இருங்கள்” எனச் சொல்லிவிட்டு தோளில் கையைப் போட்டபடி பலருக்கும் அறிமுகப்படுத்தினார்.

அங்கு இருபத்தைந்து பேர் பல வயதுகளில் இருந்தார்கள். நிதிப்பொறுப்பாளர், ரேடியோ பொறுப்பாளர், பரப்புரை, ஊடகம், தொலைக்காட்சி பொறுப்பாளர்கள் என அரசாங்க மந்திரிசபை போல பலரை அறிமுகப்படுத்தியதால் பெயர்கள் மனதில் நிற்கவில்லை. ஆனாலும் அவர்களின் பேச்சுகள் மனதில் பதிந்தன.

“மெல்பேன் தமிழ் உறவுகளிடமிருந்து வரும் போராட்ட நிதி யுத்த நிறுத்தத்தின் பின் குறைந்து விட்டது. பலர் ஊரில் தங்கள் உறவினர் மூலமாக விடுதலைப்புலிகளிடம் கொடுத்துவிடுவதாகச் சொல்கிறார்கள். மற்றவர்கள் இனி சமாதானம் வந்து விட்டது. பணம் ஏன் கொடுக்க வேண்டும் என்கிறார்கள். இந்த நிலை நீடித்தால் மண்ணில் போராடுபவர்களுக்கு எப்படிப் பணம் அனுப்புவது? மற்ற நாடுகளைப் போல் இலங்கைக்கு விடுமுறையில் செல்பவர்களிடம் விசா மாதிரி பணம் அறவிட்டால் தான் சரிவரும்” என்று ஒருவர் கவலையுடன் தெரிவித்தார்.

“நீங்கள் சொல்வதுபோல் எங்களுக்குப் பணம் தந்து உதவியவர்கள் ஈழம் செல்லும்போது குறிப்பிட்ட தொகையை தரும்போது மட்டும் விசா இலக்கம் கொடுப்தென ஒரு ஒழுங்கு

முறை பற்றி மண்ணில் பொறுப்பாளர்களிடம் பேசியுள்ளேன். ஏற்கனவே சிட்னியில் அது அமுலாக்கப்பட்டிருக்கிறது.” என்றார் ஒருங்கிணைப்பாளர்.

“கல்லில் நார் உரிப்பது போல் பணம் பெற வேண்டியுள்ளது. மக்கள் ஏன் இது எமது போராட்டம் என நினைக்கவில்லை?” என்றார் ஒருவர்.

“சமாதான ஒப்பந்தம்தான் இதற்குக் காரணம்” என்றார் மற்றொருவர்.

அதை மறுத்து இளைஞரான நிதிப்பொறுப்பாளர் எழுந்து தனது சிறிய உதட்டின்மேல் உள்ள பென்சில் கோடு போன்ற மீசையை வருடியபடி இடுங்கிய கண்களில் அனல் தெறிக்கப் பேசினார் “மெல்பேனில் இருந்து வெளிவரும் உதயம் பத்திரிகைதான் இதற்கு முக்கிய காரணம். அவர்கள் அங்கு நடக்கிற மற்றும் நடக்காத விடயங்களைப் பொய்யாக எழுதி மக்களைக் குழப்புகிறார்கள். எந்த வீட்டில் பணத்திற்குப் போனாலும் உதயத்தை எடுத்துக் காட்டி இது உண்மையா எனக்கேட்கிறார்கள். இதற்குப் பதில் சொல்லியே எமது நேரம் வீணாகிறது”

அவரது கருத்தைப் பலர் ஆதரித்தார்கள்.

“பத்திரிகையை என்ன செய்வது? பலமுறை சமூகத்தைக் குழப்பவேண்டாம். விடுதலைப் போராட்டத்தைக் கொச்சைப் படுத்த வேண்டாம் என சொல்லியாகிவிட்டது. மக்களிடம் அந்த பத்திரிகையை புறக்கணிக்கும்படியும் கூறிவிட்டோம். அவர்கள் தொடர்ச்சியாக தமிழ்த் தேசியத்திற்கு எதிராகச் செய்திகளை வெளியிடுகிறார்கள்” என்றார் மனோகரன்.

“ஊர் மாதிரி இவங்களை சுட்டுத் தள்ள வேணடியது தான்” என்றார் கறுத்த இளைஞர்.

“பத்திரிகையாசிரியரை ஏதாவது வாகன விபத்தில் மாட்டவைப்பது நல்லது. இல்லையெனில் எமக்கு பிரச்சினை உருவாகும்.” – தலை நரைத்த முதியவர்.

“நீங்கள் தேவையில்லாமல் உங்கள் பத்திரிகையில் எழுதி பின்பு என்னையும் அனுப்பி மன்னிப்பு கேட்டது நினைவில்லையா? நடக்க முடியுமான விடயங்களைப் பேசுவோம்” என்றார் உயரமான மெலிந்த தோற்றமானவர்.

“அப்பிடியெல்லாம் எழுந்தமானமாகப் பேசவோ எழுதவோ நடக்கவோ கூடாது. நாங்கள் அவுஸ்திரேலிய சட்டங்களின்

பிரகாரம்தான் நடக்கவேண்டும். அதைத்தான் நமது இயக்கமும் கேட்டுக்கொண்டது” என்றார் ஒருங்கிணைப்பாளர் மனோகரன்.

அவரது குரலில்; எச்சரிக்கைத்தொனி இருந்தது. அவர் வார்த்தைகளை நிதானித்துப் பேசினார்.

“நான் ஒரு வழி வைத்திருக்கிறேன்” என்றார் நிதிப்பொறுப்பாளர்

“அது என்ன ?”

“நேரடியாகக் கடைகளில் இருந்து பத்திரிகையை அப்படியே கட்டாக தூக்கப்போகிறேன்”

“பிரச்சினை வராமல் வன்முறையில்லாமல் செய்தால் சரி” என்றார் ஒருங்கிணைப்பாளர்.

உதயம் என்ற மாதாந்த பத்திரிகையை ஏற்கனவே வாசித்தும், கேட்டும் இருந்ததால் அதைப் பற்றிய பேச்சுகள் புரிந்தன. ஆனாலும் அந்தப் பத்திரிகையின் மேல் இவ்வளவு குரோதமாக இருப்பது ஆச்சரியத்தைக் கொடுத்தது. பத்திரிகைக்கு இவ்வளவு பலமா ? ஏன் இவர்கள் இப்படி பயப்படுகிறார்கள் ? அந்த விடயம் மட்டும் அசோகனுக்குப் புரியவில்லை.

உயரமான ஒருவர் எழுந்து நின்று “கடைசியாக தலைவருடன் பேசிய போது அவர் உங்கள் நாட்டு சட்டத்திற்குக் கட்டுப்பட்டு நடக்கவேண்டும் என திரும்பவும் சொன்னதை நான் இங்கு நினைவுபடுத்த விரும்புகிறேன்” என்றபோது மற்றவர்கள் முகம் சுழித்தபடி ஒருவரை ஒருவர் பார்த்தார்கள்.

அப்பொழுது பொது நிறமான பருத்த உடல்மீது சிவப்பு பட்டுச்சீலை சுற்றிய நடுத்தர வயது பெண்மணி எழுந்து கொன்வெண்ட் தலைமையாசிரியரின் சிரிப்பைத் தொலைத்த கடுமையான முகத்துடன் “இராணுவத்தின் மீது கரந்துறைந்து தாக்குதலுக்குச் செல்லும் களப்போராளிகள் கொண்டு செல்லும் உணவு பலநாட்கள் பழுதடையாமல் இருக்கவேண்டும். அது பற்றிய தொழில்நுட்ப விடயங்களை அவுஸ்திரேலியாவில் இருந்து களத்தில் போராளிகளுக்குக் கொண்டு செல்ல வேண்டும்.” என்றார்.

“அக்கா நீங்கள் அங்கு போய் வந்தால்தான் சரிவரும். நீங்கள் தயாரானால் நாங்கள் அதற்கான ஒழுங்குகளை செய்யலாம்” என்றார் ஒருங்கிணைப்பாளர்.

“அக்காவின் உணவை போராளிகள் சாப்பிட்டால் அவர்கள் மதியத்திலும் தூங்கி போராட்டத்தையே மறந்துவிடுவார்கள்” என ஒரு மெலிந்தவர் அருகில் இருந்தவரிடம் காதோடு கூறியது

அசோகனுக்குக் கேட்டது. செவிமடுத்த மனிதர், கொட்டாவி விடுவதுபோல் வாயை செய்து கையால் சிரிப்பை மறைத்தார்.

பத்திரிகையை தூக்குவதாகக் கூறியவர் மீண்டும் "பணம் சேர்ப்பது கடினமாக இருந்தால் பணம் சேர்ப்பவர்களுக்கு கொமிசன் கொடுக்கும்படி மண்ணில் இருந்து வெளிநாட்டுப் பொறுப்பாளர் காஸ்ரோ கூறினார். நான் அதை ஆதரிக்கிறேன். தற்போது அகதிகளாக வந்து நிற்கும் பையன்களை தொண்டர் களாக வைத்து காசு சேர்க்கலாம். கமிசன் கிடைத்தால் அவர்களும் உற்சாகமாக பணம் திரட்டுவதில் ஈடுபடுவார்கள்";

"நாங்கள் இந்தப் போராட்டத்திற்காக சொந்தப் பணத்தை யும் நேரத்தையும் செலவழிக்கும்போது சமூகத்தில் ஒரு பகுதியினர் கமிசன் பெற்றுக்கொண்டு பணம் சேர்ப்பது எப்படி பொருத்தமாக இருக்கும்? இதை பொதுமக்கள் அறிந்தால் கொமிசனுக்காக காசு சேர்ப்பதாகக் கூறமாட்டார்களா? இது ஒரு மானங்கெட்ட பிழைப்பு என நான் நினைக்கிறேன்" என்றார் அந்த உயரமான மனிதர்.

"இவ்வளவு பெரிய மெல்பேனில் பல இடங்களில் வசிக்கும் மக்களிடம் ஒருங்கிணைப்புக் குழுவினர் மட்டும் போய் பணம் சேர்ப்பது சாத்தியமா? நாம் முழுநேர வேலை செய்து கொண்டு எப்படி வீடு வீடாகச் சென்று பணம் சேர்க்க முடியும்?" என்றார் நிதிப்பொறுப்பாளர்.

"நீங்கள் வேலை செய்யாமல் நிதிப் பொறுப்பாளராக இருக்கவில்லையா?"

"எல்லோரிடமும் அதை எதிர்பார்க்க முடியுமா?"

"காஸ்ரோவிடம் இருந்து வரும்போது அதை நாங்கள் புறக்கணிக்க முடியாது. இது சம்பந்தமான முடிவை அடுத்த கூட்டத்தில் எடுப்போம்" என்றார் ஒருங்கிணைப்பாளர்.

சிட்னியில் இருந்து வரும் 24 மணிநேர ரேடியோவைப் பற்றியும் பேச்சு எழுந்தபோது தலைவர் கூறியதாகக் கூறியவர் மீண்டும் எழுந்தார். "அவன் சந்தர்ப்பவாதி மட்டுமல்ல, திருடன். பலரது கிரடிட் கார்ட்டுகளில் இருந்து பணத்தை மேலதிகமாக எடுத்ததாக நம்பிக்கையான தகவல் உள்ளது. இப்படிப்பட்டவன் பணத்திற்காக, போராட்டத்தைக் காட்டிக்கொடுப்பான். அவனுடைய சகவாசம் நமக்குக் கூடாது" என எச்சரித்தார்.

"அவனை நாங்கள் பாவிக்க முடிந்தால் பாவிப்போம். அவனது ரேடியோ மூலம் நாம் பணம் திரட்டமுடியும்" என்றார் மீண்டும் ஒருங்கிணைப்பாளர்.

“என்னால் அவனைக் கையாள முடியும். ஒருமுறை அரசாங்க செய்தியை அப்படியே வாசித்தபோது விடுதலைக்கு எதிரான செய்திகளைச் சொன்னால் உங்கள் கலையகம் உடைக்கப்படும். பாட்டு சீடிகள் தெருவில் வீசப்படும் என எச்சரிக்கை செய்துள்ளேன். அதற்குப் பின் அரசாங்க செய்திகளையோ விடுதலைப்புலிகளுக்கு எதிரான செய்திகளையோ அவன் வாசிப்பதில்லை. நாங்கள் கொடுத்ததை எழுத்துப்பிழை பார்க்காமல் வாசிக்கிறான். அவன் எந்தக் கொள்கையோ நேர்மையோ அற்றவன் என்பது உண்மைதான். அடி உதைக்குப் பயந்தவன் என்பதால் அவனைக் கையாள முடியும். மேலும் அவனால்தான் உதயம் பத்திரிகைக்கு எதிராகப் பிரச்சாரம் செய்யமுடியும். அவனது சேவை எங்களுக்குத் தேவை” என அடுக்கு வசனத்தில் முடித்தார் அந்த நிதிப்பொறுப்பாளர்.

“கடந்த வருடம் ரேடியோவில் அகதிகள் நிதிக்காக சேகரித்த பணத்தில் பெரும்பகுதியை தனது கூலியாக எடுத்து விட்டானே!” மற்றொருவர் அங்கலாய்த்தார்.

“மீண்டும் அவ்வாறு நடைபெறாது. அவன் பற்றிய பல அந்தரங்கமான விடயங்கள் என்னிடம் உள்ளன. ஒழுங்காக நடக்காவிடில் அவனது வாலை நறுக்கி விடுவேன்” என்றார் நிதிப்பொறுப்பாளர்.

நிதிப்பொறுப்பாளர் இங்குள்ளவர்களிடம் தன்னை உறுதிப்படுத்த எதுவும் செய்யத் துணிந்தவர் என்பதும் உயர்ந்த மனிதர் வன்னியோடு அதிக தொடர்பாக இருப்பதால் இருவரிடையேயும் சிறிய நிழல் யுத்தம் நடைபெறுகிறது என்பதும் புரிந்தது. பொறுப்பாளர் இவர்களை சமாதானப்படுத்துவதே தனது பொறுப்பென நினைக்கிறார். மற்றவர்கள் பார்வையாளர்களாகத் தெரிந்தார்கள்.

லைட்டை அணைத்து அந்த இடத்தை இருட்டாக்கினார்கள். முல்லைத்தீவில் நடந்த தாக்குதலை வீடியோவில் காண்பித்தார்கள்.

அது ஆயிரத்துக்கு மேற்பட்ட இராணுவத்தினர் ஒருநாளில் தோற்கடிக்கப்பட்ட நிகழ்வு மட்டுமல்ல, வன்னியென்ற தமிழ்ப்பகுதியில் கடைசியாக இருந்த இலங்கை இராணுவத்தின் முகாமானதாலும் முக்கியத்துவமானது. விடுதலைப்புலிகளால் அந்த முகாமில் இருந்து டாங்கிகள், பீரங்கித்துப்பாக்கிகள் என ஏராளமான ஆயுதங்கள் கைப்பற்றப்பட்டன. கடற்புலிகள் இலங்கைக் கடற்படையுடன் மோதி கப்பலை கடலில் மூழ்கடித்ததும் அதன்பின் பரந்தனில் அரசாங்கப்படைகளை முறியடித்ததும் அந்த குறுந்தட்டில் காட்சிகளாக இருந்தன. அந்த

யுத்தம் அசோகன் படித்தபோது நடந்ததால் அதைப்பற்றிய பல விடயங்களைக் கேள்விப்பட்டிருந்தான். இப்போது ஒளிவீச்சில் பார்க்கும்போது வித்தியாசமாக இருந்தது. முல்லைத்தீவில் மக்களும் ஆயுதங்களை மீட்பதில் ஈடுபடுத்தப்பட்டிருந்தார்கள். அவர்கள் சந்தோசமாக விடுதலைப்புலிகளுக்கு உதவுவதும் இலங்கை ஜனாதிபதியை வசைபாடுவதும் அந்த ஒளிவீச்சில் இருந்தன.

ஒளிவீச்சை இவர்கள் பலமுறை பார்த்திருக்கவேண்டும். இருந்தபோதும் சிலர் எழுந்து நின்று பார்த்தார்கள். அசோகனிடத்திலும் உடலில் வெப்பத்தைக் கூட்டும் இரசாயன மாற்றத்தை அந்த ஒளிவீச்சு ஏற்படுத்தியது.

இதைப்பார்த்தால் தனி நாடு அமைத்துவிடுவார்கள் போல் தெரிகிறதே. பெரியப்பா இதையெல்லாம் பார்க்கவில்லை. பார்த்திருந்தால் அவரும் இவர்களுடைய ஆதரவாளராக மாறியிருப்பாரோ? அல்லது இதயம் நொறுங்கியிருப்பரோ? என்னொத்த வயதானவர்கள் நம்பிக்கையில் உயிர்கொடுக்கிறார்கள். பாதை சரி பிழைக்கப்பால் அவர்களின் தியாகம் புனிதமானது.

“இந்த ஒளிவீச்சை மீண்டும் மீண்டும் என்னால் பார்க்க முடியும். இதைப்பார்த்தால் தம்பி எனக்கு இரவு தூக்கம், பசி வராது. சாப்பிடாமலே படுத்துவிடுவன். இவ்வளவு காலம் சிங்களவனிட்ட அடிவாங்கினதை இந்த ஒரு தாக்குதலில் திருப்பிக் கொடுத்து கணக்கைத் தீர்த்துக்கொண்டோம். நான் காலநூற்றாண்டுகளாக அவங்களோடு வேலை செய்தபோது அவன்கள் எங்களை நாயைவிடக் கேவலமாக நடத்தினார்கள். தம்பி அதுக்கு வஞ்சம் தீர்க்கவேண்டும் என நினைத்தேன். அது நடந்துவிட்டது. எனது சீவன் இந்தப்போரை நினைத்தபடி அமைதியாகப் போகும். இன்றைக்குப் படுத்தால் கனவில் புலிவீரர்கள்தான் தம்பி வந்து போவினம். இந்தப் போராட்டம் வெல்லவேணும். இதற்கு காசு சேர்த்து நாம் குடுக்காவிட்டால் நாம் தமிழர் என்று சொல்லிக் கொள்வதில் என்ன அர்த்தமிருக்கிறது? பாருங்கோ அந்தப் பிள்ளைகள் செருப்புக்காலோடு சண்டை பிடிக்கிறார்கள். அவர்களது கண்ணில் ஏதாவது பயம் தெரிகிறதா? சுத்த வீரர்கள். தமிழ் மறவர்கள். இதெல்லாம் யாருக்காக? எங்களுக்கு வயது போய்விட்டது. நான் இளைஞனாக இருந்தால் போருக்குப் போய் விடுவேன்.” என்றார் ஒரு முதியவர் உணர்வு மேலிட்டபடி. அவர் எழுந்து கதிரையைப் பிடித்தபடி குரல் நடுங்கக் கூறினார்.

பக்கத்தில் இருந்தவர்களில் ஒருவர் மெதுவாக “இவர் ஏன் போகவேணும்? இவரது ஐந்து ஆம்பிளைப் பிள்ளைகளில் ஒருவர்

போனால் காணாதா?" என்றார். அக்காவின் சாப்பாட்டைப் பற்றிச் சொன்ன மெலிந்தவரது குரல் போல் இருந்தது.

இவர்கள் விடுதலைப்புலி ஆதரவாளர்களாக ஒன்று சேர்ந்தாலும் ஒருவரை ஒருவர் வெட்டுவதிலும் முரண்படுவதிலும் கருத்தாக இருக்கிறார்களே?

அந்த ஒளி வீச்சு முடிந்ததும் வெளிச்சம் பரவியது.

நிதிப்பொறுப்பாளர் அசோகனை அணுகி "தம்பி நீங்கள் வேலை செய்யும் வங்கியில் நமக்கு கணக்கு திறக்க முடியுமோ" எனத் தோளில் கை வைத்தபடி கேட்டார். அவரது குரல் மெதுவாக ஒலித்தது.

"அதுக்கென்ன சுலபமாக செய்யமுடியும். புதுக்கணக்கு திறக்கப் போகிறீர்களா அல்லது ஏற்கனவே உள்ளதை மாற்றப் போகிறீர்களா?"

"ஏற்கனவே உள்ள காசு ஒருங்கிணைப்புக்குழு மற்றும் அகதிகள் சங்கத்தின் பெயரில் உள்ளது. அந்தப் பணத்தை இயக்கத் தேவைகளுக்காக எடுக்க முடியாது. பணத்தை இலகுவாக எடுப்பதற்காக ஒரு சில கணக்குகளை தனிப்பட்ட பெயரில் வைத்திருக்க மண்ணில் உள்ள வெளிநாட்டுப் பொறுப்பாளரிடம் இருந்து கட்டளை வந்துள்ளது"

"அது பிரச்சினையில்லை. சாதாரண வங்கி விதிமுறைப் பிரகாரம் நாம் செய்யலாம். நீங்கள் யார் பேரில் கணக்குகள் ஆரம்பிக்க வேண்டுமோ அவர்களைக் கூட்டிக்கொண்டு நாளை எனது வங்கிக்கு வாருங்கள். நான் ஐ.ரீ. பகுதியில் இருப்பதால் நேரடியாக செய்யமுடியாது. எனது மனேஜரிடம் சொல்லி வைக்கிறேன்."

அசோகனது மனம் மிகவும் சந்தோசமாக இருந்தது. அடுத்த வீட்டுக் கோழி முட்டைபோட எங்கள் வீட்டுக்குள் வந்ததுபோல் தேடிக் கஷ்டப்பட்டு செய்யவேண்டிய வேலையை மிக இலகுவாக்கியுள்ளார் பார்த்திபன் என்ற நிதிப்பொறுப்பாளர்.

இரவு பத்துமணியளவில் கூட்டம் முடிந்தது. இடத்தை விட்டு அசோகன் வெளியேற நினைத்தபோது சிலர் தேநீர் குடித்துக்கொண்டு இருந்தனர். மற்றவர்கள் வெளியேறுவதற்குத் தயாரான போது மீசை வைத்த நடுத்தர வயதான ஒருவர் உள்ளே வந்தார். "அடேய் நான் கிளினிக்கை முடித்துவிட்டு இப்பொழுதுதான் வரமுடிந்தது. தம்பிமார் எல்லாம் சரியாகப் பேசி முடித்திருப்பீர்கள் தானே" என்றார்.

திரும்பிப் பார்த்த அசோகனுக்கு அவரை ஞாபகம் வந்தது. மலேசியாவில் இருந்து மெல்பேன் வருவதற்கும் படிப்பதற்கும் உதவி செய்த காத்தமுத்து டாக்டர். அவரை ஒருநாள் மட்டும் பார்த்தாலும் நினைவில் இருந்தார். அவரது அடர்ந்த மீசையையும் அழகிய தமிழையும் மறக்கமுடியாது. அதைவிட அவர் செய்த செயல்களை மறக்கமுடியுமா?

மெல்பேன் விமான நிலையத்தில் அதிகாலைக் குளிரில் வந்து இறங்கியதும் டாக்டரது உதவியாளரே காரில் வந்து ஏற்ற, நேராக அவரது வீட்டிற்குச் சென்றேன். காலை உணவைத் தந்தார். நோட்டுகளாக ஆயிரம் டாலர்களைக் கையில் தந்து "தேவையாகில் எப்பொழுதும் கேள்" என்றார். அதன்பின் அதே உதவியாளர் மூலம் வாடகைக்கு அறை எடுத்துத் தங்குவதற்கு உதவினார். அவர் ரியல் எஸ்டேட் ஏஜென்டுடன் தொலைபேசியில் பேசியதால் அறை நோத் மெல்பேனில் கிடைத்தது. அதன் பின்பு அவரை சந்திக்கவில்லை. ஆனால், அவரது மீசையும் இலக்கண சுத்தமான தமிழும் நினைவில் இருக்கின்றன.

"டாக்டர் என்னைத் தெரிகிறதா?" என அருகில் சென்று கேட்டான்.

"முகம் பார்த்தது போல் இருக்கிறது."

"நான் மலேசியா சிற்றம்பலம் அனுப்பி உங்களை சில வருடங்களின் முன்பு சந்தித்தேன்."

"அட அதுதானே. எங்கோ பார்த்தது மாதிரி இருக்கிறது என நினைத்தேன். தம்பி எப்படி இருக்கிறாய்?... இவன் நமது பையன்" என உரத்த குரலில் எல்லோரிடம் அறிமுகப்படுத்தினார். அவரது சந்தோசம் இப்பொழுது மற்றவர்களை குளிர்காலத்து இன்புளுவன்சா வைரசாகத் தொற்றிக்கொண்டது.

பலர் அசோகனைச் சூழ்ந்து கொண்டு கை கொடுத்து பேசினர். ஊர், உறவினர், எப்பொழுது வந்தது எனப் பல விடயங்களையும் விசாரித்துக்கொண்டனர்.

அடுத்த நாள் வங்கி மனேஜரிடம் சொல்லியபோது அவர், "ஏன் மற்ற வங்கிகளில் திறக்கவில்லை எனக்கேட்டார்."

"இவர்கள் இங்கு ஒரு சங்கம் அமைத்து இலங்கையில் பொதுப்பணி செய்கிறார்கள். நான்தான் இவர்களை இங்கு வரவழைத்தேன். நான் இதில் நேரடியாக சம்பந்தப்படவில்லை. அவர்களது பத்திரங்களை சரி பார்த்து சகலரையும் போல்

நடத்துங்கள். அந்த நேரத்தில் நான் இருக்க விரும்பவில்லை" என மனேஜரிடம் கூறிவிட்டு அசோகன் அன்று மதியத்துடன் விடுமுறை எடுத்துக்கொண்டான்.

விடுதலைப்புலிகள் தனிப்பட்ட முறையில் வங்கிக் கணக்கைத் திறக்குமாறு சொல்லி விட்டு என்னை அழைத்து அதை வேவு பார்க்கும்படி கூறி இருக்கிறார்கள் என்பதை புரிந்து கொள்ளக்கூடியதாக இருந்தது. தனிப்பட்ட முறையில் வங்கிக் கணக்குகளைத் திறந்தால் அந்தப்பணத்தை எடுப்பதோ கணக்கு காட்டுவதோ தேவையில்லை. ஆனால், நிறுவனங்கள் சார்பான கணக்குகள் மீது பல கட்டுப்பாடுகள் உள்ளன. அமெரிக்க இரட்டைக்கோபுரத் தாக்குதலின் பின்பு ஐந்தாயிரம் டாலருக்கு மேல் பணத்தைப் போடும் போதோ எடுக்கும்போதோ அவரது விபரங்களை மேலதிகமாக குறித்துக்கொள்ளவேண்டும் என்று விதியுள்ளது. அது எல்லோருக்கும் பொதுவாக உள்ளது. இதைவிட குறிப்பிட்ட நபர்களது வங்கிக்கணக்குகள் எப்பொழுதும் கண்காணிக்கப்படுவதும் உண்டு. இந்த விடயங்களில் வங்கியின் சிலரோடு ஒஸ்டொக் நிறுவனம் தொடர்புகளைப் பேணப்படும். வருமானவரித் திணைக்களம் தொடர்ச்சியாக தனி நபர்களது வங்கிகணக்குகளைப் பார்த்தும் தேடியும் ஒழுங்காக வரி கட்டப்படுகிறதா என ஒப்புநோக்கும்.

அவுஸ்திரேலிய வரித்திணைக்களமும் ஒஸ்டொக் என்ற நிறுவனமும் செய்யும் வேலையைத் தனக்கு விடுதலைப்புலிகள், அளித்திருப்பது வியப்பாக இருந்தது. மேலும் பலர் இந்த வேலைகளில் பல்வேறு நாடுகளில் ஈடுபடுத்தப்பட்டிருப்பார்கள். ஏராளமான பணம் எந்தப்பதிவுமின்றி இவர்களின் பெயரில் உலாவித் திரியும்போது இப்படியான ஒரு கட்டுப்பாடு இருப்பது அவசியம்தானே.

அன்று மதியத்தோடு வீடு சென்றான். அவனது ஈமெயிலுக்கு நிதிப்பொறுப்பாளர் பார்த்தீபனிடம் இருந்து வங்கிக் கணக்கு களுக்கு உதவி செய்தமைக்கு "நன்றி" என செய்தி வந்திருந்தது.

எல்லோரும் மிகவும் விரைவாக செயல்படுகிறார்கள் என நினைத்தபடி கணினியில் அவதானித்துக்கொண்டிருந்தபோது கைத்தொலைபேசிக்கு குறுஞ்செய்தி வந்தது.

"ஈ.மெயிலை அனுப்பவும் – சாந்தன்" அந்த செய்தி இந்திய தொலைபேசியின் ஊடாக வந்தது. இன்னமும் சாந்தன் தென் இந்தியாவில் நிற்பதைக் காட்டியது.

உடனே தனது ஈ–மெயிலை அதில் அனுப்பி, கணினியை அணைத்துவிட்டு, கைத்தொலைபேசியையும் நிறுத்தினான்.

இந்தக் கருவிகள் போல் அசோகனும் தொழில்படவேண்டும் என்பது அவனுக்கு மகிழ்ச்சியைக் கொடுக்கவில்லை.

விடுதலைப்புலிகளுக்கு சமாதான காலத்தில் வெளிநாட்டில் பணத்தை சேகரிப்பது சுலபமாக இருக்கவில்லை. அதிகமான பணத்தை ஆயுதங்கள் வாங்குவதற்கு இவர்களிடம் இருந்து எதிர்பார்க்கிறார்கள். பணம் வராதபோது சந்தேகிக்கிறார்கள். இதில் வெளிநாட்டுத் தமிழர்கள் சிலரது நடவடிக்கைகளை வாசுதேவன் மூலம் கேள்விப்பட்டிருக்கிறான்.

மாவீரர் நிகழ்வில் நகைகளைத் தங்கங்களாக உருக்கி அரைவிலையில் விற்கும்போது சில நகைக்கடைக்காரர் இலாபம் சம்பாதிக்கிறார்கள். ஆதரவாளர்கள் சிலரால் பொதுநிகழ்வில் விடுதலைக்காக பலர் முன்னிலையில் கொடுக்கப்பட்ட தங்க நகைகள் மீண்டும் அவர்களிடமே போகின்றது. வியாபாரம் தொடங்க ஆதரவாளர்களுக்கு கொடுத்த இயக்கப்பணம் திரும்பி வரவில்லை. பல முதலீடுகள் ஆதரவாளர்களிடம். ஆனால், திறமையற்றவர்களிடம் போனதால் படுத்துவிட்டன. மெல்பேனில் வீடுகளின் விலை கூடிவருவதால் சேர்த்த பணத்தை வீடுகளில் முதலிடுவது உசிதம் எனக்கருதுகிறார்கள்.

வாசுதேவனால் இப்படிச் சில விடயங்கள் சொல்லப்பட்டன.

வாசுதேவன் இயக்கத்தின் ஆரம்பகால அங்கத்தவனோ என்ற சந்தேகம் உள்ளது. அவன் கடற்பொறியியல் படிக்க இயக்கத்தால் அனுப்பப்பட்டிருக்கலாம். மெல்பேனில் உள்ளவர்கள் பற்றிய தகவல்கள் அவனூடாக இயக்கத்துக்குப் போவதாகவும் அசோகனுக்குச் சந்தேகம் இருந்தது. அதனால் வாசுதேவனுடனான நெருக்கமான உறவை தவிர்த்துக் கொண்டான்.

யுத்த நிறுத்தகாலத்தில் பணம் சேர்ப்பது கடினமானதால் இவர்கள் அந்தரப்படுகிறார்கள். மண்ணில் இயக்கம் இவர்களைச் சந்தேகப்படுகிறது. இவர்கள் புலி வாலைப்பிடித்தவர்கள் என்றால் அந்த வாலில் தொங்கும் நிலைக்கு அகஸ்தீன் பாதிரியும் சிற்றம்பலத்தாரும் என்னைத் தள்ளி விட்டுள்ளார்கள்.

6

இயக்கத்தில் கார்த்திகா

கடிதத்தை உடைத்துப் படித்தவனுக்கு உடல் ஈரமாகியது. இடது மார்பில் காயமடைந்த உணர்வுடன் உடல் கனமற்றதாகியது. எதிரில் இருந்த சுவர் கண்ணுக்குத் தெரியவில்லை. தலை சுற்றியதா அல்லது அவன் இருந்த அந்த இரண்டறை பிளட் சுழன்றதா? கண் மங்கலாகியது. இதயம் இன்னமும் துடிக்கிறதா? நுரையீரல் சுவாசிப்பதையும் நிறுத்திவிட்டதா? சகல உடல் இயக்கமும் நின்றுவிட்டது போல் இருந்தது.

பயத்தில் கட்டிலில் கையூன்றியபடி மெதுவாக அமர்ந்தபோது தன்னில் உயிர் இருப்பதை உணர்ந்தான். மனம் அப்படியே கல்தரையில் விழுந்த கண்ணாடியாகியிருந்தது. உள்ளத்தை உடைக்கும் தபால் குண்டாக அந்தக் கடிதம் கையிலிருந்தது.

விடுமுறைக்குப் போவதற்காக வேலைசெய்யும் வங்கிக்குப் பக்கத்தில் இருந்த தபால் கந்தோரில் தனிப்பட்ட தபால் பெட்டி இலக்கத்தை ஒழுங்கு பண்ணி இருந்தான். உறவினர், நண்பர்கள் என பெருமளவு கடிதங்கள் வரச் சாத்தியமில்லையானாலும் மின்சாரம், தண்ணீர் மற்றும் தொலைபேசிக் கட்டணமென வரும் பில்லுகள் தவறாமல் இருப்பதற்கு பதிவு செய்திருந்த தபால் பெட்டியில் சில விளம்பர கடிதங்கள்ளத் தவிர ஒரே ஒரு நீலக்கடிதம் இலங்கை விமானத் தபாலாக இருந்தது. பெரியம்மாவின் குண்டு குண்டான கை எழுத்தில் விலாசம் எழுதப்பட்டு இருந்தது.

நல்ல வேளையாக தெருவிலோ காருக்குள்ளோ கடிதத்தை உடைக்கவில்லை.

கடிதத்தில் வார்த்தைகள் வீணாக சிந்தி கரைகளில் வழியவில்லை.

தலையைச் சுற்றவைத்து வயிற்றில் அமிலத்தைக்கூட்டி எரிவை உருவாக்கிய அந்த நீலநிற விமானத் தபால் மேலும் கீழும் வெறுமையாக விடப்பட்டு மத்திய பகுதியில் மைக்குப்பதிலாக விசம் தொட்டு எழுதப்பட்டிருந்தது.

"தம்பி, தங்கச்சி கார்த்திகா இயக்கத்தில் சேர்ந்துவிட்டாள். எங்களுடன் கடிதத் தொடர்பு மட்டும் வைத்திருக்கிறாள். தன்னைப் பற்றிக் கவலைப்பட வேண்டாமென எழுதி இருக்கிறாள். உனது பெரியப்பா அவர்களை எப்படி வெறுப்பவர் என்பது உனக்குத் தெரியும்தானே? நான் இருதலைக்கொள்ளி எறும்பாகத் தவிக்கிறேன். இத்துடன் வவுனியாவில் இராணுவத்தினரும் மற்ற இயக்கத்தினரும் எங்களை அடிக்கடி வந்து விசாரிக்கிறார்கள்.

சமீபத்தில் ஏற்பட்ட போர் நிறுத்தம் மட்டும் எங்கள் நெஞ்சின் வலிக்கு ஒத்தடமாக இருக்கிறது. அது நிரந்தரமில்லை என்றாலும் எங்கள் உடலில் உயிரைத் தேக்கி வைத்திருக்க உதவுகிறது. மற்றபடி உன்னை நினைத்துதான் கொஞ்சமாவது நிம்மதியாக மூச்சைவிட முடிகிறது.

பாசமுடன் பெரியம்மா"

மெதுவாக தன்னிலையடைந்ததும் வவுனியாவில் வீட்டருகே பெரியப்பா கணக்கெழுதும் கடையொன்றுக்கு தொலைபேசியை எடுத்து செய்தியைச் சொன்னான்.

பலமுறை வீட்டுக்குத் தொலைபேசியை ஒழுங்கு செய்யும்படி கேட்டும் பெரியப்பா அதை பொருட்படுத்தவில்லை. அவர் கடிதம் எழுதுவதை ஒரு கலையாகக் கொண்டிருந்தார். இதைவிட அவரது இடதுசாரி சிந்தனை நவீன வசதிகளை ஏற்க மறுத்தது. புதிய விடயங்கள் பலவற்றை பணத்தை ஈட்டுவதற்காக சமூகத்தின் மேல் முதலாளித்துவம் நடத்தும் வணிகத் திணிப்பாக நினைக்கும் மனப்பாங்கையும் அவர் கொண்டிருந்தார்.

விடுதலைப்புலிகளை இராணுவ ரீதியான ஒரு பாசிஸ்ட் அமைப்பு என தீர்மானித்துவிட்டிருந்தார். அதனை மனித மலத்தைப் போல் அருவருப்புடன் நோக்கும் அவரால் எப்படி தனது மகள் அந்த இயக்கத்தில் உறுப்பினராவதை ஏற்றுக் கொள்ளமுடியும்? அவர்களுடன் எந்த சகவாசமும் இருக்கக் கூடாது என்பதற்காகத்தான் வவுனியாவுக்கு இடம்

நொயல் நடேசன் 95

பெயர்ந்தார். என்னைக்கூட வெளிநாட்டுக்கு அனுப்ப சம்மதித்த காரணம் இயக்கத்தில் விரும்பியோ விரும்பாமலோ சேர்ந்து கொண்டிருப்பேன் என்ற மனப்பயம் அவருக்கு இருந்ததுதான். இதைவிட விடுதலைப்புலிகள் அமைப்பு மக்களுக்கு எதுவித பிரயோசனமும் அற்று அழிந்து போகும் என உறுதியாக நம்பினார். அவர்களது அதி தீவிரவாதம், மக்களை அழிக்கத்தான் உதவும் என மிகவும் நெருங்கியவர்களிடம் கூறிக்கொள்வார். ஆனால், அவரது நண்பர்கள் அவரது அரசியலில் நம்பிக்கை இல்லாதவர்கள். பலர் இவரது சிந்தனையை ஏற்றுக்கொள்ளாவிடிலும் சதாசிவண்ணை ஏதோ படித்தவர். நல்ல விடயங்கள்தான் சொல்லுகிறார். ஆனால், சிங்களவர் பற்றிய விடயத்தில் இவருக்கு அனுபவம் போதாது. அவர்களது தந்திரம் இவருக்கு இப்பொழுது புரியவில்லை என்றனர்.

சிலர் இயக்கத்தை இவர் குறை கூறுவதிலும் உண்மை இருக்கு. ஆனாலும் நம்மட பொடியளுக்குத்தான் சிங்கள அரசாங்கம் பயப்படுகிறது என்ற பல்வேறுபட்ட அபிப்பிராயங்களுடன் உள்ளவர்கள். நண்பர்களின் கருத்துகள் தன்னுடன் ஒத்துப்போக வேண்டும் என்ற நினைப்பில்லாமல் தனது கருத்துகளைக் கூறும் பெரியப்பா எப்பொழுதும் ஒரு ஞானி போல் அசோகனுக்குத் தெரிந்தார். அவரது கருத்துகளை ஏற்றோ நிராகரித்தோ சிந்திக்காத போதிலும் அவரது ஆழ்ந்த சிந்தனை பிடித்திருந்தது.

இப்படியானவருக்கு கார்த்திகா ஏன் நெஞ்சில் குத்தினாள்? கசாப்புக்கடைக்காரன் மிருகங்களின் ஈரல்குலையை அறுப்பதுபோல் அப்படியே பிடித்து அவரது சுயமரியாதையை அறுத்து எறிந்து விட்டாளே? வலுக்கட்டாயமாக அவளை இயக்கத்தில் சேர்த்திருந்தால் ஓரளவு மன்னிக்க முடியும். ஆனால், இவள் விரும்பி அதுவும் சமாதான காலத்தில் சேர்ந்திருக்கிறாளே? வழக்கமாக பல பக்கங்களில் அறிவுரைகளும் தத்துவமும் எழுதும் பெரியப்பாவால் எனக்கு ஒரு வார்த்தையேனும் எழுத முடியாமல் இருப்பதற்குக் காரணம் கார்த்திகாதான். மகள் இயக்கத்தில் சேர்ந்த பிறகு எப்படி அவர்களை எதிர்த்துப் பேசமுடியும்? மகளையே தன்வழிக்குக் கொண்டுவர முடியாத பெரியப்பாவுக்கு, தனது மரணத்தையோ அவளது மரணத்தையோ எளிதில் எதிர் கொண்டிருக்க முடிந்திருக்கும்.

கார்த்திகாவின் சிந்தனையில் வவுனியாவுக்கு தொலைபேசியை எடுத்த நேரத்தைப் எண்ணிப் பார்த்து உழன்று கொண்டிருந்தபோது தொலைபேசி அடித்தது. வவுனியாவில் இருந்துதான் அழைக்கிறார்கள் எனக் கட்டிலில் இருந்து பாய்ந்து எடுத்தபோது “ஹலோ அசோக்” என மணியாக ஒலித்தது. ஜெனியின் குரலெனப் புரிந்துகொண்டான்.

"யெஸ் ஜெனி. எப்படி இருக்கிறாய்?"

"நான் நலம்."

"உனது குரலில் உயிர் இல்லை. ஏதாவது பிரச்சினையில் இருக்கிறாயா?"

"அப்படி ஒன்றும் இல்லை" என சமாளித்தான்.

"பரவாயில்லை. நீ என்னிடம் சொல்லத் தேவையில்லை. ஆனால், நான் ஒரு நல்ல விடயத்தை உன்னுடன் பகிர்வதற்காக தான் தொலைபேசியை எடுத்தேன்."

"சொல்லு பார்ப்போம். உனது சந்தோசத்தைக் கேட்பதால் எனக்கும் சந்தோசம் கிடைக்கலாம்"

"நான் உன்னை இந்தியாவில் சந்தித்தபோது வேலை இல்லாமல் இருந்தேன். இப்பொழுது எனக்கு வேலை கிடைத்து விட்டது."

என்ன வேலை எனக் கேட்க வாய் வந்தாலும் அது நாகரிகம் இல்லை. அவளாக சொல்லும் வரையும் பொறுத்திருப்போம் என வாயை அடக்கிக் கொண்டான்.

"என்ன நிசப்தமாகிவிட்டாய்? என் சந்தோசத்தைப் பகிர்ந்து கொள்ள விரும்புகிறேன். உன்னைச் சந்திக்க விரும்புகிறேன். உன்னுடன் உணவை அருந்த விரும்புகிறேன். கமோன் அசோக்" என பெண்மையின் நளினத்துடன் உள்ளத்தை ஊடுருவத்தக்க கவர்ச்சியான சப்த அலைகளை இலத்திரன் மயமாக்கி தொலைபேசி வயர்களுடாக அனுப்பினாள்.

"ஒரு முக்கியமான தொலைபேசி அழைப்பை இலங்கையில் இருந்து எதிர்பார்க்கிறேன். அதன் பின் வருகிறேன். எங்கே வருவது என சொல்லு."

"மிக்க நன்றி. கால்ட்டன் ரோட்டில் உள்ள வீகன் உணவகம்."

"நான் சரியாக ஆறுமணிக்கு அந்த உணவகத்தின் வாசலில் நிற்பேன்."

"நான் எதிர்பார்த்திருப்பேன்" எனக் கூறி தொலைபேசியை துண்டித்தாள்.

நான் உண்மையான தொலைபேசி இலக்கத்தை கொடுத்து இருக்க கூடாது. இவளிடம் இருந்து தப்ப முடியாது போல் இருக்கிறது. காமம் மட்டுமல்லாது வைனின் போதையும் அன்று நெஞ்சுக்குள் மறைத்து வைக்காமல் உண்மைத் தகவலைப் பேசவைத்து விட்டது. இன்றைய நிலையில் இவளது

நொயல் நடேசன்

சந்தோசத்தில் என்னால் பங்கு கொள்ள முடியாது. அதே நேரத்தில் தட்டிக்கழிப்பதும் நாகரிகமாக இருக்காதே?

மரக்கிளைக் குரங்காக மனம் ஊஞ்சலாடியது.

அந்தப் பாலைவன நாள் திரும்பவும் கனவுக்காட்சியாக வந்து உடலில் ஒரு புத்துணர்வை ஏற்றியது. படுக்கையில் கார்த்திகாவை நினைத்து உழன்று கொண்டவனுக்கு ஜெனியின் தொலைபேசி மனதில் மாற்றத்தை ஏற்படுத்தியது.

மீண்டும் தொலைபேசி கணகணத்தது.

"தம்பி அசோகன்" என்ற பெரியம்மாவின் குரல் கேட்டது.

"என்ன பெரியம்மா எப்படி இருக்கிறீங்க?" கேட்கும்போது குரல் தன்னையறியாமல் அசோகனுக்கு கரகரத்தது.

"உன்ர தங்கச்சி செய்த காரியத்தால் நாங்க இருவரும் சாகாமல் இருப்பது பெரிய காரியம். பெரியப்பா செய்தி வந்த அன்று படுத்தவர் அப்படியே பகல் இரவெல்லாம் பாயில் படுத்தபடி நாட்களை ஓட்டுகிறார். நேர காலத்துக்கு சாப்பிடுவதில்லை. தண்ணீர் குடிப்பது இல்லை. பாரிசவாதக் குணமாக இருக்கலாம் என வைத்தியர் சொன்னார். வேலையையும் விட்டு விட்டார். நான் ஏதோ சீவிக்க வேண்டுமென்றபடியால் ஓடிக்கொண்டு திரிகிறன்."

"ஏன் பெரியம்மா இவள் இப்படி? அதுவும் சமாதான காலத்தில் இயக்கத்தில் போய்ச் சேர்ந்தாள்?"

"அது தான்ரா தம்பி எனக்கும் விளங்கவில்லை. தலையை போட்டு அடித்துக்கொண்டிருக்கிறன்."

"ஏதாவது கடிதம் எழுதினாளா?"

"எழுதி இருந்தாள். அவளது தோழியிடம் போகும் போது வீட்டில் அடுத்த நாள் போய்ச் சொல்லும்படி சொல்லி இருந்தாள். அந்தப் பிள்ளை அதன்படியே அடுத்த நாள் காலை வந்து எங்களுக்குச் சொன்னாள்."

"அவளிடம் எதுவும் அறியமுடியவில்லையா?"

"அவள் எதுவும் உடனடியாகச் சொல்லவில்லை. இவளது கடிதத்தைப் படித்தபின், அந்தப்பிள்ளையை துருவிக் கேட்டபோது சில விடயங்களை அறிய முடிந்தது. அது எவ்வளவு உண்மை பொய் எனத் தெரியாது. பெரியப்பாவிடமும் இதைச் சொல்லவில்லை. ஏற்கனவே செத்த பிணம் போல இருக்கும் அவருக்கு இதையும் சொல்லி ஏன் வேதனையை கூட்டவேண்டும்?"

"என்ன பெரியம்மா நடந்தது?"

"இவளுக்கு வெளிநாடுகளில் இருந்து சாதகங்களை கேட்டு வந்தது. இவளைக் கொஞ்சம் இங்கிலீசு படிக்க இராமநாதன் வாத்தியாரிடத்தில் அனுப்பினம். பின்னேரத்தில இவள் சைக்கிளில வவுனியா ரவுணைக் கடந்து போவாள். இவளை வவுனியாவில் இருந்த இயக்கத்து பொடியன் பாத்து இவளோட சிரித்து கதைத்திருக்கிறான். இதை அவனது இயக்கத்தில் இருந்த மற்றவனும் பார்த்துவிட்டு இந்தப் பொடியனை வெருட்டி இருக்கிறான். இந்தப் போராட்டத்தில ஒருத்தனை ஒருவன் அடிபட்டு அது பெரிதாகி இவளை விரும்பி இருந்த பொடியன், மற்றவனை சுட்டுப்போட்டு இயக்கத்தை விட்டு தப்பி இந்தியாவுக்கு ஓடிவிட்டானாம். அந்த இயக்கத்தினர் இவளை கூப்பிட்டு இந்த விடயத்தை விசாரிக்க முயற்சித்திருக்கிறார்கள். இவள் புலி இயக்கத்துக்கு போறதுக்கு அடுத்த நாள் அவர்கள் வீட்டுக்கு வந்து எங்களிடம் விசாரிக்க இருந்தார்களாம். இவள் தகப்பனுக்கு தெரியவரும் என்ற பயத்தில் போய் இருக்கிறாளா அல்லது வவுனியா இயக்கத்துக்கு பயந்து போனாளா தெரியவில்லை."

"நான் வந்து அவளோடு பேசிப்பார்க்கட்டுமா?"

"தம்பி அவங்களோட யாரு கதைக்க முடியும்? நீ வந்தால் உன்னையும் பிடித்து விடுவார்கள். இப்பொழுது சண்டை இல்லாததால் அவள் உயிரோட இருப்பாள் என்ற நம்பிக்கையில் உயிரைப் பிடித்துக்கொண்டிருக்கிறேன். இவ்வளவு வருசமாக பொன்னைப்போல பொத்திப் பொத்தி பாதுகாத்து வளர்த்தேன். தம்பி, இவள் அந்தப் பெரிய கண்களால் அங்கால இங்கால முழிக்கிறது ஏதாவது காவாலி கழுசறையின்ர கண்ணில பட்டு இழுத்துக்கொண்டு போயிருவங்களோ என்றுதான் இந்த நாலஞ்சு வருசமாக கவலைப்பட்டுக் கொண்டிருந்தேன். அப்படிப் போனாலும் உயிரோடு இருப்பாள் என சந்தோசப்பட முடியும். ஆனால், இப்படி வந்து முடியும் எனக் கனவிலும் நினைக்க வில்லை."

"பெரியப்பாதான் பாவம். இப்பிடி ஒரு விடயம் நடக்கக் கூடாது என நினைத்துத்தான் அந்த இடப்பெயர்வு காலத்தில் மற்றவர்கள் போல் கிளிநொச்சி, முல்லைத்தீவு எனப் போகாமல் அரசாங்கத்தின் கீழ் உள்ள வவுனியாவுக்கு வந்தவர் என்பதை இப்பொழுதுதான் என்னால் உணர்ந்து கொள்ள முடிகிறது. அவரைப் பொறுத்தவரை இது தாங்க முடியாதவலி என்பதை என்னால் உணரமுடியும் பெரியம்மா."

"எனக்கு அது புரிகிறது தம்பி. ஆனாலும் என்ன செய்கிறது. நல்லூர்க் கந்தன் மேலே பாரத்தைப் போட்டு விட்டு நான் இயங்கிறன்."

“பெரியம்மா எதுக்கும் சேர்ச்சுக்குப்போய் பாதரிட்ட கார்த்திகாவைப்பற்றி விசாரியுங்கோ. அவருக்கு அவங்களிட்ட கொஞ்சம் இன்புளுவன்ஸ் உள்ளது. என்னைப் பற்றி விசாரிப்பார். நான் கேட்டதாக சொல்லுங்க. நான் எப்படியும் பாங்கில விடுமுறைக்கு கேட்கப்போறன். பெரியப்பாவைப் பார்த்தாவது ஆறுதல் சொல்லவேண்டும். நீங்க பாதரைப் பாருங்க நான் நாளைக்கு இதே நேரம் போன் எடுப்பேன்”

மணி மாலை ஐந்தைக் காட்டியது. இப்பொழுது குளித்து வெளிக்கிட்டால்தான் நேரத்திற்கு அங்கே நிற்க முடியும் என நினைத்துக்கொண்டு அவசரமாக குளித்தான். மனதில் ஜெனியின் அழைப்பு, புத்துணர்சியைக் கொடுத்தாலும் அதற்கு எதிராக கார்த்திகாவின் விடயம் மனதில் அழுத்தியது. கார்த்திகாவை அசோகன் மிகவும் நேசித்தான். சிறுவயதில் அவளே அண்ணா என வலிய வந்து ஒட்டிக்கொள்வாள். அவள் பருவமாகி இளம் பெண்ணாகிய காலத்தில் அவள் தனது பொறுப்பு என்ற உணர்வு ஏற்பட்டது. அவுஸ்திரேலியாவுக்கு வந்த முதல் மாதத்திலே அவளுக்கு உடைகளை வாங்கி அனுப்பினான். அவளை விசாரிக்காது ஒரு கடிதம் கூட எழுதியதில்லை.

கார்த்திகா மனதில் உள்ள விடயத்தை உடனே பேசமாட்டாள். இதைத்தான் பெரியம்மா ‘ஏண்டி அமசடக்கியாக இருக்கிறாய்’ எனப் பலமுறை சொல்லிக் கேட்டிருக்கிறேன்.

இப்படி எண்ணங்களை சுமந்தபடி கால்டன் தெருவை அடைந்தபோது காரை நிறுத்த இடம் கிடைக்கவில்லை. நத்தாருக்கு முந்திய வெள்ளிக்கிழமையானதால் இங்கேயுள்ள கபேக்கள் எல்லாம் நிரம்பி வழிந்தன. கால்டன் தெருவை ஐரோப்பிய நகரங்களுக்கு ஒப்பிட்டு பேசுவார்கள். மாலை நேரத்தில் ஆண்களும் பெண்களுமாக உணவை கபேயின் சாலை ஓரங்களில் வைத்து உண்ணும் கலாசாரத்தை மெல்பேனின் மற்றைய இடங்களில் காண முடியாது. மழை நாட்களில் பெரிய குடைகளின் கீழ் இந்த உணவருந்தும் நிகழ்ச்சி ஒரு சடங்காக நடக்கும்.

கார் நிறுத்த இடம் கிடைக்காததால் குறுக்குத் தெருவால் சென்று இரண்டாம் முறை திரும்பி அந்த தெருவுக்கு வந்த போது “இங்கே இடம் இருக்கிறது” என்ற குரல் கேட்டது.

திருப்பிய போது ஜெனி... அவளது கறுப்பு கோட்டு மேல் ஆடையும் கருமையான கீழாடையும் நேரடியாக வேலைத்தலத்தில் இருந்து வந்திருப்பதைக் காட்டின. அவள் காட்டிய இடத்தில் காரை நிறுத்திவிட்டு வந்தபோது எதிரே நின்றாள். அவனது

நீட்டிய கரங்களை பிடித்தபடி திரும்பி அவனது கன்னத்தில் முத்தமிட்டாள். எதிர்பாராத முத்தம் இவனை நின்ற இடத்தில் இருந்து நகரப்பண்ணியது.

இதை எதிர்பார்க்காத ஜெனி "என்னை மன்னித்து விடு" என விலகினாள்.

"இதில் மன்னிக்க என்ன இருக்கு? நான் எதிர்பார்க்கவில்லை. உனக்கு வேலை கிடைத்ததற்கு எனது பாராட்டுகள்."

கண்களை உருட்டியபடி "உள்ளே வா. உன்னுடன் அதிகம் பேசவேண்டுமென வந்தேன்." அருகில் இருந்த பெரிய இத்தாலிய உணவுச் சாலையுள் சென்றாள். சகல மேசைகளும் நிரம்பியிருந்தன.

"எங்கே எமக்கு இடம்? ரிசேர்வ் செய்திருக்காவிட்டால் கிடைக்காதே!" என்றபடி அவளைப் பின் தொடர்ந்தான். உள்ளே சென்றதும் சொல்லி வைத்தாற்போல் மூலையில் உள்ள ரிசேர்வ் என எழுதப்பட்ட மேசையில் இருந்தாள்.

"ஏற்கனவே ரிசேர்வ் செய்தாயா?"

"மற்றய நாட்களிலே இந்த மாதிரி இடங்களில் ரிசேர்வை செய்யாவிட்டால் இடம் கிடைக்காது. இன்றைக்கு வெள்ளிக்கிழமை. அத்தோடு நத்தார் விடுமுறை நாட்கள். உள்ளே வந்திருக்கவே முடியாது."

எதிரே வந்த பரிசாரகரிடம் "இரண்டு சிராஜ்" எனக் கூறிவிட்டு மெனுவை எடுத்தாள்.

"எனக்கு இன்று பசி இல்லை" என்றபடி மெனுவைத் தூக்கினான் அசோக்.

"மன்னித்துக்கொள். பெண்ணான நான் உன்னை டேற்றுக்கு அழைத்த போது நீ டின்னர் சூட்டில்லாமல் வந்திருக்கிறாய். என்னைப் பற்றியோ என் உடுப்பை பற்றியோ எந்த வார்த்தையும் சொல்லவில்லை. கன்னத்தில் முத்தமிட்டபோது விலகிக் கொள்கிறாய். உன்னைப் புரிந்துகொள்ள முடியவில்லை. உனக்கு என்ன நடந்தது? இப்படி முகத்தை வைத்திருக்கிறாய். போன் பண்ணி பேசிய போதும் உன் குரல் சரியாக இருக்கவில்லை." என்றாள் முகத்தில் சிரிப்பற்று பாடசாலைச் சிறுவனைக் கண்டிக்கும் பள்ளி ஆசிரியையின் தொனியில்.

திறந்த குழாயில் தண்ணீராக வந்த வார்த்தைகள், சிறுகுழந்தை யின் தலையில் ஊற்றிய குளிர்நீர் போல அசோகனுக்கு மூச்சைத் திணறவைத்தன.

நொயல் நடேசன்

“அப்படி ஒன்றுமில்லை” தலையைக் குனிந்தபடி அவனால் சமாளிக்க மட்டுமே முடிந்தது.

“அப்ப என்னைக் கழற்றிவிட நினைத்திருக்கிறாய். இவளோடு ஒரு இரவு மட்டும்தான் என நினைத்து இருந்தபோது உன்னை நான் தொடருகிறேன் என நினைத்துத் தவிர்க்கிறாயா?”

“நீ என்னைத் தவறாகப் புரிந்துகொள்கிறாய். தற்போது நான் உனக்குச் சொல்லி புரிய வைக்க முடியாத நிலையில் இருக்கிறேன்” எனக் கூறிய போது அசோக்கின் கண்கள் கலங்கின.

அப்பொழுது பரிசாரகன் இரண்டு வைன் நிரம்பிய கிண்ணங்களை வைத்தான்.

“அசோக், உனது நிலையை எனக்குச் சொன்னால்தான் புரியும்.”

“நான் சொன்னாலும் உனக்குப் புரியாது.”

“ஒரு முறை முயன்று பார்த்தால் என்ன?”

“சாப்பாட்டை ஓடர் பண்ணுகிறாயா? எனக்கு பசிக்கிறது.”

“இப்பொழுதுதான் பசிக்கவில்லை என்றாய்.”

“மதியம் சாப்பிடவில்லை. மனதில் அமைதியில்லை. வார்த்தைகளால் குடையாதே.”

அவனை முறைத்துக்கொண்டு உணவை ஓடர் பண்ணினாள்.

அந்த கபேயில் இருந்தவர்கள் தங்களை சூழலை மறந்து ஒவ்வொரு மேசையைச் சுற்றியும் ஒரு காதல் உலகத்தை உருவாக்கிவிட்டார்கள். இடையில் பெண்கள் எழுந்து ஆண்களை முத்தமிட்டார்கள். இத்தாலிய மொழி மேலோங்கி நின்றது. பக்கத்து மேசையில் இருந்த ஜோடிகள் முத்தமிட்டுக்கொண்டு இடைக்கிடை வைனால் தங்கள் உதடுகளை ஈரமாக்கினார்கள். அடுத்த முத்தத்திற்காக,

“இந்த கபேக்கு உன்னைக் கூட்டிவந்ததே இதைப் பார்த்து என்னுடன் இப்படி நடப்பாய் என்ற எண்ணத்தில்தான். நீயோ கத்தோலிக்க மதகுருக்கள் மாதிரி இருக்கிறாய்” எனக் கூறியபடி கழுத்தில் கிடந்த வெள்ளிச்சங்கிலியை எடுத்து மார்புக்கு வெளியே போட்டாள். இவ்வளவு நேரமும் புலப்படாத அந்த சிலுவை தொங்கிய சங்கிலி கருமையான சட்டையில் எடுப்பாகத் தெரிந்தது மாத்திரமல்லாமல் மார்புகளை வெளிக்காட்டவும் உதவியது. இதைப்பார்த்த அசோகனின் உடலை புதிய இரத்தம் பாய்ந்து சூடேற்றியது.

அசோகனின் பார்வையைக் கவனித்தாலும் அதைக் காட்டிக் கொள்ளாமல் "இன்னுமொரு வைனை ஓடர் பண்ணட்டுமா" என்றாள்.

தலையை மட்டும் அசைத்தான்.

"ஜெனி நீ இன்றைக்கு அழகாக இருக்கிறாய்"

"அப்பாடி இப்பத்தான் உனக்கு இதைச் சொல்ல வாய் வந்தது. அதுவும் எனது முலையை எடுத்துக் காட்டிய பின்புதான் உனக்கு மனம் வந்தது."

அசோகனுக்கு வந்த சிரிப்பில் புரைக்கேறியது. சிறிது வைன் ஜம்பரில் தெறித்தது.

"என்னைக் கவர இதைத்தான் நீ ஒவ்வொரு முறையும் செய்கிறாய். அந்தப் பாலைவனத்து கூடாரத்திலும் இதைத்தான் காட்டினாய்"

"எனது முதலை வைத்துத்தான் நான் கடை விரிக்கவேண்டி இருக்கிறது. இப்ப ரொமாண்டிக் மூட் வந்துவிட்டது."

"மதியத்துக்கு வீட்டில் கதைத்தேன். பெரிய துன்பமான செய்தி வந்தது. அதை என்னால் ஜீரணிக்க முடியாமல் இருந்த நேரத்தில்தான் உனது தொலைபேசி வந்தது."

"அது என்ன என்று சொன்னால் உனக்கும் ஆறுதலாக இருக்கும்." என்றாள்

அப்பொழுது உணவு பரிசாரகனால் பரிமாறப்பட்டு பேச்சுத் தடைப்பட்டது.

"சொல்ல மாட்டாயா?" அசோக்" சிறிது நேரத்தின்பின்

"இப்பொழுது சாப்பிடு. பிறகு சொல்கிறேன். உனது புதிய வேலையைப் பற்றி நீ சொல்லவில்லையே?"

முகத்தில் ஏற்பட்ட மாற்றத்தை மறைத்தபடி "அதில் என்ன சொல்ல இருக்கிறது. விக்டோரியா பொலீசில் நிர்வாகப்பகுதியில் இந்த வேலை கிடைத்திருக்கு."

"உனக்கு மகிழ்ச்சிதானே"

"பிரச்சினை இல்லை. அத்துடன் அரசாங்க வேலையென்பதால் ஓரளவு நிரந்தரமானது. முன்பு இருந்த இடத்தில் இலவச பிரயணங்கள் கிடைக்கும். அப்படியான வசதிகள் இதில் இல்லை".

சொல்லிக்கொண்டிருக்கும் போது ஜெனியின் கைத்தொலை பேசிக்கு ஒரு அழைப்பு வந்தது. அதை எடுத்துப் பேசியபோது

"கேட்கவில்லை நான் ஒரு கபேக்குள் இருக்கிறேன்... அசோக், வெளியாலே போய் பேசிவிட்டு வருகிறேன். இங்கே சமிக்கை நன்றாக இல்லை"

போனில் நம்பர் விழாமல் வந்த அழைப்பு தனது வேலைத்தலத்தை சேர்ந்தவர்களுடையதாக இருக்க வேண்டும் என நினைத்துக்கொண்டு வெளியே வந்தாள். மெல்பேனில் மார்கழி மாதத்து கோடையிலும் மெதுவான குளிர் உடலையணைத்து ரோமங்களைச் சில்லிடவைத்தது. மெல்லிய போதைக்கு இதமாக இருந்தது.

போனை காதில் வைத்ததும் ரோனியின் குரல் என்பது புரிந்தது.

"என்ன செய்கிறாய்?"

"ஏன்? கபேயில் இருந்து சாப்பிடுகிறேன். ஏதோ அவசரம் என அடித்துப் பிடித்து வெளியே வந்தேன்."

"விக்டோரியா பாராளுமன்றத்துக்கு முன்பு ஸ்ரீ லங்கா தமிழர்கள் ஆர்ப்பாட்டம் நடத்துகிறார்கள். அவர்களுடன் இவ்வளவு நேரமும் பேசிக்கொண்டிருந்தேன். உனது தரப்பு முன்னேற்றத்தை அறிய ஆவலாக இருந்தது."

"நானும் வேலையாகத்தான் இருக்கிறேன். நாளை பேசுகிறேன்" எனக் கூறிபோனை வைத்தாள்.

மீண்டும் கபேக்குள் சென்ற போது அசோகனின் தட்டு காலியாக இருந்தது.

"மன்னிக்க வேணும். எனது தோழியின் தொலைபேசி அழைப்பு. என்ன வேகமாக சாப்பிட்டு விட்டாய்?"

"மதியம் சாப்பிடவில்லை. நல்ல பசி. உனக்கு எனது நன்றி."

"நீ இன்னும் உனது விடயத்தை சொல்லவில்லை. நான் தெரிந்துகொள்வதை நீ விரும்பவில்லை. பரவாயில்லை. ஏதாவது குடிக்கிறாயா?" எனக் கூறிய படி உணவை முடிந்தாள்.

"இல்லை."

பரிசாரகனிடம் பில்லை எடுத்துத் தட்டில் காசை வைத்து விட்டு வெளியேறினாள்.

அசோகன் அவளைப் பின் தொடர்ந்தான். 'இந்தியாவில் இவளைச் சந்தித்த போது வெகுளிப்பெண்ணாக இருந்தாள். இப்பொழுது பேச்சும் நடத்தையும் இவளைத் தன்னம்பிக்கையும் முதிர்ச்சியும் உள்ள பெண்ணாக காட்டுகின்றன. பேச்சில்

கானல் தேசம்

மற்றவர்கள் மீது குற்றம்சாட்டி விட்டு, பின்பு அவர்களைத் தன்பக்கம் இழுக்கும் தன்மை தெரிகிறது.

“அசோக் என்ன பேசாமல் வருகிறாய்?”

“உன்னைப்பற்றித்தான் யோசித்துக் கொண்டு வருகிறேன். இந்தியாவில் நான் சந்தித்தபோது பாவப்பட்ட ஒரு அப்பாவி போல் இருந்தாய். இப்ப வித்தியாசமாக இருக்கிறாய்.”

“அதுதான் உனக்கு என்னைப் பிடிக்கவில்லையா?” என விலகிச் செல்ல முயன்றவளை அசோகன் கையில் பற்றி இழுத்தான்.

“இப்படியாவது உனது கை என்னில் பட்டிருக்கிறது. நன்றி அசோக்” என்றதும் அவனால் குற்றவுணர்வைத் தாங்க முடியவில்லை. கால்ர்டன் தெருவின் நடுப்பகுதியில் அவளை இரு கைகளாலும் அணைத்து உதட்டில் முத்தமிட்டான்.

இருவரும் பிரியாமல் சில நிமிடங்கள் நின்றனர். நல்ல வேளையாக பாதையில் வாகனப் போக்குவரத்து இல்லை.

“வா காருக்குப் போவோம்” என அசோக் இழுத்துச் சென்று காரில் ஏறினான். “ஜெனி எப்படி வந்தாய்?”

“நான் வேலையில் இருந்து நேரடியாக ட்ராமில் வந்தேன்” கார் நோத் மெல்பேனை நோக்கிச் சென்றது.

காரை, தெருவில் நிறுத்திவிட்டு இரண்டு பக்கமும் பார்த்தபடி தெருவைக் கடந்தனர். அந்த இரவில் ஜெனியின் குதி உயர்ந்த காலணியின் சத்தம் ஒலித்தது.

“மெதுவாக நட. எனது இடத்துக்கு ஒரு பெண்ணைக் கூட்டி வருவது இதுதான் முதல்தரம்”

“ஓகே பொஸ்” எனக் கூறி அந்த காலணிகளைக் கையில் எடுத்தாள்.

லிப்ட்டில் வேறு எவரும் இல்லை. ஐந்து மாடிகளைக்கொண்ட அந்தக் குடியிருப்பில் எல்லோரும் இள வயதினர். இன்று நத்தாருக்கு முன்னரான வெள்ளிக்கிழமையானதால் பெரும்பாலானவர்கள் இன்னும் தங்கள் இடத்துக்கு வந்திருக்க மாட்டார்கள். பயம் அர்த்தமற்றது என்பது அவனுக்குத் தெரியும்.

பாங்கில் சேர்ந்ததும் குறைவான வட்டி வீதத்தில் கடன் கொடுத்ததால் இந்த வருட முற்பகுதியில் வாங்கிக்கொண்ட புதிய அப்பார்ட்மெண்ட்.

ஐந்தாவது மாடியில் உள்ள இவனது அப்பாட்மென்டை மெதுவாக சாவியினால் திறந்தான். ஜெனி உள்ளே வந்ததும் கையில் இருந்த கருமையான காலணிகளை வாசலில் போட்டாள்.

"அழகான அப்பார்ட்மென்ட். ஆனால், நீ ஒரு ஃபேணிச்சரும் போடவில்லை" எனக்கூறியபடி சமையல் பகுதிக்குள் பார்த்து விட்டு "சமையல் அறையைக்கூட நீ உபயோகிக்கவில்லை" என்றாள்.

"நான் இங்குவருவதற்கு இரவு எட்டு மணியாகிவிடும்" என்று சொல்லிக்கொண்டு படுக்கையறைக்குச் சென்றவனைப் பின்தொடர்ந்தாள்.

"கொஞ்சம் பொறு. படுக்கை குப்பையாக இருக்கிறது. நான் சுத்தப்படுத்தவேண்டும்"

அவள் அதைப்பொருட்படுத்தாது படுக்கையில் இருந்த இரண்டு பத்திரிகைகளை எடுத்தாள்.

"இது என்ன உங்கள் சமூகப்பத்திரிகையா?"

"ஆமாம் ஒன்று அரசாங்க ஆதரவு மற்றையது விடுதலை இயக்கத்திற்கு ஆதரவானது."

"நான் ப்டிக்கவேண்டும்"

"இவற்றைப் படித்து என்ன செய்வாய்?"

"உன்னைப் புரிவதற்கு உனது சமூகத்தை அறிய வேண்டுமல்லவா?"

"என்னை ஏன் புரிந்து கொள்ளணேடும்?"

அவளது முகம் இருண்டது. கோபத்தில் கறுப்புக் கோட்டை கழற்றி கட்டிலில் எறிந்து விட்டு "உனது நோக்கமென்ன? என்னைக் கழற்றிவிடப் பார்க்கிறாயா?" என சிறிது இடைவெளியுடன் அவனருகே அமர்ந்தாள்.

"ஜெனி எனக்கும் உனக்கும் பல விடயத்தில் வேறுபாடுகள் உண்டு. நீ இந்த நாட்டில் பிறந்தவள் என்பதால் என்னைப் புரிந்து கொள்ள முடியாது. நான் பல பிரச்சினைகளைத் தோளில் துணி மூட்டைபோல் சுமந்து கொண்டு திரிகிறேன். இந்த மூட்டையில் இந்த உலகப் பிரச்சினைகள் மட்டுமல்ல உயிர் நீத்த சில ஆவியுலகப் பிரச்சினைகளும் உள்ளன. அவற்றின் நன்றிக் கடன்களை என் வாழ்நாள் காலத்தில் தீர்ப்பேனோ என்பதே தெரியாது. இந்த நாட்டில் உடலால் வாழ்ந்தாலும் எனது உயிர் இலங்கையில் இருக்கிறது. அப்படி வாழ்ந்தாலும் உனது தரத்துக்கேற்ற வாழ்க்கை எனக்கு எட்டாது."

அவளது கண்களைப் பார்த்தபடி சொல்லும்போது அவனது குரலின் கரகரப்பும் நீர் ததும்பும் கண்களும் வார்த்தையின் சத்தியத்தை அவளுக்கு உணர்த்தின.

“நீ சொல்லாத விடயங்கள் உண்டு”

“அது என்ன?”

“நீ கறுப்பு என்பதையும் நான் ஐந்து வயது மூத்தவள் என்பதையும் ஏன் விட்டுவிட்டாய்?”

“கறுப்பைப் பற்றி பேசினால் நீ, நானும் கறுப்பு என நிரூபிக்க முயல்வாய். அதனால்தான் அதைச் சொல்லவில்லை. வயது எனக்குப் பிரச்சினையில்லை”

“இப்பொழுது இதையெல்லாம் ஏன் சொல்லுகிறாய்? நான் எந்த நிபந்தனையும் அற்ற உனது நட்பைத்தான் கேட்கிறேன். அந்த நட்புக்கு நீ சொன்ன வேறுபாடுகள் தடையாக இராது. உனக்கு என்னில் பிடிக்காதபோது பிரிந்துபோகலாம்” என்றபடி அவனது மூக்கை இழுத்தாள்.

“நீ சுலபமாகக் கூறிவிட்டாய். என்னைப் பொறுத்தவரை நான் நெருங்கிப் பழகிய ஒரே பெண் நீதான். சேருவது பிரிவது என்பது எனக்குப் பழக்கமில்லாத விடயம் தெரியுமா? என்றபடி அவளது கைகளை தோள்களில் இருந்து எடுத்து முத்தமிட்டான்.

ஜெனி மிகநெருக்கமாக வந்து அவனது தோளில் சாய்ந்தபடி “உன்னிடம் எனக்கு எந்த எதிர்பார்ப்பும் இல்லை. இப்பொழுது இந்த அறையை விட்டு, போகச் சொன்னாலும் போகிறேன்” என்றபடி காலைத் தூக்கி அந்தக் கட்டிலில் சரிந்தாள்.

“இந்தக் கட்டில் மிக விசாலமாக கிங் சைஸில் உள்ளதே. தனியே படுப்பவனுக்கு இந்தக் கட்டில் ஏன்?”

“உனக்கு ஏளனமாக இருக்கிறது? மலிவாக கிடைத்தது?”

“இந்த அபார்ட்மென்டில் இரண்டு அறைகளில் இது பெரியது. மற்றைய அறையில் என்ன வைத்திருக்கிறாய்?”

“எனது கம்பியூட்டர் உள்ளது” அவன் எழுந்து யன்னலைத் திறந்துவிட்டு அடுத்த அறையில் உடையை மாற்றி புதிய உடையணிந்தான். மீண்டும் கட்டிலில் படுத்திருந்த ஜெனியின் கால்களுக்கு அருகில் அமர்ந்தான். “உனது பாதங்கள் மிக அழகாக இருக்கின்றன”

உடனே காலை இழுத்தபடி “நீ வித்தியாசமான ஆள்தான். காலில் இருந்து தொடங்குகிறாய்.”

“எனது எட்டு வயதில் அம்மாவின் காலைப் பிடித்தபடி பல மணிநேரமாக நின்றேன். அம்மா இறந்து விட்டாள் எனச் சொல்லி எனது ஆச்சி இழுத்துக்கொண்டு போனார். அம்மாவின் கால்கள் கறுப்பாக இருந்தாலும் உன்னை மாதிரித்தான். பாதம்

அழகான வளைவுடன் நீளமான கால்விரல்கள். அதிலும் நடுவிரல் மற்றவைகளைவிட நீளமானது."

"என்னை மன்னித்துக்கொள்" என அசோகனை அணைத்தாள்.

"பரவாயில்லை. உனது பாதங்களைப் பார்த்ததும் அம்மாவின் ஞாபகம் வந்துவிட்டது. நான் அன்பு வைத்த சொந்தங்களை இழந்தவன். தப்பி ஓடியபோது பாதையில் சந்தித்து இரக்கம் கொண்டு எடுத்து வளர்த்தவர்களுக்குத் துன்பமென்றதால் மிகவும் மனமுடைந்துள்ளேன்."

"உனது அப்பா அம்மாவுக்கு என்ன நடந்தது?"

"அது ஒரு பெரிய சோகக் கதை. அதைக்கேட்டு அந்த சோகம் உன்னைத் தொற்றுவதை நான் விரும்பவில்லை."

"பகிரும்போது மனக்கவலை குறையும். நீ தனியே உனது கவலையில் மூழ்கித் திளைக்க விரும்பினால் நான் போகிறேன்" என எழுந்தாள்.

அவளின் தோளை அழுத்தியபடி "நீ இருப்பது எனக்கு இதமாக இருக்கிறது" என அவளது வெள்ளிச் சங்கிலியை இழுத்தான். சங்கிலி அவளது சட்டையின் பட்டனுக்குள் சிக்கி வெளிவர மறுத்தது.

"உனக்கு சங்கிலி வேணுமா" எனக் கூறியபடி இரண்டு மார்புப் பொத்தான்களை கழற்றினாள்.

சங்கிலியில் உள்ள சிலுவையை பார்த்துவிட்டு "கத்தோலிக்கப் பெண்ணா?"

"உனக்கு கத்தோலிக்கப் பெண்ணைப் பிடிக்காதென்றால் மதம் மாற நான் தயார்"

"நான் கூட இண்டு வருடமாக கத்தோலிக்க பாதர் தொம்சனோடு இருந்து கத்தோலிக்கப் பல்கலைக்கழகத்தில்தான் கம்பியூட்டர் படித்தேன். ஞாயிற்றுக்கிழமைகளில் சேர்ச்சுக்கு போய் வருவேன். பைபிளையும் ஒழுங்காகப் படித்திருக்கிறேன். எனக்கு ஞானஸ்நானம் நடக்காவிட்டாலும் தெரிந்த மதம் அது ஒன்றுதான்"

"எப்போது உன் பூர்வீகக் கதையைச் சொல்வாய்?"

"எனக்குக் கூட சரியாகத் தெரியாது. ஆச்சி சொன்ன கதைதான்"

எனக்கு எட்டுவயது இருக்கும். எங்கள் பகுதியில் விடுதலைப்புலி இயக்கத்திற்கும் இந்திய இராணுவத்திற்கும் சண்டை நடந்தது. பாடசாலை மூடியிருந்ததால் மிக்க

கானல் தேசம்

சந்தோசமாக ஓடித்திரிவோம். இந்திய இராணுவத்திற்கோ விடுதலைப்புலிகளுக்கோ பயப்படாமல் திரிவோமாம். விடுதலை இயக்கத்தலைவர் ஒளிந்திருப்பதாக எங்கள் பகுதி தாக்கப்பட்டது. பின்பு எனது அம்மாவும் அப்பாவும் ஆச்சியின் வீட்டில் என்னைப் பாதுகாப்பாக இருக்க வைத்துவிட்டு மீண்டும் வீட்டில் இருந்து பொருட்களை கொண்டு வருவதற்காக சைக்கிளில் சென்றனர். அந்தப்பகுதியில் நடந்த சண்டையில் பலர் மரணமானார்கள். அடுத்த நாள் பலரது உடல்களோடு அம்மாவின் உடலும் கிடந்தது. அப்பாவின் உடலோ அவரைப்பற்றிய செய்தியோ தெரியவில்லை. அம்மாவின் காலைப் பிடித்துக் கொண்டிருந்த என்னை இழுத்துக் கொண்டு போனார்கள். அடுத்த நாள் அம்மாவை எரிக்கும் இடத்தில் மீண்டும் பார்க்க முடிந்தது"

"இவ்வளவு கொடுமையானதா உனது கதை" எனக் கண்கலங்கினாள் ஜெனி.

"எனது நினைவுகள் மண்ணில் புதைக்கப்பட்ட சடலம்போல இருந்தது. நீ அதை கிளறி எடுக்கப் பண்ணிவிட்டாய். என்னை வளர்த்த குடும்பத்திற்குக் கூட நான் இதைச் சொல்லவில்லை. அவர்களுக்கு அப்பா அம்மா இறந்த அனாதை என்பது மட்டுமே தெரியும்"

"நீ மற்றவர்களோடு பகிரும்போது கொஞ்சம் குறையும்."

"நீ நினைக்கிறது தவறு. என் உயிர் உள்ளவரை எனது நினைவுகள் பனியில் சிக்கிய மிருகம் போல் தொடர்ந்து இருக்கும். இது கீழே வைக்க முடியாத சுமை."

"அது சரி அப்பாவைப் பற்றிச் சொல்லவில்லையே?"

"அவர் ஒரு ஆசிரியர். பல இடங்களில் வேலைக்குச் சென்றதால் அம்மாவின் அணைப்பில் வளர்ந்தேன். நான் அறிய முன்பு அவர் காணாமல் போனதால் இறந்தது போல் நினைவில்லை. அதே நேரத்தில் நிழலான அவரது உருவத்தின் நினைவுகள் உள்ளன. அந்த நினைவுகள் சோகத்தை உருவாக்குவதில்லை. எல்லாவற்றிலும் பார்க்க அம்மாவின் தாய் எட்டு வருடங்கள் அம்மாவை நினைத்து அழுவதும் புலம்புவதுமாக என்னை வளர்த்ததால் அம்மாவின் நினைவுகள் தொடர்கின்றன."

"உனக்கு எப்படி ஆறுதல் சொல்வது அசோக்?"

"பன்னிரண்டு மணியாகப்போகிறது. எப்படிப் போவாய்?"

"இப்பத்தான் அக்கறையாகக் கேட்கிறாய். பன்னிரண்டு மணிக்கு பின்பு ட்ரெயின் இல்லை என்பதால் கோஃபீல்டுக்குப் போக முடியாது."

நொயல் நடேசன்

“நீ அங்கு இருப்பதை எனக்குச் சொல்லவில்லை”

“நீ கேட்கவில்லை. நாளைக்கு நத்தார் என்பதால் நான் இங்கு தங்கப்போகிறேன்.”

தார்ப்பாலைவனத்தில் நடந்தது மாதிரி இன்று நடக்கிறாளா? அறையில் தங்கப்போவதாகச் சொல்லும் இவளை நடு நிசியில் வெளியேற்ற முடியாது. கட்டிலைக் கொடுத்துவிட்டு படுப்பதற்கு சோபா கூட இல்லை.

“என்ன யோசிக்கிறாய் என்னை வெளியே அனுப்பவா? அது நடக்காது. நான் ஒரு பக்கத்தில் படுப்பேன். நீ ஒருபக்கத்தில் படுக்கலாம். அதனால் பாவமில்லை” வேறு வழியில்லாமல் லைட்டை அணைத்தபோது மெதுவாக மெல்பேன் நகரத்து வெளிச்சம் திரையற்ற உயரமான கண்ணாடி யன்னலூடாகக் கசிந்தது.

“இதோ அசோக் நீ எந்தப் பயமுமில்லாமல் படுக்கலாம்“ என்றுவிட்டு அவள் சுவரை நோக்கியபடி படுத்தாள்.

அம்மாவைப்பற்றிய நினைவுகளைக் கிளறிவிட்டு இவள் எனது கட்டிலில் நிம்மதியாகத் தூங்குகிறாள். எனது மனதில் ஒக்ரோபர் மாதக் கொடுமைகளின் நினைவுகள் துண்டுகளாக வருகின்றன.

மாலை ஐந்துமணிச் சூரியன் எங்களது வீட்டு மேற்குப் பக்க வேலியில் உள்ள முள்முருக்கை, பூவரசு மரங்களின் இடையாக எட்டிப் பார்த்திருந்தது. கூந்தலைக்கோதிய சீப்பை ஆச்சியிடம் கொடுத்து விட்டு ‘தம்பி ஆச்சியோடு இரடா. இன்றைக்கு வெளியாலே விளையாடப் போகாதே. நாங்கள் சமையலுக்கான பாத்திரங்கள் மற்றும் சில துணிகளை வீட்டில் இருந்து கொண்டு வருகிறோம்’ எனச் சொல்லிய கடைசி வார்த்தைகளோடு இறுக்கமான தனது முகத்துடன் என்னைக் கட்டியணைத்துவிட்டு வாசலில் சைக்கிளில் நின்ற அப்பாவிடம் மூச்சிரைக்க ஓடிச்சென்றார். அம்மாவின் பின்னால் ஓடிய கறுப்பி நாயை அம்மா போடி எனச் சொல்லி கலைத்தார். அது நிற்கவில்லை. அப்பாவின் சைக்கிளின் பாரில் ஏறி அமர்ந்ததும் சைக்கிள் ஒழுங்கையில் சென்று மறைந்தது.

போன அம்மாவும் அப்பாவும் ஆறு மணி ஊரடங்கு சட்டத்தின் முன்பாக வந்திருக்க வேண்டும். வரவில்லை. கறுப்பி மட்டும் வந்தது. ஆனால், வைத்த உணவை முகரக் கூடவில்லை. ‘நான் எனது உணவில் பாதி வைத்தால் உனக்குக் கொழுப்பு’ என நாயைத் திட்டிவிட்டு ஆச்சி புலம்பத் தொடங்கினாள்.

தூரத்தில் வெடிச்சத்தங்கள் கேட்டபடி இருந்தன. பெரும்பாலான வீடுகளில் வெளிச்சம் அணைத்து அந்தக் கரிய இரவினுள் ஒவ்வொருவரும் உறைந்து விட்டார்கள். வாசல் படியில் இருந்து புலம்பும் ஆச்சிக்குத் துணையாக கறுப்பி நாய் வாசல் அருகே படுத்திருந்தது. நள்ளிரவில் சோற்றைத் தட்டில் போட்டுத் தந்து 'இரண்டு பேரையும் காணவில்லையே நான் என்ன செய்வேன்' எனக் கூறியபடி குழைத்து ஊட்டினாள்.

தெருவெங்கும் காக்கி உடுப்போடு இந்திய இராணுவத்தினர் திரிந்தனர். பாடசாலையையும் கோயில்களையும் தேடி ஓடிய மக்களும் தூரத்தில் கேட்கும் வெடிச்சத்தங்களும் திரைப்படக் காட்சிகளாக வந்தன. கொக்குவில் பாடசாலையில் ஆச்சியுடன் சில நாட்கள் இருந்துவிட்டு அப்பாவின் ஊராகிய நயினாதீவில் இருந்த ஆறுமாதங்கள் உண்மையில் நிம்மதியான காலம். காலையும் மாலையும் ஆச்சி கோவிலில் வந்து கும்பிடுவாள். அக்காலத்தில் பெரும்பாலும் மலை வேப்பமரத்தடியில் இருந்தாலும் எந்த ஆயுதங்களின் சத்தமுமில்லாத காலம்.

கடிகாரத்தைப் பார்த்தபோது இரண்டு மணியாகிவிட்டது

மெதுவான தூக்கத்தில் இருந்த ஜெனியிடமிருந்து முனகலான சத்தம் கேட்டது. தொடர்ந்து விட்டு விட்டுப் பெருமூச்சும் வந்தது.

திரும்பியபோது இருவருக்கும் இடையே உள்ள வெளியை தலையணை பிரித்திருந்தது. கட்டிலில் அடுத்த பக்கத்தை பார்த்தபடி படுத்திருந்தவளின் உடல் மெதுவாக அசைந்தது. கைகள் இரண்டாலும் தலையை பிடித்தபடி தலை சுற்றுவதை தடுக்க முயற்சிப்பவள் போல் படுத்திருந்தாள்.

இவளது இந்த அழகு வீட்டுப்பாவனைக்கு உதவாத உயர் அழுத்தத்தில் செல்லும் மின்சாரம் போன்றது. எனக்கு இவள் சரிப்பட்டு வரமாட்டாள். பாலைவனக் கூடாரத்தில் கனவு கண்டது போல் இன்றும் கனவு காணுகிறாள் போல் எனச் சிரித்துவிட்டு அடுத்த பக்கம் திரும்பிப்படுத்தான். அப்போது அவளது உடல் பலமாக அதிர்ந்தது. அவளது பிருஷ்டம் மேலும் கீழுமாக உடலுறவில் அசைவதுபோல் அதிர்ந்தது. கட்டிலையும் அதிரவைத்தது. வாயிலும் ஏதோ வார்த்தைகள் வருவது போல் கேட்டன.

சில நிமிடங்கள் அவளையே பார்த்து விட்டு "ஜெனி என்ன விடயம்?" எனத் தோளில் தட்டியதும் உடனே எழுந்தாள்.

"நான் எங்கே?"

"நீ எங்கேயா? என் கட்டிலில் படுத்து என்ன செய்கிறாய்?"

"அதிசயமான கனவு. நாங்கள் இருவரும் இலங்கையில் இருப்பதாகக் கனவு கண்டேன்"

"உனக்கு இந்தக் கனவு காண்பது தொழிலாகிவிட்டது."

"இந்தமுறை உனது அம்மாவைக் கண்டேன். அம்மாவும் நானும் உன்னை இழுத்துக்கொண்டு ஓடுவதாக இருந்தது"

"எனது அம்மாவின் முகம் உனக்கு எப்படித் தெரியும்?"

"உனது முகம் போல் இருந்தது"

உண்மையில் சொல்கிறாளா? இல்லை பொய் சொல்கிறாளா? என்பது சந்தேகமாக இருந்தாலும் "கிறிஸ்மஸ் உனக்கு இருக்குமல்லவா? பேசாமல் படு" என்றான்.

காலையில் எழும்பிய ஜெனிக்குக் காலை உணவும் காப்பியும் கட்டில் அருகே இருந்தன.

"குளித்து விட்டு சாப்பிடுகிறாயா இல்லை குளிக்காமல் சாப்பிடுவாயா எனத்தெரியாது"

"நான் அதிர்ஷ்டசாலி. ஒரே கட்டிலில் படுத்தும் என்னை எதுவும் செய்யாமல் கண்ணியமாக நடந்து அதற்கு மேல் எனக்குக் காலை உணவும் செய்து தரும் வேறு ஒருவனை இந்த அவுஸ்திரேலியாவில் தேடமுடியாது. உன்னை நான் விடுவதாக இல்லை" என்று கட்டிலில் அமர்ந்துகொண்டு பாணுக்கு பட்டரைத் தடவினாள்.

"நீ காலை உணவு உண்டுவிட்டு வெளியேறினால் நல்லது. நான் எனது நண்பனைக் காண வேண்டும். உன்னை விரைவாக வெளியே அனுப்புவது எனது எண்ணம்"

"அது சரிவராது" என்று சொல்லியபடி ஆறஅமர உணவருந்திவிட்டு குளியலறைக்குச் சென்றாள்.

அவள் குளிக்கும் சத்தம் வந்தபோது ஏதாவது புதிய விடயங்கள் சாந்தனிடம் இருந்து வந்திருக்கிறதா எனப் பார்ப்பதற்கு அடுத்த அறையில் இருந்த கம்பியூட்டரை அழுத்தினான்.

7

பொக்சிங் டே

நத்தாருக்கு அடுத்த நாளும் ஐரோப்பாவில் விடுமுறை. தேவதூதன் அவதரித்த நாளில் வீடு மற்றும் தோட்டங்களில் எஜமானர்களுக்காக உடலுழைப்பில் ஈடுபட்ட வேலையாட்களுக்கு ஓய்வு கொடுத்து அவர்களின் உழைப்புக்கு வெகுமதிகளை பெட்டிகளில் வைத்து வீடுகளுக்கு அனுப்பி குடும்பங்களுடன் மகிழ்ச்சியாக இருக்கும்படி ஐரோப்பிய நிலவுடமையாளர் உருவாக்கிய நாளே பொக்சிங்டே.

அதே கிறீஸ்தவ பண்பாட்டுத் தொடரில் வந்த அவுஸ்திரேலியரும் நத்தாருக்கு அடுத்த தினத்தை பொக்சிங் விடுமுறை நாளாக்கினர். மெல்பேனில் இந்த விடுமுறை நாள் கிரிக்கட் டெஸ்ட் போட்டி தொடங்கும் நாளாகவும் முக்கியத்துவமாகிறது. நத்தாருக்கு முன்பு விற்க முடியாத பொருட்களைக் கழிவுவிலையில் விற்பதால் கடைகளில் மக்கள் கூட்டம் நிரம்பி வழியும். நத்தார் இரவு உணவை, குடும்பத்துடன் உண்டுவிட்டு விடுமுறைக்காக அவுஸ்திரேலியாவின் மற்ற பகுதிகளுக்கும் வெளிநாடுகளுக்கும் குடும்பமாகச் செல்லும் நாளாகவும் பொக்சிங் நாள் உள்ளது. இதனால் அன்று நகரங்களின் நெடுஞ்சாலைகள் வாகனங்களாலும் விமான நிலையங்கள் மக்களாலும் முழு ஆட்டை விழுங்கிய மலைப்பாம்பு போல் திணறும்.

அசோகனுக்கு வர்த்தக நிலையங்களில் சென்று பொருட்களை வாங்கும் தேவையோ விடுமுறையில் செல்லும் நோக்கமோ இல்லை. கிரிக்கட்டைப்

பார்த்து அந்த நாளைக் கரைத்தான். பாகிஸ்தான் அணி முதல் ஆட்டத்தைத் தொடங்கி அன்று முழு நாளும் துடுப்பெடுத்து விறுவிப்பின்றி நேரத்தைக் கடத்திக் கொண்டிருந்தது. பணம் கொடுத்து மைதானத்திற்குப் போயிருந்தால் பைத்தியம் பிடித்திருக்கும் என நினைத்தான்.

இலங்கையோ இந்தியாவோ கிரிக்கட் விளையாட அவுஸ்திரேலியாவுக்கு வந்திருந்தால் நன்றாக இருந்திருக்கும். மைதானத்திற்கே போயிருக்கலாமென எண்ணியபடி முதல் பந்தில் இருந்து கடைசிப் பந்து வரை பார்த்துக்கொண்டிருந்தவன் உணவுக்கும் உடல் உபாதையைத் தீர்ப்பதற்கும் மட்டுமே எழுந்தான். இப்படியான கிரிக்கட் இரசிகன், அப்பார்ட்மென்ட்டுக்கு கூப்பிடு தூரத்தில் சிறப்புமிக்க மெல்பேன் கிரிக்கட் மைதானம் இருந்தும் ஏன் அங்குச் செல்லவில்லை?

தொலைக்காட்சியில் பார்த்துப் பழகிவிட்டான். ஒவ்வொரு வருடமும் மைதானத்துக்குச் செல்ல வேண்டும் என்ற விருப்பம் வரும். அங்குச் சென்று கிரிக்கட்டை மட்டுமல்ல விளையாட்டுக்கு வந்த இரசிகர்கள் எழுப்பும் கூக்குரல், குழப்பங்கள் என அந்த விளையாட்டு மைதானத்தை நிறைத்திருக்கும் சூழலையும் ஒரு முறையேனும் அனுபவிக்க வேண்டும் என நினைத்தாலும் பணமும் சோம்பலும் கால்தடம் போட்டு அந்த நினைப்பை ஆற்றில் அள்ள நினைத்த நீராக்கிவிடும்.

கிரிக்கட்டை அக்குவேறாகப் பிரித்து அலசியபடி வீட்டின் உள்ளே கொண்டுவரும் அவுஸ்திரேலிய வர்ணனையாளர்கள் மைதானத்திற்குப் போகாத குறையை மறக்கடித்து விடுவார்கள். கிரிக்கட் மற்ற விளையாட்டுகளைவிட அதிக சட்டங்களைக் கொண்டது மட்டுமல்ல மதங்களைப்போல் டுவலிஸம் எனும் இரண்டைவாத தத்துவமும் நிறைந்த தன்மையுள்ளது என நினைத்தான்.

டெஸ்ட் கிரிக்கட்டைப் பார்த்த பின்பு வரும் செய்திகளையும் முடித்து தொலைக்காட்சியை விட்டு எழுந்தபோது இரவு எட்டு மணி. இன்னமும் மார்கழி மாதச் சூரியன் அஸ்தமிக்கவில்லை. அசோகன் மட்டுமா சோம்பல் முறிக்கிறான்? கீழ்வானத்து அடியில் ஆதவன் கூட அந்த நாளில் சோம்பேறித்தனமாக நகர்ந்து கொண்டிருந்தான். விரைவாக அடிவானத்தில் ஒதுங்கி யிருந்து இரவை நெய்வதற்குத் தயங்கியபடி, விளையாடிய பின் மாலையில் வீடு திரும்ப மனமற்று தயங்கித் தயங்கிச் செல்லும் சிறுவன்போல் நகரத்தின் உயர்ந்த கட்டிடங்களிடையே ஒளிவது தெரிந்தது.

தனியொருவனாக இரண்டு அறைகளும் ஹோல், சமையலறையும் அமைந்த அபார்ட்மென்டில் வசிப்பது அசோகனுக்கு ஆரம்பத்தில் கடினமாக இருந்தாலும் ஆறு மாதங்களில் பழகிவிட்டது. தனிமை அவனைச் சுற்றியுள்ள இயற்கைச் சூழலை இரசிப்பதற்கு ஒரு ஆசிரியனாகக் கைப்பிடித்து ஏடெழுதியது. காலையும் மாலையும் மேகக் குவியல்களை திரைச்சீலையாக்கி ஆதவன் நடத்தும் நாடகங்களையும் இரசிக்க பழகிக்கொண்டான். நான்கு பருவங்களையும் ஒரே நாளில் அரங்கேற்றும் மெல்பேன் வான்வெளி இராட்சத நாடகமேடையாக அவனுக்குத் தெரிந்தது.

புதிதாக ஒரு பொழுதுபோக்கையும் உருவாக்கியிருந்தான். பூங்கா நகரமான மெல்பேனின் மத்திய பகுதிகளில் மாலைப்பொழுதில் மரக்கிளைகளில் வந்து அமரும் பறவைகளை வேவு பார்ப்பதற்கு ஒரு தொலைநோக்கிக் கருவியை வாங்கியிருந்தான். அன்று யன்னலருகே நாற்காலியில் இருந்தபடி மரங்களில் தேடிக்கொண்டிருந்தான். எல்லாப் பறவைகளும் இந்தியன் மைனாவாக இருந்தன. கூட்டம் கூட்டமாகப் பலவித மாக சத்தமிட்டபடி இருந்தன. அவுஸ்திரேலியர்கள் கரும்புகளைத் தாக்கும் வெட்டுக்கிளிகளை ஒழிப்பதற்காக இந்தியாவில் இருந்து கருமையான தலையும் பிறவுன் இறகுகளும் மஞ்சள் கால்களும் அலகும் கொண்ட இந்தியன் மைனாக்களைக் கொண்டு வந்தனர். அவை மிகவும் ஆக்ரோசமாக சுதேசப் பறவைகளை அவற்றின் கூடுகளிலிருந்து விரட்டிக் குடியேறின. அவற்றின் குஞ்சுப்பறவைகளை உணவாக்கி அவுஸ்திரேலியாவில் ஏற்கனவே இருந்த சுதேசப் பறவைகளுக்குப் பேரழிவை ஏற்படுத்திவிட்டன. இந்தியன் மைனாக்கள் காலையும் மாலையும் முக்கிய நகரங்களை முழு குத்தகைக்கு எடுத்துவிட்டன. இவற்றின் எண்ணிக்கையைக் குறைக்கப் பல முயற்சிகள் எடுத்தும் எதுவும் பலனளிக்கவில்லை. இவைகளை பறக்கும் பெருச்சாலிகள் என இயற்கை விஞ்ஞானிகள் வர்ணிப்பார்கள். தாவர விதைகள் பூச்சிபுழுக்கள், மனிதக் கழிவுகளென எல்லாவற்றையும் உண்டு சமூகமாக வாழும். உணவை, கரைந்தபடி தமக்கிடையே பகிர்ந்து கொள்ளும். இப்படியான குழுவாக வாழும் இயல்புகள் இவற்றின் இனப்பெருக்கத்தை உறுதிப்படுத்துகின்றன. ஆணும் பெண்ணும் காலம் முழுதும் ஜோடியாக வாழும். மாலை நேரங்களில் அவை போடும் சத்தம் வாகனங்களின் இரைச்சலை மீறிக் கேட்கும் என்றால் பாருங்களேன். பகல் நேரங்களில் மட்டுமே அவுஸ்திரேலிய காலா எனப்படும் கிளிகள் மற்றும் தேன்குருவிகள் பறந்து திரியும். மற்றைய அவுஸ்திரேலிய பறவைகளைப் பார்ப்பதானால் சிறு நகரங்கள் மற்றும் காடுகளைத் தேடிப் போகவேண்டும். ஒருவிதத்தில் ஆங்கிலேய குடியேற்றவாசிகள்

அவுஸ்திரேலிய ஆதிவாசிகளுக்கு செய்தது போன்ற செயலே இந்த மைனாக்கள் சுதேசப்பறவைகளுக்குச் செய்தன.

தொலைநோக்கி முனையை மூடிவைத்துவிட்டு ஏதாவது சாப்பிட வேண்டும் என நினைத்து சமையல் அறைப்பக்கம் செல்ல நினைத்தபோது கைத்தொலைபேசியின் மணியடித்தது.

எடுத்தபோது ஜெனி. "எப்படி இருக்கிறாய் ஜெனி? என்ன விடயம்?"

"இன்று முழுவதும் என்ன செய்தாய்? கிரிக்கட் பார்த்தாயா?"

"கிரிக்கட் பார்த்ததைத்தவிர எதுவும் செய்ய இல்லை"

"அசோக் சுனாமி ஒன்று இந்தோனேசியாவுக்கு அருகில் வந்துள்ளது."

"அது என்ன?" என்றான் அசிரத்தையாக.

"கடலின் அடியில் பூகம்பம். அது இலங்கை, இந்தியாவைத் தாக்கும் எனறு சொல்கிறார்கள்"

"உனக்கு யார் சொன்னது?" – இப்பொழுது ஆர்வம் குரலில் தெரிந்தது.

"எங்களுக்கு அவுஸ்திரேலிய புவியதிர்வுக் கண்காணிப்பு மையத்தின் அறிவிப்பு வந்துள்ளது"

"நீ எங்கே இருக்கிறாய்? இன்று உனக்கு விடுமுறையில்லையா?"

"பொலிசில் எப்படி விடுமுறை வரும்? இன்னமும் வேலையில் தான். எனக்கு விசேடமான வேலை இன்று இருந்தது. இங்கிருந்து உன்னிடம் வர விரும்புகிறேன்"

"சரி வா" எனச் சொல்லி தொலைபேசியை வைத்தான்.

இவள் இன்று வந்து என்ன செய்யப்போகிறாளோ? என்னை தர்மசங்கடத்தில் மாட்டும் நோக்கமா? உண்மையில் இவள் என்னைக் காதலிக்கிறாளா? இவளது காதல் நமக்கு ஒத்துப்போகுமா? பெண்களுடன் பழகாத எனக்கு இவளைப் புரிந்துகொள்ள எவ்வளவு காலம் எடுக்குமோ? பலகாலம் பழகிப்பார்த்தால் தான் தெரியும். ஆனால், அதற்கு சாத்தியம், அவகாசம் உள்ளதா?

மனதில் உருவாகிய கேள்விகளுக்கப்பால் அசோகனின் அடிமனதில் அவளது வருகைக்கு சிவப்புக் கம்பளம் விரிந்தது. அதில் சிவப்பு ரோஜா இதழ்கள் தூவப்பட்டன. மலர்களின் நறுமணம் போதாது என்று மேலும் வாசனைத் திரவியங்கள் அந்தக்

கம்பளத்தில் தெளிக்கப்பட்டன. காதுகளில் மங்கல வாத்தியங்கள் ஒலிக்க உடலில் புது சக்தி அவனை இயக்கியதால் குளியலறையில் பழைய துணிகள் கூடையில் அழுத்தி மூடப்பட்டன. டாய்லட்டை டொமஸ்ரோஸ் ஊற்றி பளிங்குபோல் சுத்தப்படுத்தியதுடன் படுக்கை அறை, விருந்தினர் அறை என்பன ஒழுங்குபடுத்தி வெள்ளை விரிப்பு விரிக்கப்பட்டது. திருப்திக்காக மீண்டும் ஒருமுறை பார்த்துவிட்டு குளித்து உடை மாற்றி தயாராகினான். காட்டு மலர்களின் நறுமணமளிக்கும் வாசனைத் திரவியத்தை அந்த அபார்ட்மெண்ட் முழுவதும் ஸ்பிறே செய்த போதுதான் மனதில் திருப்தி உருவாகியது. சோம்பேறி பிரமச்சாரியின் அபார்ட்மெண்ட் வசிப்பிடம் பெண்ணின் வருகைக்காக புத்துயிர்ப்பு பெற்றது.

சமையலறையில் சமன் ரின்னில் கறி வைத்து பாணுடன் உண்பதற்கான வேலையைத் தொடங்கினான். இருக்கட்டுமே என அரிசியை ஒரு பாத்திரத்தில் வைத்து கொதிக்கப் பண்ணுவதற்குத் தயாராகும்போது கீழிருந்து அழைப்பு மணி ஒலித்தது.

அபார்ட்மெண்டில் வசிப்பவர்கள் வாசலில் உள்ள பஸ்சரை அழுத்தினால் மட்டுமே கட்டிடத்தின் வாசல் கதவு திறக்கும். அதன் பின்பே விருந்தினர் உள்ளே வந்து லிஃப்டில் ஏறி மேலே வரமுடியும்.

ஜெனி ஏற்கனவே சிறிது திறந்திருந்த அபார்ட்மென்ட் கதவைத் தள்ளியபடி இடது கையில் அழகான பேர்பரி சிவப்பு ஹான்ட் பாக் உடன் மற்றைய கையில் அதற்குப் பொருந்தாத ஒரு பழுப்பு பையுடன் இறக்கையற்ற தேவதையாக உட்புகுந்தாள். அந்தப் பையில் பீட்சாவின் அவிந்த சொஸெஜ்ஜூம் கருகிய வெண்ணையின் மணமும் அவளைப் பூலோகப் பெண்ணென நினைக்க வைத்தது.

“என்ன உன்னில் பீட்சா மணக்கிறது? உன்னையே தின்னும் பசி என் வயிற்றில் இருக்கிறது.” என அசோகன் அவளைத் தழுவினான்.

அவளது உடையலங்காரம் மெல்பேன் கோடை காலத்திற்கு ஏற்றதாக இருந்தது. சிவப்பு நிறச் சட்டையை தொடைவரையும் அணிந்திருந்தாள். கருமையான தலைமயிர் மேகமாக முதுகில் படிந்திருந்தது. உயர்ந்த சிவப்பு பாதணி அவளது உயரத்தை மேலும் இரண்டு அங்குலம் உயர்த்திக் காட்டியது. கோடை காலம் எப்பொழுது வருகிறது என்று காத்திருக்கும் அவுஸ்திரேலிய பெண்களில் இவளும் ஒருத்தி என நினைத்தபடி வார்த்தைகளைத் தேடினான்.

அவனது அணைப்பில் இருந்து மெதுவாக விலகி நேரடியாக சமையலறை மேசையில் பீட்சாவையும் பெரிய பெப்சி போத்தலையும் வைத்தாள். “எனக்கு தண்ணீர் வேண்டும். டயட் பெப்சி இல்லை” என குளிர் பதனப்பெட்டியைத் திறந்து எடுத்தாள்.

“சுனாமி எப்போது நடந்தது?”

“ஆறு நாற்பதுக்கு சுமாத்திராவுக்கு அருகில். சில மணி நேரத்தில் இலங்கை, இந்திய கரையோரங்களைத் தாக்கும் என்பது எங்களுக்கு வந்த தகவல்.”

“இதுவரையும் யப்பானில்தான் சுனாமி வருவதாகக் கேள்விப்பட்டிருக்கிறேன். இப்பொழுது எட்டு மணிக்கு மேலாகி விட்டது. நான் உணவு சமைக்கத் தயாராக இருந்தேன். உனக்கு எனது நன்றிகள். நீ வீகன் அல்லவா?” என்றபடி பீட்சாவைக் கடித்தான்.

“பீட்சாவின் அரைப்பகுதி வீகன். உனது ஊரில் இருந்து தகவல் வந்ததா?” என்றபடி சமையலறையில் உள்ள கதிரையில் கால்மேல் கால் போட்டு அமர்ந்தாள். அவளது இடது கை காதோர முடிகளை ஒதுக்கியபடி இருந்தன. கண்கள் இரண்டும் அவனை ஊடுருவி இதயத்தில் லேசராக இடையறாது தாக்கிக் கொண்டிருந்தன.

வழமையான பெண்களின் குணமா? இல்லை எனது விடயங்களைப் பகிருவதற்காகக் கேட்கிறாளா? இவளுக்கு இவள் பலம் தெரிவதுடன் அதை எப்படிப் பாவிக்கலாம் என்பதிலும் மிகவும் தேர்ச்சி பெற்றிருக்கிறாள். கிரிக்கட்டில் பவுன்சர் போடுவதுபோல் இருக்கிறதே! இவளை எப்படிச் சமாளிப்பது? சிறிது நேரம் நேரடியாக அவளை மேலும் கீழும் பார்த்தான்.

“கேள்விக்குப் பதில் சொல்லாமல் என்ன பார்க்கிறாய்?”

“அழகாக இருக்கிறாய்”

“அப்படியா?” கன்னக்கதுப்புகள் இப்பொழுது அவளது உடையின் நிறத்துடன் போட்டிபோட்டன.

பெண்களுக்கு எத்தனை தரம் சொன்னாலும் சலிப்புத் தட்டாத வார்த்தைகள் இவைதான். கொஞ்சம் சீண்டிப்பார்க்க வேண்டும் என நினைத்தபடி “சிவப்பு கலரில் சட்டை அணிந்திருக்கிறாய். அதற்கு பொருத்தமாக சிவப்பு காலணி. காதில் தோடு சிவப்புக்கல் வைத்திருக்கு. கழுத்தில் சங்கிலியில் சிவப்பு

பதக்கம். அதே நிற ஹான்ட் பாக் என எல்லாம் பொருத்தமாக இருக்கிறது. உனது அண்டவெயர் கலரும் பொருத்தமாகத்தான் அணிந்திருப்பாயா?" என்று குழந்தைத்தனமாக முகத்தை வைத்துக்கொண்டு கேட்டான்.

"பாஸ்ரட்" எனச் சொல்லிய ஜெனி, அவனை அடிக்க எழும்பியபோது அவள் சிரித்ததால் வாயில் வைத்த பீட்சா புரைக்கேறியது. "மன்னிக்கவேண்டும்" என அவளுக்கு தண்ணீர் போத்தலை கொடுத்தான்.

குடித்துவிட்டு அவனை இழுத்தபடி வந்து சோபாவில் இருந்தாள். "பார்க்க விரும்பினால் காட்டுகிறேன். உன்னிடம் ஒளிக்க எதுவும் இல்லை. நீ பேச்சைத் திசை திருப்புவதற்காக இதைச் சொன்னாயென எனக்குத் தெரியும்"

"நான் மறைப்பது பெரிய இராணுவ இரகசியமில்லை. எனது தங்கை விடுதலைப்புலிகள் என்ற இலங்கை அரசாங்கத்துக்கு எதிராக ஆயுதம் ஏந்திப் போராடும் தமிழ் இயக்கத்தில் சேர்ந்து விட்டாள். இந்தச் செய்தி ஏற்படுத்திய அதிர்ச்சியால் பெரியப்பா பக்கவாதம் வந்து நோயுற்று படுக்கையில் இருக்கிறார். இந்த விடயத்தைக் கேட்டு அதை தொண்டைக்குழியில் வைத்து விழுங்க முடியாமல் தவித்தபோதுதான் உனது அழைப்பு வந்தது. என்னை எடுத்து வளர்த்தாலும் அவர்களையே நான் என் பெற்றோராக நினைக்கிறேன். எனது துன்பங்களை மற்றவர்கள் மீது சுமத்த நான் விரும்பாததால்தான் உன்னிடம் அதை மறைத்தேன்"

"என்னை மன்னித்து விடு அசோக். நீ வாழ்க்கையின் கடந்த காலத்தில் நடந்த விடயங்களை மறைப்பதாக நினைத்தேன்."

"அடிப்பாவி! ஏதோ நான் முன்பு திருமணமாகி அல்லது ஊரில் காதலியை வைத்துக்கொண்டு உன்னோடு ஜாலியாக இருப்பதற்கு முனைகின்ற ஒருவன் என நினைத்தாயா?"

"வேறு என்ன நினைப்பது? தொடர்ச்சியாக மறைத்தாய். இலங்கை பற்றித் தெரியாது. ஆனால், இந்தியாவில் பாலிய விவாகம் நடப்பது உண்டுதானே. சிறுவயதிலே சொந்தத்தில் திருமணத்தை முடித்துவிட்டுத்தான் கடல் கடந்து வெளிநாடு அனுப்புவதாக படித்திருக்கிறேன். மிஸ்டர் காந்திகூட அப்படியானவர் தானே?."

"அதுதான் அன்று இரவு போட்ட உடுப்புடன் சுவரைப் பார்த்தபடி படுத்தாயா?;"

"வேறு என்னத்திற்கு" என சிணுங்கினாள்.

"அந்த ஒரு தலையணையின் நம்பிக்கையில் படுத்தாயா?"

"தன்னம்பிக்கை. எனக்கு கராட்டி தெரியும். ஆனாலும் குறைந்தபட்சம் கட்டிப்பிடிக்க மாட்டாயா என ஏங்கினேன்"

"அப்படியா? ஓகே. உன்னை நம்புகிறேன்"

"இப்ப வேணுமென்றால் எனது மச்சிங் அண்டவெயரை நீ பார்க்கலாம்" என்று அவள் கதிரையில் இருந்து எழுந்து அவன் முன்னால் நின்று காலை விரித்து காட்டியபோது புசிக் கற என சிவப்பு அண்டவெயரில் கறுத்த எழுத்தில் ஆங்கிலத்தில் எழுதியிருந்தது. அதைப்பார்த்ததும் அவனுக்கு இப்பொழுது புரைக்கேறியது.

தொலைபேசி மணியடித்தது. அடுத்தமுனையில் நிதிப்பொறுப்பாளர் பார்த்திபன்.

"அசோகன் ஈழத்தில் சுனாமியில் ஏராளம் மக்கள் இறந்து விட்டதாக எமக்குத் தகவல் வந்துள்ளது"

"எந்தப் பிரதேசம்?"

"முல்லைத்தீவு மற்றும் கிழக்கு மாகாணம். அதோடு காலிப்பகுதியிலும் பலத்த சேதம்"

"கேட்கவே கஸ்டமாக இருக்கிறது"

"நாங்கள் நிவாரண நிதியை சொப்பிங்மால் மற்றும் தெரு சந்திகளில் சேர்ப்பதற்குத் தொண்டர்களைத் தயார் பண்ணுகிறோம். நாளை மாலையில் மவுண்ட்வேவெளி கொமியூனிரி நிலையத்தில் ஒரு சந்திப்பு நடத்தவிருக்கிறோம். அதற்கு வரமுடியுமா?"

"நிச்சயமாக. விலாசத்தை அனுப்புங்கள்."

மௌனமாக அசோகனின் முகத்தைப் பார்த்திருந்தவள் "ஏதாவது பிரச்சினையா?" என்று கேட்டாள்.

"இலங்கையின் பல பகுதிகள் அழிந்து ஏராளமான மக்களும் இறந்துவிட்டதாகச் சொல்கிறார்கள். அதற்காக நாளை மாலையில் நிவாரண நிதி சேர்க்க கூட்டம் போடுகிறார்கள். அதற்கு என்னை வரும்படி கேட்கிறார்கள்"

"உனக்கு தமிழ்ச் சமூகத்தோடு தொடர்பு இல்லை என்று நினைத்தேன்" என ஆச்சரியமாக தோளை அசைத்தாள்.

"ஏதாவது உதவிகள் செய்ய சமீபத்தில்தான் தொடர்பு கொண்டேன்."

"நான் ஏதாவது உதவி செய்ய முடியுமா?" உண்மையான ஆவல் கண்ணில் தெரிந்தது.

"நீ என்ன செய்ய முடியும்?"

"பணம் தரலாம்?"

"அப்படியா? நான் தேவைப்படும்போது கேட்கிறேன்" என்று சிரித்தபடி சொன்னான்.

"ஏய் சிரிக்காதே சிறுதுளிதான் வெள்ளமாகிறது. நீ ஏன் இந்த நேரத்தில் ஊருக்குப் போய் உனது உறவினர்களைப் பார்த்துவிட்டு வரமுடியாது?" எழுந்து நின்று மிகவும் சீரியசாக அவனது கழுத்தில் கையைப் போட்டபடி கேட்டாள்.

"நான் நினைத்ததைச் சொல்கிறாய். ஆனால், நான் போய் ஏதாவது செய்ய முடியும் என்ற நம்பிக்கை எனக்கில்லை. எதிர்பார்ப்புகள் எதுவும் நிறைவேறாத பயணமாக முடியும் என நினைக்கிறேன்."

"குறைந்த பட்சம் பெரியம்மா பெரியப்பாவுக்கு உன்னைக் காண்பது மனரீதியான ஊக்கத்தை அளிக்கும் இல்லையா?"

மற்றவர்களுக்கு ஆறுதல் வார்த்தைகளும் அறிவுரையும் எப்படிச் சொல்வது எனத் தெரிந்தவளாக இருக்கிறாளே!

"உண்மைதான் இப்பொழுதுதான் இந்தியா செல்ல வங்கியில் விடுமுறை எடுத்தேன். மேலும் விடுமுறை எப்படி எடுப்பது?" எனத் தொடர்ந்தான்.

"இந்த சுனாமியை வைத்து எடுக்கலாம்"

"வவுனியாவில் வசிக்கும் எனது குடும்பத்தை இந்த சுனாமி பாதிக்காது. அதைக் காரணமாக எப்படி சொல்வது?"

"அசோக் நீ இப்படி அப்பாவியாகவும், நேர்மையானவனாகவும் இருப்பதால்தான் நான் உன்னைச் சுற்றி வருகிறேன். நீ போனால் நானும் இலங்கை வருகிறேன்."

"உனக்கு என்ன அலுவல்? நான் உன்னோடு வரமுடியாது."

"நான் இலங்கையின் தென்பகுதிக்குப் போக விரும்புகிறேன். கொழும்பில் இருந்து கண்டி, நுவரெலியா போய் வருவதற்கு விரும்புகிறேன்."

"இப்படியான காலத்தில் எப்படி உல்லாசப்பிரயாணம் உன்னால் போகமுடியும்?";

"இப்பொழுது போகப் போவதில்லையே... என்ன" கீழ் சொண்டைக் கடித்தபடி இவனை எப்படிச் சம்மதிக்க வைப்பது என இழுத்தாள்?

"நான் இது விடயமாக யோசிக்க வேண்டும். அது சரி, நீ எப்படி வந்தாய்?"

"ட்ராம்மில் வந்தேன்"

"நான் உன்னைக் காரில் கொண்டு போய் விடவா?"

"இன்னும் பத்துமணிகூட ஆகவில்லை. ஏன் என்னை வெளியனுப்ப முயல்கிறாய்?"

"பிரகாசமான லைட்டை போட்டுக்கொண்டு நித்திரைக்கு செல்ல முடியாதது. அதுபோல் உன்னை வைத்துக்கொண்டு நான் யோசிக்க முடியாது. அதுவும் உனது கோடைகால உடையலங்காரம் என்னை பைத்தியமாக்குகிறது. எதிர்பார்ப்பு இல்லாத நட்புடன் பழகுவேன் என நீதானே சொன்னாய். எல்லாவற்றிற்கும் மேல் நெருக்கமாகப் பழகும்போது நான் ஏதாவது தவறு செய்து உன்னை இழக்க விரும்பவில்லை."

"ஓகே பொஸ். இப்பொழுது கன்னத்திலா உதட்டிலா முத்தமிடுவது?" கையை உயர்த்தினாள். அவள் பேசி முடிக்கமுன் அவளது உதட்டில் முத்தமிட்டு விலகி காரின் திறப்பை எடுத்தபடி வெளியே வந்தான்.

○

அலுவலகத்தில் ரோனியை அவனது அறையில் சந்தித்தாள் ஜெனி.

"காலை வணக்கம். ஜெனிபர் தயவு செய்து கதிரையில் இருந்து கொள்"

"ரோனி தாங்ஸ்"

"எப்படி உனது நடவடிக்கை உள்ளது?"

"எனக்கு அசோகனிடம் விடுதலைப்புலிகள் இயக்கத்தினரின் தொடர்பு உள்ளதாக சந்தேகம் வந்துள்ளது. சிறிலங்காவின் தொடர்புகள் சிற்றம்பலத்தால் ஏற்பட்டிருக்கும் என ஆரம்பத்தில் சந்தேகித்தோம். தற்பொழுது இங்கும் தொடர்பில் இருக்கிறான். ஆனால், அவன் இந்தத் தொடர்பில் பலவந்தப்படுத்தப் பட்டிருக்கிறான் எனத் தெரிய வருகிறது."

"அதுதானே எங்களுக்குத் தேவையானது. ஏற்கனவே எங்களுக்கு உறுதியாகி விட்டது" எனச் சிரித்தான்.

“எப்படி?”

“மெல்பேனில் அசோகன் வந்திறங்கிய போது மலேசியாவில் இருந்து சிற்றம்பலம் அவனோடு பேசிய தொலைபேசியை நாங்கள் பதிவு செய்து எடுத்துள்ளோம்”

“அதை ஏன் எனக்குச் சொல்லவில்லை?”

“தமிழில் இருந்ததால் அதை மொழி பெயர்க்க தாமதமாகியது. அது கன்பராவில் மத்தியுவால் செய்யப்படுகிறது. எனக்கும் அதற்கும் தொடர்பு இல்லை.”

“அதன் மொழி பெயர்ப்பு எப்பொழுது கிடைக்கும்?”

“இன்றோ நாளையோ”

“எனக்கு உடன் தேவை”

“ஓகே மாடம்” என்றான் சீரியசாக முகத்தை வைத்தபடி.

“நான் வந்தது வேறுவிடயம் ரோனி”

“சொல்லு கேட்கிறேன்”

“அசோகன் விடுதலைப்புலிகள் இயக்கத்தில் சேர்ந்த தனது தங்கையைப் பார்க்க இலங்கை செல்லவிருக்கிறான். இப்பொழுது போர் நிறுத்தகாலமாக இருப்பதால் அவனால் அவளைச் சந்திக்க முடியும். அந்தப் பயணத்தில் நான் இலங்கைக்குப் போனால் மேலும் அவனைப் பற்றியும் விடுதலைப் புலிகளின் விடயங்கள் பற்றியும் அறிய முடியும். எனக்கு அனுமதி எடுத்துத் தரவேண்டும்”

“உனக்கு அவனில் ஹொட் ஸ்பொட் ஏற்படுகிறதா?”

“எனக்கு ஏற்பட்டாலும் அவன் அதற்கு இடம்தரமாட்டான். உனது டேர்ட்டி மனதைக் காட்டாதே”

“ஓகே ரேக் இற் ஈசி ஜெனி. சொறி மாடம். பயணத்திற்கான பட்ஜட்டைத் தயார் செய். நான் புதுடெல்கியில் வில்கின்ஸனோடு தொடர்பு கொண்டு அதற்கான அனுமதியைப் பெற வேண்டும். சிறிலங்காவின் தொடர்பு அவரிடம்தான் உள்ளது. அங்கு செல்வதால் பிரத்தியேகமாக நமக்கு என்ன லாபம் என நினைக்கிறாய்?”

“சுனாமியில் நிச்சயமாக அரசாங்க மற்றும் விடுதலைப்புலிகள் கட்டுப்பாட்டில் உள்ள இரண்டு பகுதிகளும் பாதிக்கப் பட்டிருக்கும். அங்கு செல்லும்போது அந்தப் பாதிப்பை எம்மால் அளவிடமுடியும். முக்கியமாக சுனாமி நிவாரணமாக

உலககெங்குமிருந்தும் பெருமளவு பணம் இரண்டு பக்கமும் போக சாத்தியமுண்டு. இந்தப்பணம் எப்படிப் பயன்படும்? அதைவிட இந்தத் துன்பமான நிகழ்வு சிலவேளையில் சமாதானத்தை ஏற்படுத்தலாம் அல்லது போருக்கான சாத்தியத்தை உக்கிரமாக்கலாம். இதன் விளைவுகளில் நமக்கு முக்கியமானது தமிழர்கள் அகதிகளாக வெளியேறுவது. அவர்கள் எந்த நாடுகளை நோக்கிச் செல்வார்கள் என்பதை அங்கு நிற்கும்போது அறிந்து கொள்ளமுடியும். இவ்வளவு காலமும் பெருமளவு அகதிகள் இந்தியாவை நோக்கியே சென்றார்கள். இனிமேல் அப்படியான நிலை தொடருமா? நோர்வேயின் சமாதான முயற்சியில் ஏதாவது நன்மை ஏற்படுமா? என்பது போன்ற விடயங்களைத் தெரிந்து கொள்ளமுடியும்."

"அகதிகள் விடயத்தில் மத்திய பொலிஸ் கன்பராவில் இருந்து மலேசியாவுக்குத் தொடர்புகளை ஏற்படுத்தியிருக்கிறது என நினைக்கிறேன். எம்மைப் பொறுத்தவரை அவுஸ்திரேலியாவில் இருந்து அதிக அளவு பணம் மலேசியாவிற்கு எடுத்துச் செல்லப்படுகிறது. அங்கு பூமிபுத்திரா வங்கியில் வைக்கப்படுகிறது என்பதால் அவற்றில் ஈடுபடுபவர்களைக் கண்டு பிடிப்பதே எமக்கு முக்கியமாகிறது. நீ இலங்கைக்குப் போவதால் சிறிலங்கா அரசாங்கத்தினரால் தெரிந்து கொள்ளப்பட்ட விடயங்களை நாம் பகிர்ந்து கொள்ள முடியும். இது வரையில் எமக்கும் சிறிலங்கா உளவுப்பிரிவுக்கும் எதுவித தொடர்பும் இல்லை. ஆட்சியில் இருந்த தொழிற்கட்சி அரசாங்கங்கள் அதை விரும்பவில்லை. நீ சொல்வது சரியே. இந்த சுனாமி விடயம் சிறிலங்கா தொடர்பை ஏற்படுத்துவதற்கு கிடைத்த நல்ல சந்தர்ப்பம் எனத்தான் நானும் நினைக்கிறேன். நீ சொன்னவிடயம், பயணச்செலவு என்பன பற்றிய அறிக்கையை எழுதிக் கொண்டுவா. அப்பொழுதான் நான் வில்கின்சனோடு தொடர்பு கொள்ள முடியும். மத்திய பொலிசாரிடம் பேசித் தொடர்புகளை ஒருங்கிணைக்கவேண்டும். நாளை ஒரு மெல்பேன் விடுதலைப்புலி முக்கியஸ்தர் ஒருவரை சந்திக்க இருக்கிறேன். அவரது தகவல்களுடன் நாளை பேசலாம்."

அறையை விட்டு வெளியேறி தனது மேசைக்கு சென்ற ஜெனிக்கு அதிகநேரம் அங்கு இருக்க முடியவில்லை. மனதில் அசோகனை நேசித்துக்கொண்டு அவனை உளவு பார்ப்பது மிகவும் கடினமான காரியமாகத் தெரிந்தது. வீட்டுக்கு சீக்கிரமாக வந்துவிட்டாள்.

ரோனி அவனில் ஹொட் ஸ்பொட் ஏற்படுகிறதா என, குழந்தைத்தனமாக முகத்தை வைத்துக்கொண்டு நகைச்சுவையாகக் கேட்டாலும் அந்த வார்த்தைகளில் உண்மை இருந்தது. என்னை

ஊடுருவி அறிந்து கொண்டு கேட்டிருக்கிறான். ரோனி என்னைப் புரிந்துகொள்வதில் பல நன்மைகள் உண்டு. ஏதாவது பிரச்சினை உருவாகும் போது ரோனியே என்னைப் பாதுகாக்கவேண்டும்.

படுக்கையில் படுத்தபோது அசோகனின் நினைப்பு அவளது உடலிலும் இதயத்திலும் ஈரலிப்பை உருவாக்கியது. அந்த ஈரம் சிறிது நேரத்தில் குளிர்வதற்குப் மாறாகக் காஸ் ஹீட்டர்போல் கணகணப்பை ஏற்றுவதை உணர்ந்தாள். இவனிடம் ஏதோ மாயம் இருக்க வேண்டும். பல்கலைக்கழகத்தில தொடங்கி ஐந்து வருடங்கள் போய் பிரண்டாக இருந்த கெவின் நினைப்புகள் என்னில் இப்படியான இரசாயன மாற்றத்தை உருவாக்கவில்லை. கெவின் எதையும் விட்டும் தொட்டும் இரசிப்பது இல்லை. தேவையானபோது எடுத்துக்கொள்வான். எனக்குத் தயக்கமாக இருக்கும்போதும் பறித்துக்கொள்வான். அவனது தேவைகள் நேரடியாக இருந்தன. மறைமுகமாக எதுவும் இருந்ததில்லை. அதனால் ஏக்கம், தாபம் என்ற வார்த்தைகள் அகராதியில் இருந்ததில்லை. இவன் என்னை தள்ளிவைத்துக் கொலை செய்கிறான். கூண்டில் அடைத்து வைத்து அரக்கனைப்போல் சித்திரவதை செய்கிறானே!

கெவினது பழக்கங்கள் அவளுக்கு எரிச்சல் ஊட்டின. நைட்கிளப்புகளில் அதிகாலை வரை நாட்டியமாடுவதும் பின்பு மது போதையில் சுயநினைவில்லாமல் டாக்சியில் வீடு வருவதும் ஜெனிக்குப் பிடிக்காத விடயங்கள். ஆனாலும் கெவினை சகித்துக்கொண்டாள். பொறுப்பான உளவுப்பிரிவு வேலையில் சேர்ந்தபோது அவனது நடத்தைகள் அவளை நெருக்கடியில் தள்ளின. கெவின் அந்த போதையைப் பாவித்து அதிகாரம் செய்யத் தொடங்கியது அவனில் வெறுப்பை ஏற்படுத்தியது. நேரடியாக அறையில் இருந்து வெளியேறச் சொல்லிவிட்டு கன்பராவில் இருந்து மெல்பேனுக்கு வந்துவிட்டாள். மெல்பேனில் இரண்டு வருடங்கள் எந்த உறவுமில்லாமல் இருந்த நான் அசோகனிடம் தொழில்ரீதியாக நட்பை மட்டும் உருவாக்குவதற்குப் பதிலாக இப்படியாக என்னைப் பறிகொடுத்துத் தவிக்கும் ஒரு பெண்ணாக ஏன் மாறினேன்? ஏன் ஏங்குகிறேன்? என சிந்தித்தாள்.

பல்கலைக்கழகத்தில் படித்த வேர்ஜிலின் எனியாட் இதிகாசம் நினைவுக்கு வந்தது. கிரேக்கர்களிடம் வீழ்ந்த டிரோயில் இருந்து தப்பி வந்த ஏனியஸ் இளவரசனோடு கார்த்தேஜ் இளவரசி டைடோ தோப்பொன்றில் ஒருமுறை உடல் உறவில் ஈடுபட்டாள். அதை திருமணத்தின் அடையாளம் என நினைத்து ஏமாந்து போனாள். ஏனியாஸ் அவளை விட்டுச் சென்றபோது டைடோ கத்தியால் குத்தி நெருப்பில் வீழ்ந்தெரிந்தாள்.

நான் அந்த கார்த்தேஜ் இளவரசி டைடோவின் நிலைக்குத் தள்ளப்பட்டு விட்டேனா?

"டைடோ போல் உறவு கொண்டாலும் நான் இவனை இழக்கமாட்டேன் – இழக்க மாட்டேன் – இழக்க மாட்டேன்" அந்த இரவில் சத்தமிட்டாள். காலடியில் படுத்திருந்த அவளது செல்லப்பூனை மைலோ தலையை உயர்த்தி இவளுக்கு என்ன நடந்தது எனப்பார்த்தது.

என்னை இழந்துவிட விரும்பவில்லை என்று அசோகன் சொல்லியது எவ்வளவு உண்மை? மற்றைய விடயங்களில் அவன் நேர்மையானவன். அது என் விடயத்திலும் இருக்குமா? நான் தொழில் ரீதியாக உளவறியப் பின்தொடர்ந்தேன் எனத் தெரிந்தபின் உறவு நீடிக்குமா?

இரண்டு வருடங்கள் நிம்மதியாக இருந்தேன். இப்பொழுது அதைத் தொலைத்துவிட்டுத் தேடுகிறேனே. எல்லாம் இந்தப் பாட்டியால் தான் என நினைத்தபடி படுக்கையில் புரண்டாள்.

இது பாட்டி எனக்குக் காட்டிய உறவு என்பதால் பாட்டி என்னை வழி நடத்துவாள் என்ற நம்பிக்கையில் ஜெனி கண்ணுறங்கினாள்.

8

சுனாமிக்கு வசூல்

மவுண்வேவெலி என்ற புறநகரில் உள்ள மண்டபத்திற்கு அசோகன் இரயிலில் சென்றான். பெரும்பாலான மெல்பேன் தமிழர்கள் வசிக்கும் பகுதி என்பதால் அங்கு சுனாமி நிவாரணக் கூட்டம் ஒழுங்காகியிருந்தது. மண்டபம், இரயில் நிலையத்திற்கு அருகாமையில் வசதியாக இருந்தது.

அங்குச் சென்றபோது நூற்றுக்கு மேற் பட்டவர்கள் நிறைந்திருந்தனர். பூனை போல் காலடி ஓசை எழுப்பாது பின்கதவால் சென்று வெற்றிடமாக இருந்த கடைசி ஆசனத்தைத் தனதாக்கினான்.

மேசையில் விடுதலைப்புலிகளின் சிவப்பு மஞ்சள் கலந்த சிறிய புலிக்கொடிகள் இருபுறமும் பறக்க மனோகரன் அந்தக் கூட்டத்தைத் தலைமை தாங்கும் மேசையில் அமர்ந்திருந்தார். இலங்கையில் முல்லைத்தீவிலும் கிழக்கு மாகாணத்திலும் சுனாமியால் ஏற்பட்ட அழிவுகளை சிவப்பாக கோடிட்டுக் காட்டிய ஈழப்படம் அவருக்குப் பின்னால் இருந்த பெரிய வெள்ளைப்பலகையில் ஒட்டப்பட்டு இருந்தது. அந்தக் கூட்டத்தில் சமூகமளித்திருந்தவர்கள் முகத்தில் மிக இறுக்கமான சோகம் தடிப்பாக பூசப்பட்டிருந்தது.

மனோகரன் எழுந்ததும் மற்றவர்களும் எழுந்து நின்று போரில் இறந்த மாவீரர்களுக்கும் சுனாமியில் இறந்த உறவுகளுக்கும் என இரண்டு நிமிட மௌனம் செலுத்தினர்.

மனோகரன் பேச்சைத் தொடங்கினார்.

“இந்தப் பேரழிவு எமது சரித்திரத்தில் எவரும் காணாதது. எமது மக்கள் இனக்கலவரங்களாலும், போராலும் ஏற்படும் மனித அவலங்களைப் பார்த்தும் அனுபவித்தும் வளர்ந்தவர்கள். தொடர்ச்சியாக மூன்று இனக்கலவரங்களுக்கு முகம் கொடுத்து வாழ்ந்தவர்கள். மழை, வெள்ளம், சூறாவளி என்பவற்றுக்கூடாக உயிர் தப்பியவர்கள். இப்பொழுது கடல் நீரால் அடித்துச்செல்லப்பட்டு குடும்பம் குடும்பமாக இவ்வுலகில் இருந்து காணாமல் போய்விட்டார்கள். இந்த அவலத்தில் இருந்து தப்பி உயிர் பிழைத்தவர்களுக்கு நாம் உதவவேண்டும். இனவாத அரசாங்கத்தை நம்பி இருக்க முடியாது. சுனாமி அடித்த தமிழ்ப்பகுதிகள் விடுதலைப்புலிகளின் பாதுகாப்பில் இருப்பதால் அவர்கள் தான் நிவாரண உதவிகளைச் செய்கிறார்கள்.”

வார்த்தைகளை இடைநிறுத்தி, தனது கண்ணாடியை எடுத்து, பின்பு அதை அணிந்துகொண்டு, அவர் கரகரத்த குரலில் சோகத்தில் பேசியது கேட்பவர் கண்களைக் கலங்கவைத்தது. பலர் தங்கள் கண்ணாடிகளை எடுத்துக் கண்களைத் துடைத்தார்கள். அசோகனுக்குக் கண்ணீர் வரவில்லை. நிலத்தைப் பார்த்தபடி இருந்தான்.

அவர் இருக்கையில் அமர்ந்தவுடன் நிதிப்பொறுப்பாளர் பார்த்திபன் “எமது இளந்தொண்டர்கள் பல சொப்பிங் சென்டர்கள், வீதி சந்திப்புகள், வைத்தியசாலைகள் என இரவிலிருந்து பணம் சேகரிக்கிறார்கள். இலங்கைத் தமிழ் மக்கள் அநாதைகள் அல்லர் என்பதை நாம் உலகிற்குக் காட்ட வேண்டும். நாங்கள் பணம் சேகரிக்க விக்டோரிய தமிழ்மக்கள் எல்லோரும் உதவ வேண்டும். இங்கு எத்தனையோ பழைய மாணவர் சங்கப் பிரதிநிதிகள் இருக்கிறீர்கள். கோயில் அங்கத்தவர்கள் இருக்கிறீர்கள் ...” என்று பேச்சை நிறுத்தியபோது வருகை தந்தவர்கள் பலர் எழுந்து தங்களால் முடிந்த அளவு உதவியைத் தருவதாகக் கூறினர்.

ஜூபிட்டார் பலசரக்கு கடையின் உரிமையாளர் எழுந்து கையைத் தூக்கி “எனது கடையில் இரண்டாயிரத்துக்கு மேற்பட்டவர்கள் சினிமாப் படம் பார்க்க வீடியோ கசட் எடுப்பார்கள். அவர்களது விலாசங்களை நான் தருகிறேன்.” என்றார்.

கோயில்களின் பிரதிநிதிகள் மற்றும் பாடசாலைகளின் பழைய மாணவர் பிரதிநிதிகளும் தங்களை அறிமுகப்படுத்தி உதவியளிப்பதாகச் சொன்னர்கள். சிலர் அந்த இடத்தில் காசோலைகளை எழுதிக்கொடுத்தார்கள்.

உங்கள் உணர்வுகளைப் பாராட்டுவதாகச் சொல்லி அந்தக் கூட்டத்தை முடித்தார்கள். வந்தவர்களுக்கு தேநீர் பரிமாறப்

பட்டது. மனோகரனுக்கும் பார்த்திபனுக்கும் முகத்தில் திருப்தி வழிந்தது. பார்த்திபன் அசோகனிடம் வந்து "மிக பாரிய அழிவெனத் தகவல் வந்துள்ளது. கூட்டம் எப்படி இருந்தது" என்றார்.

"மக்கள் ஆதரவு இருக்கிறது" எனச் சொல்லி பத்து நூறு டாலர்களை "எனது பங்கு" எனக்கொடுத்த போது "தம்பி ஆயிரம் டாலர் சுனாமிக்கு தந்திருக்கிறார்" என மனோகரனின் முழங்கையில் தட்டிச் சொன்னபோது "நல்லது, நமது உறவுகளுக்குத்தானே. எல்லா பணத்தையும் உங்கள் பாங்கில்தான் போட்டு ஊருக்கு அனுப்பப்போகிறோம்." என்றார் மனோகரன்.

"எப்பொழுது அனுப்ப யோசித்து இருக்கிறீர்கள்?"

"முல்லைத்தீவில் உழவு யந்திரங்களில் மக்களின் சடலங்கள் கொண்டு செல்லப்படுவதாகத் தகவல் வந்துள்ளது. இப்பொழுது மீட்புப் பணியே நடக்கிறது. நிச்சயமாக நிவாரணப்பணி தொடங்குவதற்கு ஒரு கிழமைக்கு மேலாகச் செல்லும். அது வரையில் நாம் பணத்தை சேகரிக்க முடியும்."

"நானும் குடும்பத்தைப் பார்ப்பதற்கு ஊருக்குச் செல்வதாக இருக்கிறேன்"

"அப்படியானால் நல்லதாகி விட்டது. உங்கள் மூலம் நாங்கள் பணத்தைத் தரமுடியும்" மனோகரன் அசோகனின் தோள் மீது கையை வைத்து இறுக்கமாக மார்போடு அணைத்தார். அசோகன் அதை எதிர்பார்க்கவில்லை.

"நான் எப்படி விடுதலைபபுலிகளுக்கு பணம் கொண்டு செல்லமுடியும்?" அவரது அணைப்பில் இருந்த படியே மனிதரின் சந்தோசத்தைக் கெடுக்க விரும்பாமல் மெதுவாக அவருக்கு மட்டும் கேட்குமாறு கேட்டான்.

"அது பிரச்சினையில்லை. இயக்கப் பணத்தையும் தனிப் பட்டவர்களிடம் கொடுத்து வைத்திருக்கிறோம். இக்காலத்தில் நாங்கள் தனிப்பட்ட ஆட்கள் மற்றும் வியாபாரிகள் மூலம் தான் மண்ணுக்கு அனுப்புகிறோம். மற்ற வழிகளுக்குத் தடைகள் உள்ளன. ஏராளம் கேள்விகள், விசாரணைகள் உள்ளன"

"நான் முடிந்ததை செய்கிறேன்" எனச் சொல்லி அவரது அணைப்பில் இருந்து விடுவித்துக் கொண்டான்

"நாங்கள் கடிதம் தருகிறோம். அதன் மூலம் பயணமும் இலகுவாக இருக்கும்" என்றார் இருவரையும் இதுவரை பார்த்துக்கொண்டிருந்த பார்த்திபன்.

மனோகரனது கருத்தில் உடன்பாடு இருந்தாலும் அதன் பின்விளைவுகள் என்னவாகவிருக்கும் என எண்ணினான்.

இவர்களது கடிதம் வன்னிப்பயணத்திற்கு உதவும். முக்கியமாக வன்னியில் இருக்கும் கார்த்திகாவை சந்திப்பதற்கான தொடர்பை ஏற்படுத்திக் கொடுக்கும். இவர்களைக் கண்காணிப்பதற்கு இவர்களுடன் பழகவேண்டும். ஆனால், இவர்களுடன் சேர்ந்துவிடாதே என்று சென்னையில் சொல்லப்பட்ட சாந்தனின் வார்த்தை மீண்டும் எச்சரிக்கைச் சங்காகக் காதுகளில் ஒலித்தது.

"என்ன யோசிக்கிறது போல?... அரசாங்கத்திற்குத் தெரியவரும் என நினைக்க வேண்டாம். தற்போது அரசாங்கத்தினர் எமக்கு உதவியாக இருக்கிறார்கள். நாங்கள் உங்களது விபரங்களை அங்கு அனுப்பினால் கொழும்பில் இருந்தே நீங்கள் அழைத்துச் செல்லப்படுவீர்கள். அதுவும் சாதாரண பஸ்சில் மற்றவர்கள் போல் இருக்கும். அதனால் எவரும் உங்களைப் பிரித்துப் பார்க்க முடியாது." மீண்டும் மனோகரன்.

நான் யோசிப்பது உங்களது ஆட்களைப் பற்றித்தான் எனக் கூற நினைத்தாலும் "நான் இன்னமும் விடுமுறைக்கு விண்ணப்பிக்கவில்லை. மேலும் விமான சீட்டு பாஸ்போர்ட் என்பன தயாராகவில்லை. அவற்றைத் தயாராக்கியதும் உங்களிடம் தொடர்பு கொள்கிறேன்."

அன்றைய தினம் ஈழத் தமிழர்கள் ஏராளமானவர்கள் அசோகனுக்கு அறிமுகமானார்கள்.

ஈழபொருண்மிய கழகத்தின் பொறுப்பாளரான அழகியமூர்த்தி என்ற ஐம்பது வயது உயரமான மனிதர், அழகான சிரிப்போடு ஈழத்தின் பொருளாதார விருத்திக்கான விடயங்களைத் தாங்கள் கவனிப்பதாகச் சொன்னார். ஈழம் வரும் வரையில் மக்கள் வாழவேண்டும். அதற்காக நாங்கள் பொருளாதாரத் திட்டங்களை வகுப்பதுடன் அவர்களது அன்றாட வாழ்க்கையின் தேவைகளையும் தீர்க்க முயற்சி செய்ய வேண்டும் என்றார். தனது செய்கை காலம், நேரம் அற்றது. எக்காலத்திலும் தேவையானது என்று வலியுறுத்தினார். ஆனந்தசிவா தமிழ் ஈழ அகதிகள் கழகத்தைச் சேர்ந்தவர் என்று சொன்னார். அவர் அணிந்திருந்த ரீ சேட்டில் புலிக்கொடியின் பின்னணியில் தமிழ் ஈழம் மலர்க என எழுதப்பட்டிருந்தது. அருகில் நின்ற பார்த்திபன் "அண்ணர்தான் வானொலிச்சேவைக்கும் பொறுப்பு. அத்துடன் விடுதலைப்புலிகள் சார்பில் அரசாங்கத்தோடு பேச்சுவார்த்தையில் பங்கேற்றுக்கொள்ளுவது என்றும் இவரே எனத் தீர்மானிக்கப்பட்டுள்ளார்."

"பேச்சுவார்த்தை நடந்தால்?" மெதுவாக நக்கலான சிரிப்பை கடைவாயோரத்தில் வடியவிட்டபடி ஆனந்தசிவா இடைமறித்துக் கூறினார்.

"அதைத் தலைவர்தான் தீர்மானிப்பார். அவரைப் பொறுத்த வரையில் ஆயுதப்போராட்டம் போல பேச்சுவார்த்தையும் ஒரு போராட்டமே" என பார்த்திபன் கூறியபோது ஆனந்தசிவா முகத்தில் முக்கியமானவர் என்பதைக் காட்டுவதற்காக மீண்டும் தோளை நகர்த்தி உதட்டோரத்தில் அரைகுறை புன்னகையை மட்டும் தவழவிட்டார். அது மிகவும் செயற்கையாக இருந்தது.

தன்னை முக்கியப்படுத்துபவர்கள் மத்தியில் மனோகரன் வித்தியாசமாக எல்லோரையும் இணைத்தபடி அந்தக் கூட்டத்தில் வளைய வந்தார்.

அந்தக் கூட்டத்தில் பங்கு பற்றியதால் அசோகனுக்குப் புதிதாக ஒரு விடயம் புரிந்தது. வெளிநாட்டுத் தமிழர்கள் பலருக்கு, தங்களைப் பெரியவர்களாகக் காண்பிக்க உள்நாட்டில் நடக்கும் போரும் வெளிநாட்டில் உள்ள இந்த அமைப்புகளும் உதவுகின்றன. இலங்கையில் இருந்த காலத்தில் இவர்கள் ஏதாவது சமூகப்பணி ஆற்றினார்களா? இல்லை. அக்கறை காட்டினார்களா என்பதும் கேள்விக்குறி. இவர்கள் ஆதரிக்கும் இயக்கத்தின் கீழ் இவர்களால் வாழ முடியுமா? அதற்கான மனநிலை இவர்களுக்கு உள்ளதா? இவர்கள் தாங்கள் வசிக்கமுடியாத மணல்வீடு கட்டி விளையாடும் சிறுவர்களா? இவர்களது நடவடிக்கைகளை அரசாங்கங்கள் மட்டுமல்ல இயக்கமே சந்தேகக் கண்ணுடன் பார்க்கிறது. இதைப்பற்றி இவர்கள் புரிந்துகொண்டார்களா? எதிர்காலத்தில் இவர்களது நிலை மாறுமா?

வீடு வந்ததும் அசோகன் ஜெனியைத் தொடர்பு கொண்டு இலங்கைக்குச் செல்ல பாஸ்போர்ட் எடுக்க வேண்டும் என்ற போது, "நான் முன்பு வேலை செய்த பிரயாணத்துறையின் தொடர்புகளை வைத்து நாற்பத்தி எட்டுமணியில் எடுக்கமுடியும். ஆனால், என்னையும் இலங்கைக்குக் கூட்டிச்செல்ல வேண்டும். நானும் வருகிறேன்" என்றாள்.

"உன்னை எப்படி....?" என இழுத்தான்.

இவள் என்ன பிசின் மாதிரி இருக்கிறாளே? இவளை எப்படி பெரியப்பாவிடம் அறிமுகப்படுத்துவது? ஏற்கனவே உள்ள பிரச்சினைகளை மேலும் அதிகமாக்குவதற்கு இவள் போதாதா? தனியாக வவுனியாவில் இவள் தங்குவதற்கு ஹோட்டல் கூட அங்கு கிடையாதே?

"பெரிதாக அலட்டிக்கொள்ளாதே. நீ என்னை கொழும்பில் கழற்றி விடலாம். உனது வேலை முடிந்ததும் மீண்டும் இருவரும் கொழும்பில் சந்திக்கலாம்."

"உன்னைத் தனியாக எப்படி விட்டுச் செல்வது?"

நொயல் நடேசன்

"என்னைப் பாதுகாக்க எனக்குத் தெரியும். நான் தனியாக இந்தியாவுக்கு வந்தபோதுதானே என்னைச் சந்தித்தாய்?"

இவளைக் கொஞ்சம் சீண்டிப் பார்ப்போம் என நினைத்தான். "அப்படி வேறு ஒருவனை இலங்கையில் சந்தித்தால்?"

"அசல் ஆம்பிளைத்தனம் ஒவ்வொரு வார்த்தையிலும் வெளிப்படுகிறது. ஆனாலும் உனக்குத் தானே என்னில் ஈர்ப்பு இல்லையே? இதுவரையில் காதலிக்கிறேன் என ஒருவார்த்தை சொன்னாயா? நானே உன்னைச் சுற்றி வளர்த்த நாய்போல் வருகிறேன் "

அசோகனிடம் பதிலில்லை. தொலைபேசியை வைத்து விட்டான்.

மீண்டும் ஜெனியின் இலக்கம் வந்தது.

O

குறும்செய்தி
'தயவு செய்து எடு'
'தயவு செய்து எடு'
'தயவு செய்து எடு'
"என்ன?"

"நாளை காலை ஏழுமணிக்கு உனது இடத்திற்கு வருவேன். போட்டோவுடன் காத்திரு. மிகுதி சண்டையை பின்பு வைத்துக் கொள்வோம்"

இரண்டு நாளில் கட்டுநாயக்கா விமானத்தளத்தில் சிங்கப்பூர் விமானம் நடுஇரவு கடந்து தரை இறங்கியது. "ஒரு கிழமையில் கொழும்பு மவுண்ட்லவேனியா ஹோட்டலில் சந்திப்போம்" எனக் கூறிவிட்டு இருவரும் பிரிந்தார்கள். அசோகன் ஏற்கனவே மெல்பேன் ஒருங்கிணைப்புக் குழுவினரால் ஒழுங்கு செய்யப்பட்டிருந்த வானில் ஏறி வவுனியா சென்றான்.

ஜெனியை லங்கா பயணமுகவர்கள் என்று எழுதிய சிறிய அட்டையை வைத்திருந்தவர்கள் ஜீப் ஒன்றில் நேரடியாக காலிமுகத்தில் உள்ள கோல்பேஸ் ஹோட்டலுக்கு அழைத்துச் சென்று நாளை சந்திப்பதாக சொல்லிவிட்டுப் போயினர். சமாதான ஒப்பந்தம் அமுலில் இருந்தபோதும் வழியெங்கும் இராணுவத்தினர் காவலுக்கு ஆயுதங்களுடன் நின்றது அவளுக்கு கொழும்பை யுத்தபூமியாகக் காட்டியது. ஏற்கனவே பல குண்டுகள் கொழும்பில் வெடித்து மக்கள் இறந்ததைக் கேள்விப்பட்டிருந்தாள்.

அறைக்குச் சென்று யன்னல் கதவைத் திறந்த போது அமைதியாக அலைகளற்று மெதுவான காற்றை மட்டும் வீசியபடி இந்து சமுத்திரம் கரிய நிறத்தில் கண்ணுக்கெட்டிய தூரமெங்கும் விரிந்து இருந்தது. இந்தக் கடலா பொங்கி எழுந்து, பல்லாயிரக்கணக்கில் உயிர்களை எடுத்தது என்பதை நம்பமுடியாமல் இருந்தது. இவ்வளவு அமைதியான கடல் எதற்காகப் பொங்கியது? தொடர்ச்சியாக மனிதர்கள் கொலைகளில் ஈடுபடுவது கண்டு பொங்கியதா? இந்தப் போரை எப்பொழுது நிறுத்துவீர்கள் எனக்கேட்டு ஆவேசம் அடைந்ததா? இந்தப் புவியின் எஜமானர்கள் உண்மையில் யார் என உணர்த்த வேண்டிய தருணம் வந்துவிட்டது என்பதாலா? கால் நூற்றாண்டு காலப் போர் என்பது கையகலமான சிறிய தேசத்திற்கு மிக அதிகம் அல்லவா? விதை நெல்லை தினமும் அவித்துத் தின்னும் விவசாயியாக இரண்டு இனத் தலைவர்களும் மாறி மாறி இளைஞர்களை அழித்துவிட்டனர். இளைஞர்கள் கூட்டமாக அழிவது கொடுமை இல்லையா? எந்தக் குற்றமனப்பான்மையும் அற்ற கல்மனம்கொண்ட அரசியல்வாதிகளைக் கொண்ட தேசம் என்பதால் கடல் பொங்கியெழுந்ததா?

அவள் வினாக்களுக்கு விடைகளாக சிறிது தூரத்தில் இரண்டு போர்க்கப்பல்களைக் காண முடிந்தது. கொழும்பின் பாதுகாப்பிற்காக நிறுத்தப்பட்டிருக்க வேண்டும்.

இரவின் சுகமான கடல்காற்று உடலை வருட படுக்கையில் விழுந்ததும் தொலைபேசி அழைப்பு வந்தது. அவுஸ்திரேலிய தூதரகத்தில் இரண்டாவது இடத்தில் இருந்த போலின் “உனது வருகை நல்வருகையாகட்டும். இன்று அமைதியாக ஓய்வெடு. நாளைக் காலை சந்திக்கிறேன்” என்றாள்.

இதற்கு முன்பு பிஜித்தீவில் இராணுவப்புரட்சியின் பின்பான நிலைமையை அறிவதற்காக அங்குச் சென்றிருந்தாள். அங்கு சாதாரண மக்களிடமும் மற்றும் ஊடகவியலாளரிடமும் அவுஸ்திரேலிய ரேடியோவுக்காக பேட்டி எடுத்தபோது இலகுவாக இருந்தது. இராணுவ நடமாட்டமுள்ள எந்த இடத்திலும் மக்கள் பதற்றமில்லாமல் உலாவினார்கள். இராணுவம் அந்நியமாகத் தெரியவில்லை. ஏராளமான உல்லாசப்பிரயாணிகள் அங்கு இருந்தார்கள. அந்தப் பயணம் விடுமுறையில் இருந்த அனுபவத்தைத் தந்தது.

இலங்கையைப் பற்றி படித்த தூதரக அறிக்கைகள் அரசாங்கமும், பாதுகாப்புப் படைகளும் தமிழர்களைத் துன்புறுத்துபவர்களாகக் காட்டின. அவற்றை உறுதி செய்வதுபோல் தொடர்ச்சியாக அவுஸ்திரேலியா வந்த தமிழ்

அகதிகளினது கூற்றுகள் இருந்தன. எண்பதுகளில் இருந்து ஆட்சியில் இருந்த தொழிற்கட்சியினர் அகதிகள் விடயத்திற்கு அப்பால் இலங்கை அரசியலில் அக்கறை காட்டவில்லை. மேலும் இந்தியாவினால் அனுப்பப்பட்ட அறிக்கைகள் இலங்கையின் இனவாதக் போக்கைக் கண்டிப்பதாக இருந்தன.

இந்தியப் பிரதமரது கொலைச்சம்பவம், பின்னர் நடந்த கட்டுநாயக்கா விமானநிலையத்தாக்குதல் என்பன இதனை உள்நாட்டு பிரச்சினை என்பதற்கு அப்பால் சிந்திக்க வைத்துள்ளன. இந்த ஆயுதப்போராட்டம் இந்து சமுத்திர பிரதேசத்தில் உலகளாவிய பொருளாதாரம், கப்பல் போக்குவரத்து, பன்னாட்டு வர்த்தகம் என்பனவற்றில் ஏற்பட்ட முக்கிய இடையூறாகக் கருத்தில் எடுக்க வேண்டியதாக வளர்ந்துள்ளது.

சமுத்திரத்தைப் பார்த்தபடி ஹோட்டலின் உணவுச்சாலையில் காலை உணவு அருந்தும்போது போலின் வந்து சந்தித்தாள். ஏற்கனவே அறிமுகமானவள். ஒரே காலத்தில் அவுஸ்திரேலிய தேசிய பல்கலைகழகத்தில் படித்தவர்கள். போலின் கம்பியூட்டர் பகுதியில் படித்துவிட்டு உளவுப்பிரிவுக்கு நியமனம் பெற்றவள்.

"உனது மொத்தமான இலங்கைப் பிரயாணத்தை திரு ஏக்கநாயக்கா என்ற இராணுவப் பொலிஸ் பகுதியைச் சேர்ந்தவர் கையாள்கிறார். மிகவும் நல்ல இளைஞர். எங்களுக்கு சில காலமாகத் தெரிந்தவர். இலங்கையின் பல இடங்களுக்கும் அழைத்துச் செல்வார். மீண்டும் கொழும்பு வந்தவுடன் அமெரிக்க, பிரித்தானிய தூதர்களுடன் மீட்டிங் ஒன்று ஒழுங்கு பண்ணி யிருக்கிறோம்" என்றாள் போலின்.

மதியம் இராணுவ பொலிஸ் பகுதியைச் சேர்ந்த சுனில் ஏக்கநாயக்க வந்து அழைத்தபோது ஆரம்பத்தில் நம்பமுடிய வில்லை. நெடிதுயர்ந்து அசோகனிலும் கறுப்பான இளைஞனாக மட்டுமல்லாது மிகவும் வெட்கத்துடனும் நடந்துகொண்டார். அவுஸ்திரேலிய உளவுப்பிரிவில் இளம் பெண்ணை எதிர்பார்க்க வில்லை என்பதை அவரது உடல் மொழிகாட்டியது.

"அதிக தூரம் போகத்தேவையில்லை. நடந்து போகலாம். ஆனால், பாதுகாப்புக்காக வாகனத்தில் போகிறோம்"

"வாகனங்களை விட நடந்து போவதே பாதுகாப்பு என நான் நினைத்தேன்" எனச் சிரித்தபடி ஏறினாள். ஐந்து நிமிடத்தில் அதே கோல்பேஸ் எதிரே இருந்த பாதுகாப்பு அமைச்சின் உள்ளே சென்றனர். அவரைத் தொடர்ந்து சென்றபோது செல்போனை எடுத்துவைத்துக் கொண்டதைத் தவிர வேறு எந்த பாதுகாப்பு சோதனைகளும் நடக்கவில்லை.

பாதுகாப்பு அமைச்சின் சிறிய ஹோலில் ஏற்கனவே பலர் இருந்தனர். அவர்களில் பெரும்பாலானவர்கள் ஐரோப்பியர்களாக இருந்தனர். மிகுதியினர் இந்தியர்கள். அந்த சுனாமியின் தாக்கத்தைப்பற்றிக் கடற்படை உயர் அதிகாரி இலங்கையின் வரைபடத்தைக் காட்டி அழிவுகளை புள்ளி விபரங்களாகச் சொல்லிவிட்டு "எங்களது துரதிஸ்டம் – அழிவு நடந்த பகுதிகளில் பெரும்பாலான இலங்கை மக்களை சந்தித்து உதவி செய்ய முடியாத நிலையில் உள்ளோம். அதாவது இந்தப்பகுதிகள் பயங்கரவாதிகளின் கைகளில் உள்ளன." என்றார்.

"சமாதான ஒப்பந்த காலத்தில் விடுதலைப்புலிகளின் பிரதேசத்துக்குள் செல்லமுடியாதா?" என அமெரிக்க அதிகாரி கேட்டார்.

"சமாதான ஒப்பந்தம் நடைமுறையில் இருந்தாலும் சமாதானம் பெயரளவில்தான் உள்ளது. ஏராளமான கொலைகள் நடந்து வருகின்றன. முக்கியமாக புலனாய்வுத்துறையினரும் விடுதலைப்புலிகளுக்கு எதிரான தமிழ் இயக்கத்தினரும் கொலை செய்யப்படுகிறார்கள்" என்று புள்ளி விபரத்தைக் காட்டினார். "ஆனாலும் தற்போது சமாதானம் தொடர்வதையே நாங்கள் விரும்புகிறோம். மாலையில் காலிக்கு செல்கிறோம். அதன்பின் அம்பாறை, மட்டக்களப்பு பின்பு தலா இரண்டு நாட்கள் திருகோணமலை, யாழ்ப்பாணம். எமது பிரயாணம் ஹெலிக்கொப்டரில் பெரும்பாலும் நடைபெறும். திருகோணமலையில் இருந்து யாழ்ப்பாணம் செல்வது விமானத்தில். போர் நிறுத்தம் இருந்த போதிலும் கடல் பகுதிகளின் மேலாகத்தான் நாங்கள் பயணிப்போம். விடுதலைப்புலிகளை நம்பமுடியாது"

உணவு பரிமாறப்பட்டது. பலருடன் அறிமுகம் நடந்தது. முதற் பெயர்களில் அறிமுகம் நடந்ததாலும் பலர் அந்தந்த நாட்டின் உளவுப்பிரிவினர். மற்றவர்கள் தூதரகங்களைச் சேர்ந்தவர்கள் என்பதை ஊகிக்க முடிந்தது. சுனாமியின் காரணத்தை வைத்து நிலைமையைப் புரிந்து கொள்ள வந்திருக்கிறார்கள். ஒவ்வொரு நாட்டிலுமிருந்து பலர் வந்திருப்பதால் அவர்களிடையே பேசிக் கொண்டார்கள். பிரித்தானிய பெண்ணாகிய கத்தரின் சிறிது நேரம் ஜெனியுடன் உரையாடினாள்.

ஏக்கநாயக்கா ஹொட்டலுக்கு அழைத்து வந்து மீண்டும் மாலையில் சந்திப்பேன் என்று சொல்லிவிட்டு விலகிய போது "ஏதாவது தேவையானால் தொடர்பு கொள்ள உங்களது இலக்கத்தைத் தர முடியுமா?" என்றாள். அவன் தனது விசிட்டிங் காட்டைக் கொடுத்தான்.

கிராமத்தில் பிறந்து வளர்ந்த ஏக்கநாயக்காவிற்கு இப்படியான பதவியில் இளம் பெண்ணைப் பார்த்ததால் ஏற்பட்ட தயக்கம் இன்னமும் போகவில்லை.

மாலை நான்கு மணியளவில் காலிக்கு புறப்பட்டபோது அந்த ஹெலிக்கொப்டரில் கத்தரினுடன் இரண்டு இந்தியர்கள் சேர்ந்து கொண்டார்கள். அதில் ஒருவர் பாண்டியன் என அறிமுகப்படுத்திவிட்டு "அவுஸ்திரேலியா என உங்கள் சட்டையில் பெயர் குத்தப்படாமல் இருந்தால் இந்தியப் பெண் என நினைத்திருப்போம்" என்றார்.

"பல தலைமுறையின் முன்பு இந்தியாவில் இருந்து வெளியேறியது எனது குடும்பம்."

"மிக்க சந்தோசம்" என்று அவர் கூறியது ஹெலிகொப்டரின் இரைச்சலில் கேட்கவில்லை.

அந்த ஏழுநாள் பயணத்தில் இராணுவ அதிகாரிகள், விடுதலைப்புலிகளுக்கு எதிரான இயக்கத்தினர், மதகுருமார்கள், பொதுமக்கள் என பலரை சந்தித்தமை இலங்கைப் பிரச்சினையின் பல எழுதப்படாத பக்கங்களை மிகவும் தெளிவாக்கியது. சிறிபுர இராணுவ முகாமில் அவளோடு ஆரம்பத்தில் ஹெலிக்கொப்டரில் வந்த இரண்டு இந்தியர்கள் தங்கிவிட்டார்கள். இராணுவ முகாம்களில் இந்தியர்கள் ஆலோசகர்களாக கடமையாற்றியது தெரிந்தது. ஏற்கனவே மற்றைய தேசங்களின் கால்த்தடங்கள் இங்கிருப்பது புரிந்தது.

எட்டாவது நாள் மீண்டும் கொழும்புக்கு வந்த போது போலின் ஹோல்பேஸ் ஹோட்டலில் சந்தித்து வரவேற்றாள்.

"எப்படி பிரயாணம்?"

"களைப்பானது. ஆனால், நன்றாக இருந்தது"

"இன்று மாலை அமெரிக்கத் தூதரகத்தில் ஒரு சந்திப்பு உள்ளது. இப்பொழுது என்னோடு வருகிறாயா?" இருவரும் காரில் தூதரகத்தை அடைந்தபோது அவுஸ்திரேலிய தூதரகமும் புதுடில்கி மாதிரி இருந்தது.

அவுஸ்திரேலியத்தூதருடன் காரில் கொள்ளுப்பிட்டியில் உள்ள அமெரிக்கத் தூதரகத்துக்குச் சென்றனர். நோர்வே, பிரித்தானிய தூதர்கள் உட்பட பல ஐரோப்பிய நாட்டுப் பிரதிநிதிகள் அங்கு வந்திருந்தனர். அப்பொழுது கிரிஸ்ரினா என்ற அமெரிக்க இராஜாங்க பிரதிநிதி வந்தார்.

அமெரிக்க இராணுவ அதிகாரிகளால் இரண்டு வருடங்கள் முன்பாக தயாரிக்கப்பட்ட அறிக்கையை எல்லோருக்கும் விநியோகித்தார். இலங்கையில் நடக்கும் உள்நாட்டுப் போரை நாம் நிறுத்துவதற்கு உதவ வேண்டும். தமிழ் மக்களது நியாயமான கோரிக்கையை நிறைவேற்ற இலங்கை அரசாங்கத்தை நிர்ப்பந்திக்கிறோம். அதேவேளையில் விடுதலைப்புலிகளின் செயற்பாடுகளைக் கட்டுப்பாட்டுக்குள் கொண்டு வருவதற்காக நோர்வே அரசாங்கத்தை சமாதான முயற்சியில் ஈடுபடுத்தியிருக்கிறோம். இந்த முயற்சி தோற்கும் பட்சத்தில் இலங்கை அரசாங்கத்திற்கு சகல உதவிகளையும் அளிப்பதாகப் பிரதமரிடம் வாக்குறுதி அளித்துள்ளோம். இதற்கு ஒத்துழைப்பு வழங்குமாறு நட்பு நாடுகளிடமும் கேட்டுள்ளோம். முக்கியமாக பணம் மலேசியாவின் ஊடாகவும் ஆயுதங்கள் தென்கிழக்காசியாவில் இருந்தும் வருவதால் அவுஸ்திரேலிய நண்பர்களின் உதவி மிகவும் தேவைப்படும். அதே நேரத்தில் சுனாமி அனர்த்தங்களில் இருந்து மக்களைப் பாதுகாக்க இலங்கை அரசை விடுதலைப்புலிகளுடன் சேர்ந்து நிவாரணப்பணிகளில் ஈடுபடுமாறு கேட்டுள்ளோம். அப்படி அவர்கள் செயற்படும்போது எமது கடமை இரட்டிப்பாகிறது.

"இந்தியாவின் நிலைமை என்ன?" என்றான் பிரித்தானிய பிரதிநிதி.

"விடுதலைப்புலிகளின் தலைமையை வெறுப்பதால் பேச்சுவார்த்தையில் அவர்களுக்கு நம்பிக்கையில்லை. ஆனால், எமது முயற்சிக்கு மாறாகச் செயல்படுவதில்லை என உறுதியளித்திருக்கிறார்கள். நோர்வேயினர் அவர்களோடு இணைந்தே செயல்படுவார்கள்."

"சுனாமி ஏதோவொரு விடயத்தில் இலங்கைக்கு நன்மையளிக் கிறது" என்று ஜெனி மெதுவாக போலினிடம் கூறினாள்.

"இன்னும் சிறிது காலத்தின் பின்புதான் சொல்ல முடியும். உள்நாட்டு அரசியல்வாதிகள் என்ன நினைக்கிறார்கள் என்பதைப் பொறுத்திருக்கிறது. 1987–90இல் இந்திய அரசாங்கத்தின் திட்டங்கள் தலைகீழாக மாற்றப்பட்டது" என்று சொல்லியபடி வெளியே வந்தாள். காலி வீதியில் மாலைப் போக்குவரத்து நெருக்கடி குறைந்தது போல் தெரிந்தது. சில நிமிட நேரத்தில் ஹோட்டலுக்கு வந்துவிட்டாள்.

அறைக்கு உணவை வரவழைத்து அருந்தினாள். ஏழு நாட்கள் தொடர்ச்சியாகப் பயணித்த அசதி உடனடியாகத் தூக்கத்திற்கு அழைத்துச் சென்றது.

கனவு கண்டு விழித்து எழுந்தாள். இரவு இரண்டு மணி. யன்னல் திறந்து இருந்தது. கடற்காற்று யன்னல் திரைகளை தொட்டு விலக்கி அறையுள் சுழன்று காட்டில் தனியான ஓநாயின் ஊளையாக வந்தது. அந்தக் காற்றில் உப்புக்கரித்தது. திடுக்கிட்டபடி கட்டிலில் இருந்து எழுந்து யன்னலருகே சென்று வானத்தைப் பார்த்தாள். தெளிந்த கருநீலமாக இருந்த வானத்தில் அதிக மேகங்கள் இருக்கவில்லை. அங்கொன்றும் இங்கொன்றுமாக சிறிய வெண்மேகங்கள் கடலில் தோன்றும் பாய்மரங்களாக நீலவானில் மிதந்தன. அவசரத்தில் கொட்டி இறைத்த தங்க நாணயங்களாக ஏராளமான நட்சத்திரங்கள் சகிதம் பிறை நிலா தெரிந்தது. கண்ணுக்குத் தெரியும்வரை அலைகளற்று அமைதியான கடலில் அந்த இரு போர்க் கப்பல்களைக் கடந்து இரு சரக்குக் கப்பல்கள் துறைமுகத்தை நோக்கிச் செல்வது தெரிந்தது.

கனவுகள் அவளுக்குப் புதியதல்ல. நினைவு தெரிந்த காலமெல்லாம் கனவுகள் அவளைத் துரத்தியபடியே இருக்கின்றன. வாழ்க்கையின் முக்கிய விடயங்கள் கனவுகளால் வழிநடத்தப்படுகின்றனவா என அவள் நினைப்பதுண்டு. பெரும்பாலான கனவுகளில் பாட்டி வந்து செல்வது ஆரம்பத்தில் ஆச்சரியமளித்தாலும் பிற்காலத்தில் பழகிவிட்டது.

குடும்பத்தில் ஜெனிபரே ஒரே வாரிசு. பாட்டி வேறு எங்கு செல்வாள்?

அன்றும் பாட்டி கடல் கடந்து கனவில் வந்துவிட்டாள்.

“பாட்டி ஏன் அடிக்கடி வந்து துன்புறுத்துகிறாய்? ஐயாயிரம் கிலோமீட்டர்கள் கடந்து வந்தாலும் விடமாட்டாயா?”

“உனது உடலில் ஜிப்சி இரத்தம் ஓடும் வரை கனவுகள் முக்கியம். அவை உனக்கு எதிர்காலத்தை உணர்த்தும். உனது வாழ்வில் மட்டுமல்ல, மற்றவர்கள் வாழ்விலும் நடக்கப் போவதை தெரிவிக்கும் ஊடகமே கனவு. சாலையோரத்து சிவப்பு, பச்சை விளக்காக உனக்கு உதவும். இதை வைத்து உன்னால் பல பிரச்சினைகளைத் தவிர்த்துக் கொள்ள முடியும்“

“நான் இப்பொழுது ஜிப்சியல்ல பாட்டி. என்னை விடு”

“காலம் காலமாக இரத்தத்தில் ஊறிய விடயங்கள். இவை கழுவித் துடைப்பதற்குக் கறையல்ல.”

“உன்னோடு வாதம் செய்ய இது நேரமல்ல. இன்று ஏன் வந்தாய்?”

“தேவையில்லாமல் இந்த நாட்டிற்கு ஏன் வந்தாய்? இவர்களது பிரச்சினையில் ஏன் தலை போட்டாய்?.”

“இது தொழில் பாட்டி. விட்டு விலக முடியாது. நான் என்ன செய்வது?”

“இல்லை, நீயாக வந்தாய். எனக்குத் தெரியும். அவனது பிரச்சினையில் தலைபோட்டு உனது உறவைச் சிக்கலாக்குகிறாய்.”

“உன்னால்தானே எல்லாம் நடந்தது. என்னை வட இந்தியாவில் உள்ள அந்தப் பாலைவனத்திற்கு போ என்றாய். அவனை நீயே சந்திக்க வைத்தாய். என்பாட்டில் தனிமையாக இருந்த என் வாழ்க்கையில் தேவையில்லாமல் அவனைப் பிணைத்தது நீதானே. நான் எனக்கு மாப்பிள்ளை பாரென உன்னைக் கேட்டேனா? எல்லாவற்றையும் செய்துவிட்டு இப்பொழுது ஏன் கேள்வி கேட்கிறாய்?”

“நான் சொன்னது, அவன் அமைதியான ஒழுக்கமான அப்பாவிப்பையன். தாய், தகப்பன் எனச் சொந்தம் கிடையாது. வேறு பிக்கல், பிடுங்கல் இல்லை. உனக்கு அடங்கி ஒடுங்கி நல்ல கணவனாய் இருப்பான் என்பதே. நானும் உன் அம்மாவும் ஒழுங்காக குடும்ப வாழ்க்கையை வாழ்ந்தவர்கள் அல்லர். எங்களது சூழ்நிலை அப்படி. அதேபோல் நீயும் போய்விடக்கூடாது என்றுதான் அவனை உனக்குத் தெரிவு செய்தேன். ஆனால், நீ இப்படி வேறு நாட்டு அரசியலில் கலந்து சிக்கலாக்கப் போகிறாய். இது பல்லாயிரம் மனிதர்கள் ஒருவரை ஒருவர் கொன்று பல வருடங்களாக அழியும் நாடு. இரத்தம் கொலை இவர்களுக்கு சாதாரணமானது. இனங்களிடையே மட்டுமல்ல ஒரே இனத்துள்ளே சுட்டுக் கொலைகள் நடத்துகிறார்கள். கதைத்துப்பேசி தங்கள் மத்தியில் உள்ள விவகாரங்களைத் தீர்க்கத் தெரியாதவர்கள் நிறைந்த நாடு. கொலை அரசியலைக் கூசாது நடத்தும் அரசியல்வாதிகள் நிறைந்த நாட்டுக்கு வந்து நீ என்ன செய்வாய்? தேவையற்று உனது கைகளிலும் இரத்தக்கறை படியப்போகிறது.”

“இல்லை. நான் மட்டுமல்ல. மற்றவர்களும் சேர்ந்து இங்கு கொட்டும் இரத்தத்தை நிறுத்த விரும்புகிறோம்.”

“முட்டாள் பெண்ணே! நீ டபிள் டிகிரி படித்தது வீண். வெளிநாட்டுத் தலையீட்டால் எப்பொழுது எந்த நாட்டில் சமாதானம் ஏற்பட்டது? கடல் வெகுண்டு இவ்வளவு உயிர்கள் அழிந்தது ஏனென்று தெரியவில்லையா? இது மனிதர்களுக்கு அழிவைத் தடுக்கக் காட்டப்படும் சிவப்புக் கொடி. அதையாவது

யோசித்துப் பார்க்கிறார்களா? கொஞ்சம் மூளையிருந்தால் இதைப்பாவித்து சமாதானத்தை உருவாக்கியிருக்க முடியும்"

"விவிலியத்தின் வெள்ளப்பெருக்கோடு ஒப்பிடுகிறயா? பாட்டி?"

"அந்தளவு இல்லாதபோதிலும் ஆயிரம் ஆயிரம் மக்கள் இறந்ததைப்பற்றி கவலைப்பட்டு சமாதானம் பேசி மக்களுக்கு உதவவில்லைத் தானே? அதைப்பற்றி கவலைப்படாது போருக்குத் தயாராகிறார்கள். என் கண்ணில் எதிர்காலத்தில் மக்கள் மரணித்தும் காயமடைந்தும் ஓடவிருக்கும் இரத்த ஆறு தெரிகிறது. நீ நான் சொல்வதைக் கேட்காவிட்டாலும், எதற்கும் நான் சொல்லிவிட்டேன். இனி உன்பாடு"

"இல்லை பாட்டி, நான் சமாதானத்தை இங்கு கொண்டுவர நினைக்கிறேன் என்பதை எதிர்காலத்தில் அசோகனுக்குப் புரியவைப்பேன். அவனுக்காக இதில் ஈடுபடுகிறேன். அவன் மூலமாக எனக்குக் கிடைத்திருப்பது மிகப்பெரிய சந்தர்ப்பம். நீ வந்த வழியே போய்விடு. நான் யன்னலை மூடப்போகிறேன்" என்று யன்னலை சாத்தும்போது "பாட்டி முகத்தை விடு. எச்சிலை பிரட்டுகிறாய். இன்னமும் சின்னப்பிள்ளையா?" என்றாள்.

இம்முறை அவளது கனவில் வந்த பாட்டியின் வார்த்தைகள் மனதில் தெளிவாகப் பதிந்து இருந்தன. ஏற்பட்ட பயத்தை மறைத்தபடி வாய்விட்டு "பாட்டிக்கு வேறு வேலையில்லை. எப்ப பார்த்தாலும் இது செய். அது செய்யாதே என நச்சரித்தபடி திரியுது. அடுத்த முறை வரும்போது நீ வராமல் இருப்பதற்கு என்ன செய்யவேண்டும் என பாட்டியிடமே கேட்டு அதைச் செய்யவேண்டும்" என்றபடி போத்தல் தண்ணீரை குடித்துவிட்டு யன்னலை மூடி ஏர்கண்டிசனைப் போட்டாள்.

9

யுத்த நிறுத்தம்

ஐந்து வருடங்களின் பின்பாக மீண்டும் பிறந்த மண்ணில் கால் வைக்கும் போது என்னைப்போல் எத்தனை பேர் சுனாமி அழிவை கருத்தில் கொண்டு வருகிறார்கள்? எத்தனை பேர் விடுதலைப்புலிகளின் விருந்தாளியாக வருகிறார்கள்? என நினைத்தபடி விமான நிலையத்தின் வாகனத்தரிப்பிடம் நோக்கி பொதியோடு சென்றான்.

கட்டுநாயக்காவில் இறங்கிய அசோகன் திட்டமிட்டபடி வெள்ளை மினிவானிற்கு அழைத்துச் செல்லப்பட்டான். அந்த வாகனத்தில் இருந்தவர்கள் எல்லோரும் யாழ்ப்பாணத்தமிழர்கள் என்பது அவர்களது பேச்சில் தெரிந்தது. பெரும்பாலானவர் களுக்கு கருமையான தலைமுடியிருந்தாலும் மத்திய வயதானவர்கள். ஊரையும் உறவுகளையும் தேடி வெளிநாட்டில் இருந்து வந்திருந்தார்கள். புறமுதுகு கொடுத்து வெளிநாடு சென்றிருந்தாலும் நாட்டுப்பற்றுடன் போருக்கு உதவும் இவர்கள் விடுதலைப்புலிகளின் ஒழுங்கமைப்பின்படி பல்வேறு தேசங்களில் இருந்து வந்தவர்களாக இருக்க வேண்டும்.

❍

நடுநிசி நேரத்தில் சிங்கப்பூர், பம்பாய் மற்றும் துபாய் என மூன்று விமானங்கள் வந்திறங்கின. விமான நிலையம் தேர்த் திருவிழா நாளாகக் காட்சியளித்தது.

கட்டுநாயக்கா விமான நிலையத்திலே அசோகனின் பெயரையும், முகத்தையும் தெரிந்தவ ராக அந்த சாரமணிந்த சாரதி அருகில் வந்தார்.

"தம்பி வவுனியா தானே" எனக்கேட்டு தன்னுடன் வரும்படி அழைத்தார்.

அவருக்கு சகல விடயங்களையும் தெளிவாக மேலிடம் சொல்லியிருக்கும். அதனால் அதற்கு மேல் அவரை பயண ஒழுங்குகள் தொடர்பாக விசாரிக்கத் தேவையில்லை என எண்ணினான். விடுதலைப்புலிகளின் போக்குவரத்து ஒழுங்கு களை இந்தியப் பயணத்திலே தெரிந்துகொண்டான். விமான நிலையத்தில் இருந்து வெளிவந்து அவன் மினிவானில் ஏறியபோது ஏற்கனவே பலர் அதனுள் இருந்தார்கள்.

"தம்பி இதில் இருங்கள்" என ஒருவர் கூற மூவர் அமரும் இருக்கையில் மூன்றாவது ஆளாக அமர்ந்தான். அசோகன் தனக்கு சீட் தந்துதவிய மனிதரை ஏறிட்டுப்பார்த்தான். அவரும் குளிர் தேசத்தில் பலகாலம் இருந்து வந்தவர்போல் தோற்றமளித்தார். சேட்டின் கழுத்துப்பகுதியின் கீழே வெளித்தெரிந்த நெஞ்சுப்பகுதித் தோல் வெளிறி இருந்தது. மனிதர் உடல் உழைப்பாளி என்பது அவரது புடைத்த முன்கைத் தசைகளில் தெரிந்தது. யாழ்ப்பாணத்தை விட்டுச் சென்றாலும் அவர் மீசையை விடவில்லை. மயிர் இருந்த பிடரிப்பகுதி நரையைக் காணாதபோதும் மீசை பெரும்பாலும் நரைத்து இருந்தது. பொது நிறமாக அறுபது வயது மதிக்கத்தக்கதாக மூக்குக் கண்ணாடி அணிந்து தோற்றமளித்தார்.

அவர் அசோகனைப் பார்த்து சிரித்தார். "தம்பி, இந்த கட்டுநாயக்காவை அடிக்காமல் இருந்தால் இந்த அரசாங்கம் போர் நிறுத்தம் செய்திருக்குமா? இல்லை, நாம் இன்றைக்கு இந்த நாட்டிற்கு வந்திருக்க முடியுமா?" என்றார் விமான நிலையத்தை நோக்கி தலையைத் திருப்பியபடி ஏளனமான சிரிப்பு முகத்தில் தவழவிட்டபடி.

அசோகன் அதற்குப் பதிலாக சிரித்தான்.

அவரை அடுத்த ஜன்னலோர ஆசனத்தில் இருந்தவரும் அறுபது வயதிற்கு மேலானவர். நீலக்கலரில் முழுக்கை சட்டை அணிந்து விலையுயர்ந்த ரேபான் கறுத்த கண்ணாடியைக் கூரிய மூக்கில் தாங்கியிருந்தார். வெள்ளை நிறமும் தோற்றமும் அவரை உடல் வருத்தி உழைக்காதவராகக் காட்டியது. "அடி உதவுவது போல் அண்ணன் தம்பி உதவாது என்று நமது முன்னோர்கள் சொல்லியிருக்கிறார்களே" என்றார்.

"அண்ணர் எங்கிருந்து?"

"நான் நியோர்க்"

இவர்களது பேச்சில் கலந்துகொண்டு தனது அபிப்பிராயத்தைச் சொன்னால் தனது அரசியல் நிலை தெரிய வரும். பொய்யாக பேசவும் முடியாத நிலையில் சிரித்தபோது முதல் மனிதர் "தம்பி எங்கிருந்து வருகிறீர்கள்?" என்றார்.

"நான் மெல்பன். அவுஸ்திரேலியா"

"உங்களது ஊருக்கு வந்தவர்களில் எல்லோரும் பொடியளுக்கு ஆதரவுதானே?"

"எல்லோரும் ஆதரவுதான்"

"அதுதானே, தமிழனாகப் பிறந்துவிட்டால் நம்மட பொடியளுக்கு ஆதரவு கொடுக்காமல் இருக்க முடியுமா?" திருப்தியான குரலில் சொன்னார்.

"உண்மைதான்" குரல் மெதுவாக வந்தது.

"தம்பிக்கு வார்த்தையில் சுரத்தில்லை. நீங்கள் எதிர்ப் பாளரோ? அங்கு உதயம் என ஒரு அரசாங்கப் பத்திரிகை வருகிறது அல்லவா? அதுவும்கூட நம் ஊரான் ஒருவன்தான் நடத்துவது. துரோகிகள் எங்குமுள்ளார்கள். எட்டப்பன், காக்கைவன்னியன் எனக்கதை தொடருதே! என்ன செய்வது?" சுடுநீரில் குழைத்த பச்சைக் கோதுமை மா கையில்பட்டது போல் அவர் அசோகனை விடுவதாக இல்லை.

"இல்லை அண்ணை. என்னை வளர்த்த பெரியப்பா பாரிசவாதம் வந்து படுக்கையில் இருக்கிறார். அவரைப் பற்றிய கவலையில் நான் இருக்கிறேன்";

"அப்படியா தம்பி. அப்பா, அம்மா இல்லையா?"

"அவர்கள் இந்தியன் ஆமி சுட்டு இறந்துவிட்டார்கள்";

"அவங்கள் செய்த அட்டூழியம் கொஞ்சமா நஞ்சமா? சில காலத்திற்குள் எத்தனையோ உயிர்களைக் கொலை செய்து விட்டார்கள். அமைதிப்படையென வந்து ஆடிய ஆட்டம் கொஞ்சமா? ஆனாலும், நம்மவங்கள் அதற்கு கணக்குத் தீர்த்து விட்டார்கள்தானே? சரியான இடத்திலதானே வெடியை வச்சாங்கள்!" அவரது முகத்தில் மலர்ந்த புன்னகையின் ஓரத்தில் மகிழ்ச்சி மட்டுமல்ல எச்சிலும் நுரைத்து கடைவாயூடாக வழிந்தோடியது. அசோகன் அவரிடமிருந்து பாதுகாப்பாக முகத்தைத் திருப்பிக்கொண்டான்.

பழி வாங்குவதால் இழப்பின் வேதனை தீர்ந்துவிடுமா எனக் கேட்க நினைத்தாலும் கேட்கவில்லை. கேட்டு அவரது

சந்தோசத்தை ஏன் கெடுப்பான்? பல காலத்துக்குப் பின்னர் ஊருக்கு வருகிறார். எட்டு மணிநேரம் ஒன்றாகப் பயணம் செய்யவேண்டியிருக்கிறது. ஆனால், பழி தீர்த்தலே பலருக்கு மனச்சாந்தி கொள்ளும் ஒரே வழியாக இருக்கிறது. இதைத்தான் பெரியப்பா அடிக்கடி சொல்லுவார். 'இந்தப்போராட்டம், ஒரு பழிவாங்கும் போராட்டம். இதனால் இரத்தமும் உயிர்களும் விரயமாகும்;. எங்களது சங்கக்கடை வியாபாரம்போல் இறுதியில் நட்டத்தில் எல்லாம் மூடப்படும். இடையிடை களவெடுத்தவங்களைத் தவிர மற்றவர்கள் எவருக்கும் எதுவித நன்மையும் வராது'

"நீங்கள் வெளிநாட்டுக்கு எப்போது போனீர்கள்" எனக்கேட்டார் நியூயோக்கர். முகத்தைத் திருப்பிய அசோகனை விட்டுவிட்டு இருவரும் பேசத்தொடங்கினர்.

"நான் எழுபதுகளில் ஆரம்பத்தில். தம்பியவர்கள் துவக்கில்லாமல் திரியும்போதே ஜெர்மனிக்குப் போய் பின்பு பாரிஸ் போய்விட்டேன்."

"அந்தக் காலத்தில் ஐரோப்பாவில் அசைலம் கொடுத்தார்களா?"

"நான் சொன்னா நம்பமாட்டீர்கள். அது ஒரு சுவையான கதை. நான் இலங்கையை விட்டு வெளிநாடு சென்ற காலம் ஐரோப்பாவில் வின்ரர். மிகவும் கடுமையான குளிர் நாள். ஏரோபுளட் விமானத்தில் மாஸ்கோவில் போய் இறங்கியதும் மீண்டும் கிழக்கு பெர்லினுக்கு அடுத்த விமானம் எடுக்கவேண்டும். ஜெர்மன் இரண்டாகப் பிரிந்து இருந்த காலம்.

பனி பெய்வதைப் பார்த்தபோது அடுத்து என்ன செய்வது எனத் தெரியவில்லை. அன்றுதான் முதல் முறையாக பனி பெய்வதைக் கண்டேன். வெளியே பெய்த பனியில் அங்கு நின்ற விமானங்களே கண்ணுக்குத் தெரியவில்லை. உலகமே இருளில் மறைந்துவிட்டதாகத் தோன்றியது. எதிர்காலத்தை என்னால் சிந்திக்க முடியவில்லை. வெளியே தெரிந்த இருள் உள்ளத்தில் குடிபுகுந்தது. முதல்முதலாக எதையோ இழப்பதாக மனதில் உணர்ந்தேன். நெஞ்சில் வெறுமையாக இருந்தது. தவறு செய்ததாக எண்ணினேன். ஏன் ஊரைவிட்டு வந்தேன்? எனக்கு கடவுளே என்று எந்தப் பிரச்சினையும் இல்லை. தேவையான பணம், வசதிகள் எல்லாம் இருந்தன. ஹட்டனில் தேயிலைத் தோட்டத்தில் மிசின் ஒப்பரேட்டராக வேலை. கைநிறைய சம்பளம். ஓவரைம் எல்லாமிருந்தது. எந்த இன, அரசியல் பிரச்சினையும் இல்லாத அமைதியான ஊர். சுற்றியிருந்த மக்களும் மரியாதையானவர்கள். என்ர கொழுப்பு விடவில்லை. ஏதோ

சொல்லுவாங்கள்? நண்டு கொழுத்தால் என – எல்லோரும் வெளிநாடு போனார்கள் என்று ஒரு மோகத்தில் நானும் விமானம் ஏறிவந்தேன்.

மாஸ்கோ விமானநிலையத்தில் உள்ள போன்பூத்தில் வீட்டுக்குத் தொலைபேசி எடுத்தேன். மனதில் இருந்த கனத்தை மனைவியிடம் இறக்கினேன். அப்பொழுது எனது மனைவி சொன்ன வார்த்தைகள் இன்னமும் நினைவிருக்கிறது. "நல்லவேளை நீங்கள் இங்கில்லை என நாங்கள் சந்தோசப்படுகிறோம். எங்கள் வீட்டிற்கு அருகில் குடியிருந்த அந்த மனுசன், அதுதான் தமிழ் பொலிஸை பொடியள் கொன்று விட்டார்கள். எங்கள் வீட்டிற்கும் பொலிஸ் வந்து ஏதாவது விடயம் தெரியுமா? என விசாரித்தார்கள்."

வீட்டில் மனைவி சொன்னதும் கவலையாக இருந்தது. அந்த மனிதன் இன்னும் இரண்டு வருடம் இருந்தால் பென்சன் கிடைக்கும் என்று பல்லைக் கடித்துக்கொண்டு இருந்தார். ஊர் வம்பு தும்புக்குப் போகாதவர். பொடியள் சைக்கிளில் டபிள் போனால் கூட இறங்கிப் போங்கடா, தம்பிமாரே என சொல்லிவிட்டுப் போவார். அதோடு அவர் வீட்டில் இரண்டு குமர்ப்பிள்ளைகள் கலியாணத்துக்குத் தயாராக இருந்தார்கள். அந்த மனிதனைக் கொன்றிருக்கிறார்களே! யாருக்கும் தீங்கு நினைக்காத அப்பாவி மனிதன் – என்ன கொடுமை? என அழுதாள் என் மனைவி.

அந்த மனிதன் இறந்த கவலையை மறக்க மாஸ்கோ ஏயர்போட்டில் இரண்டு கிளாஸ் வோட்கா குடித்தபடி சிகரட்டை பற்றியதும் உடல் சூடாகி புதுத்தென்பு மனதில் வந்தது. ஏதோ ஒரு ஒளி தூரத்தில் தெரிவதுபோல் இருந்தது. எனது மனைவி சொன்ன விடயத்தால் எனக்குப் புதிய சிந்தனை வந்தது.

இப்படிச் சொன்னால் என்ன? யாருக்கும் தீங்கில்லையே?

கிழக்கு பெர்லின் கடந்து மேற்கு பேர்லினுக்கு வந்ததும் அசைலம் தருபவர்களிடம் அந்த கொலை செய்யப்பட்ட பொலிஸ்காரர் எனது உறவினர், அடுத்ததாக என்னைத் தான் குறி வைத்திருக்கிறார்கள் என சொல்லிவிட்டேன் அது பொய்யில்லை. நாங்கள் அண்ணன் தம்பியாகப் பழகியதுடன் உண்டு, குடித்து, ஒன்றாகத் தண்ணியடித்திருக்கிறோம். வருவதற்கு சில நாட்கள் முன்பு வேள்வியில் கிடைத்த கிடாய் இறைச்சியில் ஒரு பங்கு எங்கள் வீட்டுக்குத் தந்தவர். அந்த நல்ல மனுசனை எனது ஒன்றுவிட்ட அண்ணையென நான்

சத்தியம் செய்யத் தயாராக இருந்தேன். அதைச் சொல்லி ஊரில் இருந்து மனைவி அனுப்பிய பத்திரிகைச் செய்தியையும் கொடுத்தபோது அப்படியே தந்துவிட்டார்கள். அண்ணை நீங்கள் என்ன விடயமாக வருகிறீர்கள்?"

"நான் நியுயோர்க்கில் டாக்டராக இருக்கிறேன். இப்பொழுது சுனாமி விடயமாக வன்னி செல்கிறேன்";

"எந்தக் காலத்தில் வெளியே போனீர்கள்?";

"நான் எழுபத்தொண்டு. சேகுவாரா காலத்தில் சென்றேன்;. அந்தக் காலத்தில் நமது ஊர்ப்பகுதி அமைதியாக இருந்தது."

அவர்கள் பேச்சைக் கேட்டபடி இருந்த அசோகனின் மனதில் குற்ற உணர்வு கூரிய அம்பாகப் பாய்ந்தது. அந்த இருவரின் பக்கத்தில் நிர்வாணமாக இருப்பது போன்ற உணர்வு. இந்த இருவரும் போரின் வாடையைக்கூட அனுபவித்தவர்கள் அல்லர். எந்தக்காலத்திலும் இவர்களுக்கு உயிர்ப்பயம் வந்திராது. ஆனால், விடுதலைப்புலிக்கு தீவிர ஆதரவாளர்களாக இருக்கிறார்கள். அப்படியானால் போரால் அதுவும் இந்திய அமைதிப்படையால் பெற்றோரை இழந்த எனக்கு ஏன் இவர்கள் போன்ற உணர்வு இல்லை? நான் இவர்கள் சொல்லும் தமிழின உணர்வு அற்றவனா? இனமானமில்லாதவனா? அல்லது பெரியப்பா என்னை மூளைச்சலவை செய்து விட்டாரா? அல்லது சுயநலம் கொண்டவனா?

கொக்குவிலில் இருந்தபோது ஒரு நாளில் இந்தியப் படையால் கொலை செய்பட்ட ஒன்பது சடலங்களைப் பார்த்தேன். அவர்களிடையே எனது வகுப்பு மாணவன் பரந்தாமன் தனது அப்பாவினதும் மாமாவினதும் சிதைந்த உடல்களை அடையாளம் கண்டு தாயோடு விழுந்து அழுததைப் பார்த்தேன். அவர்கள் இந்தியப்படைகளை மண்ணை வாரிக்கொட்டி சாபமிட்டார்கள்.

அதன் பின்பு புலி ஆதரவாளர்கள் என்று இனந்தெரியாதவர்களால் கொல்லப்பட்டு தந்திக்கம்பத்தில் கட்டப்பட்ட பலரை வீதியோரங்களில் பார்த்திருக்கிறேன். இப்படி எனக்கு போரின் பன்முகங்களைப் பார்த்த அனுபவம் உள்ளது. ஆனால், விடுதலைப்புலிகள் மீது அனுதாபம் இல்லை. ஈழம் வேண்டுமென்ற உணர்வு ஏற்படவில்லை. நான் அவர்களைச் சேர்ந்தவர்களால் அவர்களுக்கு பயன்படுவதற்காக அவுஸ்திரேலியாவுக்கு அனுப்பப்பட்டேன். அவர்கள் மேல் அனுதாபம் ஏற்படாமல் அவர்களுக்காக வேலை செய்கிறேன் என்பது எவ்வளவு முரண் நகையாக இருக்கிறது. இது ஒரு வகையில் விருப்பமில்லாமல் கடமையாக அல்லது பணத்திற்காகச்

செய்யும் விபச்சாரமில்லையா? இப்படி அவுஸ்திரேலியாவில் இருந்திருக்க முடியும். ஆனால், ஈழவாதரவாளர் மத்தியில் இருந்து விடுதலைப்புலிகளுக்கு பணத்தைக் கொண்டுகிளிநொச்சி வந்து அவர்களை சந்திக்கும்போதும் கூட அவர்கள் மீது ஆதரவு அற்றவனாக எப்படி இருக்கமுடியும்? எனது உடல்மொழி வெளிக்காட்டாதா? போதாதவேளை இப்பொழுது தங்கச்சி கார்த்திகா இவர்களின் போராளியாக சேர்ந்து இருக்கிறாள். அவளோடு எப்படிப் பேசுவது? மெல்பேனில் ஒருங்கிணைப்புக்குழு ஆதரவாளர்களை சந்திக்கும்போது போலியாக உணர்வுகளை வெளிக்காட்டி நடிக்க வேண்டிய கட்டாயத்துக்குத் தள்ளப் பட்டேன். ஒருங்கிணைப்புக் குழுவினரில் பலர் சொந்த நலம் மற்றும் ஈகோவின் நிமித்தம் இருப்பதால் என்னை இனம் காணாதிருக்கலாம். ஆனால், தூய சிந்தனையோடு உயிரைப் பணயம் வைத்துப் போராடும் விடுதலைப்புலிகளை நேரடியாக சந்திக்கும்போது நடிப்பது இலகுவான காரியமா? எனது நடிப்பு அவர்களிடம் செல்லுமா? அவர்கள் என்னை இனங்கண்டு கொள்வார்களா?

மனம் அமைதி கொள்ளாததால் நித்திரை வரவில்லை.

பின்னிரவுப் பயணமாக இருந்ததால் நியூயோக்கரும் பாரிஸ்ஸில் இருந்து வந்தவர்களும் அமைதியாகினர். குறட்டை ஒலி மெதுவாகக் கேட்டது. வாகனம் எதுவித தடையும் இல்லாமல் இருளைக் கிழித்தபடி சென்றது. மதவாச்சியை அடைய காலை எட்டுமணியாகி விட்டது. அங்கு வாகனத்தில் உள்ளவர்களை இறங்கும்படி சொல்லி பரிசோதித்தார்கள். ஆனால், இராணுவத்தினர் பரிசோதனையின்போது நாகரிகமாக நடந்து கொண்டனர். பொதிகளை இறக்கிய பின் இரண்டு இராணுவத்தினர் பாஸ்போட்டுகளைப் பெற்றுக்கொண்டனர். வாகனத்தின் சாரதி சிறிது தூரத்தில் ஒரு பள்ளத்தின் மீதாக வாகனத்தை நிறுத்தினான். அதன் கீழ்ப்பகுதியை நிலைக்கண்ணாடிகள் கொண்டு பரிசோதித்தனர். இராணுவத்தினர் பொதிகளையும் ஒவ்வொன்றாக உடமையாளர்களைப் பிரிக்கும்படி சொல்லி பரிசோதித்தனர்.

வவுனியாவை அடைந்து மரப்படலையைத் திறந்தபோது அதன் கிரீச் என்ற ஓசையில் வீட்டின் முற்றத்தையும் வீட்டு வாசலையும் பெருக்கிக் கொண்டிருந்த பெரியம்மா கையில் இருந்த கூட்டுத்தடியை எறிந்துவிட்டு ஓடிவந்தார். வாசலில் வைத்தே "என்ர மகன் இளந்தாரி. என்ர கனவில் எப்படி வருவாயோ அப்படியே இருக்கிறாய். உன்னைப் பெத்தவளுக்குதான் உன்னை இப்படிப் பார்க்க குடுத்து வைக்கவில்லை. அந்த

அதிஸ்டத்தை எனக்குத் தந்துவிட்டு சீமாட்டி போய்விட்டாள்” எனக் கட்டியணைத்தார்.

பெரியம்மா அணைப்பில் மூச்சுத்திணறிய அசோகனுக்கு அம்மாச்சியின் அணைப்புகள் நினைவில் வந்தன. மெலிந்த உடலுடன் சிறுவயதில் அணைக்கும் போது எலும்புகளின் ஸ்பரிசத்தை உணரமுடியும். அந்த அணைப்பிலிருந்து எப்பொழுதும் திமிறி விலகுவது அவனது வழக்கமாக இருந்தது. ஆனால், பெரியம்மா முன்பிலும் பருத்து, தலை நரைத்து இருந்தார். கார்த்திகாவின் முகம் அந்த உடல் தளர்விலும் நரையிலும் தெரிந்தது. பெரியம்மாவின் இறுக்கமான அணைப்பு இதமான சூட்டுடன் உடலில் பரவியது. அது அவனுக்கு தேவையாக இருந்து. கையை பெரியம்மாவின் தோளில் வைத்துக்கொண்டு அசையாமல் அம்மாவை நினைத்தான். கடைசியாக அவளும் இப்படித்தான் கட்டியணைத்தாள். அப்போது கண்ணீர் வந்தது. அம்மாச்சி, பெரியம்மா இப்பொழுது ஜெனி என இந்தப் பெண்கள் எனக்கு அன்பெனும் பானத்தை ஊட்டி வளர்த்து வருகிறார்கள். தொடர்ச்சியாக ஏற்பட்ட வெற்றிடங்களை பாசத்தைப் பொழிந்து நிரப்பிக் கொண்டிருக்கிறார்கள். நான் அதிர்ஷடசாலி–இந்தப் பெண்களிடம் அன்பெனும் அமிர்தம் வற்றாத நதியாக ஓடுகிறதே? திருப்பிக் கொடுக்க வேண்டும் என்ற நினைப்பற்று அள்ளிப் பருகுகிறேனே!

இவர்கள் இல்லாத உலகை என்னால் நினைத்துப் பார்க்க முடியவில்லை. கண்ணீர் முட்டியது. கண்களை பெரியம்மாவுக்குத் தெரியாது துடைத்தபோது இப்பொழுது ஜெனி என்ன செய்வாளோ என சிந்தனை வந்தது. சிறிது நேரம் நின்றுவிட்டு, “பெரியப்பா எப்படி?” எனக்கேட்டான்.

“அதுதான் வந்திட்டியே. நீயே நேரில் பார். “என்றார். கையை விரித்துவிட்டு ஒரு கையால் வீட்டுக்குள் இழுத்தபடி சென்றார்.

அவர்கள் இருக்கும் அந்த வாடகை வீட்டில் எதுவித மாற்றமும் இல்லை. அவன் வாழ்ந்தபோது எப்படி இருந்ததோ அப்படியே இருந்தது. மழைக்காலமானதால் படலைப்பகுதியில் இருந்து வீடு வரையும் நிலத்தில் கோரைப்புல் வளர்ந்திருந்தது. முற்றத்து செம்பாட்டு மாமரம் கிளை பரப்பி அந்தச் சிறிய ஓட்டுவீட்டின் கூரையோடு காற்றில் அசைந்து உறவாடியது. பரந்து வளர்ந்திருந்த கிளைகளில் மாவிலைகள் செழிப்பான பச்சை நிறத்துடன் மதாளித்து வளர்ந்திருந்தன. எதிர்மாறாக வீட்டில் வாழ்ந்த மனிதர்கள்தான் மாறி இருந்தார்கள். பெரியம்மாவின் கரிய தலைமயிர் நரைத்து உடல் தளர்ந்து, கழுத்தில் தோல்

சுருங்கி கண்களைச் சுற்றிக் கருமை படர்ந்து இருக்கிறது. பெரியப்பா பாரிசவாதம் வந்து படுக்கையில் இருக்கிறார். நான் அவுஸ்திரேலியாவுக்கு போகும்போது பெரியவளாகி வீட்டிற்கு வெளியே குடிலில் இருந்த கார்த்திகா இப்பொழுது விடுதலைப் புலிகளுடன் சேர்ந்துவிட்டாள். ஐந்து வருடத்தில் இவ்வளவு மாற்றங்களா? காலம் என்னைச் சுற்றியவர்களை அதன் சக்கரத்தின் கீழ் நசித்து இருக்கிறதே!

காலணிகளைக் கழற்றிவிட்டு குனிந்து வாசல்படியில் காலை வைத்தபோது வீட்டுக்குள் இருந்து வந்த ஏதோ தைலத்தின் வாடை மூக்கில் காரமாக ஏறியது. மென்னிருளும் அமைதியும் நிறைந்திருந்த வீட்டின் முன்ஹோலில் இடது புறத்தில் உள்ள மரக்கட்டிலில் விரித்த புற்பாயில் பெரியப்பா படுத்திருந்தார். அவரது சட்டையற்ற மேலுடலும் இடுப்பில் அணிந்த சாரம் முழங்கால்வரை உயர்ந்திருந்தமையும் உடலில் பெரும்பகுதியை வெளிக்காட்டின. அவரது உருவம்; பத்திரிகைகளில் நகைச்சுவைக்கு வரையும் கோட்டோவியமாக இருந்தது. முகம் குழி விழுந்து தாடை எலும்புகள் வெளித்தள்ளின. வழக்கமாக மெலிந்த அவரது உடலின் மேற்பகுதியில் அதிக மாற்றமில்லை. ஆனாலும், தசைகளை இழந்து மிகவும் உருக்குலைந்துபோயிருந்த கால்களின் மூட்டுகள் கயிற்றில் போட்ட முடிச்சுகள்போல் தெரிந்தன. அவற்றில் ஏதோ தைலம் பூசப்பட்டிருந்ததால் மினுங்கின. அவரருகே அன்றைய தமிழ்ப் பத்திரிகையும் இரண்டு புத்தகங்களும் மல்லிகை என்ற மாத சஞ்சிகையும் இருந்தன. எக்காலத்திலும் புத்தகங்களும் பத்திரிகையுமே அவருக்கு நட்பானவை.

அவனைப் பார்த்து அவரால் பேச முடியவில்லை. கண்களில் இருந்து கண்ணீர் பெருகி வழிந்து தலையணையை நனைத்தது. மெதுவாக உதடுகள் துடித்தன. கட்டிலருகே சென்று தனது கர்சிப்பால் அவரது கண்களைத் துடைத்தான். அசைக்கக் கூடிய வலது கையால் பக்கத்தில் உள்ள புத்தகத்தை எடுக்கும்படி சைகை காட்டினார். அது புத்தகமில்லை. டயரி என்பது புரிந்தது. அதை எடுத்து, பிரிக்க முயன்றபோது கையால் தடுத்து ஏதோ சொல்ல முயற்சித்தார்; அவனுக்குப் புரியவில்லை. பெரியப்பாவிற்கு மூளையில் இரத்தம் கசிந்து ஒரு காலும் ஒரு கையும் அசையாது என்பதை மெல்பனில் கேட்டபோதே அதிர்ச்சியடைந்ததாலும் அப்பொழுது அது பெரியதாகத் புரியவில்லை.

"தம்பி இந்த டயரி இவர் வவனியா வந்தவுடன் எழுதத் தொடங்கியது. எனக்குக் காட்டவில்லை. அரசியல் எழுதியிருக்கிறார். உன்னை அவுஸ்திரேலியா சென்ற பின்பு வாசிக்கவேண்டும் எனச் சொல்லுகிறார்." என்றார் பெரியம்மா.

அந்த டயரியை கையில் எடுத்தபடி அவரைப் பார்த்தான்.

95 ஆம் ஆண்டுக்கு முன்பான அவரது விடயங்கள் தெரியாத போதிலும் இடதுசாரி அரசியலில் ஈடுபட்டவர் என்பது புரிந்தது. பெரியப்பா தமிழ் அரசியலில் விடுதலைப்புலிகளை வெறுக்க முக்கியமான ஏதோ காரணம் இருக்கவேண்டும். அவை இந்த டயரியில் இருக்கமுடியும்.

எப்படி பெரியப்பாவிற்கு உதவமுடியும்? என்னை வளர்த்த பெரியப்பாவுக்கு நான் ஏதாவது செய்வதென்றால் அது கார்த்திகாவை இயக்கத்தில் இருந்து எடுப்பது மட்டும்தான்; அதுவே எனது நன்றிக்கடன். இக்காலத்தில் அதற்கான சாத்தியங்கள் இருக்கின்றன என்பதை அறிந்திருந்தான். விடுதலைப்புலிகளிடம் பணத்தைக் கொடுத்து தங்களது சகோதரர்களை எடுத்தவர் மெல்பேன்ஈழத்தமிழ்சங்கத்தில் முக்கிய பொறுப்பில் இருக்கிறார். விடுதலைப்புலிகளுக்கு வீடு வீடாக பணம் திரட்டும் வேறொருவர் தனது மகனை பணம் கொடுத்து இயக்கத்திற்கு வெளியே மட்டுமல்லாது மெல்பனுக்கும் எடுத்தார். வெளிநாட்டில் உள்ளவர்கள் பணத்தால் விடுதலை இயக்கத்திடம் பேரம்பேசி போராளிகளை விடுவிக்கின்றனர். அதனால், நோயால் பீடிக்கப்பட்டிருக்கும் தந்தையின் ஒரே மகளாக கார்த்திகா இருப்பது விடுவிக்கச் சாத்தியமான நியாயமான காரணம் என்பதால் இந்த விடயத்தை அவர்களிடம் பேசவேண்டுமென நினைத்தான்.

"பெரியம்மா நாளை நான் கிளிநொச்சி போகிறேன்"

"அவங்கள் உன்னையும் பிடித்து விடுவார்கள் ராசா. நீதான் எங்களுக்கு ஒரு ஆறுதல் என்று உயிர் வாழுகிறேன். அப்படி ஏதாவது உனக்கு நடந்தால் இந்த மனுசன் மாதிரி எனக்கு உயிர் உடலில் தங்காது. அப்படியே போயிரும்" என அழத்தொடங்கினார்.

"இல்லை பெரியம்மா நீங்கள் நினைப்பதுபோல் நடக்காது. நான் அவுஸ்திரேலியப் பிரஜை... சுனாமி நிவாரணத்திற்கு அவர்களிடம் கொடுக்க அவுஸ்திரேலியாவில் இருந்து அவர்களின் ஆட்கள் சேர்த்த பணத்தைக் கொண்டு வந்திருக்கிறேன். ஆகையால் எனக்கு எதுவும் நடக்காது"

"அப்படியென்றால் கார்த்திகாவையும் பார்த்துவிட முடியுமா?" என்றார் பெரியம்மா. கண்களை புடவைத் தலைப்பால் துடைத்தபடி. அப்பொழுது இரண்டு கண்களும் புதிதாக பொருத்திய மின்குமிழ்களாக ஒளிர்ந்தன.

தாய்மை என்பது இதுதானா?

"நான் அதற்கு முயற்சிக்கிறேன். ஆனால், அவள் இப்பொழுது எங்கு தங்கியிருக்கிறாள் என்பதைப் பொறுத்திருக்கு. எங்கிருந்து அவள் கடைசியாக கடிதம் எழுதியிருந்தாள்?"

"அவள் கடைசியாக எழுதிய கடிதம் புதுக்குடியிருப்பு பகுதியில் இருந்து வந்ததாக எமக்குத் தரப்பட்டது"

"அப்படியானால் அவளை சந்திப்பதற்கு சாத்தியம் உள்ளது. எதற்கும் நான் கோயில் ஃபாதரை பார்த்து அவரது உதவியையும் கேட்டுக்கொள்கிறேன்"

ஃபாதரைப் பற்றிய நினைவுகள் அவனது மனதில் பல கோணத்தில் ஓடின.

இந்தியாவில் விடுதலைப்புலிகளைச் சந்தித்தபோது ஃபாதரை வெறுத்தான். தன்னை இப்படி ஒரு இக்கட்டில் மாட்டிவிட்டதை தனக்குச் செய்த துரோகமாக எண்ணினான். கத்தோலிக்க மதகுருமாராக இருந்து கொண்டு இப்படிச் செய்கிறாரே!

உலகத்தால் பயங்கரவாத அமைப்பாக அடையாளப் படுத்தப்பட்ட இயக்கத்திற்கு உடந்தையாக, அவர்களுக்கு ஆள்பிடித்துக் கொடுக்கும் இந்த மனிதர் மனுக்குலத்தின் பாவங்களைச் சுமந்து உயிர் நீத்த யேசுவிற்குத் துரோகம் செய்பவராகத் தெரிந்தார். இந்த ஃபாதர் போன்றவர்கள் வெள்ளை உடையில் வலம்வரும் வன்முறையாளர்கள். இவர்களால் எத்தனை உயிர்கள் இரண்டு பக்கத்திலும் இழக்கப்படுகிறன. தேவனின் பத்துக்கட்டளைகளில் இரண்டாவதை இவர்கள் படிக்கவில்லையா? அல்லது உன்னை அடிக்கவரும் எதிரியின் மேல் அன்பைக் காட்டு என்ற மகானின் மலைப்பிரசங்கத்தை வாசித்திருந்தாலும், மறந்துவிட்டார்களா? எனக் கோபத்துடன் எண்ணிய போதிலும் அந்தக் கோபம் பிற்காலத்தில் குறைந்து விட்டது. கார்த்திகா விடுதலைப்புலிகளில் சேர்ந்தது தெரிந்தவுடன் ஃபாதரைத்தவிர உதவக்கூடியவர்கள் வேறு எவருமில்லை என்ற உண்மை தெரிய வந்தது. நான் வவுனியாவில் இருந்திருந்தால் கார்த்திகாவின் நிலை எனக்கும் ஏற்பட்டிருக்கலாம் என்பதால் ஃபாதரின் மூலம் இரட்சிக்கப்பட்டிருக்கிறேன் என்ற கசப்பான உண்மையும் புரிந்தது.

மனதில் விருப்பமும் வாழ்க்கையின் யதார்த்தமும் வேறான திசைகளில் இருக்கும்போது அனுசரிப்பதுதான் ஒரே வழியாகிறது.

மாலையில் பூசையிருப்பதால் அதற்கு முன்பாக பாதிரியாரை சந்திப்பது என நாலுமணியளவில் தேவாலயத்திற்கு நடந்து

சென்றான். அந்த மாதா தேவாலயம் அவனது வீட்டுக்கு சிறிது தூரத்தில்தான் இருகிறது. பளிச்சென்று வெள்ளை வர்ணமடிக்கப்பட்டு வாசலில் ஒருவரது உயரத்திற்கு மேல் பெரிய இரும்புக்கதவு பொருத்தப்பட்டு இருந்தது. புதிய கதவு சத்தமில்லாமல் மெதுவாகத் திறந்தது. காலடி எடுத்து வைத்தபோது, ஐந்து வருடங்களுக்கு முன்பு பெரியப்பாவுடன் சென்றது நினைவுக்கு வந்தது. வர்ணமடிக்கப்படாது பாசி பிடித்து இருந்த கட்டிடமும் புதர்மண்டிக் கிடந்த முற்றமும் இப்பொழுது முற்றாக மாறி இருக்கின்றன. தேவாலய வாசலில் இருந்து கேட் வரையும் புதிதாக குரோட்டன்கள் வைக்கப்பட்டு பாதையோரத்தில் செங்கற்கள் அடுக்கப்பட்டிருந்தன. வளாகத்தில் இரண்டு தொழிலாளர்களின் தோட்ட வேலையை ஃபாதர் மேற்பார்வை செய்தபடி நின்றார்.

நான் வாழும் அவுஸ்திரேலியாவில் மக்கள் செல்லாமல் தேவாலயங்களை விற்று அந்த இடத்தில் வீட்டுமனைகளைக் கட்டுகிறார்கள். இங்கு எதிர்நிலை. மக்கள் துன்பப்படும்போது அதிகமாக இறைவனை நினைக்கிறார்கள்.

உள்ளே வந்த அசோகனைப் பார்த்து "தம்பி யார்? என்ன விடயம்?" எனக் கேட்டார்.

"ஃபாதர், என்னைத் தெரியவில்லையா? நான்தான் அசோகன். ஐந்து வருடங்கள் முன்பு அவுஸ்திரேலியாவுக்கு அனுப்பி வைத்தீர்கள்."

"அட நம்மட சதாசிவத்தாரிட மகனோ. எப்ப அவுஸ்திரேலியாவில் இருந்து வந்தாய்?"

"இன்றுதான் காலையில். ஃபாதர் உங்களோடு பேச வேண்டும்."

ஃபாதரின் புருவம் உயர,விழிகள் அகல பார்த்தார். ஐந்து வருடங்களின் முன்பு தலைகுனிந்தபடி நின்ற இவனா இவ்வளவு பெரிய மனிதனாக, தன்னைப் பேச அழைக்கிறான்? மெலிந்து அரும்பு மீசையும் முகத்தில் பருக்களுமாக இருந்தவனை வெளிநாட்டு வாசம், அங்கு கிடைக்கும் உணவு வகைகள் என்பன இப்படி மாற்றியிருக்கிறன என நினைத்தார்.

"நீ உள்ளே தேவாலயத்தில் இரு. செடிகளை எந்த இடங்களில் நடவேண்டும் என இவர்களிடம் சொல்லிவிட்டு நான் ஐந்து நிமிடத்தில் வருகிறேன்." என்றார்.

உள்ளே சென்று பெஞ்சில் அமர்ந்தான். மேரி மாதாவின் பெரிய சொரூபம் எதிரில் பீடத்தில் இருந்தது. கீழ்ச் சுவரில்

இரு பக்கத்திலும் இரண்டு ஓவியங்கள். இடது புற ஓவியம் மேரி சாதாரணமாக பாலகன் யேசுவை அணைத்தபடி நிற்பது. வலது புறத்தில் உள்ள ஓவியமே அவனை மிகவும் கவர்ந்தது. அது ஏரோது மன்னனுக்கு அஞ்சி பாலகன் யேசுவை தனது மடியில் வைத்துக்கொண்டு மேரி கழுதையில் அமர்ந்தபடி யோசப்புடன் பெத்தலகேம் நகரைவிட்டு எகிப்துக்கு அகதியாகச் செல்லும் காட்சி. நகலெடுக்கப்பட்ட ஓவியம் எனினும் ஏற்கனவே அவுஸ்திரேலியாவில் யேசுபிரானது வரலாற்றைக் கேட்டும் ஓவியங்களைப் பார்த்தும் இருந்ததால் அது அவனுக்கு பழைய நினைவுகளைக் கிளறியது.

யாழ்ப்பாணத்தில் இருந்து இராணுவத்திற்குப் பயந்து ஆச்சியுடன் மழையில் நனைந்து பெட்டியை தலையில் வைத்தபடி வந்த காட்சி மனதில் வந்து போனது. உயிருக்குப் பயந்து ஓடுவது எவ்வளவு கொடுமையானது என்பது அனுபவித்தவர்களுக்கே தெரியும்.

ஃபாதர் தேவாலயத்தின் உள்ளே வருவது தெரிந்தது. அவரது தோற்றத்தில் ஏதாவது மாற்றம் தெரிகிறதா? ஐந்து வருடத்தில் இருந்த தலைமயிர் கொட்டிவிட்டது. இடுப்பு ஒரு சுற்று பருத்திருந்தது. வேறுமாற்றம் தெரியவில்லை. விடுதலைப்புலிகள் பயன்படுத்துவதற்காக என்னை அனுப்பினார் என்ற நினைப்பு இருந்தாலும் தனது சூழலில் வேறு எதுவும் செய்ய முடியாது.

"தம்பி அசோகன் ஏதாவது குடிக்கிறாயா?"

"இப்பொழுதுதான் வீட்டில் அம்மாவிடம் கோப்பி குடித்துவிட்டு வந்தேன் பாதர்."

கையில் வைத்திருந்த இரண்டு அவுஸ்திரேலிய வைன் போத்தல் பொட்டலத்தை கொடுத்து "காலம் கடந்த நத்தார் பரிசு" என்றான்.

"தம்பி நன்றி. என்ன முகம் சந்தோசமாக இல்லை. ஏதாவது சொல்லவேண்டுமா?"

"இல்லை பாதர்"

"என்ன விடயம் தயங்காமல் சொல்லு?" என ஆதரவாக அவனது தோளில் கையை வைத்தார்.

"நான் மெல்பேனில் தமிழர்களால் சேர்க்கப்பட்ட சுனாமி நிவாரணப்பணத்தைக் கொண்டு வந்தேன். அதை கிளிநொச்சியில் விடுதலைப் புலிகளிடம் கொடுக்க வேண்டும். அங்கு போவதற்கு உங்கள் உதவி தேவை" தயங்கியபடி கூறினான்.

"நல்ல விடயம் நீங்கள் செய்வது. ஏராளமானவர்கள் முல்லைத்தீவில் இறந்துவிட்டார்கள். எங்கள் தேவாலயங்கள் சில கடலில் போய்விட்டன. அவற்றை மீண்டும் கட்ட முடியும். ஆனால், போன உயிர்களை எப்படி மீண்டும் கொண்டு வரமுடியும்? உயிர் தப்பியவர்களை கர்த்தர்தான் காப்பாற்ற வேண்டும். நானும் சில நாட்களில் அங்குச் செல்ல நினைத்திருக்கிறேன். உன்னை அவுஸ்திரேலிய தமிழர்கள் விடுதலைப்புலிகளின் தலைமைக்கு அறிமுகப்படுத்தியிருக்கிறார்கள் தானே?"

இந்தக்கேள்விக்கு என்ன பதில் சொல்வது எனச் சிந்தித்தான். சிற்றம்பலத்தாருக்கு தெரிந்த விடயங்கள் இவருக்குத் தெரியுமா? இவரும் அவரும் ஒரே வலையின் வேறுகண்ணிகள்தானே. ஆனாலும் விடுதலைப்புலிகள் ஒவ்வொன்றையும் தனியாக வைத்திருந்து நடத்துபவர்கள். சாந்தன் எனக்கு கொடுத்த பொறுப்பு இவருக்குத் தெரிய வாய்ப்பில்லை.

"இல்லை. உங்கள் கடிதம் விடயத்தை சுலபமாக்கும்."

"நான் அரசியல் பொறுப்பாளருக்குக் கடிதம் தருகிறேன்'"

"இதைவிட இன்னொரு விடயம் ஃபாதர். எனது தங்கை விடுதலைப்புலிகளில் இருப்பது தெரியும்தானே? இங்கே அப்பா படுத்த படுக்கையாக இருக்கிறார். அவள்தான் ஒரே பிள்ளை. அப்பாவுக்கு அவள் போனதும் அதிர்ச்சியால் பாரிசவாதம் வந்துவிட்டது. படுக்கையை விட்டு எழுந்து மலசலத்திற்கே போகமுடியாது. அம்மாவும் நிலைகுலைந்து தளர்ந்து போய்விட்டா. அவளை இயக்கத்தில் இருந்து வெளியில் எடுக்க உதவ முடியுமா?"

"உனது பிரச்சினை எனக்குப் புரிகிறது. ஆனாலும் என்னால் இதைச் செய்ய முடியாது. யுத்தத்திற்கு ஆட்களை சேர்க்கும்போது உன் தங்கையை விடும்படி எப்படி என்னால் கேட்க முடியும்?"

"இல்லை ஃபாதர், இப்பொழுது யுத்த காலமில்லைத்தானே? பலர் பணம் கொடுத்து பிள்ளைகளை எடுத்திருக்கிறார்கள். அவுஸ்திரேலியாவிலே எனக்குத் தெரிந்தவர்கள் பலர் பணத்தைக் கொடுத்து இப்படி செய்கிறார்கள்."

"அது உண்மை. ஃபாதராகிய நான் இதை செய்ய முடியாது. கார்த்திகா விரும்பித்தானே சென்றாள்?";

"உண்மைதான். ஆனால், இப்படி வீட்டு நிலவரம் மோசமாக இருக்கிறது. அதுதான் கேட்டேன்"

தலைவர் இருக்கும் காலத்தில் தமிழருக்கு நன்மை கண்டால் ஒழிய அதன்பின் இந்த தமிழ்ச்சமூகம் அழிந்துவிடும். நாங்கள் எல்லோரும் அவருக்கு ஆதரவாக இருக்கவேண்டும். எம்மில் பலர் அவரை சந்தேகப்படுகிறார்கள். அவர் சந்தேகத்திற்கு அப்பாற்பட்ட மனிதரென நான் நம்புகிறேன். என்னைப்போல் எல்லாருமா? மனிதர்கள் இரண்டாயிரம் ஆண்டுகளின் முன்பு தேவகுமாரனையே சந்தேகப்பட்டவர்கள். சாதாரண மக்கள் மட்டுமா அவரது சீடர்கள்கூட ஆரம்பத்தில் சந்தேகப்பட்டார்கள். ஏன் அவரது சீடாரான யூதாஸ்தானே காட்டிக்கொடுத்தது? இவரை மட்டும் விட்டு வைப்பார்களா?" என்றார்.

அவர் சொன்னபோது கண்ணில் ஈரம் படர்ந்தது. கையின் மெதுவான நடுக்கம் வார்த்தையில் தெரிந்தது.

அவரது உணர்வுகளுக்கு மரியாதை அளிப்பதற்காக மவுனமாக இருந்தான் அசோகன்.

"தம்பி இந்த யுத்த நிறுத்தம் கூட போலி. சமாதானத்திற்கு வழிகோலாது என்பது அவருக்குத் தெரியும். ஆனாலும், மக்கள் கொஞ்சம் நிம்மதியாக மூச்சுவிடவேண்டும். குழந்தைகள் கொஞ்சக் காலமாவது ஓரிடத்தில் இருக்கவேண்டும் என்பதற்காக இதை ஒப்புக்கொண்யிடார். கார்த்திகாவை சந்திப்பதற்கு நான் ஒரு கடிதம் தருகிறேன். அவள் என்ன செய்ய விரும்புகிறாள் என்பதைப் பொறுத்துப் பார்ப்போம்;" என உள்ளே சென்றார்.

10

நம்புங்கள் நாளை பிறக்கும் தமிழீழம்

வவுனியாவில் விடுமுறையை முடித்துக் கொண்டு, கொழும்பு திரும்பும் அசோகனின் மனதில் உற்சாகம் இல்லை. வந்த விடயங்கள் எதுவும் கைகூடிய திருப்தியில்லை. இலங்கை வரும்போது மனதில் இருந்த உணர்வுகள் இப்பொழுது வவுனியாவில் பஸ் ஏறியபோது வடிந்திருந்தன. செய்து முடிக்கலாம் எனச் சிந்தித்த விடயங்கள் மிகவும் சிக்கலடைந்து விட்டன அவை இலகுவானவை இல்லை என்பதை அவன் சந்தித்த கார்த்திகா, சாந்தன், ஃபாதர் என்போர் இந்த நாட்களில் தெளிவாக உணர்த்தி விட்டார்கள். இந்தச் சிக்கல்கள் ஜெனியிடமோ அல்லது வேறு யாரிடமுமோ வாய்விட்டுப் பகிர்ந்து கொள்ளமுடியாதவை. எனக்குள் மட்டுமே ஊமையின் கனவாக உறைந்து கொள்ள வேண்டும் என்பது மேலும் வேதனையை அளித்தது.

அவுஸ்திரேலியாவிலிருந்து வெளியேறி ஒரு கிழமை எப்படியோ வேகமாக ஓடிவிட்டது. சுனாமியால் பாதிக்கப்பட்ட உறவினர்களைப் பார்ப்பதற்காகச் செல்கிறேன் என வார விடுமுறை யுடன் ஒரு கிழமை மட்டும் வங்கியில் லீவு எடுத்திருந்தான். ஏற்கனவே பலர் அந்த வருட இறுதிநாட்களில் விடுமுறை எடுத்திருந்தனர். ஆள் பற்றாக்குறையான காலத்தில் எடுத்த விடுப்பு என்பதால் விரைவில் திரும்ப வேண்டிய கட்டாய மிருந்தது.

அதிகாலையில் பெரியம்மாவின் அணைப்பை விட்டுப் பிரிய மனமின்றி வவுனியாவில் இருந்து கொழும்பு செல்லும் பஸ்சில் புறப்பட்டான். பெரியப்பா, பெரியம்மாவைப் பார்த்த ஆறுதலே இந்தப் பயணத்தில் மனவலிக்கு மருந்தாக எஞ்சியிருந்தது.

மதவாச்சி இராணுவ செக்கிங்கைத் தாண்டியதும், புதிய தேசம் பசுமையாக அவனது கண்ணில் விரிந்தது. மாரி மழைபெய்து வழியெங்கும் நீர் நிறைந்த வயல்கள் புதிதாக முளைத்த நெற்பயிர்களுடன் நிலத்தில் விரித்த பச்சைக்கம்பளமாக இருந்தன. இரைதேடி ஏராளமான வெள்ளைக் கொக்குகள் வரம்புகளில் வரிசையாகப் பூத்திருந்தன. சில செந்நாரைகளையும் இடையே பார்க்க முடிந்தது. வயல்களின் இடையே சிறிய குளங்களில் சிவப்பும் வெள்ளையுமாக மலர்ந்த அல்லிகள் கோலமிட்டிருந்தன. தென்னையும்அத்துடன் வாழை, மா, பலா போன்ற பழவிருட்சங்களும் கிராமங்களில் வீடுகளுக்குப் புருவமிட்டிருந்தன. பச்சைப் பசேலன்ற இந்த நாட்டில் எல்லா சமூகத்தினருக்கும் தேவைகளை நிறைவேற்ற வளமும் வனப்பும் நிறைந்து இருந்தும், மக்கள் மாறி மாறி ஒருவர் ஒருவரை கொலை செய்வதற்குத் தேவையான வன்மம் யாரால் விதைக்கப்பட்டது? இந்த நஞ்சுக்காட்டின் மூலமெங்குள்ளது? நிச்சயமாக அரசியல்வாதிகளாகவே இருக்கவேண்டும்.

சுனாமி நிவாரண பணத்துடனும் ஃபாதரது கடிதத்துடனும் கிளிநொச்சி சென்றது அவனில் ஆழமாகப் பதிந்த அனுபவம்.

விடுதலைப்புலிகளின் தலைநகரம் என வர்ணிக்கப்படும் கிளிநொச்சியின் தோற்றம் அவனுக்கு பரிதாபத்தை அளித்தது. இருபதாம் நூற்றாண்டின் அடிப்படை வசதிகளான மின்சாரம், தண்ணீர், சுகாதாரம், போக்குவரத்து வசதிகள் எதுவுமற்று வாழும் மக்கள் சமூக வரைபடத்தில் கரும்புள்ளிகள் எனத் தெரிந்தார்கள். முன்னேறிச் செல்லும் உலக வரலாற்றில் அவர்கள் கேலிச்சித்திரமாக வைக்கப்பட்டிருந்தனர். தர்மன் தனது சூதாட்டத்தில் பாஞ்சாலியைப் பகடையாக வைத்தாடியதுபோல் இன அரசியல் சூதாட்டத்தில் உயிருடன் நகர்த்தப்படும் பகடைக்காய்களாக அவனது ஒரு கண்ணிலும் மறுகண்ணில் அவர்கள் உயிர் வாழ்வதற்காகத் தொடர்ந்து போராடும் காவியநாயகர்களாகவும் தெரிந்தார்கள்.

பாலைவனத்தில் நாற்பது வருடங்களுக்கு மேலாக அலைந்த யூதர்களுடன் இவர்களை ஒப்பிடமுடியுமா?

கனவு தேசத்தில் கானலை நம்பி அலையும் மான்களா இவர்கள்?

இங்கு மோசஸ் உள்ளாரா?

இறுதியில் புனித பூமி காத்திருக்கிறதா?

யாராவது இந்தக் கேள்வியைக் கேட்டார்களா?

அரசாங்க தரப்பில் செக்கிங் நெருக்கடிகள் – சுனாமியின் விளைவாக – ஓமந்தையில் குறைவாக இருந்தன. கையில் இருந்த அவுஸ்திரேலிய பணத்தையும் பாஸ்போட்டையும் சுனாமிக்கு சேர்த்த பணம் என்பதற்கான ஆதாரங்களையும் காட்டியபோது இராணுவத்தினர் மிகவும் மரியாதையாக நடத்தினர். வாகனத்தையும் சாரதியையும் சோதித்தனர். ஒரு கிலோமீட்டர் தூரத்தில் விடுதலைப் புலிகளின் செக்பொயின்ட் இருந்தது. அங்கு சுங்க சேவையில் இருந்தவர்கள் சிறுவர்களாகத் தோற்றம் கொண்டவர்கள். இலங்கை இராணுவத்தில் சாதாரண அடித்தளத்தில் இருந்தவர்களுக்கும் விடுதலைப்புலிகளில் உள்ளவர்களுக்கும் தோற்றத்தில் ஒற்றுமையிருந்தது. இரண்டு பக்கத்திலும் உள்ள ஏழைக்குடும்பங்களில் இருந்து வந்திருக்கிறார்கள் என்பதை அவர்களது உயரம், தோலின் நிறம், மெலிந்த உடலமைப்பு என்பன வெளிச்சம் போட்டுக் காட்டின.

பூமத்தியரேகையருகே வாழாதவர்களின் தோலின் தன்மையை அவர்கள் புரிந்துகொண்டதால் முகத்தை ஏறிட்டுப் பார்த்துவிட்டு பாஸ்போட்டை கேட்டார்கள். அதைப்பார்த்ததும் மரியாதையான குரலில் உள்ளே அழைத்துச்சென்று தேநீர் வரவழைத்தார்கள். அசோகன் பெட்டியைத் திறந்து காட்டுவதற்கு எத்தனித்தபோது "தேவையில்லை எங்களுக்கு மேலிடத்தில் இருந்து நீங்கள் வருவதை அறிவித்திருக்கிறார்கள்" என்று சொன்னார்கள்.

மெல்பேன் தமிழர் ஒருங்கிணைப்புக்குழுவோ அல்லது ஃபாதரோ என்னை முக்கிய பிரமுகராக்கி விட்டார்கள். நான் நினைக்காத அளவு இங்கு மரியாதை கிடைக்கப்போகிறது என்று எண்ணிய போது மனதின் ஓரத்தில் காயமடைந்த பறவைபோல் ஓரத்தில் பதுங்கியிருந்த மனப்பயம் காற்றில் கலந்து சிறகடித்து வெளியேறியது.

அந்த வாகனத்தில் வந்த மற்றவர்கள் தன்னைப்போல் அதிர்ஷ்டம் செய்தவர்களல்லர் என்பது அங்கு நின்ற ஒரு மணிநேரத்தில் புரிந்தது. வரிசையாக நின்ற சகலரிடமும் ஆயிரம் ரூபாய் வசூலித்தார்கள். எவரும் முகத்தைச் சுழிக்கவில்லை. பயணிகள்பாடு பரவாயில்லை. அவர்களது விடயங்கள் ஒரு மணிநேரத்தில் முடிந்துவிடும். பாரங்களை ஏற்றிச் சென்றவர்கள்

பாடுதான் திண்டாட்டம். வாகனங்கள் பல மணித்தியாலங்கள் தாமதித்து நின்று தங்கள் பொருட்களை இறக்கி ஏற்றிக் கொண்டிருந்தன. அதில் ஒரு சிங்கள வியாபாரி கருவாட்டுச் சிப்பங்களை, கொழும்பிற்குக் கொண்டு செல்லுகிறார். அவர் கருவாடுகளை இறக்கி ஏற்றியதால் ஓமந்தை மணத்தால் மன்னாராகியது. கொழும்பில் இருந்து வந்த பல வாகனங்கள் சுனாமியில் பாதிக்கப்பட்டவர்களுக்காக நிவாரணப் பொருட் களை ஏற்றி வந்தவை. வெள்ளையர்கள் இருவர் அந்த செக்பொயின்டில் பேசிக்கொண்டிருந்தார்கள். அவர்களுக்கு விடுதலைப்புலி உத்தியோகத்தர்கள் சில வார்த்தைகளில் பதிலளித்தபடி இருந்தார்கள். அவர்கள் கொழும்பில் இருந்து இரண்டு லாரிகளில் கூடாரங்களைக் கொண்டு வந்திருக்கிறார்கள். அவற்றை இறக்கி மீண்டும் ஏற்றும்படி விடுதலைப்புலிகளின் சுங்கக் காவலர்கள் கேட்டபோது அதிருப்தியுடன் தம்மிடையே பேசிக்கொண்டார்கள்.

ஓமந்தையில் இருந்து வடக்கு நோக்கி புறப்பட்ட அவனது பயணத்தில் வாகனம் பாதையால் சென்றதா இல்லை வயல் வரம்புகளை ஊடறுத்துச் சென்றதா என்பது இன்னமும் சந்தேகமாக இருந்தது. ஒரு பொட்டு தார் இல்லாமல் குண்டும் குழியுமாக இருந்த பாதை வேறு கிரகத்தில் பயணிப்பதாக நினைக்க வைத்தது. புகையைக் கக்கியபடி ரோயோட்டா வாகனம் ஏற்படுத்திய ஓசை, இருக்கைகளில் இருந்தவர்களைக் கூடைப்பந்தாக எறிந்தது. விழாது முன்சீற்றைக் கெட்டியாகக் கடிவாளம்போல் பிடித்தது ஒரு வார விடுமுறையில் மெல்பனில் பண்ணையொன்றில் செய்த குதிரைச்சவாரி அனுபவத்தை அளித்தது.

சாலையோரத்தில்மண்டையோடு கீறப்பட்ட பதாகைகள் நிலக்கண்ணி வெடியிருப்பதை அறிவித்துப் பயமுறுத்தின. நிலக்கண்ணிகள் ஒரே இடத்தில் இருந்தால் நல்லது. பெய்த மழை வெள்ளமாக பல இடங்களில் தேங்கியிருந்தது. வெள்ளம் பாய்ந்து ஓடும்போது நிலக்கண்ணிகளை அடித்துச் சென்றால் அவை எங்கும் இருக்கலாம். ஏன் பாதைகளுக்குக் கூட அடித்து வரப்பட்டிருக்கலாம் என்ற நினைப்பு வயிற்றைக் கலக்கியது. ஒருகாலத்தில் நிலக்கண்ணிகளை அகற்றுவதே இந்த நாட்டில் பெரும் வேலையாக இருக்கும்.

வழியெங்கும் தமிழ் எழுத்தால் எழுதிய இலக்கங்களைக் கொண்ட வாகனங்களில் விடுதலைப் புலிகளைக் காணக்கூடிய தாக இருந்தது. புதிய தேசத்திற்குள் போவது போன்ற உணர்வு தவிர்க்க முடியாமல் ஏற்பட்டது.

கிளிநொச்சியைச் சென்றடைந்தபோது மாலையாகிவிட்டது. பஸ் நிறுத்திய இடத்தில் அதிகமான ஜனப்புழக்கத்துடன் தெரு காட்சியளித்தது. அங்கு ரோட்டோரத்தில் மோட்டார் சைக்கிளில் காத்திருந்தவர் விடுதலைப்புலிகளின் நந்தவனம் என்ற கட்டிடத்திற்கு அழைத்துச் சென்றார். வெளிநாட்டுத்தமிழர்கள் பலரை அந்த மண்டபத்தில் சந்திக்க முடிந்தது. பல மொழிகளைப் பேசுபவர்கள். இந்த சுனாமியின் அவலத்தில் உதவுவதற்காக ஓடி வந்தவர்கள். அந்த இளைஞர், யுவதிகள் இதற்கு முன் இலங்கையைக் காணாதவர்கள் என்பதை அவர்களது பரபரப்பு வெளிகாட்டியது. தேன்கூட்டிற்குக் கல்லெறிந்தால் கலைத்த தேனீக்களாக அங்கு பல திசைகளில் ஓடித்திரிந்தனர்.

நேரடியாக அசோகன் அங்குள்ள பொறுப்பாளரிடம் பணத்தைக் கொடுத்துவிட்டுத் தயங்கினான். "என்ன தயங்குகிறீர்கள்?" எனக்கேட்டார் அவர்.

"இல்லை… எனது தங்கை இங்கு இயக்கத்தில் இருக்கிறார். அவரைச் சந்திக்க விரும்புகிறேன்" என்றபடி ஃபாதரின் கடிதத்தைக் கொடுத்தான்.

பெயர் விலாசத்தை விசாரித்துவிட்டு "நாங்கள் இதை விசாரித்து முடிவு செய்ய சிலநாட்கள் தேவை. நீங்கள் இங்குத் தங்கியிருக்கவேண்டும்" என்றார்.

"எவ்வளவு நாட்கள்?"

"குறைந்த பட்சம் மூன்று நாட்கள்" பேசிக்கொண்டிருந்தபோது ஒரு தொலைபேசி அழைப்பு வந்தது. அந்த அழைப்பில் பேசியபோது பொறுப்பாளரது முகம் மாறியது.

"நீங்கள் ஏன் உளவுப் பிரிவு சாந்தன் அண்ணையைப் பற்றிச் சொல்லவில்லை. உங்களுக்கு ஏற்கனவே வீடு ஒன்று ஒழுங்கு பண்ணியிருப்பதாகத் தகவல் வந்துள்ளது. இந்தக் கடிதத்தை உள்ளே வையுங்கள்." என எழுந்து நின்று பதில் சொன்னார். இதுவரையில்லாத மரியாதை தடவிய வார்த்தைகள் வெளிவந்தன. இப்பொழுது அசோகன் அவருக்குப் புதிய மனிதனாகத் தோன்றினான்.

"நீங்கள் இவரோடு தங்கும் இடத்திற்குச் செல்லுங்கள். முடிந்தவரை உங்கள் தங்கையைப் பற்றி விசாரித்து வைக்கிறோம்."

மோட்டார் சைக்கிளை ஓட்டுபவர் சிரிப்புடன் கால்களை இழுத்தபடி நடந்து வந்தார். "இது எப்போது நடந்தது?" என விசாரித்தபோது ஆனையிறவு சண்டையில் என்றார். தனது

வயதான இந்த இளைஞன் ஊனமாகிவிட்டது அசோகனைப் பாதித்தது.

இன்னும் எத்தனை இளைஞர்கள் ஊனமாகப் போகிறார்கள்? இவர்களின் எதிர்காலம் என்ன? இவர்களுக்கு யார் உதவுவார்கள்? யாரிடமாவது ஏதாவது திட்டமிருக்கிறதா?

கார்த்திகாவின் நினைவு வந்தது. கடைசியாக அவளை இரண்டு வருடங்கள் முன்பு எடுத்த படத்தில் பார்த்தது. எவ்வளவு அழகாக இருந்தாள்? பெரிய கண்களும் பெரியப்பாவைப்போல் உயர்ந்த தோற்றமும் பெரியம்மாவின் வட்ட முகமும் உள்ள அவளை ஊனமாக நினைத்துப் பார்க்க முடியவில்லை. கண்களில் நீர் முட்டியது. கண்களைத் துடைத்துவிட்டு சுற்றிப் பார்த்தான். குண்டும் குழியுமான மண்பாதையில் மோட்டார் சைக்கிளில் சென்றபோது ஏராளமான மக்களைப் பார்க்க முடிந்தது. விடுதலைப்புலிகளின் தலைநகரம் என்ற அந்த கிளிநொச்சி நகரம் நிரந்தரமான சோகத்தால் மூடப்பட்டிருந்ததாகத் தோன்றியது. மாலையானதால் மக்கள் அதிகம் இருந்தாலும் முகங்கள் சோர்வையும் கவலைகளையும் சுமப்பதாகத் தெரிந்தது. கடற்கரையோர மக்களைப் பாதித்த சுனாமியின் அழிவு இந்த மக்களையும் தொற்றிவிட்டதா? இல்லை, இவர்களும் நிரந்தரமான சுனாமியின் பிடியில் இருக்கிறார்களா?

'நம்புங்கள் தமிழீழம் நாளை பிறக்கும்' என்ற வார்த்தை எங்கிருந்தோ காற்றில் ஒலித்தபடி இருந்தது. இப்படியான வார்த்தைகள் மட்டும் தமிழர்களுக்குப் போதுமானதா? பணம், பொருள் என்பதற்கு மரியாதை கொடுக்கும் உலகத்தில் வார்த்தைகளை மட்டுமே நம்பச் சொல்லி வைத்திருக்கிறார்கள். நம்பிக்கை கொடுக்கும் வார்த்தைகள் எப்பொழுதும் மனத்தை வருடி துன்பத்திற்கு ஒத்தடம் கொடுப்பன என்பது முன்னாள் தமிழ் அரசியல்வாதிகளுக்கு மட்டுமல்ல விடுதலைப்புலிகளுக்கும் தெரிந்திருந்தது.

காற்றையும் மண்ணையும் கிழித்தபடி செல்லும் பஜிரோ ஜீப்கள், மோட்டார் சைக்கிள்களை எதிரில் கண்டபோது இவை விடுதலைப்புலிகளுடையதாக இருக்கவேண்டும் என நினைத்தான். சில வாகனங்கள் புத்தம் புதிதாகத் தெரிந்தன. இவர்களுக்கு எப்படி புதிய வாகனங்கள் கிடைக்கின்றன? நிச்சயமாக கப்பலில் யப்பானில் இருந்து இவர்களுக்கு வந்திராது.

மோட்டார் சைக்கிள் ஒரு கிடுகுவேலியைக் கடந்து மஞ்சள் வர்ணமடித்த ஓட்டு வீட்டின் முற்றத்தில் நின்றது. உள்ளே ஹோலில் தலைவரது படத்துடன் சுற்றி மாவீரர்களாகிய சிலரது

படங்கள் மாட்டப்பட்டிருந்தன. அவர்களது படத்தில் தோற்றம், மறைவு எனத்திகதிகள் இடப்பட்டிருந்தன. இரண்டுக்கும் அதிக இடைவெளியில்லை. இறைச்சிக்கோழிகள் நாலுமாதத்தில் உயிர் விடுவது போல் எல்லோரும் சராசரியாக இருபது வயதிற்கு முன்பின்னாக இருந்தார்கள். அவர்களின் இராணுவத்தகுதிகள் மேஜர், கப்டன், லெப்டினட் என இருந்தன.

அது ஒரு மூன்றறை வீடாக பின்புறத்தில் சமையலறையுடன் இருந்தது. வீட்டின் ஓர் அறையை அசோகனுக்குக் காட்டினர். அங்குள்ள நுளம்புவலை மூடிய மரக்கட்டிலில் தனது சிறிய பெட்டியை வைத்தான்.

மோட்டார் சைக்கிளில் அழைத்து வந்த இளைஞர் "உங்களுக்கு பேச்சுத்துணைக்கு கூட்டாளி ஒருவர் இருக்கிறார். அவரும் ஏதோ வெளிநாட்டவர்தான்" என்று அடுத்த கதவைத் தட்டினான். மேற்சட்டையின்றி கருப்பும் வெள்ளையும் கலந்த அடர்த்தியான நெஞ்சுமயிருடன் நீல லுங்கியணிந்த ஒருவர் வெளியே வந்தார். ஏற்கனவே அவன் வந்த வானில் அசோகனுக்கு அறிமுகமானவர். பாரிசில் இருந்து வந்தவர். பேர்லினில் இறங்கியதும் பக்கத்து வீட்டில் கொல்லப்பட்ட பொலீஸ்காரரை தனது சகோதரர் எனக்கூறி அகதி அந்தஸ்து எடுத்தவர்.

"நான் போய் வருகிறேன்" என அந்த இளைஞன் மறைந்ததும் அசோகன் பாரீஸ்காரரை அறிமுகம் செய்துகொண்டான்.

"நான் நினைத்தேன் தம்பி, நீங்கள் சாதாரணமானவர் என்று. வவுனியாவுக்கு பெற்றோரைப் பார்க்க வந்திருக்கிறீர்கள் என்று மட்டும்தான் சொன்னீர்கள். ஆனால், இப்பொழுது பெரியாள் போலிருக்குது?"

அவர் மிகவும் மரியாதையாக வியப்புடன் மெதுவான குரலில் பேசினார்.

"இல்லை. அண்ணை அவுஸ்திரேலியாவில் இருந்து சுனாமி நிவாரண காசு கொண்டுவந்தேன். நான் அப்பிடி பெரிய ஆள் இல்லை." எனச் சிரித்தான்.

"இல்லைத்தம்பி, எங்கட ஊரில வீடுகளுக்கு போய்க்காசு சேகரிக்கிறவர்கள் கூட தாங்கள்தான் இயக்கத்தை நடத்துவது போல் நெஞ்சை நிமிர்த்தி, கொலரை உயர்த்தியபடி திரிவான்கள். ஆட்களை விரட்டுவதும் சண்டித்தனமும் கணக்கிலடங்காது. குடும்பங்களில் புகுந்து கலாட்டா செய்வதும் சொல்லி மாளாது. பலரது குடும்பங்களில் புகுந்து நியாயம் பேசுவான்கள்.

கணவன் – மனைவி சிக்கல்களைக்கூட மத்தியஸ்தம் செய்ய வெளிக்கிடுவார்கள். ஆகத் தாய்பால் கொடுக்கும் விடயத்தில் மட்டும் தலையிடுவதில்லை. மற்றபடி, பிரான்சில் இருநூறு வருடங்களுக்கு புரட்சி நடந்து, ஜனநாயகம் வந்தாலும் தமிழர்கள் மத்தியில் அதை இவங்கள் வரவிடுகிறான்கள் இல்லை. அடிபிடி, கொலை என நிற்கிறாங்கள். அப்படியான சில பரதேசிகளால்தான் நான் அவசரமாக இங்கு வர வேண்டியிருந்தது."

"என்ன சொல்கிறீர்கள்?"

"அதோ அந்த சிவப்பு புத்தகம் எனது கட்டிலில் இருக்கிறது தெரிகிறதா?"

திறந்த கதவூடாக அவரது கட்டிலின் வெள்ளை விரிப்பில் தடிப்பான கணக்கு வழக்கு எழுதும் லெட்ஜர் போல் ஒன்று இருந்தது.

"யாரோ எழுதிய பெட்டிசனை நம்பி தலைமை என்னிடம் கணக்கு கேட்டு வரச் சொல்லியிருக்கிறது" சொல்லும்போதே அவரது முகம் இருண்டு குரல் கரகரத்தது. கண்களில் கண்ணீர் குளமிட்டது. அதில் மின்சாரக் குமிழின் ஒளி பட்டு வைரமாகத் தெறித்தது. கண்ணீர் அவரது இமைகளை மேவ முன்பாக கண்ணாடியைக் கழற்றி கையால் துடைத்துவிட்டார்.

விடுதலைப்புலிகள் கணக்கு விடயத்தில் கண்டிப்பானவர்கள் என்பதை கேள்விப்பட்டிருந்தான். அவரில் அனுதாபம் கொண்டான். அதேசமயம் கட்டுநாயக்காவில் வரும்போது விடுதலைப்புலிகளுக்கு ஆதரவாக இவர் வண்டியில் பேசியதும் நினைவுக்கு வந்தது.

வெளிநாடுகளில் பணம் சேர்ப்பது தேனெடுக்கும் தொழில். விரலை நக்குவதும் கைகளால் அள்ளிக் குடிப்பதும் அவரவர் இயல்பைப் பொறுத்தது. இவ்விடயங்களைக் கண்காணிக்கும் வேலையில் சாந்தன் ஈடுபடுத்தியது இந்த கையால் தேன் குடிப்பவர்களுக்காகத்தான்.

"அதெல்லாம் சரியாகத்தான் இருக்கும். எவ்வளவு நாட்கள் இங்கு தங்குகிறீர்கள்?"

"இன்னும் கணக்கு காட்டும் சந்தர்ப்பம் கிடைக்கவில்லை. சுனாமியின் விளைவாக எல்லாம் குழம்பிய நிலையில் இருக்கிறது. ஒரு கிழமை ஆகும் என நினைக்கிறேன்." என்றார்.

அப்பொழுது திடீரென ஒரு மோட்டார் சைக்கிளில் இருவர் வந்தனர்.

"நீங்கள்தான் அசோகனா?"

"ஆமாம்"

"எல்லாம் வசதியாக இருக்கிறதா என்று அம்மான் கேட்டுவரச் சொன்னார். நாளை உங்களை சந்திப்பதாகவும் கூறினார்." அசோகன் தலையாட்டியதும் அவர்கள் போய்விட்டார்கள். பாரிஸ்காரரின் முகத்தில் கலவரம் தெரிந்தது.பேயறைந்ததுபோல் மாறிவிட்டார்

அவரை சுமுகமாக்க "அண்ணே உங்களோடு வந்த நியூயோர்க்கைச் சேர்ந்த டாக்டர் எங்குப் போனார்?

"அவர் விடுதலைப்புலிகளின் லேக்வியூ ஹோட்டலில் தங்கியிருக்கிறார். சுனாமிக்கு உதவி செய்வதற்காக வந்தவர். மற்றப்படி இயக்கத்துடன் தொடர்பானவர் அல்லர்."

"இரவுச் சாப்பாடு எப்படி?" என்றான் அசோகன்.

"கொண்டு வருவார்கள். சாப்பாட்டில் கவலைப்படத் தேவை யில்லை" எனக் கூறிக்கொண்டு அங்கிருந்த தொலைக்காட்சியை இயக்கினார். சுனாமியில் அழிந்த தென்னிலங்கைப் பகுதிகள் வரிசையாகத் தெரிந்தன.

இவை போர் அழிவுகளைவிடப் பாரியதாக உள்ளன. இப்படியான அழிவுகள் முல்லைத்தீவு, திருகோணமலை போன்ற இடங்களிலும் ஏற்பட்டிருக்கும். அவர்களுக்கு நிவாரணம் கிடைப்பதற்கு வழி உள்ளதா? இன்னமும் விடுதலைப்புலிகள் மற்றவர்களை அனுமதிக்கவில்லை.

மற்றொரு சனலுக்கு சென்றபோது தலைவர் தெரிந்தார்.

"தொடர்ச்சியாக தமிழர்கள் மேல் சிங்கள அரசு பயங்கரவாதத்தை திணித்தது. தற்பொழுது அதே ஆயுதத்தை அவர்கள் மேல் நாம் பிரயோகித்தபோது யுத்த நிறுத்த ஒப்பந்தத்திற்கு வந்திருக்கிறார்கள். சிங்கள அரசை நாங்கள் நம்ப வில்லை. அவர்களை நாம் இனங்கண்டுள்ளோம். ஆனால், எமக்கு உதவும் வெளிநாட்டுச் சக்திகளுக்கு இவர்களை இனங்காட்டவே எமது ஆயுதங்கள் தற்காலிகமாக அமைதியடைந்துள்ளன ..."

பயணக் களைப்பும் அவுஸ்திரேலிய நேரக்கணக்கு சேர்ந்ததால் கண்கள் சோர்ந்தன. மாலை ஆறுமணியளவில் உணவருந்திவிட்டு கட்டில் வலைக்குள் படுத்தான். பொழுது மங்கிய சந்தோசத்தில் கிளிநொச்சி நுளம்புகள் சத்தமாக ஒலியெழுப்பி ஆர்ப்பரித்தன. அவை வாய்விட்டு "இது எங்கள் தேசம் – எங்கள் சட்டம் – எங்களுக்கு உணவைக்கொடு – இந்த

வலையை எடு" என ஆர்ப்பாட்டம் செய்வது போல் இருந்தது. நல்லவேளையாக நுளம்பு வலை எந்த ஓட்டையும் இல்லாது பாதுகாப்பாக இருந்தது. ஆளைக் கடிப்பது மட்டுமல்ல தூக்கிச் செல்லக்கூடியதாக, பார்ப்பதற்கு இலையான்கள் அளவில் கொழுத்து இருந்தன. வன்னியில் மக்களுக்கு உணவுப்பிரச்சினை என்றாலும் அவைகளுக்குப் பஞ்சமிராது என்று தெரிந்தது.

அடுத்தநாள் காலை யன்னல் வழியாகப் பார்த்தபோது மெதுவாக பொழுது விடிந்தது. அசோகனுக்கு வவுனியாவிலும் கிளிநொச்சியிலும் தங்கிய இரவுகளில் நேரம் மெல்பேன் போன்று இல்லாமல் மெதுவாக ஊர்ந்து செல்வதாகத் தெரிந்தது. மக்களும் அதற்கேற்ப இயங்குவதாக ஒரு நினைவு. ஒருவிதத்தில் அதற்குக் காரணம் இந்த யுத்த நிறுத்தமா? அல்லது பூமத்தியரேகைக்கு அருகில் வசிப்பதா?

பத்து மணிக்கு மீண்டும் அழைத்துச் சென்றார்கள். நந்தவனத்தில் அவனுக்கு ஆச்சரியம் காத்திருந்தது.

"எப்படி அசோக்?" என்றபடி சாந்தன் வந்தான். அவன் இராணுவ வீரனைப்போல் உடையணிந்து இடுப்பில் பிஸ்ரல் வைத்திருந்தான். ஏற்கனவே ஆறடிக்கு கிட்டத்தட்ட உயரமான கம்பீரமான அவனது தோற்றத்திற்கு அந்த உடை கவர்ச்சியைக் கொடுத்தது. கால்களில் கறுப்பு பூட்ஸ் அணிந்து கம்பீரமாக நடந்தபோது அவனது உயர்ந்து இறுகிய பிருஷ்டங்கள் தனியாகத் தெரிந்தன. அதன் கீழ் கால்கள் இரண்டும் அசையும் போது ஆண்சிங்கத்தை நினைவுபடுத்தின.

சாந்தனுக்கு இருவர் பாதுகாவலராக வந்திருந்தனர்.

தன்னையறியாமல் "சாந்தன் அண்ணை" என்றான்.

இப்படி ஒரு அண்ணை தனக்குக் கிடைத்திருந்தால் என்று எண்ணியபோது இரும்புச் சட்டத்தை ஒத்த சாந்தனின் கையொன்று கனமாக அவனது தோளில் விழுந்தது.

இருவரும் ஒரு அறையில் சென்று இருந்தனர்.

"சுனாமி நிவாரணப்பணம் கொண்டு வந்ததற்கு நன்றி"

"பரவாயில்லை, என்னால் முடிந்தது அதுதான்"

"எப்படி அவுஸ்திரேலிய நிலவரம் முக்கியமாக மெல்பேன்?"

"பரவாயில்லை. அங்கு சுனாமியின் விளைவாக அதிர்ச்சியாக இருக்கிறார்கள்." அசோகனின் பதிலைக் கவனிக்காமல் ஒரு பேனையால் இருவரது பெயர்களை எழுதினான்.

நொயல் நடேசன்

"இவர்களைத் தெரியுமா?"

"ஓம். இவர்கள்தான் அங்கே பணம் திரட்டுபவர்கள். மிகவும் முக்கியமானவர்கள். அவர்களே எனக்கு பணத்தைத் தந்து இங்கு கொடுக்கும்படி சொன்னார்கள்."

"அந்தப் பெயர்கள் எழுதிய பேப்பரை கிழித்து தனது பொக்கட்டில் போட்டான். அசோகனுக்கு அதிர்ச்சியாகவிருந்தது.

"அசோக், அவர்கள் மக்களிடம் இருந்து பெற்ற பணத்தில் பெரும்பகுதியைத் திருடியிருக்கிறார்கள். மக்களிடம் இயக்கப் பொறுப்பாளர்களாக இவ்வளவு காலமும் இருப்பதால் அவர்களை அங்குள்ள பொறுப்பாளர் அவர்களை விலத்துவது பிரச்சினையை உருவாக்கும் என அஞ்சுகிறார். இங்கு அழைத்தால் அவர்கள் வரத்தயங்குகிறார்கள்."

"எமது வங்கியில் அவர்களின் பெயரில் தான் பணம் சேகரிக்கப்படுகிறது."

"அதுதான் பிரச்சினை. அவர்கள் அந்தப்பணத்தைக் கொண்டு மலேசியாவில் தங்கள் பெயரில் தொழில் தொடங்கவிருப்பதாக சிற்றம்பலத்தாரிடம் இருந்து செய்தி வந்துள்ளது."

"அவர்களைக் கட்டுப்படுத்த முடியாதா?"

"இதற்கு மேல் அவர்கள் இயக்கத்திற்கு பிரயோசனமற்றவர்கள். இங்குள்ள மக்களின் உயிர்கள், இரத்தம் என்பவற்றை வைத்து நாங்கள் போராடுகிறோம். இவர்கள் தேவையில்லாமல் அங்கு இயக்கத்திற்கு எதிரிகளை, தங்களது செயல்களால் உருவாக்குகிறார்கள். இவர்களது அடாவடித்தனங்கள் இயக்கத்தைப் பாதித்தபோதும் பேசாமல் இருந்தோம். ஆனால், இவர்கள் எங்கள் மடியிலேயே கையை வைத்துள்ளார்கள் என்பதைத் தலைமை இப்பொழுது புரிந்துகொண்டு விட்டது."

"அவர்களை என்ன செய்வது?"

"நேரடியாகத் தண்டிக்க முடியாது. எனவே, அங்கு மாட்டிவிடுவதே தற்பொழுது செய்யக்கூடியது."

"அவர்களைப் பிரச்சினையில் மாட்டும்போது இயக்கத்திற்கே பிரச்சினையல்லவா ஏற்படும்.?"

"அதை நாங்கள் சமாளிக்க வேண்டும். சமாளிப்போம். அல்லது எல்லோருக்கும் குளிர் விட்டுவிடும். மற்றவர்களும் இயக்கப் பணத்தில் உல்லாச வாழ்க்கை வாழ்வார்கள். மெல்பேனில் இருந்து வந்து இங்கு பேச்சுவார்த்தைகளில்

உதவியாக இருப்பவருக்கு மாதம் ஆயிரம் டொலர் வழங்குகிறோம். அங்கு ஏற்கனவே இயக்கத்திற்கு வேலை செய்பவர்கள் பணம் சேர்க்கும்போது அதில் இருபது வீதம் கொமிசன் பெறுகிறார்கள். இதற்கு மேல் பணத்தில் கைவைப்பதை மன்னிக்க முடியாது."

"ஒரு வழி உண்டு. அவுஸ்திரேலியாவில் வெளியே அல்லது உள்ளே பணத்தைக் கொண்டு செல்வதை ஆராயும் அரசாங்க ஏஜென்சி உள்ளது. அதற்கு அறிவிக்கும் பட்சத்தில் விசாரணை செய்வார்கள்."

"அவர்கள் இருவரையும் மட்டும் அறிவிக்க முடியுமா?"

"அது கொஞ்சம் கடினமானது. விசாரணை அவர்களுடன் நிற்கும் என்று எப்படிச் சொல்வது? அவர்கள் மற்றவர்களை மாட்டாமல் இருப்பார்களா?"

"அவுஸ்திரேலியாவில் இருந்து வரும் பணம் மிகவும் குறைவாகி விட்டது. அதற்கு இவர்களின் செயல்களும் காரணமாக இருக்கும் எனத் தலைமை நினைக்கிறது. துரோகங்களை, தலைவர் மன்னித்ததாக சரித்திரம் இல்லை என்பதே எங்கள் வரலாறு. எங்களது நம்பிக்கைக்குத் துரோகம் செய்தவர்கள் தண்டிக்கப்பட வேண்டும் என தலைமை நினைக்கிறது."

"அறிவிப்பது சுலபம்…" என இழுத்தான்

"நான் வெளிநாட்டுப் பொறுப்பாளரிடம் மீண்டும் ஒரு முறை கலந்தாலோசித்து சொல்கிறேன்"

"அண்ணே எனது தங்கச்சி இயக்கத்தில் இருக்கிறார். அவரைப் பார்க்க முடியுமா?"

"இதை எனக்கு ஏன் உடனே சொல்லவில்லை? நேற்று எனக்குத் தெரிந்ததும் அதற்கான ஒழுங்குகளைச் செய்துவிட்டேன். இன்று உனது வீட்டிற்கு வருவார்"

"நன்றி அண்ணை" எனச் சொல்லும்போது கண்கள் கலங்கின. கவனித்த சாந்தன் தோளில் ஆதரவாகக் கைவைத்தான்.

"எனக்கு உங்களை மாதிரி ஒரு அண்ணை இருந்தால்… எனத் தோன்றுகிறது"

"நான் உனக்கு பழைய ஜென்மத்தில் அண்ணனாக இருந்திருக்க வேண்டும்"

அசோக் தனது கையில் இருந்த கடிகாரத்தைக் கழற்றி சாந்தனின் கையில் மாட்டினான்.

"அசோக் ஏதோ ஒரு சண்டையில் இறக்கும் எனக்கு எதற்கு இந்த சீகோ கடிகாரம்?" எனக் கழற்ற "அண்ணே என் நினைவாக" எனத் தடுத்தபோது கைகளில் இரும்புச் சட்டங்களாக மீண்டும் அவனது கை பட்டது.

"ஓகே. உன்னை நான் அவுஸ்திரேலியா சென்ற பின்பு தொடர்பு கொள்வேன். யெஸ் என்றால் அவர்களை ரிப்போர்ட் செய் என அர்த்தம்" எனக்கூறிவிட்டு விடைபெற்றான். பல நிமிட நேரம் அவன் சென்ற திசையைப் பார்த்தபடி அசோகன் நின்றிருந்தான்.

மதிய உணவின் பின் பாரிஸ்காரரிடம் பேசிக் கொண்டிருந்த போது பிரான்சில் நடந்த பல விடயங்களைக் கூறினார். பலர் விடுதலைப்புலிகளில் சேர்வது தங்களது சமூகவிரோத செயல்களுக்குப் பாதுகாப்பைத் தருவதாக நினைக்கிறார்கள் என்று அங்கு நடந்த பல விடயங்களைக் கதை கதையாகச் சொன்னார். கொலைகள், போதை வஸ்துக்கடத்தல் என்பன இயக்கத்தின்பேரால் நடந்ததாகக் கூறினார். அவர் கூறிய ஒரு சம்பவம் சிரிப்பை வரவழைத்தது.

தமிழ் இளைஞர்கள் சிலரிடம் ஒரு போனாகிரபி வீடியோ சுருள் சிக்கியது. அதைப் பார்த்தபோது ஒரு பெண் தென் ஆசிய முகத்தோடு திருநீறு குங்குமம் தரித்தபடி நிர்வாணமாக ஆண் ஒருவருடன் கூடிக்குலாவினாள். சில விடுதலைப்புலி சார்பு இளைஞர்கள் ஈழத்துப்பெண் என அடையாளம் கண்டு அவளைத் தேடிப்பிடித்து தண்டிப்பதற்காக பல மாடிகட்டிடங்களை ஏறி இறங்கினார்கள். கடைசியில் அந்தப் பெண்ணைக் கண்டுபிடித்து பாரிசில் உள்ள விடுதலைப்புலிகளின் தலைமையகத்திற்குக் கொண்டு வந்து நையப்புடைத்தார்கள். அந்தப் பெண் போனாகிறபி எடுப்பதில் பிரான்சிய பொலிசாரின் தொடர்புகளை எடுத்துக் கூறியபோது அவளை மேலும் அடிக்காமல் ஒதுங்கினார்கள் இந்தக் கலாசார காவலர்கள். பிற்காலத்தில் அந்தப்பெண் பிரான்சை விட்டு வெளியேறிவிட்டாள்"

"நல்லவேளையாக அவுஸ்திரேலியாவில் அவ்வளவு தீவிரமானவர்கள் இல்லை. இந்துக் கோயில்களில் தங்களது செல்வாக்கைத் தக்க வைப்பதற்குப் போராடினார்கள். சில சங்கங்களைத் தங்கள் வசம் வைத்திருப்பதற்காக ஆதரவாளர் களைச் சேர்த்து அவற்றைக் கைப்பற்றினார்கள். பத்திரிகைகளைக் கடைகளில் இருந்து தூக்கி எறிந்துவிடுவார்கள். ஆனால், பலாத்காரத்தை உபயோகிக்காது ஒருவித ஜனநாயகத்தை ஆயுதமாகக் கடைப்பிடிப்பார்கள்."

“ஜனநாயகம் பிறந்த பிரான்சிலும் பார்க்க அவுஸ்திரேலியாவில் ஜனநாயகத்தோடு தொழில்படுகிறார்கள் என்று சொல்கிறார்கள்” என வாய்விட்டு ஓசையெழுப்பிச் சிரித்தார்.

“அண்ணே அதற்காக இவர்கள் ஜனநாயகவாதிகள் என்பது அர்த்தமில்லை. அவுஸ்திரேலியாவில் இருந்து தரை வழியாகத் தப்பிப்போக முடியாது. சுத்திவர பாக்குநீரிணைபோல் அல்லாது ஆழமான கடல். பிரான்சில் நம்மட ஊரில் வேலியை தாண்டுவதைவிட இலகுவாக மற்ற நாட்டுக்குப் போய்விடலாம். அது சரி இப்படியானவர்களென நீங்கள் சொல்லுகிறீர்கள். ஆனால், எப்படி சேர்ந்து வேலை செய்யமுடிகிறது?”

“இது நல்ல கேள்வி. நானும் உதைப் பல தடவை நினைக்கிறேன். இங்கு இளைஞர்கள் உயிரைக் கொடுத்து போராடும்போது நாங்கள் அங்கு வசதியாக இருக்கிறோம். குறைந்தபட்சம் எம்மால் முடிந்ததைச் செய்வோம் என்று நினைத்துத்தான் ஈடுபட்டோம். சும்மா பார்த்துக் கொண்டிருக்க குற்றவுணர்வு ஏற்படுகிறது. அதைவிட அங்கு தலையெடுத்துள்ள கலாசாரம் மோசமானது. அவர்களுடன் சேர்ந்து கொள்ளாவிட்டால் எம்மை தனிமைப்படுத்திவிடுவார்கள். செத்தவீடு, கல்யாணவீடு மற்றும் பிறந்தநாட்கள் என்று எல்லோரும் ஒரு சமூகமாக வாழத்தானே விரும்புகிறோம். இந்தச் சமூகத்தின் குறைபாடுகளைத்தான் அங்குக் காணமுடிகிறது.”

“அங்கு சமூகவிரோத செயல்களைச் செய்யும்போது இங்குள்ளவர்களின் பெயர்தானே கெடுகிறது. இதை எப்படித் தடுப்பது?”

“அதை அங்குள்ள அரசாங்கம் பார்த்துக்கொள்கிறது. சமீபத்தில் போதை கடத்தலில் உள்ளே போனவர்கள் பலர் ஒருங்கிணைப்புக்குழு அங்கத்தவர்கள். அவர்கள் தண்டிக்கப்பட வேண்டும் என எல்லோரும் நினைக்கிறார்கள்”

“போதை மருந்து விற்றாவது சுதந்திரம் பெறவேணும் என அவர்கள் நினைக்கிறார்கள். இயக்கம் இதை ஏற்றுக்கொள்கிறதா?”

“இதுக்கு நான் எப்படிப் பதில் சொல்லமுடியும? நானே சிவப்பு புத்தகத்துடன் காவல் இருக்கிறேன். என்னை மாட்டி விட்டவர்கள் அங்கு உல்லாசமாக இருக்கிறார்கள்” அவரது முகத்தில் அப்பாவித்தனம் தெரிந்தது.

அன்று மாலை சாந்தன் சொல்லியபடி கார்த்திகா வரவில்லை. இன்னும் எத்தனை நாள் இருக்க வேண்டுமோ? பாரிஸ்காரர் மாதிரி பல நாட்கள் காத்திருக்க வேண்டிவருமோ?

இரவு நேடுநேரமாக அவனால் உறங்க முடியவில்லை. வலையின் வெளியே நின்ற நுளம்புகள் தொடர்ச்சியாக உள்ளேவர முயற்சியெடுத்து அந்த வலையுடன் மோதின. அவைகளின் விடாமுயற்சி விடுதலைப் புலிகளின் ஓயாத அலைகள் போல் இருந்தது அசோகனுக்கு வியப்பளித்தது. நெடுநேரமாக விழித்திருந்து நித்திரையில் ஆழ்ந்தான்.

மாலை ஆறு மணியாக சில நிமிடங்கள் மட்டுமுள்ளன. ஊரடங்கு சட்டம் தொடங்கிவிடும் என்ற அவசரத்தில் அம்மாவை சைக்கிளின் முன்வாரில் வைத்து அப்பா முள்முருக்கை, பூவரசமரங்களால் வரிசையாக வேலியமைந்த தார் போட்ட அந்த ஒழுங்கையூடாக வேகமாக வருகிறார். சைக்கிள் கரியரில் மூடியற்ற மரப்பெட்டி ஒன்று கட்டப்பட்டிருந்தது. அதில் இருந்த செப்பு அலுமினியப் பாத்திரங்கள் ஓசையை எழுப்பியபடியிருந்தன. இரண்டு நிமிடத்தில் வீடு சென்றுவிடலாம் என அவசரமாக சைக்கிளை மிதித்தபோது ஒரு கையை உயர்த்தியபடி இரு இளைஞர்கள் எதிரில் உரப்பைகளுடன் ஓடிவந்து சைக்கிளை மறிக்கிறார்கள். ஒரேமாதிரி நீலக்கோட்டு சாரம், வெள்ளைச் சேட்டணிந்திருந்தனர். சாரத்தை உயர்த்திக் கட்டியிருந்த இருபது வயது கூட நிரம்பாத அவர்கள் கண்களிலும் பயம் தெரிந்தது. முகங்கள் வேர்த்து வழிந்திருந்தன.

அப்பா வேலியில் பிடித்துக்கொண்டு சைக்கிளை நிறுத்தினார்.

“என்ன தம்பியவை? ஏன் மறிக்கிறீர்கள்?”

“இந்த சைக்கிள் எங்களுக்கு வேணும். இந்தியன் ஆமி ஒழுங்கைக்கு வந்துவிட்டார்கள்”

“தம்பி நாங்கள் சாமன்களை எடுத்துக்கொண்டு ஊரடங்கு சட்டத்தின் முன்பு வீடு செல்ல வேண்டும்”

அவர்களில் ஒருவன் உரப்பையில் இருந்த பெரிய துப்பாக்கியை எடுத்தான். அப்பா விறைத்துப் போனார். எதுவும் பேசவில்லை.

துப்பாக்கியை அப்பாவின் முகத்திற்கு உயர்த்தினார்கள். அருகில் இயந்திரத் துப்பாக்கி சத்தம் தொடர்ச்சியாக கேட்கிறது. திரும்பியபோது தலைப்பாவுடன் பல இராணுவத்தினர் அங்கு வேலிகளை வெட்டியபடி பல திசையிலிருந்தும் தோன்றினார்கள். இளைஞர்கள் படுத்தபடி அவர்களை நோக்கி சுட்டபோது அம்மா நிலத்தில் விழுந்தார். அம்மாவை அணைத்தபடி அப்பாவும் சரிந்தார். சைக்கிளும் கரியரில் இருந்த பெட்டியும் சரிந்து பானை, சட்டிகள் உருண்டு ஓடின. அப்பாவின் தலையில்

இருந்தும் அம்மாவின் முதுகில் இருந்தும் இரத்தம் மெதுவாகக் கசிந்தது.

"அம்மா" என்று அதைப்பார்த்த அசோகன் கதறியபோது லைட்டுப் போடப்பட்டு அறையில் ஒளி வெள்ளமாக பரவியது. எதிரில் பாரிஸ்காரர் நின்றார்.

"என்ன கனவா?"

"இல்லை அண்ணை. கனகாலத்தின் பின் அம்மா அப்பாவை கனவில் கண்டேன்" என்றான் வெட்கத்துடன்.

"முகத்தில் கண்ணீர் வடிந்திருக்கு. விடியப்பிறக்கனவு நல்லதல்ல. காலை நான்கு மணியாகி விட்டது" என லைட்டை அணைத்தார்.

11

கார்த்திகா சந்திப்பு

கனவு கண்டு விழித்துக்கொண்ட அசோகனுக்கு மீண்டும் நித்திரைக்குப்போக முடியவில்லை. அது கிளிநொச்சியில் அவன் நின்றிருந்த இரண்டாவது அதிகாலை. மீண்டும் கனவில் தோன்றிய சம்பவங்கள் கண்களை மூடவிடாது அழுத்தின.

அம்மா கனவில் வரும்பொழுது அழகாக மட்டுமல்ல, தெளிவான உருவத்திலும் வருவார். அணிந்த சீலை, போட்டிருந்த சட்டை, தாலிக்கொடி என்பவற்றோடு காதில் போட்ட ஒற்றை வெள்ளைக்கல்லுத்தோடும் அவளது வட்டமுகத்தில் துலங்கும். தூக்கி முடித்த கொண்டையுடன் நெற்றியில் பெரிய குங்குமப் பொட்டோடு அம்மா கழுவி எடுத்த கலர்ப் போட்டோவாகத் தெரிவார். ஆனால், அப்பாவின் உருவம் நெகட்டிவ் பிலிமில் பார்த்ததுபோல் தெளிவில்லாமல் வரும். ஊகத்தில்தான் அப்பா என நினைக்கலாம். சிலவேளையில் சாரம், பல தடவையில் வேட்டி, அதுபோல் சில நேரம் மேற்சட்டை அணிந்தும், அணியாமலும் வருவார். அவர் கனவில் வரும்போது பல உடைகளில் மாறுவேடப் போட்டியில் வருபவர்போல் தெரிவார்.

அம்மா மட்டும் செதுக்கிய சிலையாகத் தெரிய என்ன காரணம்?

இருவரும் ஒன்றாக இறந்தாலும் அம்மா அதிஸ்டம் செய்தவர். கொலை செய்யப்பட்ட நாளில் தலையைச் சீவி அலங்கரித்து நகை

அணிந்திருந்தார். அம்மா எப்படி போனாவோ அப்படியே அடுத்த நாள் உயிரற்று வந்தார்.

அந்த ஒக்ரோபர் மாதத்து காலை ஏழு மணி. மூக்குப்பேணியில் தேநீர் குடித்தபடி வாசல் படியில் அம்மாச்சி குந்தியிருந்தது. நேற்றுப் போனதுகளைக் காணவில்லை. அங்குத் தங்கி விட்டதுகளா? சொல்லிவிட்டுப் போயிருந்தால் சோறை தண்ணி ஊத்தி வைத்திருப்பனே என முணுமுணுத்தது. அம்மாச்சியின் பின்பாக பல்லைத் தேய்த்தபடி நான் நின்றேன். கறுப்பி காலடியில் நின்று முகத்தில் மொய்த்த இலையான்களை கடிக்க முயன்று தோல்வியடைந்தாலும் தொடர்ந்து போராடியது.

படலைத் திறந்த சத்தம் கேட்டு அம்மாச்சி எழும்பினா. கறுப்பி குலைத்தபடி முன்னே சென்றது. படலையூடாக நான்கு பேர் கயிற்றுக் கட்டிலில் வைத்து வெள்ளைச்சேலையால் போர்த்திய ஏதோ ஒன்றைக் காவிக் கொண்டு வந்தார்கள். ஆரம்பத்தில் எதுவும் புரியவில்லை; கட்டிலை வீட்டு வாசல்படியருகே வைத்தனர். அதில் தாடிவைத்த வயதான மனிதர் "ஆச்சி, மகளைக் கொன்று போட்டார்கள்" என முகத்தை மூடியிருந்த வெள்ளைத்துணியை விலக்கியபோது ஆச்சி கூக்குரலிட்டுக்கொண்டு அம்மாவின் முகத்தில் விழுந்து குழறியது. அந்த ஓலத்தில் நான் திடுக்கிட்டு ஸ்தம்பித்திருந்தேன். எனக்கு ஆரம்பத்தில் எதுவும் புரியவில்லை. "எடேய் உன்ர அம்மாவைப் பார்" என ஆச்சி சொல்லி அழுதபோதே விடயம் புரிந்தது; மெதுவாக அம்மாவின் காலைப் பிடித்தபடி அழுதேன். பாதங்கள் குளிர்ந்து விறைத்திருந்தன. கழுத்துத் தாலி காதுத்தோடு என நகைகள் அம்மாவின் உடலில் அப்படியே இருந்தன.

நிச்சயமாக அம்மாவென அடையாளம் கண்டு படலைக்குப் போனது கறுப்பி மட்டும்தான். நானும் ஆச்சியும் எதிர்பார்க்க வில்லை. "அப்பு, ஏன் அம்மாவை தனியே விட்டுச் சென்றது? இந்தியன் ஆமியைப் பார்த்து ஓடிவிட்டதா? அப்புவை யாரும் பயப்பிடுத்த முடியாதே? இது எப்படி நடந்தது?" எனக்குள் கேட்டபடி நின்றேன்.

அரைமணிநேரமாக அழுதுவிட்டு ஆச்சி "எங்கே அந்த மனுசன் போயிட்டுது?" என்றாள்.

அப்போது தாடி வைத்த அதே மனிதர் 'ஆச்சி அதில் அவரும் இறந்திருக்கலாம் என்று கதைக்கிறார்கள். ஆனால், அவரது உடலைக் காணவில்லை. சைக்கிளையும் பாத்திரச் சாமான்களையும் தம்பியொருவன் கொண்டு வந்து தருவான்.' என்றார்.

“எட பாதகர்களே இந்தப்பயலை அநாதையாக்கி, என்ர தலையிலை கட்டி விட்டார்களா? படுபாவிகள்” எனத் தலையில் அடித்தபடி அந்த வாசல்படியில் குந்தி ஆச்சி கண்ணீர் விட்டது. கண்ணீரை கையால் துடைத்தபடி மெல்லிய உடலை நிமிர்த்தியபோது முதுகில் இருந்த கூன் மறைந்தது. அதற்குப்பின் அம்மாச்சியின் கண்ணில் இருந்து இறக்கும்வரை ஒரு சொட்டுக் கண்ணீர் வரவில்லை. ஆனாலும், சாகும்வரையும் பாதகர்களே எனக் குரலெடுத்துத் திட்டும்.

அம்மாவின் பிணத்தை அயலவர்களின் உதவியுடன் கோம்பையன் மணல் மயானத்தில் அடக்கம் செய்தோம். அப்பாவின் உடல் மாயமாகிவிட்டது. விடுதலைப்புலிகளைக் கொன்றதற்கான எண்ணிக்கையைக் காட்டவேண்டியிருந்த இந்திய இராணுவத்தினருக்கு அப்பாவின் உடல் பிரயோசனப் பட்டிருக்கலாம் எனப் பேசினார்கள். அந்த இடத்தில் இருந்து வேலியால் பாய்ந்து தப்பிய விடுதலைப்புலிகள் இரண்டு வீடுகளுக்குள் நகர்ந்து வெளியேறிவிட்டார்கள். வேலிகளை வெட்டியபடி வந்த இந்திய இராணுவம் வீடுகளில் வசித்தவர்களை துப்பாக்கி முனையில் சில மணிநேரம் வைத்திருந்ததாகவும் தகவல் வந்தது.

சிந்தனையைக் கலைப்பதுபோல் வெளியே வாகனம் வந்து நிற்கும் சத்தம் கேட்டது. பஜிரோ ஜீப்பிலிருந்து இராணுவ உடுப்புடன் உயரமான ஒரு பெண் இறங்கியபோது அவனால் தன் கண்களை நம்ப முடியவில்லை. கார்த்திகா என அடையாளம் காட்டியது அவளது கண்கள் மட்டுமே. உயர்ந்து வளர்ந்த அவளது தோள்கள் நீச்சல் வீராங்கனை போல் விரிந்திருந்தன. சீருடைக்குள் தவிக்கும் அகன்ற மார்பின் கீழ் இடுப்பில் அகலமான கறுத்த பெல்டை இறுக்கிக் கட்டியிருந்தாள். தலைமயிரை அரை அங்குலத்தில் வெட்டியிருந்தாள். கறுத்த நூலில் கழுத்தில் தொங்குவது சயனைட் குப்பி என நினைத்தான். சிவப்பு என்று சொல்ல முடியாத போதிலும் கார்த்திகா படிக்கும் காலத்தில் தாமிர நிறமானவள் இப்பொழுது வன்னி வெயிலும் பயிற்சியும் அவளைக் கறுப்பாக்கி இருந்தன. அந்தக் கறுப்பு அவளை மேலும் அழகியாக்கியது.

ஐந்து வருடங்களுக்கு பின்பு இவளைப் பார்க்கிறேன். நல்ல வேளை பெரியப்பா இவளைப் பார்த்தால் அதிர்ச்சியிலே மூச்சடைத்துவிடுவார். பெரியம்மா குய்யோ முறையோ எனக் கூக்குரலிட்டு பெரிய நாடகத்தையே அரங்கேற்றியிருப்பார்.

“அசோகன் அண்ணை என்ன இப்படிப் முழிபிதுங்கப் பாக்கிறியள்? நான் உங்கள் தங்கை கார்த்திகா”

“என்னால் என் கண்களை நம்பமுடியவில்லை. நீ முற்றிலும் மாறிவிட்டாய். எனக்கு அதிர்ச்சியில் இருந்து மீள்வதற்குக் கொஞ்சம் நேரமாகிவிட்டது”

அப்பொழுது பாரிஸ்காரர் தனது அறையில் இருந்து வெளியே வந்தபோது “அண்ணை எனது தங்கை” என அறிமுகப் படுத்தினான்.

அந்த விடயத்தை அவரால் ஜீரணிக்க முடியவில்லை என்பதை அவரது முகம் காட்டியது. முகத்தில் கசப்பான மருந்தை விழுங்குவதுபோல் பாவனையிருந்தது. ஏற்கனவே பஸ்சில் வரும்பொழுது விடுதலைப்புலிகளுக்கு அவுஸ்திரேலியாவில் எப்படி ஆதரவு எனக் கேட்டபோது அதில் ஒரு நக்கல் பிசிறுபோல் ஒட்டியிருந்ததை அசோகன் கவனித்தாலும் ஒதுக்கிவிட்டான். அவரால் அதை மறக்க முடியவில்லை. சுனாமி நிவாரணப் பணம் கொண்டு வந்து கிளிநொச்சியில் தனக்கிணையாக சகலவசதிகளுடன் சிறு பையன் இந்த வீட்டில் தங்குவதும், இயக்கத்தில் முக்கியமான ஒருவரின் சந்திப்பிற்கு அழைத்துச் செல்லப்படுவதும் அவருக்குள் பொறாமைத் தீயை கொழுந்துவிட்டு ஏற்றியிருந்தது. சிவப்புக் கணக்குப்புத்தகம் விடுதலைப்புலிகளின் வெளிநாட்டுப் பிரிவு பொறுப்பாளர்களின் பார்வைக்காக அவரது கட்டிலில் பல நாட்களாக காத்திருக்கிறது. எவரும் சந்திக்காது சட்டியில் எடுத்து வைக்கப்பட்டு, சமைக்க மறந்த மீனாக நான் நாறும்போது அரைவயதில்லாத இவனுக்கு மட்டும் பெண்போராளி ஒருத்தி தங்கை எனக்கூறியபடி ஜீப்பில் வந்து இறங்கி அறிமுகமாகிறாளே? இது அவரது தலையில் மிஞ் சிய சில மயிர்களைக் கைகளால் பிடுங்கவைத்தது.

அவரது மனதில் அரங்கேற்றப்பட்ட துன்ப நாடகத்தால் கால்கள் இயங்க மறுத்து அந்த இடத்திலே வேர் விட்டிருந்தார்.

என்ன இந்தாளுக்கு மரியாதை தெரியவில்லையே? “அண்ணை குடும்ப விடயம் பேசவேண்டி இருக்கிறது. மன்னிக்கவேண்டும்” என சொல்லிவிட்டு அசோகன் அறைக்குள் சென்றதும் அவனைத் தொடர்ந்தாள் கார்த்திகா.

அவள் நின்ற இடத்தில் அவளது கம்பீரம், நடை,உடை, பாவனை என்பன காற்றில் பொதிந்து உருவாக்கிய தடயம் இன்னமும் அந்த வீட்டின் ஹோலில் இருப்பதாக பாரிஸ்காரர் நினைத்துக்கொண்டார். ஏதாவது பெண்கள் அணியின் பொறுப்பாளராக இருப்பாளா? இளம் பெட்டையாகவல்லோ இருக்கிறாள்? இதுவரையும் எந்தப் போட்டோவிலோ ஒளிவீச்சு வீடியோவிலோ பார்க்கவில்லையே!

மெதுவாக அறையுள் சென்று கதவை மூடி கட்டிலில் அமர்ந்து தனது சிவப்பு கணக்குப் புத்தகத்தைப் பார்த்தபோது கண்கள் கலங்கின. கண்ணாடியை கழற்றி, கட்டியிருந்த சாரத்தால் உயர்த்தி கண்ணைத் துடைத்துவிட்டு மீண்டும் தலையணையின் கீழ் அந்தப் புத்தகத்தை வைத்துவிட்டுப் படுக்கையில் சரிந்தார்.

◯

"அண்ணை எப்படி இங்கு வந்தாய்?" எனக் கேட்டபடி கார்த்திகா கட்டிலில் அமர்ந்தாள்.

"நான் அவுஸ்திரேலியாவில் இருந்து அப்பா அம்மாவைப் பார்க்க வந்தேன். அத்துடன் சுனாமி நிவாரணத்தையும் அங்கிருந்தவர்கள் என்னிடம் தந்ததால் இங்கு வந்தேன். ஆனால், உன்னை நான் இப்படி எதிர்பார்க்கவில்லை?"

"வேறு எப்படி எதிர்பார்த்தாய்? இடுப்பிலும் வயிற்றிலும் உன்னை மாமா எனச் சொல்வதற்கு குழந்தைகள் பெத்திருப்பாள் என நினைத்தாயா?" என தனது தோள்களை பலமாக அசைத்துச் சிரித்தாள்.

அவளது வாய்த்துடுக்கு அவனை ஊமையாக்கியது. எப்படி மாறிவிட்டாள்? 95 இடப்பெயர்வில் வார்த்தைகள் அற்ற ஊமைச் சிறுமியாக பெரியம்மாவின் கொய்யகச் சேலையில் முடிந்த சில்லறைபோல் தொங்கியபடி வந்தவள் – அண்ணா அண்ணா என வவுனியாவில் பாடசாலையில் என்னை ஒட்டியபடி திரிந்தவள் இவளா? இவளில் பெரிய பௌதீக இரசாயன ஏன் உயிரியல் மாற்றங்கள் நடந்திருக்கின்றன. இலையில் ஒட்டியிருந்த கூட்டுப்புழு, பட்டாம்பூச்சியான கதை கடந்த ஐந்து வருடத்தில் நடந்திருக்கிறது.

"அப்பாவின் நிலை தெரியுமா?"

அவளது முகத்தில் வாட்டம் தெரிந்தது.

சிறிது நேர மௌனத்தின் பின்பாக "தெரியும் அம்மாவின் கடிதம் கிடைத்தது. இப்பொழுது எப்படி இருக்கிறார்?"

"படுக்கையிலே. ஒரு கையும் ஒரு காலும் அசைக்க முடியாது. சகலத்திற்கும் அம்மாவே"

கண்களில் பெருகிய கண்ணீரை கைக்குட்டையால் ஒத்தினாள். திடீரென அவளது முகத்தில் மாற்றம் தெரிந்தது. உடல் தளர்ந்தது. கண்கள் கீழ் நோக்கியபடி ஐந்து வருடத்திற்கு முன்பு பார்த்த கார்த்திகாவாக மாறியிருந்தாள்.

"அண்ணை எனது சந்தர்ப்பங்கள் மற்றும் போர்க்கால சூழ்நிலைகள் இராட்சதக் கரம் போல் தொடர்ந்து தள்ளி என்னை இங்குக் கொண்டு சேர்த்தன. அது பெரிய கதை. ஆனால், இப்பொழுது ஆயிரக்கணக்கான எனது வயதுப் பெண்களில் ஒருத்தியாக இந்த விடுதலை வேள்வியில் குதித்துவிட்டேன். இதற்குப் பின் உனது சாதாரண தங்கையாகவோ அப்பா அம்மாவின் கஸ்டங்களைக் குறைக்கும் மகளாகவோ எக்காலத்திலும் வருவேனென எதிர்பார்க்காதே. மற்றைய ஈழத்துப் பெற்றோரிலும் எனது அப்பா, அம்மா அதிஸ்டம் செய்தவர்கள். கஸ்டப்பட்டு பெத்துவளர்க்காமல் உன்னைப்போல் ஒருவன் கிடைத்தது அவர்கள் அதிஸ்டமே. உன்னில் எனக்கு நம்பிகை இருப்பதால் நான் அப்பாவை அம்மாவைப்பற்றிக் கவலைப்படுவதில்லை, தெரியுமா?"

அவளது வார்த்தைகள் தெளிவாக இருந்தாலும் முகத்தில் தெளிவில்லை. கவலையின் நிழல் முகத்தில் தெரிந்தது.

"அம்மா கடிதத்தில் எழுதிய விடயங்களை வைத்துப்பார்த்தே உனது சந்தர்ப்பங்களை நான் புரிந்துகொண்டேன். ஆனால், உண்மை பொய் தெரியாது."

"அவற்றை மீண்டும் பேசிப் பயன் இல்லை" என முகத்தில் சலனமற்று தோளை நிமிர்த்தியபடி உடல் விறைக்க இயக்கக் கார்த்திகாவாகினாள்.

"தங்கையின் வாழ்வில்' உதவி செய்யத் தகுதி இல்லாதபோதும் அதை அறிந்துகொள்ளும் சந்தர்ப்பம் கிடைக்காதா?"

அசோகன் தனது முகத்தில் பொய்க் கோபத்தை வரவழைத்தான்.

"அண்ணை என்ன பேசுகிறாய்?"

இப்பொழுது முகத்தின் இறுக்கம் கலைந்து. அவளது கலங்கிய கண்களில் இமைகள் படபடத்தன.

"ஏதாவது வழியில் உதவி செய்வதற்கு?" ..."ஆரம்பித்த அசோகனை இடைமறித்து கார்த்திகா "நான் சந்தோசமாக இருக்கிறேன். ஆரம்ப பயிற்சிக் காலம் இயக்கத்தில் எல்லோருக்கும் கடுமையானது. நான் அதைத்தாண்டிவிட்டேன். தற்பொழுது போரற்ற காலமாக இருப்பதாலும் நான் படித்திருப்பதாலும் பரப்புரைப் பகுதியில் இருக்கிறேன். ஆட்களைச் சேர்ப்பது எனது முக்கிய பணி. நேற்றுக்கூட முருங்கன், மன்னார் பகுதிக்குச் சென்றிருந்தேன். எனது பகுதியின் தலைவர் யார் என உனக்குத் தெரியும் என நினைக்கிறேன்."

"உண்மையில் சந்தோசமாக இருக்கிறாயா? ஏதாவது உதவிகள் தேவை எனில் சொல்லு. உனக்காக எதையும் செய்வேன் கார்த்திகா. இப்ப உனது இயக்கப்பெயர் வேறு பெயரா?"

"அண்ணை இயக்கத்தில் சொந்தப்பெயரில் இருக்கும் ஒரே போராளி நான்தான். மற்றவர்களுக்குப் பயிற்சியின்போது பெயர் மாற்றிய அக்கா "உன் ஒருத்திக்குத்தான் இயக்கத்தில் சேர்வதற்கு முன்பே இயக்கப் பெயர் போல் வைத்திருக்கிறார் உனது கொப்பர். அவரால் உன் எதிர்காலத்தை நினைத்துப்பார்க்க முடிந்திருக்கிறது" என்றார். எனக்குப் புரியாமல் ஏன் எனக் கேட்டபோது "எங்கள் இயக்கதின் பூவே கார்த்திகைப் பூதானடி தெரியாதா?' என்றார். நல்லவேளை சதாசிவத்தார் இது மாதிரி நடக்குமென்றால் அம்மாவுக்கு புரட்டாதியிலேயே சிசேரியன் செய்யச் சொல்லியிருப்பார் என்பது அந்த அக்காவுக்குத் தெரியாது" என்றாள் சிரித்தபடி.

"அது மட்டும் உண்மை கார்த்திகா"

ஆரம்பத்தில் இருவருக்கும் இருந்த பதட்டம் இப்போது குறைந்தது. அண்ணன் தங்கை என்ற அன்னியோன்னியம் அந்த அறையின் காற்றில் நிறைந்தது.

"பயிற்சிகள் கஸ்டமா? ஆரம்பத்தில் எப்படி இருந்தது?" நான் பட்ட அந்த கஸ்டத்தை மறந்துவிட்டேன். அதை நீ திரும்பவும் கிண்டுகிறாய். பத்துமணிக்கு நான் திரும்பவும் காம்புக்கு போகவேணும். மோட்டார் சைக்கிள்தான் கேட்டேன். ஆனால், பொறுப்பாளர் தனது ஜீப்பை எடுத்துக் கொண்டு செல்லும்படி சொன்னதுக்கு உனது செல்வாக்குத்தான் காரணமென நினைக்கிறேன். எப்படி உனக்கு இவ்வளவு செல்வாக்கு வந்தது? நாங்கள் கஸ்டப்பட்டு பல நாட்கள் பயிற்சியெடுத்து செய்வதற்கு மேலாக உன்ர மூளையை பாவித்து ஏதாவது செய்வாய் என்று எனக்குத் தெரியும்"

"இரண்டு மணிநேரம் இருக்கிறது. அதையெல்லாம் பேசலாம்"என்றான் சிரித்தபடி.

"அது சரி எனக்கு ஏதாவது அண்ணியைத் தயார் பண்ணியிருக்கிறாயா?"

"கார்த்திகா?" என்றபோது மெதுவான சிரிப்பு அவளிடமிருந்து வந்தது.

"அண்ணை எனக்குத் தெரியுது கள்ளம் உனது முகத்தில. வெள்ளையண்ணியா கறுப்பண்ணியா என்றாவது சொல்"

ஜெனியின் நினைப்பை இழுத்துவிட்டது கார்த்திகாவின் கேள்வி. நுவரெலியா, கண்டி என எங்கு இருப்பாளோ? இலங்கையில் போனைப்பாவிக்க மாட்டேன் எனச் சொல்லிவிட்டு வந்தேன். அவசரத்திற்கும் தொடர்பு கொள்ளாத நிலையில் உள்ளேனே? இவள் நினைக்கும் அண்ணியாக ஜெனி இருப்பாளா?

"நீ மவுனமாகியதில் பதில் தெரிகிறது"

"ஓகே. ஒரு பெண் சினேகிதமாக இருக்கிறாள். ஆனால், நாங்கள் இன்னும் காதல் என்ற நிலைக்கு வரவில்லை. அம்மா அப்பா உன்னை நினைத்து தவிர்த்து வருகிறேன்"

"அவுஸ்திரேலியாக்காறிதானே?"

'இல்லை அவள் ஒரு ஜிப்சி' எனச் சொல்ல நினைத்துவிட்டு "அவுஸ்திரேலியக்காரிதான்" என்றான்.

"அண்ணி, உனது பிள்ளைகளைப் பார்க்கும்வரை நான் உயிரோடு இருக்கவேண்டும் என ஆசை வந்துவிட்டது."

"இயக்கத்திற்கு விரும்பி வந்தாயா? ஏதாவது சொல்லு. நான் அம்மாவிடம் கூறவேண்டும்."

"அது பெரிய கதை. இந்த நேரம் காணாது. ஆனால், நீ என்னை விடமாட்டாய் போலிருக்கிறது. இது ஒரு கதைச் சுருக்கம். வவுனியாவில் உன்னைப்போல் நானும் அவுஸ்திரேலியா போகவேண்டிவந்தால் ஆங்கிலம் தேவைப்படும் என அம்மா நினைத்ததால் ஆங்கிலம் படிக்க ஒரு மாஸ்ரரிடம் போய்வந்தேன். அப்பொழுதுதான் எனது பிரச்சினை தொடங்கியது. வவனியாவில் உள்ள அரசாங்க சார்பு இயக்கத்தின் முகாமைக் கடந்துதான் அந்த மாஸ்டரிடம் போக வேண்டும். அங்கு சென்றியில் இருந்தவன் ஒருவன் என்னைப் பார்த்து சிரிப்பான். பலகாலம் அலட்சியப்படுத்தினேன். ஒவ்வொரு நாளும் சிரிப்பவனை அலட்சியப்படுத்துவது பாவமாக இருந்தது. நான் சிரித்து பின்பு சிலநாள் கதைப்பதும் உண்டு. ஒரு நாள் இந்தவிடயம் எப்படியோ அவனது குரூப் லீடருக்கு போய் அவனும் என்னைப் பார்த்து சிரிக்க இருவருக்கும் சண்டையாகிவிட்டது. ஆயுதம் வைத்திருந்தவங்கள் சண்டையிட்டால் எப்படி இருக்கும்? குரூப் லீடரை சென்றியில் இருந்தவன் சுட்டுவிட்டு இயக்கத்தைவிட்டு ஓடியிருக்கிறான். சுடுபட்டவன் இறந்துவிட்டான். இது ஒன்றும் எனக்குத் தெரியாது. அந்த காம்ப் தலைவர் என்னை விசாரிக்கத் தேடித்திரிந்தார். எனது விலாசத்தைத் தோழியொருத்தியிடம் கேட்ட போது நான் நடுங்கத்தொடங்கினேன். இந்த விடயம் வீட்டில் தெரிந்தால் அப்பா கொன்றுபோடுவார். அந்த

இயக்கத்தைப் பற்றி ஊரில் நல்லதாகப் பேசுப்படுவதும் இல்லை. விசாரணைக்கு போனால் நான் திரும்பி வருவனா என்பது நிச்சயமில்லை. உனக்குத் தெரிந்த மாதா கோயில் சாமியிடம் போய் இதைப் பற்றிச் சொன்னபோது அவர்தான் சொன்னார். இயக்கம்தான் உன்னைப் பாதுகாக்கும் அங்கு போவதென்றால் சொல்லு என்றார். எனக்கு வேறு வழியில்லை. தோழியிடம் வீட்டுக்குக் கடிதம் கொடுத்துவிட்டு, போட்டிருந்த உடுப்போடு சாமியிடம் வந்த அண்ணையொருவருடன் காட்டுப்பாதையால் மாங்குளம் வந்து சேர்ந்துவிட்டேன். அங்கிருந்து கிளிநொச்சி. அதன்பின் இயக்கத்தின் ஆரம்பப்போராளியாக பயிற்சி முகாமுக்கு அனுப்பப்பட்டேன்."

"உன் வாழ்வில் இப்படி நடந்திருக்கிறது என்பதை நம்ப முடியாமல் இருக்கிறது. ஆசிரியையாக வருவதற்கு கனவு கண்டாய். பயிற்சி முகாமில் மிகவும் கஸ்டப்பட்டாயா?"

"அண்ணே, ஆசிரியர்கள் மட்டுமல்ல இயக்கத்திற்கு ஆட்களைத்தேடி பாடசாலைகளுக்கு போகும்போது தலைமையாசிரியர்கள், வட்டார கல்வி அதிகாரிகள் நான் சொன்னால் கேட்கிறார்கள். நான் வாய் திறக்காமலே அவர்கள் அமைதியாகிவிடுகிறார்கள். அவர்கள் மாணவர்களுக்குப் பயந்து நடக்கும்போது நான் எப்படி ஆசிரியராக வர விரும்ப முடியும்? அதுவேற கதை. ஆனால் கஸ்ரபடாமலா இப்படி தோள் வந்திருக்கு? நினைவிருக்கிறதா? ஒரு நாள் நீ எனது கையைப் பிடித்து இழுத்தபோது தோள் நோகிறது என்று அழுதேன். இப்பொழுது எனது தோளில் கையால் குத்திப்பார். அசையமாட்டேன். ஒவ்வொருநாளும் மணிக்கணக்காக மரக்கொட்டன்களையும் மெசின் துப்பாக்கிளையும் தூக்கிக்கொண்டு காட்டில் ஓடி ஓடி தோள் பெருத்துவிட்டது. மற்றவர்களிலும் எனக்கு அதிகமாகியது ஏன் தெரியுமா? உன் தங்கைதான் அதிகம் பணிஸ்மென்ட் வேண்டியது" எனச் சொல்லியபடி தோளைத் தொட்டுக்காட்டினாள்.

"ஏன்? என்ன செய்தாய்?"

"பதுங்குகுழிகளைத் தோண்டியதும் அந்தக் குழிகளிலே படுத்து நித்திரை கொண்டுவிடுவது, நாலுமணிக்கு எழுப்பி பயிற்சிக்குப் போகாது விட்டது, பயிற்சியில் சிரித்து பகிடி விட்டது எனக் காரணங்கள் அக்காமாருக்கு கிடைக்காதா? ஒரு நாள் நான் எட்டு மணிநேரம் அப்படி ஒரு குழிக்குள் படுத்துத் தூங்கிவிட்டேன். அக்கா வந்து என்னை எழுப்பினார். அப்போது எனக்குப் பக்கத்தில் பெரிய நல்ல பாம்பும் கிடந்தது.

அது அவவை கடிக்கப் பார்த்தது. அன்றைக்கு மட்டும் ஏதோ காரணத்தால் பணிஸ்மெண்ட் கிடைக்கவில்லை."

"சாப்பாடு எப்படி ?"

"நாள் முழுவதும் அகோரப்பசியால் என்னவும் சாப்பிடப் பழகிட்டேன். ஆனாலும் அம்மாவோடு பொரியலுக்காக சண்டையிட்டது சிலவேளையில் ஞாபகத்தில் வந்து தொலையும். நீயெல்லாம் மெல்பேனில் சமைத்துச் சாப்பிடுகிறாயா இல்லை, கடைதானா ?"

"கடை கட்டுபடியாகாது. இரவு சமையல்தான். இப்பொழுது சண்டையில்லைத்தானே ? இந்த சுனாமியின் பின் சமாதானம் வருமா ?"

"இங்கு எவருக்கும் தெரியாது. போராளிகளை எப்பொழுதும் தயாராக வைத்துக் கொள்ளும்படி சொல்லி வருகிறார்கள். நாங்கள் இன்னமும் போராளிகளைச் சேர்த்து வருகிறோம். தற்போது சுனாமி அழிவுகள் எங்களைப் பெரிதாகப் பாதித்துள்ளது. புதிதாக வந்தவர்களை வைத்திருந்த இயக்கக் காம்ப் ஒன்றும் அழிந்து விட்டதாகப் பேசுகிறார்கள். ஆயுதங்கள் மற்றும் படகுகள் பல கடலோடு போய்விட்டதால் இந்த சமாதான காலம் எமக்குத் தேவையென மேலிடம் சொன்னதாக அக்கா சொன்னார். அடுத்தகிழமை நிவாரணவேலைக்காக கிழக்குமாகாணம் போக விருக்கிறேன். அப்பொழுது நேரடியாகத் தெரிந்துகொள்ளமுடியும்."

"அதிகமானவர்கள் கிழக்கிலும் முல்லைத்தீவிலும் இறந்து விட்டார்களாம்"

"அப்படித்தான் கேள்விப்படுகிறேன். தகவல்கள் தெளிவாக செய்திப்பிரிவுக்கு வரவில்லை. அண்ணை நான் போகவேண்டும்" எனவிடை பெற்றாள்.

○

அவன் கொழும்புக்கு வந்த வாகனம் வெள்ளவத்தையில் நின்று விட்டது. அங்கிருந்து டாக்சியில் மவுண்லவேனியா ஹோட்டல் வந்து சேர்ந்தான்.

"ஜெனி, உன்னை இலங்கை வெயில் எரித்துவிட்டது. எந்த இடங்களுக்குச் சென்றாய்? நுவரெலியா ? கண்டி ?"

"நான் சென்ற இடங்கள் சுனாமியால் பாதிக்கப்பட்டவை. காலி, அம்பாறை, மட்டக்களப்பு போன்ற கரையோர நகரங்களுக்கு சென்றேன். நான் உல்லாசப்பயணியாகச் செல்லவில்லை."

"என்ன சொல்கிறாய்?" ஆவலுடன்

"சுனாமி நிவாரணம் சம்பந்தமாக அறிந்து உதவ அவுஸ்திரேலியாவில் இருந்து வந்தவர்களில் எனது பல்கலைக்கழகத்தில் படித்தவள் ஒருத்தியைக் கண்டு அவளோடு காலியில் சேர்ந்து கொண்டேன். அவர்கள் மருத்துவ உபகரணங்கள் கொண்டு வந்திருந்தார்கள். அவர்களோடு பேசிய பின்பு நாட்டைச்சுற்றி பார்க்கும் உல்லாசப்பிரயாணியாகத் திரிய எனது மனம் இடம் கொடுக்கவில்லை."

"இதற்குத்தான் உன்னை வரவேண்டாம் எனத்தடுத்தேன்"

"நான் வந்ததால் இந்த நாட்டையும் இங்குள்ளவர்களையும் இந்த நாட்டில் இருபது வருடமாக நடக்கும் போரைப் பற்றியும் அறிந்து கொண்டேன்"

"அறிந்து என்ன செய்யப்போகிறாய்?" அவனது குரலில் அலட்சியம் தொனித்தது.

"போரை நிறுத்தவும் சுனாமி நிவாரண உதவிகள் செய்யவும் முயற்சிப்பேன்"

"அது உன்னால் எப்படி முடியும்?"

"நீ பொறுத்திருந்து அதைப்பார். இப்பொழுது என்னால் சொல்லமுடியாது. அதைவிடு. உனது குடும்பத்தினரைப் பார்த்தாயா? தந்தையார் உடல் நிலை எப்படி? இயக்கத்தில் இருக்கும் உனது தங்கையைப் பார்த்தாயா?"

"பார்த்தேன். ஆனால், பிரயோசனமாக எதுவும் செய்ய முடியவில்லை" எனச்சொல்லியவாறு யன்னலைத் திறந்தபோது கடற்கரை எங்கும் உள்ள பாறைகளின் மேலும் கீழும் இராணுவத்தினர் நின்றனர்.

"இந்த ஹோட்டலில் பாதுகாப்பு அதிகமாகத் தெரிகிறது. வரும்போது வெளியே மட்டுமல்ல கொரிடோரிலும் இராணுவத்தினரைப் பார்த்தேன். எனது பாஸ்போட்டை பார்த்தவரும் சாதாரண உடையில் உள்ள பொலிஸ். இந்த ஹோட்டலில் அரசாங்கம் முக்கியமானவர்களைத் தங்கவைத்து பாதுகாப்புக் கொடுகிறது என நினைக்கிறேன் கடற்கரையில் இருப்பதால் பாதுகாப்பது இலகுவானது எனநினைக்கிறேன். நீ என்னைப்பற்றி உனது குடும்பத்தவரிடம் ஏதாவது சொன்னாயா?"

"உன்னைப்பற்றி ஏன்?"

"மருமகள் ஊருக்கு வந்திருப்பதாக" என்றாள் குறும்பான சிரிப்புடன்.

அவளது அகலமான கரிய கண்களைச் சிறிது நேரம் பார்த்து விட்டு “கார்த்திகா மட்டும் கேட்டாள் கருப்பு ‘அண்ணியா இல்லை வெள்ளைக்காரியா என”

“நீ என்ன சொன்னாய்?”

“அவள் ஜிப்சி என”

“பொய், நான் ஜிப்சியில்லை.

“நீ சொன்னதைத்தான் நான் சொன்னேன்”

“அந்தநேரத்தில் உன்னை என்பக்கம் இழுக்கச் சொன்னதை... சரி சரி அதைவிடு. பசிக்கிறது. உனக்காக இவ்வளவு நேரம் காத்திருந்தேன். வெளியே போவோம்” சிணுங்கியபடி அவனது தோளில் கன்னத்தை இடித்தாள்

இருவரும் அறைக்கு வெளியே வந்தார்கள். பலரது பார்வை ஜெனியை மொய்த்தது. ஹோட்டல் உணவகத்தில் உணவிற்கு ஓடர் பண்ணிவிட்டு காத்திருந்தபோது “உனது தங்கை கார்த்திகா என்ன சொன்னாள். சந்தோசமாக இருக்கிறாளா?” எனக்கேட்டாள் ஜெனி.

“நான் அவளை வெளியே எடுப்பதற்கு பணத்தை கொடுக்கத் தயாராக இருந்தேன். அவள் விரும்பி இயக்கத்தில் இருப்பதாக உறுதியாகச் சொல்லும்போது என்ன செய்வது?”

“நான் அறிந்த விடயங்களை வைத்துப் பார்க்கையில் உங்கள் நாட்டுச் சண்டையில் அழிவுதான் நிச்சயம். அதுவும் பெரிய அழிவு வரப்போகிறது. தமிழ் இயக்கம் பொறுப்பற்று சுனாமி நிவாரணத்தில் நடக்கிறது. வெளிநாட்டு உதவிகள் அரசாங்கத்திற்குத்தான் கிடைக்கும். பயங்கரவாத இயக்கம் என முத்திரை குத்தப்பட்ட இவர்களது கைகளில் சேர்ப்பிக்க மாட்டார்கள். இவர்கள் இல்லை தாங்கள் மட்டுமே செய்வோம் என்று நிற்பது பாதிக்கப்பட்ட மக்களுக்கு நிவாரணங்கள் போய்ச் சேர்வதைத் தடுக்கிறது.”

“இது உனக்கெப்படித் தெரியும்?”

“எனது பாட்டி கனவில் சொல்லியது. இலங்கைக்கு வந்த முதல்நாளே எனது கனவில் வந்தது. நீ இதை நம்ப மாட்டாய் என்றாலும் சொல்லுகிறேன்.”

“உனது பாட்டி எப்பொழுது அரசியல் ஆலோசகராக மாறியது?”

“கேலி செய்யாதே. மற்றைய அரசியல் ஆலோசகர்கள் மாதிரி பாட்டி இல்லை. உண்மையைத்தான் பேசும். பாட்டியைப் பற்றி உனக்குத் தெரியும். அந்தப் பாலைவனத்தின் கூடாரத்தில் என்னோடு பேசியதைப் பார்த்தாய். பின்பு உனது அறையில் உனது அம்மாவை எனக்குக் காட்டியது”

“ஓகே ஏற்றுக் கொள்கிறேன். வேறு என்ன சொன்னது?”

“இந்த சுனாமி உங்கள் நாட்டிற்கு ஆண்டவனால் விடப்பட்ட எச்சரிக்கை. யுத்தத்தை நிறுத்தி சமாதானமாகுங்கள் என்று சொல்லியது.”

“அப்ப நீ என்ன சொன்னாய்?”

“நானும் இந்த யுத்தத்துக்கு எதிராக வேலை செய்யப் போகிறேன். மக்களை அழிவில் இருந்து பாதுகாக்கப் போவதாகப் பாட்டிக்கு வாக்குறுதியளித்தேன்.”

“உனக்கும் இதற்கும் என்ன சம்பந்தம்?”

“இப்படித்தான் பாட்டியும் கேட்டது. என் சம்பந்தமே நீதான்.” என அசோகனின் இரு கரங்களைப்பற்றினாள். இருவர் கண்களிலும் கண்ணீர்கன்னங்களை நனைத்தது.

“எனக்காக நீ இவ்வளவு தூரம்..?”

முகத்தில் அவனையறியாது காதலுணர்வு தேங்கியதைப் பார்த்தாள். அதை வெளிக்காட்டாது, “அது தெரியாதா? பாட்டி உன்னை இங்கு வந்த முதல்நாளே எனது மாப்பிளையாக அங்கீகரித்துவிட்டது.”

“அதுகூட உன்பாட்டி சொன்னதுதானா?”

“பாட்டியில்லாமல் எதுவும் என் வாழ்கையில் நடந்ததில்லை. நான் உன்னை இந்தியாவில் சந்தித்தது, நெருங்கிப் பழகியது எல்லாம் பாட்டியின் அங்கீகாரத்தின்படிதான் நடந்தது. நானே பாட்டியை விலக்கிச் சென்றாலும் பாட்டி நீதான் ஓரே பேத்தி. உன்னில் ஜிப்சி இரத்தம் என்னைத் தொடர்கிறது என்றபடி என் நிழலாகிறது.” மிகவும் அழுத்தமாக வார்த்தைகளை ஜெனி உச்சரித்தாள்.

“அப்ப உன்னை நான் கலியாணம் செய்தால் உன்னோடு பாட்டியும் ஒட்டிக்கொண்டு வந்துவிடும் என்றா சொல்கிறாய்?” சிரித்தபடி நகைச்சுவையாக

“நீ நினைப்பது புரிகிறது. பாட்டியால் உதவி மட்டும்தான் செய்யமுடியும். அதுவும் இடைக்கிடைதான் வரும். நம்மோடு

வந்து வீட்டில் எல்லாம் இராது. சாப்பாடு, வைத்தியம் மற்றும் உடைகள் எனச் செலவு எதுவுமில்லை. அதனால், நீ கவலைப்படத் தேவையில்லை" முகத்தைக் கோபமாக வைத்தபடி.

பரிசாரகன் உணவைக் கொண்டுவந்தான்.

இவள் சொல்வதில் எவ்வளவு உண்மை இருக்கிறது? நம்ப முடியுமா? கனவுகளில் இவள் பேசுவது உண்மை. அது தனது பாட்டி என நம்புகிறாள். தான் ஜிப்சி வம்சத்தின் கடைசி வாரிசு என்பதால் தன்னை வம்சத்தின் சுமையைத் தாங்கும் கடைசி வாரிசு என நினைக்கிறாள். உண்மையில் இவளிடம் இப்படி கனவுகளில் தொடர்பு கொள்ளும் தன்மையிருக்கிறதா? இல்லை கதை கட்டுகிறாளா? என் வாழ்க்கையில் அகற்றவோ அல்லது விட்டுச்செல்லவோ முடியாத புதிராக வந்துவிட்டாளே!

12

சுனாமியின் சேதங்கள்

கார்த்திகா முல்லைத்தீவில் இருந்து இரண்டு நாட்களுக்கு முன்பாக கிளிநொச்சி முகாமுக்கு வந்திருந்தாள். அங்கு அவள் கண்ட காட்சிகள், பிணங்களில் இருந்து வந்த துர்நாற்றம், பாதிக்கப் பட்டவர்களின் அழுகுரல்கள் என்பன அவள் மனதில் ஆழமாகப் பதிந்து கனவிலும், நினைவிலும் கரப்பான் பூச்சிகளாகத் தொடர்ந்தன. விலகிச் செல்ல முடியவில்லை. சதாமுகத்தை மொய்த்தன. இரண்டு நாட்கள் மட்டுமல்ல எத்தனை வருடங்கள் கடந்தாலும் அவை அவளை விட்டுத் தொலையாது என்ற உணர்வைக் கொடுத்தன. இது போன்ற அனுபவம் அவள் வாழ்க்கையை எதிர்கொள்ளவரும் என அவள் எதிர்பார்த்திருக்கவில்லை. அவளுக்கு இயற்கையின் சீற்றம் ஆவேசமான புதியமொழியாகத் தெரிந்தது.

மனிதர்கள் அகந்தை, பொறாமை நோய்களால் பீடிக்கப்பட்டு இருப்பதைப் பார்த்து பொறுத்தது போதும் எனப் பொங்கிய சமுத்திரத்தின் சீற்றம் எப்படி இருக்கும் என்பதை மனிதர்களுக்கு புரிய வைப்பதற்கான நேரடி விபரிப்புப் போலிருந்தது அந்த சுனாமி. சில நிமிட நேரத்தில் குறும்விவரணத்தை நடத்திக்காட்டிவிட்டு மீண்டும் கடலாக ஒதுங்கி அமைதியடைந்திருந்தது.

இயற்கையின் பொறுமையை மனிதர்கள் சோதித்துப் பார்க்கும்போது 'இதோ எனது சக்தியைப் பாருங்கள்' என்று சமுத்திரம் எச்சரித்ததா? 'உங்கள் கொலைகள், அனர்த்தங்கள், அழிவுகள் எல்லாம் எனக்கு ஒரு சிறுபிள்ளை விளையாட்டு. விளையாட்டு என்றால் இதுவே விளையாட்டு பாருங்கடா! சமுத்திரத்தின் தாண்டவத்தை எத்தனை பேர் புரிந்துகொண்டார்கள் என்பதை எதிர்காலம்தான் சொல்லும்? நான் ஆதிகாலத்திலும் செய்ததை வரலாறாகப் படித்துக்கொண்டாடுகிறீர்கள். ஒவ்வொரு உயிரிலும் ஒற்றை ஜோடியை மட்டும் நோவாவைக் காப்பாற்றவைத்து விட்டு மீதியை அழித்த செயலிற்கு வானவில்லை சாட்சியாக வைத்தேனே? அந்த வானவில் ஏதும் உங்களுக்குச் சொல்லவில்லையா? வரலாற்றை அறிந்தும் கற்காத உங்களை வேறு எப்படித் திருத்துவது?

எதற்காக அப்பாவி மக்களும் குழந்தைகளும் தண்டிக்கப்பட வேண்டும்? அவர்கள் என்ன பிழை செய்தார்கள்? குற்றம் செய்தவர்கள் மட்டும் தண்டிக்கப்படுவதுதானே நியாயம்? இயற்கையும் இலங்கையின் அரச படைகள் போல் அப்பாவிகளை தண்டித்துச் செயல்படுகிறதே? இயற்கையின் சீற்றத்திற்கு இறைவன் காரணமானால் இதைவிட அநீதி இருக்காதே?

நீங்கள் மட்டும் பாரம்பரியம் பேசவில்லையா? அப்பனின் சொத்திற்கு பாத்தியதை கொள்ளவில்லையா? நல்லவற்றிற்கு உரிமை கொண்டாடும் வேளையில் அநீதிகளுக்கு யார் பொறுப்பு ஏற்பது? இயற்கையில் இதுவே நீதி. இதுவே தர்மம்.

நான் பார்த்த முல்லைத்தீவுக் கரையோரத்தைப் போல் மற்ற இடங்களும் இருக்குமே அங்கெல்லாம் வாழும் ஏழை மனிதர்கள் என்ன பாவம் செய்தார்கள்? அவர்கள் தாங்குவார்களா?

பல கோணத்தில் கார்த்திகா சிந்தித்தாள். அப்பா அவளுக்கு சொல்லிப் போதித்த பொதுஅறிவு, தர்மம் மற்றும் அறம் அவளது மனச்சாட்சியாக நிலைகொண்டது. அவளும், அவளது மனச்சாட்சியும் எதிரும் புதிருமாக வெற்றியின்று வாதிட்டார்கள். வெற்றி தோல்வியற்ற வாதம். இறுதியில் சோர்வடைந்தாள்

ஒரு வாரம் முல்லைத்தீவில் சுனாமி நிவாரணப்பணியில் ஈழ அகதிகள் அமைப்போடு இணைந்து ஈடுபட்டிருந்தாள். மரணம் நடந்த வீட்டுக்குச் சென்று வந்தால் குளிக்க வேண்டும் என்று சிறு வயதிலே அம்மாவால் திருப்பித் திருப்பி சொல்லப்பட்டிருந்ததால் முகாமுக்கு வந்ததும் சவர்க்காரத்தை முழுமையாக தேய்த்துக் குளித்தாள்.

ஒரு மரணமா நடந்தது?

“முழு இயக்கமே இந்த சோப்பையும் கிணற்றையும் நம்பியிருக்க நீ மட்டும் சோப்பைத் தேய்த்து கிணத்துத் தண்ணியையும்முடித்தால் எப்படி?” என்றாள் செல்வி.

“ஒரு செத்த வீட்டிற்கா போனோம்? ஊரே செத்திருந்தது. இல்லையா?”

உடலைக் கழுவும் சவர்க்காரம் மனதைக் கழுவுமா? அதற்கு இந்த லைஃபோய் சவர்க்காரம் உதவுமா? இந்த சுனாமியில் எவ்வளவு மனிதர்கள் இறந்திருக்கிறார்கள்? வாழ்விலே முதல்த் தடவையாக மரணத்தைப் பார்த்திருக்கிறாள். அதுவும் எத்தனை? நூற்றுக்கு மேற்பட்ட நிர்வாணமான உடல்கள். விறைத்து வீங்கி நீலம் பாரித்து ஆண்கள், பெண்கள், குழந்தைகள், வயதானவர்கள் என பேதமற்று சமரசமாக அடுக்கப்பட்டிருந்தன. பலர் மீனவர்கள், மீன்களால் கடிக்கப்பட்டு அங்கங்களை இழந்திருந்தார்கள். மீன்களுக்கு, மீனவரைப் பழிவாங்கும் சந்தர்ப்பம் அரிதாகத்தான் கிடைக்கும். அது கிடைத்திருக்கிறது. அவை குதூகலத்துடன் மற்றைய கடல் வாழ் உயிர்களுடன் சுற்றம் சூழ விருந்தோம்பியிருக்கின்றன.

இயக்கத்தில் சேர்ந்து முதல் மூன்று மாதங்கள் பயிற்சி முகாமில் எதைப் பற்றியும் சிந்திப்பதற்கு நேரமில்லை. உடற்பயிற்சிகள் பின்பு ஆயுதப் பயிற்சி மிகுதி நேரத்தில் உணவு தயாரித்தல், முகாமை சுத்தப்படுத்தல் என நேரம் கரைந்து விடுவதால் உடல் களைப்பில் படுத்த சில நிமிடத்தில் தூக்கம் இழுத்துக் கொண்டு கனவுகளின் உலகத்தில் இறக்கிவிடும். அங்குக் கோட்டை கொத்தளங்களாக புதிய ஈழம் பல வர்ணத்தில் திரைப்படமாக விரியும். வண்ண வண்ணக் கனவுகளில் கார்த்திகா தோகை மயில்போல் பவனி வந்தாள். பயிற்சி முடிந்தபின் அரசியல் பிரிவில் மகளிர் பிரச்சாரப் பகுதியில் இணைந்த பின்பு சிறிது நேரம் கிடைத்தாலும் அது படிப்பதிலும் பரப்புரை விடயங்களைத் தயார் செய்வதிலும் கழிந்துவிடுகிறது.

இறப்பையோ நோயையோ அல்லது வாழ்வின் துன்பங்களையோ அவள் எண்ணிப் பார்க்கவில்லை. ஒரு நெருக்கடியில் இருந்து தப்புவதற்கு வீட்டைவிட்டு ஓடிவந்ததால் ஏற்பட்ட வைராக்கியத்தோடு பயிற்சிக் காலத்தின் கஸ்டங்களைப் பொறுத்திருந்தாள். பயிற்சியின்போது தோள்கள் விரிந்து மார்பிலும் தொடைகளிலும் தசைகள் இறுகுவதை தொட்டுப் பார்த்து ஆனந்தமடைந்தாள். சிறிது தூங்கிய மார்புகள் நிமிர்ந்து இறுகியதை தோழிகள் சொல்லிக்காட்டியபோது வெட்கத்தில்

சிரித்தாலும் உள்ளே மகிழ்ந்தாள். உடலின் இரசாயன, பௌதீக மாற்றங்கள் அவளுக்குப் பெருமையாக இருந்தன. போர்நிறுத்தம் நிலவிய சமாதான காலமானதால் இயக்கத்தில் அதிக திருமணங்களும் குழந்தைப் பேறுகளும் நிகழ்ந்தன; அத்தகைய மூத்தபோராளிகளைக் கண்டபோது அவளுக்குப் போர்காலத்து அழிவுகளை நினைக்க முடியவில்லை. மாவீரர் சமாதிகள், கால், கை, கண்களென அங்கங்களை இழந்த போராளிகள் அவள் எண்ணத்தில் நிஜம் அற்ற நிழல்களாக மட்டும் தோன்றினர்.

வானத்தில் இறக்கையை நேர்கோட்டில் வைத்தபடி பறந்த பறவையொன்று மரக்கிளையில் மோதி காயத்துடன் புவியில் வீழ்ந்து உறைபனியில் புதைந்தது போன்று இருந்தது சுனாமி அழிவுகள். இதுவரை இருந்த அவளது கனவுலகத்தை முற்றுப்புள்ளியிட்டு மூடியது. சுனாமியால் பாதிக்கப்பட்டவர்களது துன்பங்களைப் பார்த்ததும் அவர்கள் நிலையில் நான் இருந்தால் என எண்ணும் சிந்தனை கார்த்திகாவை கருநிழலாக மூடியது.

கிளிநொச்சிக்குப் பதிலாக முல்லைத்தீவில் அந்த கடற்கரை யோரத்து முகாமில் நான் இருந்திருந்தால் எனது பிணமும் இப்பொழுது உடையற்று ஊதிப் பெருத்திருக்கும். எந்தச் சமரிலும் பங்கு பற்றாது நாட்டுக்கும் வீட்டுக்கும் பிரயோசனமற்று இறந்திருப்பேன் என்ற நினைவில் கண்கள் ஈரமாகியது. அம்மாவின் மடியையும் தோள்களையும் நினைத்தாள். துன்பத்தின்போது அம்மாவை விட ஆறுதலானது உலகத்தில் இல்லை.

மரணித்த உடல்களில் இருந்து வெளிச்சென்ற உயிர்கள் பேய்களாக அவளைத் துரத்துவதுபோல் இருந்தது. எல்லோரும் எத்தனை ஆசைகளைத் தேக்கி வைத்தபடி எதிர்காலக் கனவுகளோடு வாழ்ந்திருப்பார்கள்? சிதைந்த அந்தக்கனவுகளுக்கு யார் பதில் சொல்வது?

கடந்த மாதம் முருங்கனுக்குச் சென்று என்னால் சேர்க்கப் பட்ட மூன்று பெண்கள் நல்ல வேளையாக முல்லைத்தீவு கடலில் இருந்து சிறிது தூரவிருந்த முகாமில் வைக்கப்பட்டிருந்தார்கள் என்பது மட்டுமே சிறிது ஆறுதலான செய்தியாக இருந்தது.

செல்வியுடன் மீட்புப்பணிக்காகச் சென்றிருந்தபோதுதான் சுனாமியின் கோரம் புரிந்தது. அவள் இரவு சென்று முகாமில் தங்கிவிட்டு அதிகாலை ஐந்து மணிக்கு கடற்கரை நோக்கிச் சென்றாள். கிழக்கே இன்னமும் ஆதவன் எழாதபோதும் கண்ணுக்குத் தேவையான வெளிச்சம் தெரிந்தது. மோட்டார் சைக்கிளில் கடற்கரையைச் சென்றடைந்தனர். தலைக்கு மேலாக ஏராளமான காகங்கள் கரைந்தபடி பறந்தன.

“என்னடி செல்வி, இவ்வளவு காகங்கள். வாழ்க்கையிலே காணவில்லை?”

“நான் நினைக்கிறன் சாப்பாட்டுக்கு கடற்கரைக்கு போகின்றன. காலை நேரத்தில் மீனவர்கள் மீன்களை வெட்டி குடல் எறிவதும் வலையைச் சுத்தப்படுத்துவதும் நடப்பதால் இவற்றிற்கு உணவு கிடைக்கிறது.”

“உனக்கு எப்படித் தெரியும்?”

“நான் யாழ்ப்பாணம் காக்கைதீவு அருகால் பஸ்சில் போனபோது பார்த்தேன்”

இருவரும் கடற்கரையை அடைந்தபோது இதுவரை கேள்வி ஞானமாக இருந்த விடயங்களை நேரில் காட்சிகளாகப் பார்ப்பது எவ்வளவு துன்பத்தைத் தரவல்லது என்பது புரிந்தது.

கடற்கரையில் இருந்து இரண்டு கிலோமீட்டர்கள் தூரத்திற்கு கடல் வந்ததாகச் சொன்னார்கள். அதற்கு அடையாளமாக கட்டிடப்பொருட்களான மரங்கள், ஓடுகள், ஓலைகள் மற்றும் வீட்டுப் பொருட்கள் தளபாடங்கள், சமையல் பாத்திரங்கள் உரல்கள், உலக்கைகள் என எங்கும் பரவிக்கிடந்தன. மீனவர் களின் வள்ளங்கள் அடித்து ஒதுக்கப்பட்டிருந்தன. ஒரு படகு பெரிய பாலை மரத்துக் கிளைகளுக்கு இடையே முன்பகுதி செருகப்பட்டு அதன் கீழ்ப்பகுதி நிலத்தில் தொட்டபடி நின்றது. அந்தப் படகின் அணியத்தில் யாரோ பெண்ணினது சிவப்புச் சேலை சுற்றப்பட்டிருந்தது. நிலத்தைத் தொட்ட கீழ்பகுதியில் யாரோ ஒருவரது மரப்பெட்டி திறந்தபடி கிடந்தது. அந்த மரப் பெட்டிக்குள் அரைப்பகுதிக்கு மணல் அடைந்து இருந்தது. மணலுக்குள் பாதி புதைந்தபடி பிளாஸ்டிக் பொம்மையின் சிவப்பு தலை தெரிந்தது. அந்த இடத்தைச் சுற்றி சிறிய மரங்கள் முறிக்கப்பட்டும் தென்னை மரங்கள் சாய்க்கப்பட்டுமிருந்தன. வேம்பு, பாலை போன்ற பெரிய மரங்கள் மட்டும் எதிர்த்து சாட்சியாக நின்றன. பாடசாலைக்குச் செல்லும் அவசரத்தில் சிறுவர்களால் கிறுக்கப்பட்ட குட்டிச் சுவர்போல் கடற்கரை காட்சியளித்தது.

வளர்ந்த செடிகள் பற்றையாக அடர்ந்து தோள் உயரத்தில் இருந்த ஒரு இடத்தில் சிறிய ஃபைபர் கிளாஸ் வள்ளங்கள் பல கோணங்களில் கடல் அலைகளால் எடுத்தெறியப்பட்டுக் கிடந்தன. அவற்றின் மேல் முறிந்த மரக்கிளைகள் தாறுமாறாகக் கிடந்தன. அருகில் இரண்டு பெரிய இரும்புக் கேடர்கள் நீளமாக கடற்கரையில் இருந்து கடல்வரையும் சென்றது. கடற் புலிகளின்

இறங்குதுறையாக இருக்கலாம் என ஊகிக்க முடிந்த ஒரு இடத்தில் இயக்கத்தினரை மட்டுமே காணமுடிந்தது. 'மக்கள் இல்லையா? என்றபோது 'இந்த இடங்களில் மக்கள் வசிக்கவில்லை. இயக்கப் பயிற்சிகள் மற்றும் ஆயுதங்களைக் கொண்டு வருவது மட்டும் நடக்கும் இடம் எனப் பதில் வந்தது.

அங்கிருந்து அவள் முதலாவதாக சென்ற இடம் முல்லைத்தீவு கடற்கரையில் அமைக்கப்பட்டிருந்த கடற்புலிகளின் பயிற்சி முகாம். வழக்கமாக சென்றி, பயிற்சி மைதானம், பங்கர் கொட்டில் என இருக்கும் விஸ்தீரணமான அந்த இடத்தில் மணல்மேடு சுற்றி இருந்தது. அது ஏற்கனவே சுத்தமாக்கப்பட்டிருந்தது. நடுவில் கிணறு போன்று பத்தடி ஆழமான குழி தோண்டப்பட்டு இருந்தது. அங்கு நூற்றுக்குமேல் சிறுவர்கள் கடற்புலிகளின் பயிற்சிக்காக கொண்டு வரப்பட்டிருந்தார்கள். அவர்களில் பலர் இறந்திருக்கிறார்கள். அவர்களின் பல உடல்கள் வெளியே எடுக்கப்பட்டன. அவை ட்ரக்ரரில் ஏற்றி அனுப்பப்பட்டதாகச் சொன்னார்கள். ஆனாலும், இன்னும் பலரைக் காணவில்லை. அவர்கள் கடலோடு மீண்டும் கொண்டு செல்லப்பட்டார்களா இல்லை மண்ணில் புதைந்தார்களா என்பது சந்தேகமாக இருப்பதால் இந்தப் பகுதியைச் சுற்றியுள்ள பிரதேசத்தை உழவு இயந்திரத்தால் ஆழமாக உழுவதற்குத் திட்டம் இருப்பதாகத் தெரிந்தது.

கடலோரத்தில் புதர்களுக்கு இடையில் பாதுகாப்பாக மறைத்து வைத்திருந்த பல வள்ளங்கள், புதைத்து வைத்திருந்த ஆயுதங்கள், பல மோட்டார் வள்ள எஞ்ஜின்கள், கடற்கரையருகே இருந்த பட்டறைகள் எல்லாம் அழிந்து விட்டதாகக் கடற்புலிகளில் ஒருவர் கூறினார்.

மக்களது நிவாரணப்பணியில் பங்கேற்பதற்காக மகளிர் அமைப்பினால் வரவழைக்கப்பட்டிருந்ததால் புதுக்குடியிருப்பிற்குச் சென்ற கார்த்திகாவிற்கும் செல்விக்கும் மக்களுக்கு உணவு, தண்ணீர், உடை கொடுக்கும் அகதிகள் உதவியமைப்போடு சேர்ந்து வேலை செய்யும்படி பணிக்கப்பட்டது.

பல குடும்பங்களில் ஒன்றுக்கு மேற்பட்டவர்கள் உயிரிழந்திருந்தனர். ஒரு குடும்பத்தில் பத்துப்பேர் கடலால் மூடுண்டு இறந்துவிட ஐந்துவயதுச் சிறுவன் மட்டும் தப்பிப் பிழைத்திருந்தான். அம்மாவைப் பார்க்கவேணும், ஆச்சியைப் பார்க்கவேண்டும் என கேட்டுக்கொண்டு முகாமில் சுற்றி வந்த அவனை செல்வி தூக்கியபடி திரிந்தாள். அவளுக்கு ஒரு தம்பி அந்த வயதில் இருந்தான். சிறுவயதில் அவனைத் தூக்கி

வளர்த்ததை நினைத்துக்கொண்டாள். செல்வி யாழ்ப்பணத்தில் மானிப்பாயை சேர்ந்தவள். இயக்கத்தில் விரும்பி வந்தவர்களில் அவள் ஒருத்தியானதால் கார்த்திகா அவளோடு நெருக்கமாகி விட்டாள்.

மக்கள் பாடசாலைகளிலும் தேவாலயங்களிலும் இருந்தார்கள். அவர்களுக்கு உணவு, உடைகள் விடுதலைப்புலித் தொண்டு நிறுவனங்களால் கொடுக்கப்பட்டன. உணவிலும் பார்க்க தங்களது சோகக் கதைகளைச் சொல்வதற்கே பிழைத்திருந்தவர்கள் விரும்பினார்கள். உணவுப்பொருளை ஏனோதானே என பெற்றுக்கொண்டவர்கள், தங்கள் சோகத்தை சொல்ல நினைத்தபோது இயக்கத்தில் இருந்து உதவியளிக்க வந்தவர்களுக்கு கேட்பதற்கு நேரமோ பொறுமையோ இல்லை என்பதைத் தெரிந்தபோது அவர்களின் சோகம் மழைக்கால வன்னிக்குளங்களாகியது.

கணவனையும் இரண்டு பிள்ளைகளையும் பறிகொடுத்த தாயிடம் கார்த்திகா உணவுப் பொதியை நீட்டியபோது நாற்பது வயதான அவள் கையில் பிடித்து இழுத்து கன்னத்தில் முத்தமிட்டாள். "இராசாத்தி இயக்கத்துக்குப் போகவேணாம் போகவேணாம் என பொத்திப் பொத்தி வளர்த்த உன்னை மாதிரி இரண்டு குமர் குஞ்சுகளை கடல் அரக்கன் கொண்டு போயிட்டது. நான் மட்டும் உயிரோட இருந்து என்ன செய்யப் போகிறேன். இந்த இடத்தில் கொஞ்சம் இருந்துவிட்டு போ" என உணவுப்பொதியை நிலத்தில் கைநழுவ விட்டு கார்த்திகாவின் கையைப் பிடித்திருந்தாள். மெலிந்த அந்தக் கைகளை உதறி விலத்தமுடியாது அவளருகே இருந்த இடத்தில் மௌனமாக அமர்ந்தாள். கார்த்திகாவின் முகத்தை மெதுவாக தடவியபடி அவள் புலம்பினாள்:

"குஞ்சு, நான் வீட்டுக்கு வெளியே துவைத்த துணிகளைக் காயப்போடுவம் என வந்தபோது அலையால் தூக்கி எறியப்பட்டு முற்றத்து வேப்ப மரக் கிளையில் அம்மணமாகத் தொங்கினேன். அந்த அம்மணத்தை மறைக்க முடியாமல் கண்ணை மூடிக்கொண்டிருந்தபோது பயங்கரமான இரைச்சல் என் காதில் கேட்டது. வந்தஅலை போனபிறகு கண்ணைத் திறந்து பார்த்தால் வீடிருந்த இடமே தெரியவில்லை. உள்ளே இருந்த புருசனையும் பிள்ளைகளையும் கடல் வீட்டோடு கொண்டு போய்விட்டது. இதற்குப் பிறகு எதற்காக நான் இந்தச் சாப்பாட்டை சாப்பிட்டு உயிர் வாழ வேண்டும்?"

"அம்மா போனதை திரும்ப யாரால் மீளப் பெறமுடியும்? நீங்கள் மட்டும் ஏன் அந்த நேரத்தில் வெளியே வந்தீர்கள்?

அந்தக்கிளையில் நீங்கள் தொங்கியபோது அந்த அலை உங்களை மட்டும் ஏன் விட்டுச்சென்றது? ஏதோ ஒரு கடமையை செய்வதற்காகத்தான் என நினைக்கிறேன்."

"இராசாத்தி இப்பிடி அறிவாக கதைக்க உனக்கு ஆரடி சொல்லித்தந்தது?"

"என்ர அப்பாதான் அடிக்கடி சொல்லுவார். நாங்கள் ஒவ்வொருவரும் ஏதோ ஒரு நோக்கத்திற்காகத் தான் இந்த உலகத்தில் வந்து சேர்ந்திருக்கிறோம். அந்த நோக்கத்தைப் புரிந்து சரியாகச் செய்வது நம்மளைப் பொறுத்தது. பிள்ளையைப் படிக்கப் பள்ளிக்கூடம் அனுப்பிறது மாதிரி. படிக்கிற பிள்ளை படிக்கிறது மற்றதுகள் விளையாடிவிட்டுப் போகிறது. நாங்கள் இந்த பூமியில் வாழும்போது எங்கள் வாழ்வின் நோக்கத்தைப் புரிந்துகொள்வது முக்கியம்"

"உன்னோடு பேசியதில இரும்பாய் கனத்த மனம் பஞ்சாகிவிட்டது. யாரு பெத்தபிள்ளையோ? உன்ர உடுப்பைப் பார்த்தால் இயக்கப்பிள்ளை போல இருக்கு. ஆனால், அறிவாகப் பேசுகிறாய். தொடர்ந்து வாழ்வதற்கு கர்த்தரிடம் செபிக்கிறன். உன்ர பெயரென்ன?"

"கார்த்திகா?"

"சைவப்பிள்ளையா?"

"இயக்கத்தில சைவம் வேதமெண்டில்லை. நான் போகவேணும் மற்றவர்களும் உங்களைப்போல் பாதிக்கப்பட்டிருப்பார்கள் தானே?"

"அது சரி பிள்ளை, நீ போ. நான் சுயநலக்காரி. உன்னை இவ்வளவு நேரம் மினக்கெடுத்தி விட்டன்"

"என்ர நினைவா நான் ஒன்று தாறன். பார்த்துக் கொள்வீர்களா அம்மா?"

"நீ அம்மா என்ற பிறகு என்னிடம் அனுமதி கேட்க வேணுமா?"

"செல்வி இங்கு வா" என வாக்கி டாக்கியில் அழைத்தாள்.

சிறுவனை, தனது இடுப்பில் வைத்தபடி மக்களை விலத்திக் கொண்டு வந்தாள் செல்வி. ஐந்து வயதுப் பையன் அமைதியாக அவளது இடுப்பில் இருந்தபடி வேடிக்கை பார்த்தான்.

"அம்மா இவனை பார்த்துக் கொள்ளுங்கள். இவனது முழுக் குடும்பமும் உங்களைப்போல் அழிந்து விட்டது. இந்த முகாமில்

தனியாக அழுதுகொண்டு அலைகிறான். இவன் சைவமா வேதமா எனத் தெரியாது ஆனால், நீங்கள்தான் இனி அம்மா";

சிறுவனைக் கை நீட்டி வாங்கிய அந்தத் தாயிடம் வார்த்தைகள் வெளிவரவில்லை.

அவனைத் தனது மடியில் இருத்தி உணவுப் பொட்டலத்தை நிலத்தில் வைத்துப் பிரித்து அவனுக்கு ஊட்டியபோது சிறுவயதில் அம்மாவை நினைவுக்குக் கொண்டு வந்தது. கண்ணீருடன் செல்வியை இழுத்துக்கொண்டு அந்த இடத்தில் இருந்து விலகினாள் கார்த்திகா.

சில நாட்கள் அந்தப்பகுதி முகாம்களில் உதவி செய்தபோது அந்த அம்மாவைக் கவனித்தாள். எதுவும் நடக்காததுபோல் அந்தச் சிறுவனைப்பராமரித்ததைப் பார்த்து ஆறுதலடைந்தாள். குறைந்த பட்சம் ஒருவரது துன்பத்தையாவது என்னால் குறைக்க முடிந்ததே என்று திருப்தி அடைந்தாள்.

ஒரு நாள் அதிகாலையில் எழுந்து செல்வியுடன் மோட்டார் சைக்கிளில் பூநகரியை நோக்கிச் செல்ல வேண்டியிருந்தது. காலையில் பிரயாணிப்பது உடலுக்கும் மனதிற்கும் இதமானது. மெதுவாக காது மடலையும் நுனி மூக்கையும் விறைக்க வைக்கும் காலைப்பனியை ஊடறுத்து குளிர் காற்றை உள்ளே ஆழமாக இழுத்தபடி மேற்கு நோக்கிச் சென்றாள். பச்சைப் பசேலன இருந்த பிரதேசத்தின் ஊடாக சென்ற பாதையில் மயில்கள் கூட்டமாகப் போவதைப் பார்த்து வாகனத்தை நிறுத்தியபோது செல்வி கையில் வைத்திருந்த ரொட்டித் துண்டை வாய்க்குள் திணித்து வாழைப்பழத்தையும் கடித்தாள். காலை உணவு சாப்பிடாது வெளியேறியதால் பசியைத் தீர்க்க கையில் கிடைத்ததைப் பையில் போட்டுக்கொண்டு வந்தது பிரயோசனமாக இருந்தது. இடையிடையே அதை கார்த்திகாவுக்கும் தந்தாள். மாதவலி மற்றும் பயிற்சியில் வரும் உடல் வலி எதையும் தாங்கும் செல்வியால் பசியை மட்டும் தாங்கமுடியாது. எதையாவது நொறுக்கித் தீனியாகத் தின்றபடி இருப்பாள். சாப்பாடு ஒன்றும் அவளில் ஒட்டாது. உயர்ந்து மெலிந்து இருப்பாள்.

கார்த்திகா கிளிநொச்சியில் இருந்து முல்லைத்தீவு செல்லும் பாதைகளில் செல்லும்போது சாதாரண உடையிலும் பூநகரி மற்றும் மன்னார் பிரதேசங்களில் செல்லும்போது இயக்கத்தின் உடையிலும் செல்வது வழமையானது. கொழும்பு – யாழ்ப்பாணம் பிரதான வீதியின் கிழக்குப் பக்கத்தில் ஆழ ஊடுருவும் இராணுவத்தின் கண்ணி வெடித்தாக்குதல்கள் மூலம் இயக்க முக்கியஸ்த்தர்கள் உயிர் இழந்தனர் என்பதால் கவனமாகப்

பிரயாணிக்க வேண்டும் எனவும் அதேவேளையில் மேற்குப் பகுதி பாதுகாப்பானது எனவும் இயக்கத்தால் அறிவிக்கப்பட்டிருந்தது.

பூநகரி பாடசாலையொன்றில் மக்களை சந்திக்க வேண்டும். இந்தப் போர்நிறுத்தம் சமாதானத்தைக் கொண்டுவரும் என நம்பவேண்டாம் எனக்கூறி யுத்தத்தைத் தவிர்க்கமுடியாது என்பதை வலியுறுத்த வேண்டும். ஏற்கனவே விதானைக்கு அறிவித்ததால் அவர் சொல்லி வைத்தது போல் கிராமமக்கள் பாடசாலைக்கு வந்திருந்தார்கள். ஆரம்ப காலம் போல் மக்களை விடுதலைப் புலிகளின் மற்றைய பிரிவினர் சந்திப்பது இல்லை. மக்களோடு பிரசாரம் மற்றும் தொடர்பு வேலைகள் எல்லாம் அரசியல்பிரிவினரைச் சார்ந்தது. மக்கள் நிர்வாக வேலைகளை சிவில் நிர்வாக அமைப்பு பார்த்துக்கொள்ளுகிறது.

அங்கிருந்த ஒரு மூதாட்டி "தங்கச்சி நான் என்ர பேரனைப் பார்க்கவேண்டும்" என்றாள்.

"ஏன் ஆச்சி?" எனக்கேட்டாள் செல்வி.

"இல்லை நான் செத்துப் போறதாகக் கனவு கண்டேன். அவனை அதுக்கு முதல் பார்த்தால்தான் எனது கட்டை வேகும்"

"உங்களது பேரனது பெயரையும் உங்கள் விலாசத்தையும் சொல்லுங்கோ?" எனக் கேட்டு செல்வி குறிப்பெடுத்தாள்.

ஒரு இளம்பெண் கார்த்திகாவின் வயதிருக்கும் அருகில் வந்து அவளை கையால் இழுத்து அழைத்துச்சென்று தனது கணவனது மடியில் இருக்கும் குழந்தையின் சட்டையை உயர்த்திக் காட்டினாள்.

ஒரு வயதான ஆண்குழந்தை.

கார்த்திகாவுக்கு எதுவும் புரியவில்லை.

"அவனது சாமானுக்குக் கீழே விதையில்லை. இங்க உள்ள டாக்டர் சொல்கிறார் விதை உள்ளே இருக்காம். அதை உடனே வெளியே எடுக்க கொழும்புக்கு கூட்டிச் சென்றுதான் ஒப்பரேசன் செய்ய வேண்டுமாம்"

கார்த்திகா அதிர்ந்து உள்ளே விறைப்பாகிவிட்டாள். உடலின் ரோமங்கள் குத்திட்டன. குழந்தையின் ஆண்குறியை இப்படி அருகாமையில் பார்ப்பது இதுதான் முதல்தடவை. அதுவும் விதையற்று வெறுமனே இருந்த ஒரு வயதான ஆண் குழந்தை.

"செல்வி இங்கே வா" எனக்கூப்பிட்டுக் காட்டினாள்.

செல்வியின் பாடசாலைக் காலத்து காதலன் மானிப்பாயில் இருந்து பின்னர் கனடா போய்விட்டான். அதன் பின்பு இயக்கத்தில் சேர்ந்தவள் என்பதால் விதை பற்றிய அறிவு தன்னைவிட செல்விக்கு இருக்கலாம் என நினைத்தாள்.

செல்விக்கும் அதிர்ச்சியாக இருந்தது. மெதுவான சிரிப்பும் வந்தது. அதை மறைத்தபடி "கிளிநொச்சி வந்து அங்கு டாக்டர்களிடம் மருத்துவச் சான்றிதழ் எடுத்து பின்பு தலைமை அலுவலகத்தில் மனுக்கொடுங்கள்" என்றாள்.

"தங்கச்சி நாங்கள் எத்தனையோ தரம் மனுக் கொடுத்தோம். ஒன்றும் நடக்கவில்லை."

"நாங்கள் உங்கள் விபரத்தை சொல்லிப் பார்க்கிறம். கொஞ்சம் விபரம் தாங்க."

"உங்களுக்குப் புண்ணியம் கிடைக்கும்;" என விலகினாள் அந்தப்பெண்.

திரும்பி வந்தபோது "எடியேய், ஏன் என்னைக் கூப்பிட்டாய்?" என்றாள் செல்வி.

"உனக்கு இதைப் பற்றிய அறிவு கொஞ்சம் கூட இருக்கும் தானே? அண்ணன் தம்பியென பிறந்தனி."

"உனக்கும்தானே அண்ணை இருக்கிறார்?"

"அவர் எங்களோடு வந்து சேர்ந்தபோது பெரியாளாகத்தான் இருந்தார். எல்லா நேரமும் காற்சட்டை போட்டிருந்தார். இப்ப சந்தோசமா?"

"என்னை நக்கலுக்குக் கூப்பிடுகிறாய் என நினைத்தேன்"

"ஏண்டி அப்படி நினைத்தாய்?" நான் ஏன் உன்னை நக்கல் பண்ணுறேன்? ஆனாலும் இந்த மக்களோடு வேலை செய்வது கடினமானது. இராணுவத்தோடு சண்டை பிடிக்கிறது இலகுவானது என நினைக்கிறேன்."

"அதுதானே சண்டைக்கு ஆள் பிடிக்க வந்திருக்கிறம்" செல்வி சிரித்தாள்.

இப்பொழுது மக்கள் கூட்டம் கலைந்தது. பாடசாலை மாணவர்கள், ஆசிரியர்களுடன் பேச வேண்டிய நேரம் இதுவே. இயக்கத்திற்கு ஆட்கள் சேர்ப்பதே முக்கிய விடயம்.

செல்வி கொண்டு சென்ற காக்கி தோள் பையில்; இருந்து சிறிய ஆயுதங்களை எடுத்து பாடசாலை முன்றலில் உள்ள வேப்பமரத்தின் கீழ் ஒரு மேசையைத் தருவித்து அதில்

பரப்பினாள். ரிவோல்வர், பிஸ்டல், கைக்குண்டு என்பன பளபளத்தன. ஏற்கனவே பாடசாலைக்கு விடுதலைப்புலிகளின் மகளிரணியைச் சேர்ந்தவர்கள் வருவதாக தெரிவித்திருந்ததால் பாடசாலையில் எந்தப் பாடங்களும் தொடங்கவில்லை.

அந்தக்காலத்தில் கல்வி இலாகா இன்ஸ்பெக்டர் வருகிறார் என்றால் ஏற்படும் பதற்றத்திலும் பல மடங்கு இப்பொழுது அரசியல்ப் பிரிவு வருவதென்றால் ஆசிரியர்களுக்கு ஏற்படுகிறது. உண்மையில் படிப்பிக்க நினைத்தாலும் பரபரப்பும், இருதயத்துடிப்பும் அவர்களை ஆசனத்தில் அமரமுடியாது செய்துவிடும். பெண்ணாசிரியர்கள் மணிக்கொருதரம் பாத்றூம் போய்வருவார்கள். அதற்காக நாள் முழுவதும் உணவோ நீரோ அருந்தாத ஆசிரியைகள் சிலர் உண்டு. அவர்களுக்கிடையே நடைபெறும் உரையாடல்கள் குறைந்துவிடும். கண்களாலே பல விடயங்களைப் பரிமாறுவார்கள்.

ஆண்களில் முக்கியமாக இளமாசிரியர்கள் கலக்கத்தில் இருப்பார்கள். சில காலத்தின் முன்பு பாடசாலைக்கு வந்த அரசியல் பிரிவினர் சிறந்த கணித ஆசிரியர் என ஒருவரை அறிமுகப்படுத்த அவரை இயக்கத்தின் கணக்கு வழக்குப் பார்க்க என அழைத்துச் சென்று விட்டார்கள். சமயோசிதமாக அந்த ஆசிரியர் பாடசாலை முடிந்ததும் வந்து வேலை செய்வதாகச் சொல்லி தற்பொழுது ஒரு வருடமாக இரண்டு வேலையும் செய்தபடி இருக்கிறார்.

பாடசாலை அதிபர் ஏற்கனவே ஆசிரியர்களிடம் முக்கிய விடயத்தைத் தெரிவித்திருந்தார். விடுதலைப் புலியோடு போக விரும்புபவர்கள் தை மாதத்திலே போனால் நல்லது. நாங்கள் ஏனையோருக்கு படிப்பிக்க முடியும் என்பதை ஆசிரியர்களும் மெதுவாக மாணவர்களுக்கு அறிவித்து விட்டார்கள். கொஞ்சம் துடிப்பும், குழப்படியுமான, படிப்பு மண்டையில் ஏறாத ஆண் மாணவர்கள் இயக்கத்திற்குப் போனால் தங்கள் வேலை இலகுவாகிவிடும் என்பது ஆசிரியர்களது எண்ணமாக இருந்தது. பெரும்பாலான ஆசிரியர்களுக்கு பெண் பிள்ளைகளை அப்படி நினைக்க மனதில் தைரியம் வரவில்லை. பாடசாலை அதிபரின் தங்கை இயக்கத்தைச் சேர்ந்த தளபதி ஒருவரை திருமணம் முடித்து இருந்ததால் அவரது சிந்தனை வித்தியாசமாக இருந்தது. அவரும் மருத்துவப்பிரிவில் சில காலம் இருந்து பின்பு ஆசிரியரானவர். இயக்கத்தில் செல்வாக்கும் தொடர்பும் உள்ளவர் என்பதால் ஆசிரியர்கள் அவரது வார்த்தைக்கு எதிர்ப் பேச்சுப் பேசமாட்டார்கள். ஏற்கனவே இவருக்கு முன்பாக இருந்த யாழ்ப்பாணத்து ஆசிரியரை இயக்கத்து செல்வாக்கு

மூலம் அவரது ஊருக்கு அனுப்பினவர். அவர் அந்தப்பகுதியில் கருஞ்சிங்கம்போல் இருந்தார்.

ஏற்கனவே பெயர் கொடுத்த பிள்ளைகளை விடுதலைப் புலிகளில் சேர்ந்து போராடத்தயாரான மாணவர்கள் என தலைமையாசிரியரே அறிவித்தார். கார்த்திகாவும் செல்வியும் வரிசையாக நின்ற அந்தப் பிள்ளைகளைப் பார்த்தபோது பலர் துப்பாக்கிகளை தூக்குவதற்கு உடல் பலமானவர்களாகத் தெரியவில்லை. பெரும்பாலானவர்கள் வயதுக்கேற்ற வளர்ச்சியற்றவர்கள். ஊட்டச்சத்து குறைந்து மெலிந்திருந்தனர். அப்படியான பிள்ளைகளைத் தவிர்த்துவிட கார்த்திகா நினைத்திருந்தாள். இயக்கத்தின் உணவிலும் பயிற்சியிலும் பிள்ளைகள் உடல் வளர்ந்து திடகாத்திரமடைவதாக இயக்கத்தினர் நினைத்ததால் இயக்கத்தின் கட்டளை எல்லோரையும் சேர்க்கவேண்டும் என்பதாக இருந்தது.

முகாமில் உணவும் பயிற்சியும் கொடுத்தபின் சிலமாதங்களில் பிரயோசனப்படாதவர்களை வீட்டுக்கு அனுப்பமுடியும் அல்லது மற்றைய சிவில் விடயங்களுக்கு பயன்படுத்தலாம். ஆரம்பத்தில் மாவீரர் குடும்பங்களில் பிள்ளைகளை எடுக்காமல் இருந்த இயக்கம், அதையும் புறந்தள்ளி அங்கிருந்தும் பிள்ளைகளை சேர்ப்பது என்ற தீர்மானம் இயக்கத்தினுள்ளே கசப்பை உருவாக்கியிருக்கிறது. இயக்கத்தில் பிள்ளைகள் சேர்வதால் செல்வாக்கு ஏற்படுகிறதென விரும்பிய குடும்பங்களும் இருந்தன. செல்வி சிறிதாக இருந்த பெண்பிள்ளைகள் பருவம் அடைந்து விட்டார்களா என்பதை அவர்களிடம் அருகில் சென்று விசாரித்து பெயர் பதிந்துகொண்டாள்.

கட்டளைகளை விருப்பு வெறுப்பின்றி செயல்படுத்தவேண்டும் என மேலிடம் கூறியிருக்கிறது. செல்வியும் கார்த்திகாவும் ஒரே காம்பில் ஒன்றாகப் பயிற்சி எடுத்து தோழிகளாகியவர்கள். செல்வி சிலகாலம் இயக்கத்தின் உளவு பார்க்கும் செயலில் அமர்த்தப்பட்டு இருந்ததால் கார்த்திகா அவளை சிநேகிதியாகக் கருதினாலும் முற்றாக நம்பவில்லை. இயக்க விடயத்தில் செல்விக்கு உளவுப்பிரிவுத் தொடர்பு இருக்கலாம் என நினைத்தாள். கார்த்திகா பயிற்சி முடிந்ததும் அந்த உளவு வேலையைத் தவிர மற்ற எந்தவேலையும் செய்யத் தயார் என்று அரசியல் பிரிவில் சேர்ந்தாள்.

அந்தப்பாடசாலையில் அதிபர், ஆசிரியர்கள் ஏற்கனவே மாணவிகளிடம் பேசியிருந்ததால் வழக்கத்தை விட வேலை இலகுவாக இருந்தது. பத்து மாணவிகள் என்பதால் மிகவும்

பெரிய விடயம். அதுவும் வந்து இரண்டு மணி நேரத்தில் வேலை முடிந்துவிட்டது; இப்பொழுது அந்தப் பெண்களை இயக்கத்திற்கு அனுப்புவதற்கு வாகனம் வேண்டும். அதை அறிவிப்பதற்கு வாக்கி டோக்கியை எடுத்த அந்தக்கணத்தில் இயக்கத்தைச் சேர்ந்த வெள்ளை பஜிரோ வண்டி ஒன்று வந்து நின்றது.

இறங்கியவர் விடுதலைப் புலிகளின் இராணுவ உடை அணிந்திருக்கவில்லை. ஆனாலும், முக்கிய தளபதியாக இருக்கலாம் என எண்ண வைத்தது.

“கார்த்திகா தானே”

“ஓம் நீங்கள் யார்?”

“எனது பெயர் சாந்தன். உங்களது அண்ணனை எனக்குத் தெரியும். நான் ஒழுங்கு பண்ணித்தான் கிளிநொச்சியில் சந்தித்தீர்கள். என்ன இங்கு நிற்கிறீர்கள்?”

“இல்லை, நாங்கள் இயக்கத்திற்கு ஆள் சேர்த்தோம். இப்பொழுது அவர்களை கிளிநொச்சி அனுப்ப வாகனத்தை வரவழைக்கவேண்டும்.”

“நான் அழைத்துச் செல்கிறேன். இதோ எனது அடையாளம்” என இயக்கத்தின் அடையாள அட்டையைக் காட்டியபோது கார்த்திகா அதிர்ந்தாள். ஏற்கனவே அந்தப்பெயரை அக்காமார் மரியாதையாகச் சொல்லும்போது கேட்டிருக்கிறாள்.

பிள்ளைகளை வாகனத்தில் ஏற்றியபின்பு சாந்தன் வந்தான். “என்ன ஒரு நன்றி கூடச் சொல்லாமல் போகிறீர்களே” குறும்பாக சிரித்தபடி

நாணத்துடன் “நன்றி” எனச் சிறிது தலைகுனிந்தாள் கார்த்திகா.

அந்த அதிர்ச்சியில் இருந்து வெளியே வந்தபோது செல்வி “என்னடி திகைத்துப்போனாய்? ஆம்பிளையளைப் பார்த்ததில்லை?” எனக்கேட்டாள்.

“இல்லையடி. நான் எதிர்பார்கவில்லை அண்ணனுக்கு தெரிந்த ஒருவர் உயர் மட்டத்தில் இருப்பார் என”

“ஏன் உங்கண்ணன் எப்படி? ஸ்மாட்டா?”

“அண்ணன் நல்ல நிறமும் உயரமும். ஆனால், மிகவும் கெட்டிக்காரன். கணிதத்தில் நூறு மார்க்ஸ் எடுக்கும். அது சரி நீ ஏன் கேட்கிறாய்?”

“ஏதாவது தேவைக்குத்தான்” எனச் சிரித்தாள் செல்வி.

“அது சரி வராது. அண்ணையை ஒரு அவுஸ்திரேலியாக்காரி கணக்குப்பண்ணுவதாக அண்ணன் சொன்னது. நீ நா ஊறாத.”

“யார் நா ஊறுவது எனப்பார்போம்” என்றாள் செல்வி.

“நீ உனது உளவுப்பிரிவுத் திறமையை என்னில் காட்டாதே” எனச்சொன்னாள் கார்த்திகா.

கிளிநொச்சிப்பாதையில் அவர்கள் இருவரும் பயணத்தைத் தொடர்ந்தார்கள்.

13

பாலற்ற மாடுகள்

அசோகனுக்கு இலங்கை சென்று திரும்பிய பின்பு வங்கிக்கு வேலைக்கு செல்வதை நினைப்பது எளிதாக இருக்கவில்லை. பிரயாணம் இரண்டு கிழமைகள்தான். ஆனாலும், அது ஏற்படுத்திய பாதிப்பு உள்ளத்தை உளியால் செதுக்கியதுபோல் இருந்தது. இலங்கையில் பார்த்த காட்சிகள் மனதில் இடைவெளியற்ற திரைப்படமாக ஓடிக் கொண்டிருந்தன. பெரியப்பா, பெரியம்மா, கார்த்திகா... இயக்கத்தின் கிளிநொச்சி அலுவலகம், அங்கு சந்தித்தவர்கள் நடந்துகொண்ட விதம் அனைத்தும் மாறிமாறி காட்சியாகத் தோன்றின.

கொழும்பு செல்லும் பயணத்தில் விமான நிலையங்கள், ஹொட்டல்கள் என கிடைத்த சந்தர்ப்பங்களில் தொலைக்காட்சியில் பார்த்த சுனாமி அழிவுக்காட்சிகள் மனதைக் கொத்தும் மரங்கொத்திப்பறவையின் அலகாக மாறியிருந்தன.

நல்லவேளையாக அந்த அழிவுகளை நேரடி யாகப் பார்க்கவில்லை. உப்பிய உடல்கள்... உருக்குலைந்த கட்டிடங்கள்... முக்கியமாக மீதியாக இருப்பவர்களின் அழுகுரல்கள் எதையும் கேட்க வில்லை. கண்ணீர் வடிந்த முகங்களைப் பார்க்க வில்லை. பார்த்திருந்தால் அதன் பாதிப்பு காலம் காலமாக அலைக்கழித்திருக்கும்.

இரத்தத்தையும் மரணங்களையும் சிறு வயது முதல் பார்த்து வளர்ந்தாலும் ஐந்து வருட அவுஸ்திரேலிய வாழ்க்கை என்னை மென்மையாக்கி விட்டதா? உண்மையாகத்தான் இருக்கவேண்டும்.

கோரமான வாகன விபத்துக்களால் சிதைந்த உடல்களைக் காட்டாத தொலைக்காட்சிகள், அப்படியான படங்களைப் பிரசுரிக்காத பத்திரிகைகள் உள்ள நாடு இது. நடக்கும் கொலைகளும் சாலை விபத்துகளும் முக்கிய செய்திகளாகப் பெரிதாக்கப்படும் நாட்டில் வாழ்பவர்களுக்கு மரணம் வித்தியாசமான விளக்கத்தைக் கொடுக்கிறது. நாட்டில் நடக்கும் கொலைகளை சட்டத்தாலும் பொலிசாராலும்; தவிர்க்க முடியும். நோயாலும் முதுமையாலும் இறப்பதைத் தடுக்க வைத்திய சேவையில் வசதிகளை அதிகரிக்க வேண்டுமென, தொலைக்காட்சிகளிலும் பத்திரிகைகளிலும் அரசியல்வாதிகள் பேசுவார்கள். விஞ்ஞானிகளும் மருத்துவ நிபுணர்களும் நோய் பற்றிய ஆராய்ச்சிகளுக்கு பணத்தை அதிகரிக்க வேண்டுமென் பார்கள். இப்படிப்பட்ட தேசத்தில் வாழ்ந்து வரும்போது இறப்பைத் தடுக்கமுடியும் என்ற எண்ணம் இங்கு மனிதர்களுக்கு வந்ததில் ஆச்சரியமில்லை.

ஒவ்வொரு நாளும் நடக்கும் மரணங்களை வெறும் எண்ணிக்கையாக சந்திக்கும் போர்க்கால இலங்கையில் இறப்புகள் தவிர்க்க முடியாமல் எந்த விதத்திலும், எந்த வயதிலும் வரலாம் என்ற எண்ணம் மனிதர்களிடம் வாழ்க்கை பற்றி ஒரு நிச்சயமற்ற தன்மையை ஏற்படுத்திவிடுவது ஆச்சரியமானது அல்ல.

புத்தபகவான் இக்காலத்தில் அவுஸ்திரேலியாவில் பிறந்திருந்தால் மரணம், பிணி தவிர்க்க முடியாது என்பதற்குப் பதிலாக வைத்திய வசதியைக் கூட்டுவதையும் நோய்த் தடுப்பையும் போதித்திருக்கலாம். நபியோ அல்லது யேசு போன்ற மகான்களோ தற்காலத்தில் பிறந்திருந்தால் அவர்கள் அரசியல்வாதிகள் போல் மக்களுக்குத் தோன்றியிருப்பார்கள். காலம் அவர்களை மகான்களாகவும் இவர்களை அரசியல்வாதிகளாகவும் ஆக்கியிருக்க வேண்டும். இக்காலத்து அரசியல்வாதிகள் அக்காலத்தில் பிறந்திருந்தால் மகான்களாக மாறி இவர்களுக்கும் மதமொன்று உருவாகியிருக்குமா?

இல்லை இல்லை நான் நினைப்பது சரியில்லை. மகான்களைத் தவறாக நினைப்பது கூடாது என நினைத்த போது அசோகனின் முகத்தில் மெதுவான சிரிப்பு இழையோடியது. எண்ணங்களும் சிந்தனைகளும் அவர்கள் வாழும் சூழலைப் பொறுத்தது என்பது உண்மைதானே! நான் பார்க்கும் கோணம் ஜெனி பர்க்கும் பார்வையில் இருந்து வேறுபடுகிறதே!

மெல்பனுக்கு வந்து இரண்டு நாட்கள் கழிந்தாலும் உடல் இன்னமும் இலங்கை நேரத்தை வென்று தன்வசப்படுத்தவில்லை.

நல்லவேளையாக வாரவிடுமுறை நாட்களாக இருந்தன. விமானக் களைப்பு எனும் ஜெற் லாக் என்பது இதுதானா?

இரு நாட்களையும் படுக்கையிலும் தொலைக்காட்சியின் முன்பாக இருந்த கதிரையிலும் கரைத்தான். பறவைகள் பகலெல்லாம் பறந்து விட்டு இராப்பொழுதில் மரக்கொம்பில் தங்குவது போல் இந்த ஃபிளட்டில் இரவுவேளைகளில் தங்கி வந்த அவனுக்கு இரண்டு நாட்கள் முழுவதாக ஃபிளட்டில் கழித்தது ஒரு வித்தியாசமான அனுபவம். இரண்டு நாட்களும் எவரும் வரவோ தொலைபேசியில் பேசவோ இல்லை.

ஞாயிற்றுக்கிழமை மாலையில் வழக்கமாக வரும் இரண்டு லொரிக்கிட்டுகள் வந்து யன்னலின் வெளிப்புறத்தில் அமர்ந்தபடி தங்கள் அலகுகளால் ஒரேநேரத்தில் கண்ணாடியைக் கொத்தின.

ஆணும் பெண்ணுமாக இருக்கவேண்டும். கடன் வசூலிக்க வரும் கடன்காரர்கள்போல் ஒவ்வொரு ஞாயிற்றுக்கிழமையும் மாலை நேரத்தில் கடந்த ஆறு மாதங்களாக வருகின்றன. ஞாயிற்றுக்கிழமை தவிர்ந்த மற்ற நாட்களிலோ அல்லது மற்றைய நேரத்திலோ அவை வருவதில்லை. அவைகளுக்கும் காலம், நேரம், விடுமுறை பற்றிய புரிதல் இருக்க வேண்டும். ஆரம்பத்தில் என்ன உணவு கொடுப்பது என யோசித்து, திண்டாடிய அசோகன் பலவற்றை அப்பிள், அரிசிச் சோறு, பிஸ்கட் என பலவற்றை யன்னலருகே வைத்தான்.

இலங்கைக் கிளிகள் போன்று ஆனால், சிறியதாகவும் பல வர்ணங்கள் கொண்டும் அவை இருந்தன; இவற்றை ரெயின்போ லொரிக்கீட்டுகள் என்பார்கள். அவை பெரும்பாலும் பூக்களில் இருந்து தேனை உறிஞ்சுவதால் கிளிகள்போல் பெரிய முன்வயிறு இல்லை. விதைகளை, பழங்களை அதிகமாக உண்ண முடியாதவை என அறிந்ததும் பழச்சாறு கலந்து செய்த உணவை, கடையில் வாங்கி வைத்திருந்தான். உணவை வைத்தாலும் உடனே சாப்பிடாது அவன் முகத்தைப் பார்த்தபடி இருக்கும் அந்த சோடி அவன் விலகி பின்பே உண்ணத் தொடங்கும். இவை உணவிற்காக வருகின்றனவா? இல்லை என்னைப்பார்க்க வருகின்றனவா என்ற சந்தேகம் அவன் மனதில் எழும். உறவினர்கள் அற்ற என்னை உறவாக நினைக்கின்றனவா? நான் இல்லாத இரண்டு ஞாயிறுகளும் உணவிற்கு வந்து ஏமாந்திருக்கும் என்பதை நினைத்தபோது அவனுக்கு மனம் வெயிலில் பறித்தெறிந்த கொழுந்திலையாகியது.

இரண்டு நாட்களாக ஜெனியிடம் இருந்து தகவல் எதுவும் வரவில்லை.

அவளுக்கும் ஜெற் லாக் என்னைப்போலத்தானே?

ஜனவரி மாதம் அவுஸ்திரேலியாவில் பெரும்பாலானவர்களுக்கு விடுமுறையாக இருப்பதால் வேலையை இலகுவாக செய்துவிடலாம் என நினைத்தபடி திங்களன்று வங்கிக்குச் சென்ற அசோகனுக்கு அதிர்ச்சி காத்திருந்தது.

அவனது அடுத்த அறையில் காப்புறுதி பகுதியில் வேலை செய்யும் வியட்னாமியப் பெண்ணான லில்லி வந்து “அசோக் எப்படி விடுமுறை? மன்னிக்கவும். நீ போனவிடயம் வேறுதானே? எப்படி அப்பா? பாரிய அழிவா?” என பல கேள்விகளைக் கேட்டபோது எதற்கு முதல் பதில் சொல்வது எனத் திகைத்தான்.

அவளது சுபாவமே அப்படித்தான். பதிலை எதிர்பாராது பேசிவிடுவாள். ஏதாவது ஒரு கேள்விக்கு பதில் சொல்ல எண்ணியபடி அவளது முகத்தைப் பார்த்துக் கொண்டிருந்தபோது “அஸ்ரக்கில் இருந்து பிரின்ஸ் வில்கொக் என்பவர் உன்னைச் சந்திக்க கீழே வந்திருப்பதாக தகவல் வந்தது” எனச்சொல்லிவிட்டு, தனது கேள்விகளுக்கு பதிலை எதிர்பாராது தனது சிறிய இடையை வேகமாக அசைத்தபடி சென்றாள். உயரமான ஹீல்களால் மரத்தரையில் எழுப்பப்பட்ட ஓசை அவளைத் தொடர்ந்தது.

வங்கியின் கீழ்த்தளத்தில் வந்து பிரின்ஸை சந்தித்தான். தலையில் முற்றாக வழுக்கை விழுந்திருந்த கருப்பு சூட் மஞ்சள் டை அணிந்த நாற்பது வயது அனுமானிக்கத்தக்க ஆறடி உயரமான மனிதர். மிகவும் பலமாக கையைக் குலுக்கினார். அவர் தனது சட்டைப் பொக்கட்டிலிருந்த அடையாள அட்டையைக் காண்பித்தார்.

வங்கியில் செலுத்தும் பணத்தை கண்காணிக்கும் அரசாங்க நிறுவனம் அஸ்ரக். ஆரம்பத்தில் கறுப்பு பணத்தைக் கண்காணித்த நிறுவனம் இப்பொழுது பயங்கரவாதிகளின் பணப்பரிமாற்றத்தைக் கண்காணிக்கும் நிறுவனமாகவும் தொழிற்படுகிறது.

“மிஸ்டர் அசோகன் உங்களை சந்தித்தது நல்லது. நாங்கள் வெளியில் சென்று பேசுவோமா” எனச்சொல்லி அவனை எதிர்பார்க்காமல் வங்கி அமைந்திருக்கும் கட்டிடத்தின் அருகே உள்ள சொப்பிங் சென்ரரில் உள்ள கடைக்குள் சென்று அங்குள்ள ஒதுக்கமான மேசையில் இருந்து கொண்டார்.

அசோகனுக்கு அவரது நடத்தை புரியவில்லை. வங்கியில் அவனது அறையிலே பேசியிருக்கலாமே என யோசித்தான். ஏற்கனவே விடுமுறையின் முன்பே மேலதிகாரி அந்த அஸ்ரக்கின் தொடர்பாளராக நீ இருக்கவேண்டும் எனக் கூறியிருந்ததால் இந்த சந்திப்பு அவனுக்கு ஆச்சரியத்தைக் கொடுக்கவில்லை. அவன் செய்யும் இந்த விடயம் கம்பியூட்டர் மூலமாக நடத்தும் உளவுத்தொழில். பெயர்கள், விலாசங்களை வைத்து அவர்களது பணம் எங்குச் சொல்கிறது என்பதை அறிந்துகொள்வது.

சினிமா, நாவல், சிறுகதை எல்லாம் அடிப்படையில் மற்றவர்களை உளவு பார்ப்பது. அவர்களது வாழ்க்கையை புரிந்துகொள்ள முயலுவதே. அவர்கள் கற்பனையில் செய்வதை நான் தொழிலாக உளவு பார்க்கிறேன் என்பதாக தனக்குள் சொல்லிக்கொண்டான். முகம் தெரியாதவர்களது பணப் பரிவர்த்தனையைப் பார்த்து அவர்களின் செய்கைகளையும் அதற்கான காரணங்களையும் புரிந்து கொள்ளவேண்டும்.

"வங்கியில் பேசுவதிலும் பார்க்க இங்கு சுமுகமாக பேசலாம். உங்களுக்கு ஆட்சேபனை இல்லைத்தானே? என்ன குடிக்கிறீர்கள்?"

"நீங்கள் ..."

"நான் கோப்பி எடுக்கிறேன்"

"அப்படியானால் கப்போச்சீனா"

"கப்போச்சீனா, ஒரு லைட் கோப்பி" என அங்கு வந்த பரிமாறும் பெண்ணுக்கு சொல்லிவிட்டார்.

"எப்படி உங்கள் இலங்கை பயணம் இருந்தது?"

"குடும்பத்தினரை காண்பதற்காக மட்டும் சென்று விரைவாகத் திரும்பிவிட்டேன். என்னிடம் எதைப்பற்றி பேசவிரும்புகிறீர்கள்?"

வழக்கமாக விடுமுறைபற்றி அல்லது சுவாத்தியத்தைப் பற்றி பேசிவிட்டுத்தான் அவுஸ்திரேலியர்கள் தாம் பேச விரும்பிய விடயத்திற்கே வருவார்கள். மற்றவர்களை அமைதிகொள்ள வைத்து சுமுகமான சூழ்நிலைக்குக் கொண்டுவரும் இந்த மாதிரியான தன்மையை ஆசிய நாட்டவர்கள் அதிகம் கடைப்பிடிப்பதில்லை. அதிலும் கஷ்டமான விடயங்கள் பேசும்போது அது மற்றவரை நிலைகுலைய வைத்துவிட்டால் அதன்பின்பு சுமுகமான உரையாடல் தொடரவாய்ப்பு இருப்பதில்லை.

"உங்களது சமூகத்தைச் சேர்ந்தவர்களால் உங்களது வங்கியில் தொடங்கப்பட்ட கணக்குகளில் ஏராளமான பணம் மிகக் குறுகியகாலத்தில் சேர்க்கப்பட்டுள்ளது. அதைப்பற்றி என்ன நினைக்கிறீர்கள்?" அவரது பார்வை அவனை ஊடுருவியது.

"நான் இரண்டு கிழமை விடுமுறையில் இலங்கை சென்று இன்றைக்குத்தான் மீண்டும் கடமைக்கு வந்தேன். இன்னமும் எனது கடமையைத் தொடங்கவில்லை. எனக்கு நீங்கள் கேட்கும் எந்த விபரமும் தெரியாது."

"அது தெரியும், உங்கள் ஊகத்தைதான் அறிய விரும்புகிறேன்"

"சுனாமியின் காரணமாக ஏராளம் பணம் நான் போவதற்கு முன்பாக சேகரிக்கப்பட்டது. நான் இலங்கைக்குப் போனபோது என்னிடம் பணம் தரப்பட்டது. அந்தப் பணத்திற்கான இலங்கை பற்றுச்சீட்டு என்னிடம் உள்ளது."

"தற்போது ஏராளமான பணம் வங்கியில் தனிப்பட்டவர்களின் பெயர்களில் இருக்கிறது. பணம் ஒரு சங்கத்தின் பெயரில் சேர்க்கப்பட்டிருந்தால் எமக்கு கவலையில்லை. அதை சங்கத்தின் அங்கத்தவர்கள், அக்கவுண்டன்ட், மற்றும் வரி திணைக்களம் எனப் பலர் பார்த்துக்கொள்வார்கள். இந்தப் பணம் தனிப்பட்டவர்களின் பெயர்களில் வைக்கப்பட்டிருப்பது எமக்கு கவலையைக் கொடுக்கிறது. பொதுமக்களது பணம் பொதுவிடயத்திற்காக சேகரிக்கப்பட்டபின் ஒரு சிலரிடம் இருப்பது நல்லதல்ல."

"பணத்தை சங்கத்தில் வைப்பதும், எடுப்பதும் கடினமென அவர்கள் நினைத்தார்களோ எனக்குத் தெரியாது. என்னைச் சந்தித்த அவர்கள் தனிப்பட்ட முறையில் கணக்குகளை திறக்க வேண்டும் என்றபோது நான் எங்கள் வங்கியில் திறக்கும்படி கூறியது உண்மை. ஆனால், வங்கிக் கணக்கை நான் ஆரம்பிக்க வில்லை."

"உங்கள் வங்கியில் மட்டுமல்ல மற்றைய வங்கிகளிலும் கணக்கு வைத்திருக்கிறார்கள்."

அசோகன் அதிர்ந்தான்.

என்னிடம் கேட்டபோது வேறு வங்கியில் கணக்கு இருப்பதாகக் காட்டிக்கொள்ளவில்லையே? இவர்களது இந்தச் செயல்கள்தான் இயக்கத்தின் தலைமைப் பீடத்திற்கு தெரிந்திருக்கிறது. கொழுத்தமீனுக்குக் கண்ணி வைப்பதுபோல் வைக்கப்பட்டிருக்கிறது. இவர்களுக்குப் புரியவில்லையா?

“அது எனக்குத் தெரியாது. நான் என்ன செய்யவேண்டும்?”

“இந்த விடயத்தை இரகசியமாக வைத்திருங்கள். உங்களுடன் தொடர்பில் இருப்போம்”

தலையை அசைத்தான்.

“எப்படி இலங்கைப் பயணம்? பாரதுரமான அழிவாகச் சொல்கிறார்கள்”

“உண்மைதான். நான் நோயுற்ற தந்தையை பார்க்கச் சென்று திரும்பிவிட்டேன். எதையும் நேரில் பார்க்கவில்லை. அதற்கான நேரமும் கிடைக்கவில்லை. தொலைக்காட்சி மூலம் அறிந்ததுதான்”

“இங்கு வாழும் மக்கள் நம்பிக்கையின் பேரில் கொடுத்த பணம் மற்றும் சுனாமி உதவிகள் பாதிக்கப்பட்டவர்களுக்கு செல்ல வேண்டும் என நாங்கள் நினைத்ததாலேயே உங்களுடன் பேசினேன்” எனச் சொல்லிவிட்டு அவர் விடைபெற்றார்.

மெல்பன் தமிழர்கள் எப்படி முட்டாள்தனமாக செயல்படுகிறார்கள்? இவர்களது செயல்கள் ஏற்கனவே இயக்கத்திற்குத் தெரிந்து அதற்காக கண்காணிக்கப்படுகிறார்கள். அது சுனாமிக்கு முந்தியதாக இருக்கவேண்டும். இவர்களைப் பற்றிய தகவல்களை இந்த நாட்டு அரசாங்கத்திடம் தெரிவித்து அவர்களை காட்டிக் கொடுக்க வேண்டும் என சாந்தன் அண்ணை கூறியிருக்கிறார். கொஞ்சமாக இருந்தால் அவர்களுக்குத் தெரிந்திராது. இது நிச்சயமாக பெருமளவு பணமாக இருக்கவேண்டும். அஸ்டொக்கிற்கும் விடுதலைப்புலிகளுக்கும் ஒரேகாலத்தில் இவர்களைப் பற்றிய தகவல்களைக் கொடுக்கும் வேலை வந்திருக்கிறதே. எல்லாம் ஃபாதரால் வந்தவினை. தேவையில்லாமல் சங்கடமான கைங்கரியத்தில் மாட்டிக் கொண்டுள்ளேன்.

இந்தச் சம்பவம் நடந்து சில நாட்களில் சாந்தனிடமிருந்து மின்னஞ்சல் வந்தது. அதில் தொடர்ந்து போர் நிறுத்தம் இருந்தபோதிலும் நாட்டில் அமைதியில்லை என எழுதிவிட்டு “கட்டாக்காலி பசுக்களை நாங்கள் இறைச்சிக்கு அனுப்பவேண்டும்” என இருந்தது.

அந்த ஐந்து வார்த்தைகளும் எதைச் சொல்லுகின்றன என்பது உடனே புரிந்தது. பணம் வாங்குபவர்களாக தொழில்படுபவர்களை அவுஸ்திரேலிய அரசாங்கத்திடம் காட்டிக்க கொடுக்கும் படி வந்த செய்தி அது.

உடனே "ஏதாவது மாடுகள் தவிர்க்கப்பட வேண்டுமா?" எனக்கேட்டு அனுப்பினான்.

"பாலற்ற மாடுகளால் பண்ணைக்கு பிரயோசனம் இல்லை" என உடனே பதில் வந்தது. எப்படி இதை அணுகுவது? மேற்கொண்டு என்ன செய்வது என அசோகன் எண்ணிக் கொண்டிருந்தான்.

மேலதிகாரியின் அனுமதியுடன் அந்த வங்கியில் விடுதலைப்புலிகள் சார்பில் பணம் சேகரித்தவர்களின் பணவைப்புகளை ஆராய்ந்தான். அவன் நினைத்ததிலும் பார்க்க பல மடங்கு பணம் சுனாமிக்கு முன்பாக செலுத்தப்பட்டிருந்தும் மிகக் குறைவான தொகையே எடுக்கப்பட்டிருந்தது. 2004 மார்கழி சுனாமி அனர்த்தம் நடந்த பின்பு பணம் எதுவும் எடுக்கப்படவில்லை. மாநில அரசாங்கத்தின் கட்டிடவரிப் பகுதியின் தகவல்களில் குறிப்பிட்டவர்களின் வீடுகள் மற்றும் சொந்தமான ஆதன ஆதாரங்களைச் சேகரித்தான்.

மற்றவர்களின் வீடுகளில் நுழைந்து அவர்களை அறியாமல் வேவு பார்ப்பதுபோன்ற உணர்வு திருப்தியை ஏற்படுத்தினாலும் அதிக சந்தோசத்தைக் கொடுக்கவில்லை. எனது இனத்தவரை வேவு பார்க்க மற்றவர்களால் பயன்படுத்தப்படுகிறேனே! பெரியப்பா சொல்லி வளர்த்த தர்மங்களுக்கும் நியாயங்களுக்கும் ஏற்ப நடக்கிறேனா எனத் தன்னைத்தானே கேட்டுக்கொண்டான்.

அப்படியானால் என்னிடம் இலங்கைக்குப் போகும்போது வன்னியில் கொடுக்கும்படி தந்த பணம்?

அது இவர்களின் கைச்செலவுக்கானதாக இருக்க வேண்டும்.

முக்கியமானவர்கள் பலரது கணக்கு விபரங்களுடன் எழுதிய அறிக்கையை அஸ்டொக் நிறுவனத்தின் பிரின்சின் கவனத்திற்கு அனுப்பிவிட்டு எனது கடமை முடிந்தது என நினைத்தான். மனக்குழப்பத்தை சிறிது குறைத்தாலும் ஆறுதலை அளிக்கவில்லை. அறிமுகமானவர்களைக் காட்டிக்கொடுத்தல் அவர்களுக்கு செய்யும் துரோகமல்லவா?

நான் என்ன செய்ய முடியும்? அவர்கள் சார்ந்த இயக்கத்தினர் அதைச் செய்வதற்கு என்னைக் கட்டாயப்படுத்துகிறார்களே. எனது தொழிலை எலக்ரோனிக் இன்ரலிஜன்ஸ் என வரையறுத்து விட்டார்களே. தொழிலைச் செய்வது துரோகமாகாது. இவர்கள் மட்டும் பொதுமக்களிடம் நிவாரணத்திற்காக வாங்கிய பணத்தால் பாதிக்கப்பட்ட இலங்கை மக்களுக்கு நிவாரணம் அளிக்க வேண்டாமா? இப்படியான பணம் இவர்கள் பெயரில் வங்கிகளில் தூங்குவது பாவமில்லையா?

எனது பெரியப்பா வெறுத்த இயக்கத்திற்கு நான் வேலை செய்வது துரோகமில்லையா?

"துரோகம், துரோகம்" என்ற இந்த வார்த்தை சிறுவனாக இருந்தபோது அடிக்கடி கேட்டது எல்லோரும் பாவிப்பது. ஆனால், இப்பொழுது அதே வார்த்தை எனக்கு, தலையை விறைக்கப் பண்ணுகிறது? ஜெனியுடன் பேசி மன ஆறுதலடைய முடியாத விடயம். அவளுக்கு இவை புரியாது. எனது பிரச்சினைகளை அவளது முதுகில் சுமத்தும் உரிமை எனக்கில்லை. அவுஸ்திரேலிய பாணியில் உனது விடயங்களை என்னிடம் பேசாதுவிடில் என்னை நம்பவில்லைத்தானே என்பாள். இலங்கை விடயங்கள் எனக்கே விளங்கக் கூடிய அளவு சுலபமானதல்ல என்பது அவளுக்குத் தெரியாது.

இப்பொழுது ஜெனி என்ன செய்வாளோ?

○

ஜெனி இலங்கை விடயம் பற்றி விரிவான ஒரு அறிக்கையைத் தயாரித்தாள். 2002ஆம் ஆண்டு அமெரிக்காவின் பாதுகாப்பு திணைக்களத்தால் வெளியிடப்பட்ட இலங்கை அரசாங்கத்தையும் விடுதலைப்புலிகளையும் பற்றிய அறிக்கையை வாசித்தாள். அதனது ஒரு பிரதி அமெரிக்கத் தூதராலயத்தில் வைத்து அவளுக்குக் கொடுக்கப்பட்டது. தற்போது சுனாமியால் ஏற்பட்டுள்ள மாற்றங்களையும் விபரித்து அடிக்கோடிட்டாள். அரசாங்கத்தின் வேண்டுகோளுக்கு இணங்க அமெரிக்க இராணுவ பசுபிக் பிரிவினரால் தயாரிக்கப்பட்ட அந்த அறிக்கையை சுருக்கி எழுதினாள்:

இலங்கை அரசாங்கத்திடம் பயங்கரவாதத்தை முறியடிப்பதற்கு வேண்டிய முறையான போர்த் தந்திரம் இல்லை. பாதுகாப்புப் படைகள் மிகவும் குறைந்த ஆயுதங்களோடு இருக்கின்றன. பாவிக்கும் வாகனங்களுக்கு உதிரிப்பாகங்களும் அற்று செயற்படுகின்றன. போரைத் தலைமை ஏற்று நடத்துவதற்கு ஒரு திடமான சிந்தனையுள்ள தலைமை இல்லை. அதே வேளையில் விடுதலைப் புலிகளின் தலைவர் பிரபாகரன் மிகச் சிறந்த போர்த்தளபதியாக 16000 பேரைக்கொண்ட இராணுவ அணியை வைத்திருக்கிறார். தற்போது பலவந்தமாக சிறுவர்களைச் சேர்த்து மிகக் குறைந்தகால இராணுவப் பயிற்சி அளிக்கின்றனர். யுத்தமுனைக்குத் தள்ளப்படும் அவர்கள் போரில் முக்கியமான காலகட்டத்தில் பயன்படாது போய்விடுவார்கள். விடுதலைப் புலிகளுக்கு இக்கட்டாய ஆட்சேர்ப்பால் மக்களது ஆதரவும்

குறைந்துவிடும். அதுவே இறுதியில் தோல்விக்கு மூலகாரணமாக இருக்கும். இலங்கை இராணுவம் தனிப்பட்ட ரீதியில் தன்னார்வம் மிக்கதாகவும் போர்த்திறமை வாய்ந்ததாகவும் உள்ளது. இலங்கை அரசியலில் மாற்றம் வந்து சிறந்த இராணுவத் தலைமையை உருவாக்கி சக்தி வாய்ந்த ஆயுதங்களுடன் போர் புரிந்தால் விடுதலைப்புலிகளை வெல்ல முடியும் என எழுதினாள்.

இந்த அறிக்கையுடன் தற்போது இந்தியாவும் மற்றும் அமெரிக்காவும் சுனாமி நிவாரண வேலை செய்ய கிழக்கிலங்கை வழியாகச் சென்று தற்போதைய இலங்கை அரசாங்கத்திற்கு உதவுகிறார்கள். விடுதலைப்புலிகளின் சர்வதேச ஆயுதக்கடத்தல் பற்றி தென்கிழக்காசிய நாடுகளில் இருந்து பெற்ற தகவல்களை அமெரிக்கா இலங்கைக் கடற்படையினரிடம் பரிமாறுகின்றது. முக்கியமான தகவல்களை, தோழமை நாடுகளான பாகிஸ்தான், மலேசியா, சிங்கப்பூர் என்பன மூலம் அவ்வப்போது தொடர்ந்து பரிமாறுவதாகவும் உறுதியளித்திருக்கிறார்கள். அமெரிக்கர்கள்; சட்டர்லைட் நிபுணர்களை வைத்து இலங்கைக் கடற்படைக்கு பயிற்றுவிப்பதாகவும் குறிப்பிட்டாள்.

இந்தியர்கள், இலங்கை இராணுவத்திற்கு உதவவும் போர் விமானங்களை ஓட்ட விமானிகளை பயிற்றுவிக்கவும் சம்மதித்திருக்கின்றனர். போரை முடிவுக்குக் கொண்டுவர விடுதலைப்புலிகளை முற்றாக அழிப்பதற்கு முடிவு செய்திருக் கிறார்கள். நோர்வேயின் சமாதான முயற்சி என்பது அமரிக்கா இந்தியா என்ற இரண்டு அரசுகளோடு ஒன்றிணைந்து விடுதலைப்புலிகளின் பலமற்ற பகுதியை வெளிப்படுத்தும் செயலாகும்.

சமாதான காலம் விடுதலைப்புலிகளின் வெளிநாட்டுப் பணத்தொடர்புகள், ஆயுதக் கடத்தல்கள் என்பனவற்றை வெளிக்கொண்டு வருவதால் அவற்றில் ஈடுபடுபவர்களின் மன உறுதியைத் தளர்த்திவிடும். இதை உணர்ந்து விடுதலைப்புலிகள் சமாதானத்தை உடைத்து போரை விரைவாகத் தொடங்குவதற்குத் துடிக்கிறார்கள். வெளிநாடுகளில் இருந்து சக்தி வாய்ந்த ஆயுதங் களை இலங்கைக்குக் கொண்டுவர அவசரப்படுகிறார்கள். அந்த அவசரம் அவர்களை விரித்த வலையில் சிக்கவைக்கும். உள்ளூரில் போரை ஆரம்பித்து போராளிகளை போராட்டத்தில் வைத்திருப்பது வெளிநாட்டில் வாழும் தமிழரிடம் தொடர்ந்து பணம் பெற உதவும் என நம்புகிறார்கள். கிழக்கில் விடுதலைப்புலி களின் உடைவு போர் நிறுத்தம் மற்றும் சமாதான பேச்சுகளால் ஏற்பட்டதாக நினைக்கிறார்கள். இதை விட பலவீனமான பகுதி – முப்பது வருடப் போரில் ஆரம்ப காலப் போராளிகள்

வயதாகியும் நோயடைந்தும் வருகின்றனர். இவர்களுக்கு மாற்றாக திறமையுள்ள புதியவர்கள் இல்லை என்பது முக்கியமான விடயமாக உள்ளது.

இயற்கையின் சீற்றத்தால் ஏற்பட்ட சுனாமியால் இருபகுதி யினரும் போரைத் தொடங்க முடியாத நிலை உருவாகியுள்ளது. சமாதானத்தை நீடிக்கும் நிலைக்குத் தள்ளப்பட்டிருக்கிறார்கள். இது இவர்கள் எதிர்பார்க்காத விடயம். சுனாமியால் விடுதலைப்புலிகள் முல்லைத்தீவு, மூதூர் பகுதிகளில் ஆயுதங்களை யும் படகுகளையும் இழந்திருக்கிறார்கள் என்பது இலங்கை பாதுகாப்பு அமைச்சின் கருத்தாகிறது. சுனாமி நிவாரண வேலையை இருபகுதியினரும் தங்களது உளவு, ஆயுத சேகரிப்பு மற்றும் போர்த்தளவாட நகர்த்தலுக்குப் பயன்படுத்துகிறார்கள் என்பதும் தெரிகிறது.

அறிக்கையை புதுடில்லியில் உள்ள வில்கின்சனுக்கு அனுப்பி விட்டுப் பார்த்தபோது பழைய குறிப்புகளில் இருந்த விடயம் ஆச்சரியத்தை அளித்தது.

"97ஆம் ஆண்டு ஜனவரியில் விடுதலைப்புலிகளின் கப்பல் ஜகர்த்தாவில் இருந்து ஆயுதங்களை ஏற்றிக்கொண்டு டார்வினுக்கு வந்தது. அங்கு அவுஸ்திரேலிய விவசாயிகளால் கழிக்கப்பட்ட துப்பாக்கிகளை வாங்கிக் கொண்டு வெளியேறியது. இவ்விடயத்தை அவுஸ்திரேலியர் அமெரிக்காவிற்கு தெரியப்படுத்தினர். அதன்பின் அமெரிக்கர்கள் அதை இலங்கையிடம் தெரிவித்தார்கள். இலங்கை, நாங்கள் என்ன செய்வது எனக்கையை விரித்தது. அதன் பின் அமெரிக்கர்கள் சர்வதேசகடலில் பயணம் செய்யும் கப்பல் ஒன்றில் விடுதலைப் புலிகளின் முக்கிய தளபதி ஆயுதங்களோடும் பயணம் செய்கிறார் என்பதை இலங்கைக்கு அறிவித்தபோது, இலங்கை அதற்கு இந்தியா மட்டுமே நடவடிக்கை எடுக்க முடியும் என சொன்னதின் பிரகாரம் அந்தக் கப்பல் இலங்கையின் வேண்டுகோளுக்கிணங்க தமிழ்நாட்டுக்குத் தொலைவில் வைத்து அழிக்கப்பட்டது.

இந்தச் சம்பவத்தில் டார்வினுக்கு விடுதலைப்புலிகளின் கப்பல் வந்ததே எம்முடன் தொடர்பான ஒரு விடயம். இந்த அறிக்கையை கணினியில் அனுப்பிய சிறிது நேரத்தில் ரோனி வந்தான்.

"ஏய், புதிய விடயம் கேள்விப்பட்டாயா?"

"எதைச் சொல்கிறாய்? நான் அனுப்பிய அறிக்கையைப் படித்தாயா?"

"அதைப் படித்தேன். பரவாயில்லை. மக்களின் வரிப்பணத்தை வீணாக்காமல் கடினமாக வேலை செய்தாய் என, கொழும்பில் இருந்தும் அறிக்கை வந்துள்ளது."

"அப்படியா சந்தோசம். உன்னிடம் இருந்து பாராட்டு கிடைப்பது பாலைவனத்தில் மழை போன்றது"

"நீ இன்னமும் பாலைவனத்தை மறக்கவில்லை"

ஜெனியின் முகம் சிவந்தது.

"என்னை அப்படி கடுகடுப்பான அல்லது பொறாமை பிடித்த மேலதிகாரியாக நினைக்காதே. உனது போய் ஃபிரண்ட்டோடு போவதற்கு அனுமதி வாங்கித் தந்திருக்கிறேன். அதுவும் கொழும்பில் ஒரே ஹோட்டலில் தங்கியிருக்கிறீர்கள்."

"அதுவும் வந்துவிட்டதா?"

"நீ ஹைஸ்கூல் படிக்கும்போதே நான் இங்கு வேலை செய்யத் தொடங்கிவிட்டேன்."

"நாங்கள் கண்ணியமாக நடந்தோம்"

"நீ நடந்தாயா? அவன் நடந்தானா?"

"இதை விசாரிக்கத்தான் வந்தாயா?"

"இல்லை. மிக சீரியஸ் விடயம் உள்ளது. நமது நண்பர்கள் இராணுவ பயன்பாடுள்ள பொருட்களை தஸ்மேனியாவில் வாங்கிருக்கிறார்கள். வாங்கியிருப்பது எமக்கு பிரச்சினையல்ல. அதை இந்தோனேசியாவுக்கு கொண்டு சென்றிருக்கிறார்கள்."

"மேலே சொல்லு. ஆதாரம் எப்படி கிடைத்தது?."

"இப்பொழுதுதான் எயார்போட் கஸ்டம்ஸ் எமக்கு அனுப்பினார்கள்"

"கஸ்டம்ஸிற்கு ஏன் கொடுத்தார்கள்?"

"அதில் உள்ள பத்துவீதமான விற்பனைவரியை மீண்டும் பெறுதற்குத்தான்"

"அப்படிச் செய்வதால் இது நியாயமான தேவைக்கு வாங்கியதாக இருக்கலாம் அல்லவா?"

"அல்லது முட்டாள்களை இயக்கவேலைக்கு சேர்த்திருக்கலாம் அல்லவா?"

“உண்மைதான்?”;

“அஸ்டொக் தனியார் வங்கிக்கணக்கில் அதிக அளவு பணம் சேர்ந்திருப்பதாக சொல்கிறார்கள். யார் யார் அதிக பணம் வைத்திருப்பது என வந்திருக்கிறது.”

“நிவாரணத்திற்கு காசு சேர்ப்பது தெரியும்தானே”

“அதை ஏன் தனியார் கணக்கில் போடவேண்டும்?”

“இப்பொழுது என்ன செய்ய உத்தேசம்?”;

“மத்திய பொலிசிடம் குறிப்பிட்ட நபர்களின் தொலைபேசிகள், கம்பியூட்டர்கள் என்பனவற்றை உளவு பார்க்கும்படி அறிவுறித்தியுள்ளேன். இதில் பல வைத்தியர்களுடன், வியாபார நிறுவனங்களும் உள்ளன.”

“உனது போய் ஃபிரண்ட் மூலம் ஏதாவது தகவல்கள் கிடைத்ததா?”

“நான் இங்கு வந்தபின் எதுவும் பேசவில்லை. அவனது கம்பியூட்டரின் சில தகவல்கள் இருக்கலாம். ஆனால், அவைகளை மொழிமாற்றம் செய்யவேண்டும். எதற்கும் நீயே செய்தால் நல்லது” என சில பேப்பர்களை ரோனியிடம் தள்ளினாள்.

“அந்த வார்த்தைகள் வட்டம் வட்டமாக இருக்கு. எதற்கும் கான்பராவிற்கு இன்றைக்கே அனுப்புகிறேன். அதன்பின் அவர்கள் பாடு”

“இடத்தைக் காலி பண்ணு. நான் இன்று அசோகனை சந்திக்கவேண்டும். இப்பிடியே விட்டால் அவன் என்னை மறந்து விடுவான். இவ்வளவு காலமும் கஷ்டப்பட்டது வீணாகிவிடும்.”

“நீ உண்மையில் அவனை லவ் பண்ணுகிறாயா? இல்லை வேலையில் ஒரு பகுதியாகச் செய்கிறாயா?”

“உனக்கு எப்படியான பதில் விருப்பம், ரோனி”

“இல்லை, உண்மையைச் சொல்லும்படி கேட்கிறேன்.”

“அசோகன் மிகவும் கண்ணியமானவன். அவனைப்போல் நான் இன்னமும் ஒருவனைச் சந்திக்கவேயில்லை. இந்த புரஜக்டில் நான் இல்லாவிடில் என்னைக் கல்யாணம் பண்ணும்படி அவனிடம் கேட்டிருப்பேன். அவன் என்னைக் காதலிக்கிறானா எனத் தெரியாது. ஆனால், என்னை விரும்புகிறான். இந்த எல்லையை மீறாமல் பார்த்துக்கொள்கிறேன்.”

“உன்னைப் பற்றிய விபரம் தெரிந்தால் விரும்புவானா?”

ஜெனியின் முகம் இருண்டு கண்கள் கலங்கின. ரோனியிட மிருந்து அந்தக் கேள்வியை எதிர்பார்க்கவில்லை. சிறிது நேரம் பதில் பேசாது இருந்தாள்.

இரண்டு கண்ணீர்த்துளிகள் அவளது மூக்கின் இரு பக்கத்திலும் இறங்கி மேல் உதடுகளை நனைத்தன.

“ஏன் கலங்குகிறாய்? உனது பயிற்சிகளெல்லாம் எங்கே போய்விட்டன?”

“மன்னிக்கவும், ரோனி. நான் ஒவ்வொரு நாளும் நினைத்துப் பார்க்கும் கேள்வி. அதைத்தான் நீ கேட்டாய்.”

“நான் போகிறேன். நீ உன் காதலனிடம் போ” என்றபடி வெளியே சென்றான். ஜெனி அந்த இடத்தை விட்டு எழுந்திருக்க வில்லை. மிகவும் சாதாரணமாகக் கேட்டகேள்வி உள்ளத்தில் ஆழமான முள்ளாக பதிந்துவிட்டது.

என்னைப் பொறுத்தவரை எப்போதோ ஒரு நாள் இந்தக் கேள்வியை எதிர்கொள்ளவேண்டி இருக்கும். இந்தப் புறஜக்டில் இருந்து விலகினால் தொடர்ந்தும் அசோகனை ஏமாற்றத் தேவையில்லை. உண்மையை சொல்லிவிட்டு அவனது பதிலை எதிர் கொள்ளமுடியும்.

அது சாத்தியமா?

14

கண்டியில் விருந்து

கேர்ணல் மகிந்த தயாரத்தினவின் வீடு கண்டி, அனுவத்தையில் உள்ளது. பரம்பரை வழியாக வந்த வீடு. செல்வந்தர்கள் வாழும் பகுதியான அனுவத்தையில் மலைக் குன்றின் உச்சியில் அமைந்துள்ளது.

ஆறடி உயரமும் வலது கன்னத்தில் ஒரு அங்குலத்தில் தழும்பும் கொண்ட முப்பத்தைந்து வயதான மகிந்த தயாரத்தின லெப்ரினன் கேர்ணல் நிலையில் இருந்து சில மாதங்கள் முன் கேர்ணலாக பதவி உயர்வு பெற்றான். இப்போது இராணுவத்தில் இருந்து ஓய்வு பெற்று அவுஸ்திரேலியா செல்லவிருப்பதால் சிறிய விருந்து அவனது வீட்டில் நடக்கிறது. அவனுடன் சிறுவயதில் இருந்து ஒன்றாக கல்லூரியில் படித்த, தற்போது இராணுவத்தில் கடமையாற்றும் நண்பர்கள் மட்டும் அந்த விருந்திற்கு அழைக்கப்பட்டிருந்தனர்.

தயாரத்தினவின் குடும்பம், இராணுவ பாரம்பரியம் கொண்டது. தந்தை அசோக தயாரத்தின எண்பதுகளில் விடுதலைப்புலிகளின் கண்ணிவெடித் தாக்குதலில் யாழ். குடாநாட்டில் பலியானவர். இரண்டு ஆண் பிள்ளைகள் அக்காலத்தில் பல்கலைக்கழகத்திலும் ட்ரினிட்டி கல்லூரியிலும் படித்துக்கொண்டிருந்தார்கள். இருவரும் படிப்பை இடைநிறுத்தி இராணுவத்தில் சேர்ந்தனர்.

மகிந்த தயாரத்தின ஆரம்பத்தில் சிப்பாயாக சேர்ந்து வட – கிழக்கு மாகாணத்தில் பல

இடங்களில் போர் புரிந்தான். கடைசியாக புதிய அரசாங்கம் வந்து யுத்தநிறுத்தம் வந்த போது, அவனுக்கு பலாலியில் இருந்து முல்லைத்தீவு இராணுவமுகாமிற்கு இடமாற்றம் கிடைத்தது.

அம்மா அவனிடம் "மகனே போர் நிறுத்தம் புத்த பகவானது அருளால் வந்திருக்கு. ஒரு பெண் இந்த நாட்டிற்குத் தலைவியாக வந்திருப்பதால் போர் தொடராது. இந்த நாட்டு பெண்களின் கண்ணீரை பெண்ணால்தான் அறியமுடியும். ஆண்களுக்கு பெண்களின் கண்ணீரைப் புரிந்துகொள்ளும் பொறுமையோ மனமோ இல்லை. வெற்றி தோல்வி என்பதே அவர்களது சிந்தனை. கணவனை இழந்த பெண் ஆளவந்ததால் நாட்டில் அமைதி பிறக்கும். அது எங்களைப் போன்ற தாய்மாருக்கு நிம்மதியைக் கொடுக்கும். அது தமிழ்த்தாயாக இருந்தாலென்ன சிங்களத்தாயாக இருந்தாலென்ன" எனச்சொல்லி செரினை திருமணம் முடிக்க வற்புறுத்தினாள். செரின் அவன் காதலித்த பெண்தான். அவனே குடும்பத்தில் தலைமகன் என்பதால் எதுவித மறுப்பும் சொல்லவில்லை.

"செரின் மீண்டும் யுத்தம் வந்தால் அதற்கு நீ தயாராக இருக்க வேண்டும். பின்பு அழக்கூடக்கூடாது" எனச் சொல்லி அதற்கு அவள் சம்மதித்த பின்பே அந்தத் திருமணம் நடந்தது. நுவரெலியாவில் அவர்களுக்கு சொந்தமான தேயிலைத் தோட்டத்தில் அமைதியான தேனிலவு நடந்தது. அது சித்திரை புதுவருடகாலம். தேயிலைத்தோட்டத் தொழிலாளர்களுடன் ஒரு வாரம் அங்கு புதுவருடத்தைக் கொண்டாடிவிட்டு திரும்பிய மறுநாள் செய்தியொன்று மகிந்த தயாரத்தின தலையில் இடியாக இறங்கியது.

அந்தநாளை அவனால் மறக்கமுடியாது.

புதுவருடக்களை ஒரு கிழமை கடந்தும் நகரெங்கும் கலையவில்லை. குருத்தோலை கட்டிய தோரணங்கள், சோடனைச் சரிகைகள், வண்ண கூடை விளக்குகள். வீதிகள், கட்டிடங்கள் மற்றும் விகாரைகள் எல்லாம் கண்டி மாநகரத்தை கல்யாணப் பெண்ணாக்கி அலங்கரித்திருந்தது. பார்ப்பவர் கண்களைக் கொள்ளைகொண்டது. சிற்றுண்டிகள் இன்னமும் நண்பர்கள், உறவினர்களிடையே பரிமாறப்பட்டது. சங்கீத நிகழ்வுகள் நகரின் மத்தியில் நடந்தது. வீடுகளில் புத்தசமய பிரித் ஓதுதல், விருந்துகள் நடந்தன. புதுச்சட்டை அணிந்து அலங்கரிக்கப்பட்ட சிறுமி அதைக் கழற்ற மறுத்து பிடிவாதமாக இருப்பதுபோல் கண்டி மாநகரம் அலங்காரத்தைக் களைய மறுத்தது. புதுவருடம், யுத்த நிறுத்தத்துடன் வந்ததால் அதிகப்படியான கொண்டாட்டங்களில் மக்கள் மூழ்கியிருந்தார்கள்.

உயரமான இடத்தில் மகிந்த தயாரத்தினவின் வீடு இருப்பதால் சூரியன் அஸ்தமித்தாலும் வீதி விளக்குகளின் வெளிச்சத்தில் வீட்டின் முன்னே உள்ள தோட்டத்தில் நின்றபடி தெருவைப் பார்க்கமுடியும். மகிந்த தயாரத்தினவின் வீடு வழியாகச் செல்லும் தெரு பேராதனை வீதியில் முடியும் இடத்தில் ஒரு சிறிய விகாரை இருந்தது. வெள்ளையாடை அணிந்த பெண்கள் கைகளில் மலர்த்தட்டுகளுடன் ஒருவருக்கொருவர் பேசிச் சிரித்தபடி விகாரையை நோக்கி நடந்துகொண்டிருந்தார்கள். சிறுவர், சிறுமியர் கால்கள் நிலத்தில் பாவாது துள்ளியபடி அவர்களைத் தொடர்ந்து குதூகலத்துடன் சென்றனர்.

தெருவிளக்குகளின் மஞ்சள் ஒளியில் அவர்களைப் பார்த்த படி வீட்டின் முற்றத்தில் உள்ள சிறிய ரோஜா மலர்ப்பாத்தியில் களையை அகற்ற மண்ணைக் கொத்திக் கொண்டு தயாரத்ன நின்றன். அப்போதுதான் சாத்தானின் அழைப்பு, மாலைத் தொலைக்காட்சி செய்தியாக திறந்திருந்த வீட்டின் கதவு வழியாக உள்ளிருந்து வந்தது. இராணுவ வீரனான அவனை நிலைகுலைய வைத்தது.

வேதாகமத்தில் சாத்தான் வெளியில் இருந்து வருமென அறிந்து செம்மறி ஆட்டின் இரத்தத்தை கதவுகளில் பூசி யூதர்கள் முதலில் பிறந்த குழந்தைகளை தப்பவைத்தார்கள். தயாரத்தின குடும்பத்தில் சாத்தான் உள்ளிருந்து தொலைக்காட்சியின் வடிவத்தில் வந்து, குடும்பத்தின் தலைப்பிள்ளைக்கு மரண அழைப்பு விடுத்தது.

மண்வெட்டி அவனது கையில் இருந்து தளர்ந்து நிலத்தில் விழுந்தது. விரிந்த தோள்களும் முறுகிய உடலும் கொண்டவனில் இருந்து திடீரென எலும்புகளை யாரோ உருவி எடுத்து தசைப்பிண்டமாக்கியது போல் உணர்ந்தான். அந்த இடத்தில் புல்தரையில் இரு கைகளை வைத்து முழங்காலை சரித்து அமர்ந்தான். அவனது உடல் வலுமுழுவதும் அவனைவிட்டுப் போனது போலிருந்தது. உடல் எடையற்றுப்போனதாகத் தெரிந்தது. தரையில் தொடர்ந்து அமர்ந்து சிறிது நேரம் நிதானமாக சுவாசிக்க, கண்களை இறுக்கமாக மூடினான். நீண்டநேரம் மூச்சை இழுத்து மெதுவாக காற்றை வெளியேற்றினான். பல தடவை தொடர்ந்து செய்ததும் உடல் சமநிலைக்கு வந்தது. ஆனால், மனதில் வடுவாக இருந்த காயம் ஒன்று துளைக்கப்பட்டு மீண்டும் ரணமாகியது. அதன்வழியே குருதி வழியத்தொடங்கியது.

மாணவப்பருவத்தில் பார்த்த தந்தையின் நினைவு வந்தது. கறுப்பு பிணவூர்தியில் இருந்து தூய வெள்ளைப் பெட்டியை நான்கு இராணுவவீரர்கள் கம்பீரமாகச் சுமந்து வந்து வீட்டின்

ஹோலில் தோளில் இருந்து இறக்கி வைத்தனர். அயலவர்கள் கூடிவிட்டார்கள். அம்மா மாடியிலிருந்து தாமதமாக ஹோலுக்கு வந்தபோதுதான் அந்தப்பெட்டியை திறக்க முடியாது என்பது புரிந்தது. உடலை வெளியே எடுக்கவேண்டாம் என இராணுவத்தினரே சீல் வைத்திருந்தார்கள். அம்மாவின் அழுகை அவர்களை எதுவும் செய்யவில்லை. திறக்கக்கூடாது என்பது எங்களுக்குக் கட்டளை எனக்கூறிவிட்டு விறைப்பாக நின்றார்கள். முன்னே நெருங்கி எப்படியும் தந்தையின் முகத்தைப் பார்க்கச்சென்ற மகிந்த தயாரத்தினவை, மகிந்தானந்த தேரர் வந்து "தாத்தா பார்க்ககூடிய நிலையில் இருந்தால் காட்டியிருப்பார்கள்" என்றார். அவரது சொல்லின் பொருள் பிற்காலத்தில்தான் அவனுக்குத் தெளிவானது. தந்தையின் முகத்தைப் பார்க்காதது இன்றுவரையும் வாழ்வில் ஒரு நெருடலாக உறுத்தியபடியே இருக்கிறது.

○

திருகோணமலை கடற்படைத்தளத்தில் நிலைகொண்டிருந்த இரண்டு போர்க் கப்பல்கள் தண்ணீரின் கீழ் வைக்கப்பட்ட கண்ணிவெடியால் வெடித்து சிதறிய செய்தியை வீட்டின் ஹோலில் இருந்த தொலைக்காட்சியில் கேட்டதும் அம்மாவின் உடல் விதிர்த்து முகம் மாறியதை அவனால் நேரடியாகப் பார்க்க முடியவில்லை. அறையின் உள்ளே சென்று கதவை மூடிக்கொண்டார். அம்மா இருந்த இடத்தில் உருவாகிய சோகம், அழுகை,மெதுவான விக்கலுடன் அறையின் யன்னலுடாக காற்றில் கலந்து ஹோலை அடைந்து அங்கிருந்து திறந்திருந்த வீட்டு வாசலூடாக தோட்டத்தில் நின்ற அவன் உடல் வந்தடைந்ததை ஸ்பரிசத்தால் உணர முடிந்தது. மயிர்க் கூச்செறிந்து உடல் நடுங்கியது.

அன்றிரவு சமையல் அறைப்பக்கம் யாரும் காலடி எடுத்து வைக்கவில்லை. அம்மாவும் செரினும் வீட்டின் மேல்மாடியை விட்டு இறங்கி உணவையோ தண்ணீரையோ தொட்டதற்கான அறிகுறி தெரியவில்லை. சிறுமியான இந்திராணி பசி தாங்காது மேசையில் வைத்திருந்த பப்பாசிப் பழத்தை வெட்டி பாதியை சாப்பிட்டாள். மகிந்த வெளியே சென்று கடையில் சாப்பிட்டான். தம்பி குமார நண்பன் வீட்டிற்குச் சென்றிருந்தான்.

"இந்தப் போர் நிறுத்தங்கள், அரசியல்வாதிகள் தங்களைப் பதவியில் தக்கவைத்துக் கொள்வதற்கான தற்காலிக காரியங்கள். 'பற பல்லோ(நாய்கள்) புலிகளை விட இவங்களே கெட்டவங்க – ஜே.வி.பி.காரய இவங்களைப் போட்டுத்தள்ள நாங்கள் விட்டிருந்தால் நல்லது" எனத்திட்டியபடி தனியாக

மதுக்கடையில் இரண்டு போத்தல் பியரை அருந்தி உணவை வழக்கத்திற்கும் அதிகமாக உண்டிருந்தான். நிறைந்த போதையில் வீடு வந்த அவனிடம் எந்த வார்த்தையையும் செரினால் பரிமாறமுடியவில்லை. கட்டிலின் இரு ஓரங்களிலும் இருவரும் விலகியபடி படுத்து அந்த நீண்ட இரவுடன் போர் புரிந்தனர்.

இந்தியப்படை வட – கிழக்கில் இருந்த காலத்தில் இலங்கை இராணுவம் ஜே.வி.பிக்கு எதிராக இயங்கியது. அவனது படைப்பிரிவு கண்டியில் இருந்தது. அக்காலத்தில் நாட்டை ஜே.வி.பி தனது கைக்குள் வைத்திருந்தது. பல உள்ளூர் அரசியல்வாதிகள் கொல்லப்பட்டார்கள். இறுதியில் இராணுவத்தினரது குடும்பங்களைக் கொலை செய்தபோது இராணுவம் தீவிரமாக அவர்களது வழியில் செயல்பட்டு ஜே.வி.பியை ஒடுக்கியது. அதேபோல் தமிழ்த் தீவிரவாதம் இராணுவ ரீதியாக தோற்கடிக்கப்படும் வரை இலங்கையில் சமாதானம் வராது என்பது அவனது உறுதியான எண்ணம்.

அடுத்த கிழமை லீவு முடிந்ததும் முல்லைத்தீவு இராணுவ முகாமில் விஜய படைப்பிரிவில் சேர உத்தரவு வந்தது. அம்மா அன்று முழுவதும் அழுதாள். அவளுடன் சேர்ந்து செரினும் அழுதாள்.

அவர்கள் மட்டுமா அழுதார்கள்?

தென் இலங்கை கிராமங்களில் நகரங்களில் வாழ்ந்த ஏராளம் அம்மாக்களும் செரின்களும் அழுதார்கள். அவர்களை அழவிடுவதே தற்பொழுது செய்யக் கூடியது. நான் சொல்லும் ஆறுதல் வார்த்தைகள் போலியானவை. எதுவும் பயன்தராது என நினைத்தபடி தனது பயணத்திற்கு மகிந்த தயாரானான்.

"முன்பு மாதிரியில்லை. உன்னை நம்பி ஒரு சீவன் இருக்கிறது. இராணுவத்தை விட்டு விலகிவிடு என்று எனக்குக் கேட்க ஆசை. ஆனால், நீ கேட்கமாட்டாய். மனிதர்களை மனிதர்கள் கொலை செய்யும் இந்தப் போருக்கு எப்பொழுது விடிவு வரும் குழந்தை?" என்றாள் அம்மா.

கதவருகே உள்ள கதிரையில் அமர்ந்து கண்ணீரை இடையிடையே துடைத்தபடி, ஒரு சட்டியை மடியில் வைத்து அவித்த உருளைக் கிழங்கின் தோல்களை சிறிய கத்தியால் உரித்துக்கொண்டிருந்தாள்.

"எனது தந்தையார் போல நான் போர் புரியவேண்டியது எனது கடமைதான். வேறு வழியில்லை அதுவே தர்மம்" என்றான் அழுத்தமான குரலில்.

“நாம் இராணுவத்தில் சேர்ந்துதான் சீவிக்கவேண்டியதில்லை. ஏதோ புண்ணியத்தால் வாழ்வதற்குப் பணம் இருக்கிறது.” கிழங்கை உரிப்பதை நிறுத்தி அவனை நோக்கி இரு கைகளைக் கூப்பினாள்.

“அம்மே, தயவு செய்து இப்படி என்னைக் கேட்காதே. பணமுள்ள நாங்கள் இராணுவத்தில் சேராவிடில் ஏழைகள் மட்டுமா இந்த நாட்டுக்காக உயிர் கொடுப்பது? அவர்கள் உயிர் கொடுத்துக் காப்பாற்றிய நாட்டில் எங்களுக்கு இருக்க என்ன உரிமையுள்ளது? அதன் பின்பு தலைநிமிர்ந்து நடக்க நமக்கு என்ன தகுதியிருக்கு? வாழ்வையும் வசதிகளையும் அனுபவிக்கும் எமக்கு அளிக்கப்பட்ட தார்மீகக் கடமையாக இந்தப் போரை நாங்களும் சேர்ந்து சுமக்க வேண்டும்”

“இப்படி நீ பேசியதைக் கேட்டு உனது தம்பியும் ஆர்மியில் சேர்ந்துவிட்டான். அவன் மட்டக்களப்பு முகாமில் இருக்கிறான். எதாவது கெட்ட செய்தி வருமா என நான் வீட்டில் இருந்து ஒவ்வொரு நாளும் மரணத்துடன் நீண்ட பேச்சுவார்த்தை நடத்திக்கொண்டிருக்கிறேன்”

“நாங்கள் பிறந்து வளரும் காலம் போர்க்காலம் என்பதால் இப்படியாக இருக்கிறது. தனி மனிதர்களாகப் போரில் இருந்து தப்புவது முறையல்ல. அதை நான் செய்யமாடடேன். நாம் செய்யக்கூடியது குறைந்தபட்சம் போரை அடுத்த சந்ததிக்கு விட்டுச் செல்லாமல் முடித்து வைப்பதுதான். அம்மே. எனக்கு பிறக்கும் பிள்ளைகளுக்காக. உனது பேரப்பிள்ளைகள் அமைதியாக வாழ்வதற்காக நான் போர் செய்ய வேண்டும்.”

இந்த உரையாடலைக் கேட்டபடி செரின் நிலைக்கதவில் சாய்ந்திருந்தாள். மௌனமாகக் கண்ணீரால் முகத்தைக் கழுவி மூக்கை சிந்தியபடியிருந்தாள்.

“செரின் ஏன் அழுகிறாய்? ஆர்மிக்காரன் எனத் தெரிந்துதானே என்னை மணந்தாய். அம்மாவோடு நீயும் அழுதால் நான் எப்படி துணிந்து சண்டைக்குப்போவது?” எழுந்து சென்று அவளது கண்ணீரைக் கைகளால் துடைத்தான்.

அம்மா கிழங்கு வெட்டுவதை நிறுத்திவிட்டு அருகே வந்தாள். நிமிர்ந்து அவனது முகத்தைப் பார்த்தபடி “நீ மட்டும்தான் போர் வீரன் என முந்திக்கொண்டு முன்னால் போகாதே. எப்பொழுதும் இரும்புத் தொப்பியை போடு. புலட்ஃப்றுவ் சட்டையைப் போடு. பாதுகாப்பு அரங்குகளில் கவனமாக இரு. எப்பொழுதும் தேவைக்கு அதிகமான குண்டுகளை உனது துப்பாக்கிக்காக வைத்திரு. சிலவேளை இராணுவத்தினருக்கு

நல்ல ஆயுதம் கொடுக்கப்படுவதில்லையென பத்திரிகையில் படித்திருந்தேன். துப்பாக்கி ஒழுங்காக வேலை செய்கிறதா என ஒவ்வொருநாளும் பார்த்துக்கொள். அடிக்கடி அதை சுத்தப்படுத்தி எண்ணை போட்டு வைத்திரு. அதுவே உன்னைக் காப்பாற்றும். காடுகளுக்குள் போகும்போது சட்டைக்குள் கொம்பாசை வைத்திரு. மேலதிகாரிகளை பகைத்துக் கொள்ளாதே. உன்னைப் பிடிக்கவில்லை என்றால் அவர்கள் சண்டையின் முன்பகுதிக்கு உன்னை அனுப்பிவிடலாம். மகனே எல்லோரையும் அனுசரித்துப் போ. முக்கியமாக வாகனங்களில் செல்லும்போது கவனமாகப் போ. தலைமகனாகப் பிறந்தபோது நீ கொடுத்த வலி அடி வயிற்றில் இன்னமும் வலிக்கிறது உனது பிரசவம் மறக்கமுடியாது. மற்றதுகள் இரண்டும் உன்னைப்போல் கஷ்டமில்லை. உனக்கு ஏதாவது நடந்தால் நான் உயிர் வாழமாட்டேன். என் மகனே" எனக் கட்டி அணைத்தாள்.

சிறிது நேரத்தின் பின்பாக சுதாரித்தபடி "நல்லவேளை நான் மறந்துவிட்டேன், எப்பொழுதும் கண தெய்வோவையும் புத்தரையும் மறக்காதே. இது பன்சல ஆமத்துரு பிரித் ஓதி தந்தது" எனக்கூறி அவனது நீட்டிய கையில் மேசையில் வைத்திருந்த வெள்ளை நூலைக் கட்டினாள்.

அவன் மௌனமாகக் கேட்டபடி நின்றான்.

❍

மாலையில் அனுராதபுரத்துக்குச் செல்லும் பஸ்சிற்காக தம்பி குமர தயாரத்தினவுடன் மோட்டார் சைக்கிளில் சென்று மத்திய பஸ் நிலையத்தை அடைந்தான். வடக்கே போனால் திரும்பி உயிருடன் வருவது உறுதியற்றது. அதனால் வழமையாக அனுராதபுரத்தில் தங்கி யாராவது ஒருத்தியுடன் இரவைக் கழித்துவிட்டு மறுநாள் காலையில் சாலியபுர முகாமுக்குச் செல்வது அவனது வழக்கம். இம்முறை செரினை நினைத்து அதைத் தவிர்த்துவிடுவது என எண்ணினான்.

திருமணத்தால் ஒழுக்கம் மட்டுமல்ல உயிர்ப் பயமும் வந்துவிட்டதே! திருமணம் வீரனைக் கோழையாக்குமென்பது நூற்றுக்கு நூறு உண்மை.

முல்லைத்தீவு இராணுவ முகாமைச் சென்றடைந்தான். அங்குச் சென்றபோது முகாமின் பாதுகாப்பற்ற நிலை அவனுக்குப் புரிந்தது. எதிரிகள் தாக்கக் கூடியதான பிரதேசத்தில் அது தனித்து அமைந்திருந்தது. கடலைத் தவிர்ந்த மூன்று பக்கங்களாலும் முகாமைத் தாக்கமுடியும். கடற்புலிகள் நினைத்தால் கடலாலும் தாக்கமுடியும். அதைவிட இந்த முகாமிலிருந்து விடுதலைப்புலிகள்

மீது எதுவித தாக்குதலையும் தொடங்கும் சாத்தியமுமில்லை. எதிரியின் தாக்குதலின் போது உதவிக்கு வருவதற்கு கடற்படைத் தளங்களோ அல்லது இராணுவ முகாம்களோ அருகில் இல்லை. அவசர உதவிக்கு வருவதென்றால் கடல் மார்க்கமாகத்தான் வரமுடியும், ஆனால், அதற்கான பெரிய இறங்குதுறைகள் எதுவுமற்ற இடம். ஆயிரத்திற்கு மேற்பட்ட ராணுவத்தினர் தாக்குதலுக்கு இரையாகுவார்கள் எனத் தெரிந்தாலும், சமாதான காலத்தில் அமைக்கப்பட்ட இந்த முகாமை இப்போது மூடினால் விடுதலைப்புலிகளுக்கு பயந்துவிட்டோம் என்று கேலி செய்வார்கள் என்ற வீணான ஈகோவில் இராணுவத் தலைமையகம் இருந்தது.

○

அந்த முல்லைத்தீவு இராணுவ முகாம் தாக்குதலில் தப்பிய எட்டுப் பேரில் தயாரத்தினவும் ஒருவன். தப்பியவர்கள் எல்லோரும் இராணுவத்தை விட்டு விலகிப் போய்விட்டபோதும் தொடர்ந்து இராணுவத்தில் கடமையாற்றியவன். தற்பொழுது அதுவும் சமாதான காலத்தில் விலகிச் செல்வது ஏன்?

முல்லைத்தீவு முகாமின் இராணுவத் தளபாடங்களுக்குப் பொறுப்பாக தயாரத்தின இருந்தான். அந்த முகாமில் தேவையான ஆயுதங்களையும் குண்டுகளையும் மேலிடத்திற்கு அழுத்தம் கொடுத்துப் பெற்றிருந்தான். முகாம் மீது தாக்குதல் நடந்தால் குறைந்தது ஒரு கிழமையாவது இந்த ஆயுதங்களை வைத்துத் தாக்குப்பிடிக்க முடியும். அதற்கு மேல் மற்றைய முகாமில் இருந்தோ அல்லது கடல் வழியாகவோ உதவி வரவேண்டும் என்பது அவனது கணிப்பு.

அன்று தயாரத்தினவுக்கு ஓய்வுநாள். இரவு உணவின் பின்பு சீட்டு விளையாடிவிட்டுப் படுத்திருந்தான்; ஜூலை இரவின் உஷ்ணத்தால் கடற்காற்று அனலாகக் கொதித்தது. மேல் சட்டையற்று அரைக்கால் சட்டையுடன் படுத்தாலும் நித்திரை வரவில்லை. உடல் சூடாகியது. வெப்பத்தால் மட்டுமா? திருமணமாகி சில காலம் மட்டும் தாம்பத்தியத்தில் இருந்தவனுக்கு ஷெரினின் நினைவு அடிக்கடி வந்துகொண்டிருந்தது. 'கடற்கரையில் உலாவிவிட்டு வருவோமா?' என பக்கத்துக் கட்டிலில் படுத்திருந்திருந்த லியனகேயைக் கேட்டான். லியனகே சம்மதித்ததும் இருவரும் காலில் செருப்புடன் சிகரட்டை எடுத்துக்கொண்டு முகாமின் தென்பகுதியால் வெளியே வந்து கடற்கரை நோக்கி நடந்தனர்.

ஆகாயத்தின் பெரும்பகுதி தெளிவாக இருந்தாலும் கீழ்த்திசையின் தூரத்தில் தெரிந்த தொடுவானத்தில் சில

கருமையான மேகங்கள் தோன்றின. தென்மேற்குப் பருவ காலமானதால் வெப்பம் எங்கும் நிறைந்திருந்தது. கடலில் அதிகமான அலைகள் இருக்கவில்லை. காலையில்தான் கப்பலில் உணவு முகாமிற்கு வந்திறங்கியது. முகாமைச் சுற்றியமைக்கப்பட்ட காப்பரண்கள் அருகே அமைந்துள்ள மின்சாரக்கம்பங்களில் இருந்து வரும் வெளிச்சம் அந்த இடத்தை பகல் போல் வைத்திருந்தது. கிழக்குப்பகுதியில் கடற்கரை வரையும் பாதுகாப்பு சென்றிகள் மரத்தாலும் சிமென்ட்டாலும் மணல் அடைக்கப்பட்ட சாக்குகளாலும் அமைந்திருந்தன. இரண்டு வரிசை முள்வேலிகள். அதன் இடையே வளையமான முள்ளுக்கம்பிச் சுருள்கள், நிலத்தின் கீழ் நிலக்கண்ணிகள் என, பாதுகாப்பு அதைவிட தொடர்ச்சியாகப் பாதுகாப்பு கூடாரங்கள் அமைத்து காவல் இருந்தது. பாதுகாப்புடன் கடற்கரை வரையும் சென்று திரும்ப பாதையுள்ளது.

பாதையால் நடந்து கடற்கரைக்கு வந்தபோது வானம் மட்டுமல்ல கடலும் நிசப்தமாக இருந்தது. கைக்கடிகாரத்தைப் பார்த்தான். ஒரு மணிக்கு ஐந்து நிமிடங்கள் இருந்தன.

“இவ்வளவு நிசப்தமாக கடற்பகுதி இருப்பது எனக்குப் பிடிக்கவில்லை மச்சான் ஏதோ நடக்கப்போகிறது என உள்மனம் சொல்லுகிறது.” எனக்கூறிய லியனகே சிகரட்டை எடுத்தான். பற்றவைத்த சிறிது நேரத்தில் “ஏதோ சத்தம். மேற்குத் திசையில் பறவைகளின் சத்தம் கேட்கவில்லையா? இது காட்டு மயில்களின் சத்தமல்லவொ என்றான் லியனகே.?”

காடுகள் நிறைந்த பொலன்னறுவை மாவட்டத்தில் விவசாயக் கிராமத்தில் வளர்ந்த அவனால் ஒவ்வொரு பறவைகள், மிருகங்களின் சத்தத்தை இலகுவாகப் பிரித்துப் புரிந்து கொள்ளமுடியும்.

“ஏதோ கேட்கிறது போலத் தான் இருக்கிறது”

“நான் நினைக்கிறேன். கொட்டியா பெருமளவில் காட்டுக்குள் செல்கிறார்கள். அதனால், குரங்குகள் மரக்கிளைகளிடையே தாவி மயில்கள் கூட்டத்தைக் கலைத்துவிட்டது” என்றபடி கடற்கரையில் உள்ள காவல் அரங்கை நோக்கி ஓடினான். அவனைத் தொடர்ந்து தயாரத்தினா ஓடினான்.

“கொட்டியா வருவதுபோல் தெரிகிறது எல்லா சென்றியையும் எச்சரிக்கை செய்”

காப்பரணில் இருந்தவன் அரைத்தூக்கத்தில் திடுக்கிட்டு கண்களைக் கசக்கியபடி “எங்கு?” என விழித்தான்.

“மேற்குப்பகுதி. ஆனாலும் வடக்கேயுள்ள பத்தைகள் ஊடாகவும் வரலாம். கடற்கரையைத்தவிர மூன்று பகுதிகளிலும் அபாயம் உள்ளது. தெற்கே வயல்கள் இருப்பதால் ஆரம்பத்தில் தவிர்ப்பார்கள்”

லியனகேயினது வார்த்தையில் நம்பிக்கையில்லாது தொடர்பு சாதனத்தை கையில் எடுத்தான். “பெரிய மாத்தையா இல்லை. யாருக்குச் சொல்வது? எப்படிச் சொல்வது?” என்றபடி முகாமின் கட்டுப்பாட்டு நிலையத்துக்கு எடுத்து “ஹலோ ஹலோ” என்றபோது முகாமின் மேற்குப்பகுதியில் குண்டு வெடிப்பு சத்தம் கேட்டது.

“நீ சொல்லத்தேவையில்லை. முட்டாள், இனி அவர்களுக்குத் தெரியவரும்” லியனகே கூற தொடர்ச்சியாக குண்டுச் சத்தங்கள் இடியோசையாகின. வானத்தில் ஒளிக்கற்றைகள் சிதறின; மேற்கேயும் வடக்கேயும் இருந்து பீரங்கிக் குண்டுகள் வந்து வானத்தை சிவப்பாக்கின. லியனகேயும் தயாரத்தினவும் சென்றி அருகே சிகரட்டைப் பற்றியபடி ஒதுங்கினர்.

குண்டுகள் அவர்கள் நின்ற இடங்களை நோக்கி மின்னலும் இடியுமாக விழுந்தன. முகாமுக்குச் செல்வதற்கு முனைந்தபோது உள்ளிருந்து இயந்திரத்துப்பாக்கி வெடித்தது. கொட்டியாவின் சிறிய குழுவினர் உள்ளே வந்துவிட்டார்களா? உள்ளே கைக்குண்டு வெடித்த ஒற்றைச் சத்தம் கேட்டது. செய்வதறியாது திகைத்தபோது எங்கிருந்தோ வந்த சினைப்பர் குண்டு அவர்கள் அருகே உள்ள லைட் கம்பங்களில் ஒன்றைத் தாக்கியது. அந்தப்பகுதி இருளடைந்தது. நிலத்தில் இருந்தபடியே அவதானித்தனர். கடற்கரையருகே உள்ள சென்றிகளில் பீரங்கிக் குண்டுகள் விழுந்து வெடிக்கத் தொடங்கின. சில குண்டுகள் மணலிலும் சில கடலுக்குள்ளும் விழுந்து மணலையும் கடல் நீரையும் வானத்தை நோக்கி இறைத்தன. தூரத்தில் இருந்து மோட்டார்கள்ஷெல்கள் வந்து விழுந்து வெடித்தன. அருகே வெடித்த கைக்குண்டுகள் புலிகளின் ஒருபகுதியினர் முகாமின் அருகே வந்துவிட்டார்கள் என்பதை உணர்த்தின. சிறிது நேரத்தில் இயந்திரத்துப்பாக்கிகளின் சத்தம் எல்லாத்திசையிலும் தொடர்ச்சியாகக் கேட்டது. முகாமின் ஒரு கட்டிடத்தில் தீப்பற்றியது. அவன் அருகே சென்றியில் இருந்து இயந்திரத்துப்பாக்கி வடக்குப் புறமாக முழங்கியது. இராணுவ ஆட்டிலறியின் சத்தம் கேட்கத் தொடங்கியதும் ஓரளவு நிம்மதியாக இருந்தது. ஆட்டிலறியால் சுற்றியுள்ள காடுகளுக்குள் குண்டுகள் செல்லும் சத்தம் கேட்டது.

விடுதலைப்புலிகளின் முன்னரங்கப் பாதுகாப்பு அரண்கள் அருகே நின்று சண்டை பிடிக்கிறார்கள் என்பதை அவர்களது

இயந்திரத்துப்பாக்கிகளும் கைக்குண்டுகளும் வெடித்ததைக் கொண்டு தயாரத்தின அறிந்தான்.

இராணுவமும் அருகில் சண்டையிடும் சத்தம் கேட்டது. இராணுவத்தினரது தாக்குதல்கள் புலிகளுக்கு எதிரானதா மற்றைய இராணுவத்தினருக்கு எதிரானதா எனப்புரியவில்லை. இராணுவத்தினர் தொலைவில் புலிகள் இருப்பதாக எண்ணி அந்த இடங்களுக்கு மோட்டார்களையும் இயந்திரத் துப்பாக்கிகளையும் இயக்குகிறார்கள். ஒரு கூட்டம் புலிகள் உள்ளே ஏற்கனவே ஊடுருவியிருக்கிறார்கள் என்பது தெரியவில்லையா?

இராணுவத்தினர் தங்களின் ஒரு பிரிவை நோக்கியே தாக்குதல் நடத்தி இந்த முகாமை அழித்து விடுவார்கள் போல் இருந்தது. முகாம் மிகவும் குழப்பத்தில் ஆழ்ந்துள்ளது. சண்டை ஒழுங்காக வழி நடத்தப்படவில்லையா?

லியனகேயும் தயாரத்தினவும் எதிர்பாராத சூழலில் கையில் எதுவித ஆயுதமும் அற்றிருந்தனர்.; முகாமுக்குள் புகமுடியாத நிலைக்குத் தள்ளப்பட்டார்கள்.

“நாம் இனி உள்ளே போகமுடியாது. என்ன நடக்கிறது பார்ப்போம், லியனகே”

வடக்கே இருந்து ஷெல் ஒன்று அந்த காவல் அரணை நோக்கி சீறிக்கொண்டு வந்தது. லியனகேயை இழுத்துக்கொண்டு தயாரத்தின கடலை நோக்கி ஓ , குண்டு நேரடியாக காப்பரணில் விழுந்து வெடித்தது. சென்றியில் இருந்த இருவரும் எரிந்தபடியே வெளியே வந்து கடலை நோக்கியோடினார்கள். அதிக தூரம் செல்லவில்லை. குப்புறவிழுந்து சில மீட்டர்கள் உருண்டார்கள். அவர்களைப் பார்த்தபடி கால்கள் மணலில் புதைய லியனகேயை இழுத்தபடி தெற்குத் திசையில் அமைந்திருந்த சிறிய பற்றையை நோக்கி ஓடினான். இருளில்வலது கன்னத்தில் ஏதோ தாக்கியது. இடது கையால் தடவியபோது இரத்தம் வழிந்தது. வலது கையால் லியனகேயை இழுப்பது கடினமாக இருந்தது. அவனது முழு உடலையையும் சேர்த்து இழுப்பதுபோல் தோன்றியது.

“மச்சான் லயனகே?”

தயாரத்தின உற்றுப்பார்த்தான். லியனகேயின் மற்றைய கையை காணவில்லை. இரத்தம் அவனது தோளில் இருந்து ஒழுகியது. லியனகேயின் முனகல் உடலில் உயிர் இருப்பதைக் காட்டியது. கடற்கரை மணலில் அவனைக் கிடத்திவிட்டு உடைந்திருந்த காப்பரண் அருகே மீண்டும் சென்றான். அந்த சென்றியில் இருந்த இருவரும் கருகிக் கிடந்தார்கள். அவர்களுக்கு

அருகில் மரத்துண்டை பற்றியபடி லியனகேயின் கை கிடந்தது. அதை எடுத்துக்கொண்டு மீண்டும் பற்றை அருகே வந்தான். லியனகேயிடம் எந்த முனகலும் இல்லை. மூக்கில் கையை வைத்தபோது அவனது மரணம் உறுதியாகியது.

நண்பனது மனைவியான சீதாவின் முகம் நினைவில் வந்தது. எப்படி அவள் முகத்தைப் பார்க்க முடியும்? அவளிடம் என்ன சொல்லமுடியும்?

லியனகேயின் குடும்பத்தோடு பொலன்னறுவைக்குப் பக்கத்தில உள்ள கிராமத்தில் இரண்டு நாட்கள் மகிந்த தயாரத்ன தங்கியிருக்கிறான். அவர்கள் ஏழை விவசாயக் குடும்பம். தகப்பனுக்கு பாரிசவாதம் வந்து இடதுகை செயலிழந்தபோது லியனகே இராணுவத்தில் சேர்ந்தான். அவனுக்கு பதினெட்டு வயதிலே திருமணமாகி இரண்டு குழந்தைகள் இருக்கிறார்கள். அவனது மனைவி சீதா, மகிந்த அவர்களோடு தங்கியிருந்த அந்த இரண்டு நாட்களில் பல தடவை "நாங்கள் ஏழைகள் மாத்தையா" எனச் சொல்லி குளத்து மீன் சமைத்து உணவு படைத்து விட்டு "தாத்தாவை இந்த ஐயா பார்த்துக்கொள்வார்" எனக் குழந்தைகளிடம் கூறியதை மறக்கமுடியாது.

முகாமில் சண்டை தொடர்வது தெரிந்தது.

லியனகேயை இந்த பற்றை அருகே முழுமையாக புதைத்தால் குறைந்த பட்சம் அவனது உடலாவது குடும்பத்திற்கு போய்சேரும். எனது அப்பாவின் உடல்போல் அவனுக்கு நடக்கக்கூடாது. அவனது உயிரைப் பாதுகாக்க முடியாதபோது உடலையாவது சீதாவுக்கு கொடுக்க வேண்டும். பற்றையின் அருகில் வேகமாக கைகளால் தோண்டினான். இலகுவாக இருக்கவில்லை லியனகேயின் கையில் இருந்த அந்த மரப்பலகையை எறிந்த இடத்தில் இருந்து மீண்டும் எடுத்தான். அது இரண்டு பக்கத்திலும் கூர்மையாக இருந்தது. குருதிபடிந்த முனையால் நிலத்தை தோண்டினான். சிறிது நேரத்தில் தண்ணீர் வந்தது. அதுவும் நல்லதே. உடல் பாதுகாப்பாக உப்புத் தண்ணீரில் இருக்கும். அந்த ஆழமற்ற கிடங்கில் அவனைப் வைத்து அவனது மார்பில் அவனது துண்டிக்கப்பட்ட கையையும் அவனது நெஞ்சின்மேல் ஒன்றாக புதைத்து அதன்மேல் அந்தப்பலகையை அடையாளமாக நாட்டினான்.

திரும்பி முகாமைப் பார்த்தபோது புதிதாக மேலும் ஒரு கட்டிடம் எரிந்தது.

ஏதோ ஒரு காரணத்திற்காக இந்த சண்டையில் இருந்து நான் விலக்கிவைக்கப்பட்டுள்ளேன். இங்கு நிற்பது பிரயோசனமற்றது

என்று எண்ணியபடி தென்பகுதியை நோக்கி நடந்தான். வெறுமையாகக் காய்ந்த வயல்வெளிகள் எதிர்ப்பட்டன. அந்தப்பகுதியில் எவரது நடமாட்டமும் தெரியவில்லை. சிறிது தூரம் நடந்தபோது இரவிற்குள் நெருக்கமாக மறைந்துவிட்டான். இரவு முழுவதும் குண்டுகளின் ஒலிகள் அவனுக்குத் தொடர்ந்து கேட்டபடியிருந்தன.

அடுத்த இராணுவமுகாம் உள்ள இடம் வெலி ஓயா.இலகுவாக நடக்கிற தூரமில்லை. தண்ணீர், உணவு, ஆயுதமோ இல்லாது காட்டில் எத்தனை நாட்கள் கரந்துறைய வேண்டிவருமோ? ஆனாலும், அடுத்த போருக்காக நான் உயிர் வாழவேண்டும். திசை தெரியாது இருளை நோக்கி நடந்தான்.

❍

இராணுவத்தில் விரும்பிச் சேர்ந்து போர் புரிந்த மகிந்த தயாரத்தினவிற்கு தற்போதைய அரசாங்கத்தின் நடவடிக்கைகளை ஏற்க முடியவில்லை வெண்புறா இயக்கம் தென்னிலங்கை எங்கும் சென்று சமாதானத்துக்காக பிரசாரம் செய்தால் எப்படிப் போர் செய்ய முடியும்? போர் என்பது எதிரியை மனிதன் அல்ல என நினைத்து உடல், உள்ளம் எங்கும் மிருக வெறியைத் தேக்கிக்கொலை செய்வதற்கு அலைவது. சமாதானம் என்பது காருண்யத்தை மனதில் நிறைத்து எதிரியை இதயத்தால் தழுவி மனிதனாக, நண்பனாக நினைப்பது. அது விடுதலைப்புலிகள் விடயத்தில் நடக்காத விடயம். இதை நேரடியான அனுபவமாகக் கண்டிருக்கிறான். ஒரு மாதம் காட்டில் கரந்துறைந்து உயிர் வாழ்ந்து காணாமல் போனவர்கள் பட்டியலில் இருந்து மீண்டவன். அவனுடன் உயிர் தப்பிய சக இராணுவத்தினர் தங்களது சகாக்கள் நானூறுக்கு மேற்பட்டவர்கள் எப்படி முல்லைத்தீவு முகாமில் சரணாகதி அடைந்தபோது நிராயுதபாணியாகக் கொலை செய்யப்பட்டார்கள் எனச் சொன்னது இன்னமும் காதில் ஒலிக்கிறது.

❍

விருந்திற்கு அவனுடன் படித்த கேர்ணல் சில்வா மற்றும் மேஜர் பெரேரா ஆகியோரும் அழைக்கப்பட்டிருந்தனர். சில்வாவும் பெரேராவும் ஒன்றாக ட்ரினியிட்டி கல்லூரியில் படித்தவர்கள். இன்று கொழும்பில் இருந்து வருகிறார்கள்.

மகிந்தாவின் சகோதரன் குமார தயாரத்தின திருமணம் செய்யாதவன். தற்பொழுது இராணுவ உளவு அதிகாரியாக மட்டக்களப்பில் வேலை செய்பவன் விடுமுறை எடுத்துக்கொண்டு வந்துள்ளான். இவர்களைவிட இந்திராணி, குமாரவிற்கு பத்து

வருடம் கழித்துப் பிறந்தவள். தந்தை அசோக தயாரத்தின இறந்தபோது குழந்தை. தகப்பன் முகம் தெரியாது வளர்ந்தவள். அண்ணனிடம் தந்தையின் பாசத்தைப் பார்த்தாள்.

பெரேராவின் ஜீப் வந்தது. வாசலுக்கு செரின் பின் தொடர மகிந்த வந்தான். அதில் இருந்து பெரேராவின் மனைவி அனோமா கையில் உணவுத் தட்டுடன் இறங்கினாள். வெளிநாட்டு விஸ்கியை கையில் எடுத்தபடி பெரேராவும் வந்தான்.

"மச்சான் வீடு கண்டுபிடிக்கக் கஷ்டப்பட்டேன். ஐந்து வருடத்திற்கு முன் வந்த இடம். உனது மகளின் முதலாவது பிறந்தநாள் என நினைக்கிறேன். செரின் தங்கையின் முகத்தில் அவுஸ்திரேலியக் களை இப்பவே தெரிகிறது." என்றான் பெரேரா.

"அதுதான் முகத்தில் எழுதி வைத்திருக்கே" என்றாள் பெரேராவின் மனைவி அனோமா.

"இல்லை, எனது முகத்திலா? எனக்குக் கண்காணாத தேசம் என உள்ளுக்குள் பயம். இது என்னோடு பேசி எடுத்த தீர்மானம் இல்லை. உனது அண்ணை மகிந்தவின் திடீர் முடிவு. இரண்டு பிள்ளைகளும் அவுஸ்திரேலியாவில் படிப்பது எனக்கு சந்தோசம் அவ்வளவுதான்." செரின் தலையை ஆட்டியபடி

"மகிந்த அண்ணாவுக்கு எப்படி எங்களை விட்டுப் போக மனம் வந்தது." மீண்டும் அனோமா.

"அனோமா, நான் யுத்தத்திற்கோ விடுதலைப்புலிகளுக்கோ பயந்து நாட்டைவிட்டு வெளியேறுபவன் அல்லன். போர் புரிவதற்கு எனக்கு உடல் தினவு எடுக்கிறது. முல்லைத்தீவில் வாங்கியதை திரும்பவும் கொட்டியாவிற்குக் கொடுக்கத் தீர்மானமாக இருக்கிறேன். ஆனால், எவ்வளவு வீரனாக இருந்தாலும் ஒரு கையை கட்டிக்கொண்டு சண்டை பிடிக்க முடியாது அல்லவா?."

காரில் சில்வா வந்து இறங்கினான்.

"மச்சான் சில்வா" என்றான் மகிந்த. ஆறடி உயரத்தில் மூக்குக் கண்ணாடி அணிந்திருந்தான். அவன் மனைவி மெனிக்கே பின்னால் வந்தாள்.

"உனது உயரத்திற்கு கார் சரிவராது. என்னைப்போல் ஜீப் வேண்டினால் தான் சரி" என்றான் பெரேரா.

"அடே இராணுவ சம்பளம்தானே. கொழும்பு சீவியத்திற்கு சரியாகப்போய் விடுகிறது. எனக்கு உன்னை மாதிரி குடும்பச் சொத்து இல்லை."

“சரி சரி எல்லோரும் வெளியில் நின்று பேசியது போதும்” என்று குமார தயாரத்தின வந்தபோது அவனுடன் பின்னால் இருந்து அவன் நண்பன் சுனில் எக்கநாயக்க பெரிய கார்ட்போட் பெட்டியுடன் மோட்டார் சைக்கிளில் வந்தான். அப்பொழுது உள்ளே இருந்து சீலாவதி வந்தாள்.

“அம்மா எப்படி நலமா?” என மனிக்கேயும் அனோமாவும் சீலாவதியைத் தழுவினார்கள்.

“எனது மனதில் இப்பொழுது கொஞ்சம் நிம்மதி. இராணுவத்திற்கு இரண்டு பிள்ளைகளையும் அனுப்பிவிட்டு போர்ச் செய்திகளைக் கேட்டுக்கொண்டிருந்தேன். தற்பொழுது ஏற்பட்டுள்ள சமாதானம் நீடிக்க வேண்டும் என கதிர்காமக் கடவுளை வேண்டுகிறேன். என் பிள்ளைகளுக்காக மட்டுமல்ல; எல்லோரது பிள்ளைகளுக்காகவும்தான்.எவ்வளவு உயிரை பறிகொடுத்துவிட்டோம்? எல்லாம் இளம் பிள்ளைகள்.” அனோமாவிடம் சொன்னாள் சீலாவதி

“அம்மா, இராணுவத்தில் இருந்தாலென்ன மற்ற வேலைகளில் இருந்தாலென்ன இறப்பு நிச்சயம் என்பது தெரியாதா? அது எப்பொழுதும் நிழல்போல எங்களருகே காத்திருக்கும். எப்பொழுது நடக்குமென்பது இறைவனுக்குத்தான் தெரியும். இதைத்தானே புத்தாமத்துரு எப்பவோ சொல்லியிருக்கிறார்” என்றான் மகிந்த.

“அது தெரியும் குழந்தை. ஆனால், இருபது முப்பது வயதில் இறந்த இளஞர்களது உடல்களை சிதறிய துண்டுகளாகவும் துகள்களாகவும் பார்ப்பது மிகவும் வேதனையானது. அதைவிட மகனின் இறந்த உடலை முழுமையாகப் பார்க்காத தாயின் மன நிலை உனக்குப் புரியாது. வாழ்க்கையில் இரவும் பகலும் எனது மகன் எப்படி இருப்பான் என எண்ணம் எஞ்சிய காலத்தில் வருத்திக் கொண்டிருக்கும் தாயின் நிலை எவ்வளவு கடினமானது என என்னால் உணரமுடியும். ஏற்கனவே உனது அப்பாவால் ஏற்பட்ட நினைவைப் பாரமாக நெஞ்சில் சுமக்கிறேன். அது ஒன்று மட்டும் எனக்குப் போதாதா?”

“அம்மாவோடு பேசி வெல்லமுடியாது. அண்ணா” சொல்லிவிட்டு குமார சாப்பாட்டுடன் உள்ளே சென்றான். எல்லோரும் உள்ளே சென்று இருந்தனர்.

“அனோமா என்ன குடிக்கிறாய்?” மகிந்த உபசரித்தான்.

“கோக் போதும்”

"அனோமா தங்கச்சிக்கு அவுஸ்திரேலிய வைன் உள்ளது" மீண்டும் மகிந்த.

"உங்களுக்கு"

"பழைய சாராயம் எனக்குப் போதும். இதை அடிக்க எந்த விஸ்கியாலும் முடியாது." என்றான் மகிந்த.

குமார உள்ளிருந்து பழைய சாராய போத்தலையும் சிவாஸ் ரீகல் விஸ்கியையும் கொண்டு வந்து மேசையில் வைத்தான்.

செரினுடன் அனோமா மெனிக்கே உள்ளே சென்றார்கள்.

எதிரில் இந்திராணி தேவதையாக மாடிப்படிகளில் இறங்கி வந்தாள். அன்று அவளது அலங்காரம் விசேடமாக இருந்தது. செவ்விளனி நிறமும் நீண்ட கழுத்தும் கொண்ட அழகியான அவள் இன்று சிவப்புக் கலரில் சேலையை கண்டிய முறையில் உடுத்து சிரித்தபடி வந்தாள்

"நங்கி அழகாக இருக்கிறாய். எப்பொழுது கல்யாணம்?;" எனக் கட்டி அணைத்தாள் அனோமா.

இந்திராணி வெட்கத்துடன் முகம் சிவந்து குனிந்துவிட்டு ஹாலின் உள்ளே யாரையோ தேடினாள்.

பழையசாராயத்தைத் தனது கிளாசில் ஊற்றிக்கொண்டு மகிந்த தயாரத்தின "நண்பர்களே இந்தப் பதினைந்து வருடப் போரில் தமிழ் பயங்கரவாதிகளுடன் மட்டுமல்ல சிங்கள ஜேவிபியுடனும் போரிட்டேன். ஏதோ அதிர்ஸ்டத்தால் உயிர் பிழைத்தேன். நான் தப்பினாலும் எத்தனை நண்பர்கள் இறந்தார்கள்? இப்பவும் எனது நண்பன் லியனகே கண்ணுக்குத் தெரிகிறான். அவன் குடும்பம் பொலன்னறுவையில் காட்டில் மிருகங்கள் மத்தியில் வாழ்கிறது. அந்தப் பெண் சீதா எனக்குத் தங்கை இந்திராணி மாதிரி. அண்ணே அண்ணே எனக் குளத்து மீனோடு எனக்குத்தந்த அவளது உணவு எனது இரத்தத்தில் இன்னமும் ஓடுது. அந்தக் குடும்பத்திற்கு அரசாங்கம் என்ன செய்தது? லியனகேபோல நாட்டிற்காக உயிர் கொடுத்தவர்களை இந்த அரசியல்வாதிகள் கொஞ்சமும் மதிப்பதில்லை. அவர்களது உயிர்த் தியாகத்தை மிதித்தபடி ஏணியாக பதவியேறுகிறார்கள். எங்களை அவர்களது ஏவல் நாய்களாக நினைக்கிறார்கள்."

"நீ சொல்வது உண்மை. எனக்கும் தற்போதைய பாதுகாப்பு அமைச்சு அதிகாரிகள் மீது நம்பிக்கையில்லை. என்ன செய்வது?" என்றான் சில்வா.

“ஒழுங்கான ஆயுதம் இல்லை. வாகனங்களுக்கு உபரி பொருட்கள் இல்லை. ஆனால், பணம் மட்டும் தண்ணீராக செலவாகிறது. இந்த நிலையில் எப்படிப் புதியவர்களை இராணுவத்திற்கு சேர்க்கமுடியும்? இந்தப் போரைப் பணம் பண்ணும் தொழிலாகச் செய்கிறார்கள்” என்றபோது சில நிமிடம் அங்கு அமைதி நிலவியது.

“மச்சான் பாத்ரூம் எங்கிருக்கிறது?” எனக் கேட்டபடி பெரேரா எழுந்தான்.

பாத்ரூமில் மெதுவான ஓசையுடன் பெரேரா பேசுவது கேட்டது.

சம்பாசணையைத் தொடர்வதற்காக எல்லோரும் பெரேரா வெளியே வரும்வரை காத்திருந்தார்கள்.

சில்வா பொறுமையிழந்து “என்ன இவ்வளவு நேரம் உனது கணவர் ரெலிபோன் பேசுகிறார்.” என்றான்.

“நான் கேட்பதில்லை. ஏதாவது இராணுவ விடயம் எனச் சொல்லுவார் அண்ணை” என்றாள் அனோமா.

15

மகிந்தானந்ததேரர்

மலைக்குன்றுகள் நடுவே மஹநுவர என்ற கண்டியில் குளிரான புகை மூட்டத்தை மீறி சிவந்திருந்தது கிழக்குத் திசை. ஆதவன் முதலிரவு கழிந்த பின் அவசரமற்றுத் தள்ளாடிய தளர் நடையுடன் தலையைக்கோதியபடி குளிக்கச் செல்லும் புதுமணப் பெண்ணின் கன்னக் கதுப்பாக கோலம் காட்டினான். பறவைகள் மட்டும் அவசரமாக இரைதேடிச் செல்லும் அந்த அதிகாலை வேளையில் சாரத்தை வலது கையால் ஒதுக்கியபடி மாடிப்படி வழியே இறங்கி வந்த குமாரவைப் பார்த்தபடி "மச்சான், நான் தலதா விகாரைக்குப் போகவேண்டும்" என்றான் சுனில் எக்கநாயக்க.

கீழே இருந்த விருந்தினர்கள் அறையில் இரவைக் கழித்தவன் இவ்வளவு துரிதமாக எழுந்து தயாராகி பக்தியுடன் பன்சலவிற்குப் போக நினைத்தது குமாரவுக்கு வியப்பைக்கொடுத்தது. விவசாய வேலைகள் நிமித்தம் அதிகாலையில் எழுந்திருக்கும் கிராமத்தில் பிறந்து வளர்ந்தவன் என்ற நினைப்பு வந்தபோது எழுந்த வியப்பு மறைந்தது.

வெள்ளை நிறத்தில் சாரமும் முழுக்கை சட்டையுமணிந்து பாரம்பரிய சிங்கள உடையில் இருந்தான். கால்களில் தோல் செருப்பை அணிந்திருந்தான்;

"பன்சலக்கு அம்மாவும் நங்கியும் போக விரும்புவார்கள். அண்ணாவின் ஜீப்பை எடுத்துக் கொண்டு அவர்களையும் கூட்டிப்போ"

“உண்மையாகவா?”

“எனக்கு வேறு வேலையிருக்கு. சித்தப்பா மகிந்தானந்த இன்று அண்ணனைப் பார்க்க வருவதாகச் சொல்லியிருக்கிறார். அண்ணா நாளை கொழும்பு செல்வதற்காக அம்மாவும் நங்கியும் பிரார்த்தனை செய்வதற்கு தலதா விகாரைக்குப் போக விரும்புவார்கள்” – சொல்லிவிட்டு குளியல் அறைக்குச் சென்றான்.

ஆறு மாதம் முன்பாக குமாரவுடன் கண்டி வந்து இரண்டு நாட்கள் வீட்டில் நின்றபோது எக்கநாயக்க, இந்திராணியிடம் முதல் பார்வையிலே இதயத்தைத் தொலைத்து விட்டான். ஆனால், அவளிடமோ அல்லது குமாரவிடமோ பேசுவதற்குத் தயங்கினான். குமாரவுடன் தியத்தலாவையில் ஒன்றாக பயிற்சி அதிகாரியாக எடுபட்டு பயிற்சி பெற்றவர்கள். பின்பு ஒரே காலத்தில் இராணுவ பொலிசாக நியமிக்கப்பட்டு தலைமைக்காரியாலயத்தில் வேலைசெய்தனர். இருவரதும் பின்புலங்கள் வேறானவை. கண்டியில் செல்வந்தக் குடும்பம் மட்டுமல்ல தோட்ட முதலாளிகளின் பரம்ரையில் வந்தவன் குமார. தேச சேவை மற்றும் மறைந்த தந்தையின் இடத்தை நிரப்புவதற்காக இராணுவத்தில் சேர்ந்தவன். நான் குடும்பத்தைக் காப்பாற்றும் வருமானத்தை நோக்கி இராணுவத்தில் சேர்ந்தேன். எங்கள் குடும்பம் காலம் காலமாக வன்னிப்பகுதி விவசாயிகள். இரு குடும்பங்களும் வேறு திசையில் வாழ்கிறோம். இந்திராணி இரண்டு அண்ணன்களுக்கு செல்லமான தங்கையாக பாதுகாப்பான பச்சைக் கூடாரத்தின் நிழலில் செழித்து வளரும் ஓர்க்கிட் தாவரமாக பூத்து நிற்பவள். இவளை நான் கனவில் மட்டுமே நினைக்க முடியும். இந்திராணியைப் பற்றிப்பேசி குமாரேயின் நட்பின் நம்பிக்கையை சிதறுதேங்காயாக்க முடியாது என மனதை ஆசுவாசப்படுத்திக் கொண்டான். எனக்கு அதிர்ஷ்டம் இருந்தால் கனிதானாக மடியில் விழும் என்ற எண்ணமும் அவனது மனதில் நம்பிக்கை தரும் ஒளிக்கற்றையாக அவ்வப்போது தோன்றி மறைந்தது.

கராஜ்ஜில் இருந்து வெள்ளை மிச்சுபிசி ஜீப்பை ரிவேர்சாக எடுத்துத் திருப்பினான். புற்களின் விளிம்பில் பதியம் போட்டு வளர்ந்த மலர்ப்பாத்திகள் நசிந்து போகாது கவனத்துடன் வாகனத்தைத் திருப்பி தெருவை நோக்கி நிறுத்திவிட்டு இறங்கினான். அருகே ஆளுயரத்திற்கு வளர்ந்திருந்த ரோஜாச் செடியில் மலர்ந்திருந்த சிவப்பு ஒற்றைப்பூவில் படிந்திருந்த காலைப்பனித்துளிகள் அவனது முகத்தைத் தடவி ஈரமாக்கின. அந்தப்பூவை நன்றியுடன் பார்த்துவிட்டு மெதுவாக, சேதமுறாது

கையால் விலக்கியபடி இறங்கி வாகனத்தில் சாய்ந்து தோட்டத்தில் இருந்து வந்த ரோஜாமலர்களின் வாசனையை நுகர்ந்தபடி அந்த ரம்மியமான காலை நேரத்தை இரசித்துக் கொண்டிருந்தான். கன்னத்தை உரசிய ரோஜா மலர் அவனை இயற்கையின் சவுந்தரிய உபாசகனாக்கியதோடு மனதில் குதூகலத்தை பெருகி ஓடும் காட்டாறாகியது.

கண்டியைச் சுற்றியமைந்த மலைகளின் இடையில் சூரியன், தனது வருகையை செய்தியாக்கி அடிவானத்தில் சிவப்பு மொழியால் எழுதியது. தென்றல் காற்று வந்து அவன் முகத்தைத் தழுவும்போது உடலில் புது இரத்தம் ஏறி, பூபாள ராகம் இசைத்தது. உடலின் இரத்தநாளங்கள் விரிந்து குருதியை உள்வாங்கிய போது இதயமும் வேகமாக துடித்தது.

அவனது மனமகிழ்வில் சுற்றியிருந்த இயற்கையும் பங்குகொண்டது அருகில் இருந்த ஆள் உயர செவ்விளனி மரமொன்று குலைதள்ளியபடி இந்திராணியியை நினைக்க வைத்தன. சலசலத்த தென்னோலைகளில் கிளிகள் இரண்டு ஜோடிகளாக உதடுகளை உராய்ந்து பெண்ணின் முத்தத்தை மனதில் கொண்டு வந்தது. கறுவா மரத்தைச் சுற்றிய மிளகுக் கொடி படர்ந்து அறுவடைக்குத் தயாராக இருந்தது கலவியை நினைக்கவைத்தது. அடுத்த வீட்டில் கித்துள் மரங்களில் உச்சியில் கள்ளுக்காக இரண்டு சென்னிற முட்டிகள் கட்டியபடி இருந்தது அவனுக்கு தரிசனத்தில் போதையை உருவாக்கியது. கண் எட்டிய தூரத்தில் கந்தானைமலை மரகதப்பச்சை நிறப்போர்வையாக அழகை வாரி இறைத்தபடி நெஞ்சை அள்ளியது

கடந்தமுறை வந்தபோது இந்த இடம் இவ்வளவு அழகாகத் தெரியவில்லையே! சாதாரணமான காட்சிகள் இப்பொழுது மட்டும் அழகாகப் பொங்கிவழிகிறதே? அழகு மட்டுமா? போதையில் என் மனம் கிறங்குகிறது! அழகு பார்ப்பவரின் கண்ணில் இருக்கிறது என்பது சரியா? இல்லை, நெஞ்சில் இருப்பதுதான் உண்மையா?

என்மனம் சந்தோசமாக இருக்கிறது என்பதால் காட்சியாக எங்கும் அழகு மிதக்கிறது? எப்படிப் பார்த்தாலும் கண்டியில் வாழும் மக்கள் அதிர்ஷ்டசாலிகள் என நினைத்தான்.

எனது ஊர் வயலும் குளமும் வருடத்திற்கு எட்டுமாதங்கள் வறண்டிருக்கும். தேங்கியிருந்த சேற்றுக் குளத்தின் புருவம் மட்டும் கொஞ்சம் புல்லுடன் இருக்கும். மற்ற இடங்களில் ஐப்பசியில் மழையைக் கண்டால் மட்டும் புல்லு முளைக்கும். அதன் பின்புதான் ஊரே உயிர்பெறும். ஊரைப்புறக்கணித்த

பறவைகள்கூட தண்ணீர் நிரம்பிய வயல்களைத் தேடிவரும். சேற்றுமணமும் சாணி மணமும் நிறைந்த ஊரில் ஐந்து ஏக்கரில் ஒருபோக வெள்ளாமையும் ஐம்பது மாடுகள் கொண்ட விவசாயக் குடும்பத்தில் பிறந்தேன். அனுராதபுர மாவட்டத்தின் வறட்சி ஊரில் மட்டுமா? எனது தோலிலும் தெரிகிறது. இந்திராணியின் இந்த செவ்விளனி நிறத்திற்கு எனது கறுப்பு எப்படிப் பொருந்தும்?

காதலுக்கு ஏங்கும் எக்கநாயக்காவுக்கு முப்பது வயது ஆகவில்லை. போர் முடிந்த பின்னென கல்யாணத்தை கடந்த சில வருடங்களாகத் தள்ளிப்போட்டுக் கொண்டிருந்தான் அவனைப் பொறுத்தவரை இது அமைதியான காலமென எடுக்கமுடியாது. போரற்றகாலம் என்பதே சரியான வார்த்தை. இந்த போரற்ற காலம் தொடருமா? இது போருக்குத் தேவையான தயாரிப்பு வேலைகளுக்காகத் தரப்பட்ட இடைவேளையா?

இதுவரையிலும் அவனுக்குப் பிடித்த பெண்ணாக எவரையும் சந்திக்கவில்லை என்பதால் அம்மாவிடம் கல்யாணத்திற்கு அவசரமில்லை எனக் கூறுவது கடினமானதாக இருக்கவில்லை. இந்திராணியின் தங்க நிறமும் வெண்ணை தடவிய மொழியும் அவனது உள்ளத்தை அனலிடை மெழுகாக்கியது. போரின் காரணங்கள், மரணங்கள், காயங்கள் மற்றும் அழிவுகள் எதுவும் அவனுக்கு இப்பொழுது தெரியவில்லை. இந்திராணியின் உருவமே மனதை நிறைத்திருந்தது. போர்க்காலம் – போர்வீரன் என்று இருந்தாலும் மனிதன் ஆசாபாசங்கள், அன்பு காதலென ஏங்குவதை தடை செய்யமுடியுமா?

சிறிது நேரத்தில் பெண்கள் இருவரும் கரையற்ற வெண்மை யான சீலையை அணிந்து வேறு எந்த நகை அலங்காரமும் அற்றபடி வெளியே வந்தனர்.

ஜீப்பில் சீலாவதி பின் சீட்டில் ஏறுவதற்குக் கதவைத் திறந்து வைத்துக்கொண்டிருந்தான் எக்கநாயக்கா. அடுத்த பக்கத்தால் பின்சீட்டில் ஏறச்சென்ற இந்திராணியிடம் "நங்கி முன்சீட்டிற்கு போ" என்றாள்.

"சரி அம்மே" என்று விட்டு இந்திராணி எக்கநாயக்காவைப் பார்த்தாள். இருவர் கண்களும் மற்றவரது ஆன்மாவைத் தீண்டி ஒரு கணம் அளவளாவின.உறவாடிய கண்களைபலவந்தமாக இழுத்துப் பிரித்தபடி இருவரும் வாகனத்தில் ஏறிக்கொண்டனர்.

வாகனம் உயரத்தில் இருந்து மெதுவாக இறங்கி பாதைக்கு வந்து மகாவலியின் சிறிய கிளையாறு அருகே சிறிது நேரம் ஓடி பிரதான பாதைக்கு வந்தது. அதிகாலை நேரமானதால் பாதையில்

நொயல் நடேசன் 235

அதிக வாகனங்கள் இல்லை. அதிக தூரமும் இல்லாததால் தலதா மாளிகைக்கு சில நிமிடங்களில் செல்ல முடிந்தது.

கண்டி வாவியின் ஓரமாக ஜீப்பை நிறுத்திவிட்டு உள்ளே செல்லும் வழியில் அமைந்திருந்த கடையொன்றுக்குச் சென்று இருவருக்கும் வெண்தாமரை மலர்களை வாங்கிக் கொடுத்தான். அவனும் ஒரு மலர்த்தட்டைக் கையில் எடுத்தபடி உள்ளே நடந்தான். வாசலில் நின்று புன்னகைத்த பொலிஸ்காரனது கண்கள் இந்திராணிமேல் படர்ந்தது. எக்கநாயக்காவுக்கு அவனை அறியாமல் பெருமை குடியேறியது. அழகிய பெண்ணை அழைத்துச் செல்லும் ஆடவனுக்கு உரியது. அது அவனில் போதையாக பரவசமூட்டியது.

பாதுகாப்புப் பரிசோதனை பகுதியில் அவன் ஆண்கள் பகுதியூடாகவும் இந்திராணி பெண்கள் பகுதியூடாகவும் சென்றனர். இருவரும் ஒன்றாக உள்ளே தலதா மாளிகையின் மண்டபத்தின் படிகளால் ஏறும்போது வாசலில் உள்ள அரைச்சந்திரவட்டப் படியருகே "இதுதான் புலிப் பயங்கரவாதிகளால் குண்டு வைக்கப்பட்ட இடம்" என ஆங்கிலத்தில் ஒரு வழிகாட்டி இரண்டு ஐரோப்பிய உல்லாசப்பயணிகளுக்கு சொல்வது கேட்டது. அந்த வார்த்தைகள் அவனை நிலைகுலையச் செய்தன. எல்லாப்படையினரும் கடமை தவறாமல் வேலைசெய்திருந்தால் இப்படி குண்டுகளைக் கண்டிக்குக் கொண்டுவர முடியுமா? புத்தபெருமானின் தந்தத்தை வைத்திருப்பவர்கள் அரசை ஆளமுடியும் என்பது தெரிந்ததால்தான் குண்டு வைத்திருக்கிறார்கள். அவர்களின் நோக்கம் இனக் கலவரத்தை மீண்டும் உருவாக்குவதே என்ற சிந்தனை வந்ததும் கால்கள் தயங்கின "நான் சிறிது நேரம் நின்றுவிட்டுவருகிறேன்." என்றான்.

"நானும் உங்களுடன் வருகிறேன். அம்மா, நீங்கள் முன்னால் போங்க" என்றாள் இந்திராணி. சீலாவதி படியேறிச் சென்றாள். அவள் மனதில் அவுஸ்திரேலியாவிற்குச் செல்லும் மகனும் அவனது குடும்பமும் புதிய நாட்டில் எதுவித பிரச்சினையுமற்று வாழவேண்டும் என்ற சிந்தனை இருந்தது.

"நீங்களும் போங்கள்" என்றான் தயாரத்தின.

"இல்லை, நான் உங்களுடன் வருகிறேன்."

"உண்மையில் என்னோடு வருகிறாயா? எவ்வளவு தூரம்?"

பதில் மௌனமாக ஆனால், புன்னகையாக வந்தது.

"உன்னைக்கண்ட முதல்நாளே சொல்ல நினைத்தேன். நான் ஒரு இராணுவக்காரன். உனது இரண்டு அண்ணர்களும்

ஏற்கனவே இராணுவத்தில் இருப்பதால் அதைச் சொல்லத் தயங்கினேன்."

குடும்ப வித்தியாசங்களை வெளியில் சொல்லி அவளுடன் பேச அவனது தன்மானம் தடுத்தது.

"ஆனால், ஏன் அப்படிக் கொத்தி என் கண்களை வெளியே இழுப்பது போல் பார்த்தீர்கள்?"

"என்ன செய்வது? சும்மாவா கண்களை ஆன்மாவின் வாசல் என்கிறார்கள். உண்மையான சிந்தனை இதயத்தில் இருந்து கண் வழியாக வரும்போது அதைத் தவிர்க்கவோ, மறைக்கவோ முடியாது தத்தளிக்கிறேன். இவ்வளவு அழகியான உன்னை நினைக்காமல் எப்படி இருக்கமுடியும்? ஆனால், இராணுவத்தில் சேர்ந்தவுடன் என் உயிருக்கு உத்தரவாதம் இல்லைத்தானே?"

" பொய் சொல்லவேண்டாம், சுனில்" எனஒரு விநாடி முகம் செந்தூரமிட தலை குனிந்துவிட்டு மீண்டும் கண்ணால் அவனைத் துளைத்தபடி "இராணுவத்தில் இல்லாத மற்றவர்கள் உயிருக்கு உத்தரவாதம் உள்ளதா? மற்றவர்கள் மட்டும் நூறு வயது வரை வாழ்கிறார்களா? பாதையில் பயணிப்பவர்கள், விகாரையில் வணங்குபவர்கள், வங்கிகளில் வேலை செய்பவர்களென எல்லோரும் இறக்கும் காலம்தானே? குழந்தைகள், பெண்கள், முதியவர்கள் எல்லோரும் ஒரே நேரத்தில் மரணதேவனால் அழைக்கப்படுகிறார்களே? எவரது வீட்டில் இறப்பில்லை? நிரந்தரமான அமைதி வரும்வரையும் எல்லோரும் ஒன்றுதானே? எப்பொழுது அலைகடல் ஓயும் மீன் பிடிக்கப்போகலாம் எனக்காத்திருக்கமுடியுமா? ஆனாலும் நான் எப்ப சண்டை முடியும் என குமார அண்ணையிடம் கேட்டபடி இருக்கிறேன்"

"எப்படியும் பல வருடம் காத்திருக்க வேண்டும். அப்பொழுது உன்னைச் சந்தோசமாக திருமணம் செய்துகொள்கிறேன்."

"கடல் வற்றிய பின்பு மீன் பிடிக்கலாம் எனக் காத்திருந்ததாம் கொக்கு என்பதுபோல் இருக்கிறது. அப்பொழுது எனக்கு பல்லிராது; கிழவியாகப் பொல்லுடன்தான் வருவேன்."

சிறிது மௌனமாக யோசித்தான்.

"என்ன யோசிக்கிறீர்கள்?" அவனைச் சீண்டியபடி இந்திராணி

"அப்போது எப்படி இருப்பாய் என மனத்தில் நினைத்துப் பார்த்தேன்." பதிலுக்கு சுனில் ஏக்கநாயக்க

இந்திராணி விளையாட்டாக கையோங்கியபோது சில வெளிநாட்டவர்கள் வந்தனர். மீண்டும் வழிகாட்டியால் புலிகள் குண்டு வைத்த விடயம் கூறப்பட்டது.

அம்மா வணங்கிவிட்டுத் திரும்பி வந்தாள்.

“என்ன இதில் நிற்கிறீர்கள்?”

குண்டு வைத்த விடயத்தைக் கேட்டுக்கொண்டிருந்தோம் என முந்திக்கொண்டு பதில் சொன்னாள். அப்பொழுது பல வெளிநாட்டவர்கள் வந்தனர். அவர்களுக்கு ஒதுங்கி பாதை விட வேண்டியதாக இருந்தது. புதிய வழிகாட்டி இந்திராணியை விலத்திவிட்டு அவளுக்கு அருகில் நின்றபடி தனது அரைகுறையான ஆங்கிலத்தில் மீண்டும் தொடங்கினார்.

“புத்தபெருமானின் கடைவாய்ப் பல் முதல் முதலாக நாலாம் நூற்றாண்டில் இலங்கைக்குக் கொண்டு வரப்பட்டு அப்போதைய இலங்கை இராஜதானியின் தலைநகராகிய அனுராதபுர நகரத்தில் அபயகிரி விகாரையில் வைக்கப்பட்டிருந்தது. பிற்காலத்தில் தமிழ்நாட்டில் இருந்து படையெடுத்த தமிழர்களிடம் இருந்து பாதுகாக்க பொலன்னறுவைக்குக் கொண்டு செல்லப்பட்டது. தலைநகரங்கள் மாறும் போதெல்லாம் புத்தரின் தந்தமும் இடம் மாறியது. கோட்டை இராச்சியத்தின் காலத்தில் இரத்தினபுரி விகாரையில் வைக்கப்பட்டிருந்தது. இந்த இடத்தில் கண்டியில் விமலதர்ம சூரிய என்ற மன்னனால் முதன்முதலாகக் கட்டப்பட்டது. ஆனால், போர்த்துக்கேயர் கண்டிக்குப் படையெடுத்தபோது தும்பறையில் ஒளித்து வைக்கப்பட்டு பிற்காலத்திலே கண்டிக்குக் கொண்டுவரப்பட்டது. புத்த பெருமானின் பல்லை வைத்திருப்பவர்களால் தான் நாட்டை ஆளமுடியும் என்ற ஐதீகம் இருப்பதால் வெளிநாட்டவர்களும் இதைக் கவர்ந்து செல்லத் தயாராக இருந்தார்கள். இப்போது உள்ள விகாரை கண்டியின் கடைசி சிங்கள மன்னன் வீரநரேந்திரசிங்கனால் கட்டப்பட்டது.” என நீண்ட பேச்சாக அந்த வரலாற்றை அங்கு வந்த வெளிநாட்டவர்களுக்குச் சொன்னார்.

வெளிநாட்டவர்களும் அவர்களது வழிகாட்டியும் மேலே படியேறிச் சென்றபோது அம்மா பெருமூச்சுவிட்டாள்.

“என்ன அம்மாவுக்கு நினைவு வந்துவிட்டதா?” என்றாள் இந்திராணி மெதுவான சிரிப்புடன்.

“98 பெப்ரவரி 24 – நாலு வருடங்களுக்கு முன் நடந்தது இன்னமும் மனதில் உள்ளது. நல்லவேளையாக அதிகாலை

நடந்ததால் மக்கள் அந்தச்சம்பவத்தில் அதிகம் இறக்கவில்லை. வெடித்த சத்தம் இன்னமும் நினைவிருக்கு. இந்திராணி நல்ல நித்திரை. நான் எழுந்து காலை உணவு தயாரிப்பதற்காக மாடியில் இருந்து சமையலறைக்குச் சென்றேன். அப்பொழுதுதான் அந்தச்சத்தம் கேட்டது. எங்கள் வீடும் அதிர்ந்தது. அந்த அதிர்வில் எழுந்து கீழே ஓடிவந்த இந்திராணி என்னைக் கட்டிக்கொண்டாள். இங்கிலாந்து இளவரசர் சுதந்திர தினத்திற்காக, கண்டி வருவதற்கு ஏற்பாடுகள் நடந்திருந்தன. கண்டி எக்காலமுமில்லாதபடி சுத்தமாகவும் அழகாகவும் இருந்தது. அதற்கு திருஸ்டியாக ஏதோ நடந்துவிட்டதா என நினைத்தாலும் தலதாமாளிகையில் குண்டுவெடிக்குமென கனவிலும் நினைக்கவில்லை. ஆரம்பத்தில் எதுவும் புரியவில்லை. ஒரு மணித்தியாலத்தின் பின்பு ரெலிவிசனில் சொன்னார்கள். அப்போது எனது இரத்தம் உறைந்து விட்டது. இப்பவும் நினைத்துப் பார்க்கும்போது உடல் நடுங்கும்"

"எவ்வளவு முறை சொல்லியிருக்கிறாய்? அம்மே, நாங்களும் உள்ளே போய் வணங்கிவிட்டு வருகிறோம்" எனப்புறப்பட்டாள்.

"உனக்குப் புரியாத வயது. அண்ணாவிற்கும் சேர்த்து பிரார்த்தனை செய்" உள்ளே சென்றதும் கூட்டம் அதிகமாக இருந்தது. வெளிநாட்டவர்கள் உள்ளே செல்ல படிகளில் மேலே ஏறினார்கள்.

"இந்திராணி, பத்து நிமிடத்தின் பின் வாசலில் சந்திப்போம்."

"ஏன் விட்டுச் செலகிறீர்கள் என்னைப்பிடிக்கவில்லையா?"

"உனது பக்கத்தில் நின்று என்னால் மனதை ஒருமுகப்படுத்த முடியாது. அதுவும் இன்று நான் இருக்கும் நிலையில் அது ஒரு கணமேனும் முடியாது."

"அப்படியா! இராணுவக்காரர் இப்படி இருக்க முடியுமா?"

"புத்த ஆமத்துருவே அப்படி நடந்தபோது இராணுவக்காரன் மட்டும் எப்படி இருக்க முடியும்?" எட்டி இடது பக்கமாக நடந்தான்.

அண்ணாக்கள் மாதிரி வெள்ளை நிறமாக இல்லாவிடிலும் கறுப்பிலும் அழகிருக்கு. ஆறடி உயரமும் விரிந்த தோள்களும் எனக்குப் பொருத்தமாக இருக்குமென இந்திராணி புன்முறுவலுடன் அந்த இடத்தில் நின்றபடி அவனைப் பார்த்துக் கொண்டு நின்றாள்.

○

மகிந்தானந்ததேரர் அன்று மாலை அனுராதபுரத்தில் இருந்து வந்தார். அசோக தயாரத்தினவின் தம்பியானதால் சித்தப்பா. அப்பா இறந்ததும் அந்தக் குடும்பத்திற்கு, தந்தையின் இடத்தில் இருந்து வருகிறார். அண்ணனின் வழியில் இரண்டு மகன்களும் நாட்டுக்காக இராணுவத்தில் சேர்ந்து போராடுவது அவருக்குப் பெருமையானது. துறவியாகினாலும் அண்ணனின் குடும்பத்தில் பாசமானவர். அண்ணன் இராணுவத்தில் சேர்ந்ததால் ஏதாவது உயிராபத்து வந்துவிடும் என்பதால் பெற்றோரால் கடவுளுக்கு ஊழியம் செய்ய நேர்ந்து விடப்பட்டவர். அதேபோல் தனது மூத்த மகனுக்கு மகிந்த என தம்பியின் துறவுப் பெயரை இட்டு அழைப்பதன் மூலம் அண்ணனும் அண்ணியும் தங்களது அன்பை வெளிக்காட்டினர். இப்பொழுதும் அண்ணன் குடும்பத்தின் மீது அன்புடன் வாழ்வது ஆச்சரியமில்லையே!

அதிக குழந்தைகளைப் பராமரிக்க முடியாமல் ஒரு குழந்தையை பிக்குவாக்கி விடுவதும் அல்லது ஏதாவது நேர்த்திக்கடனாக நேர்ந்து விடுவதும் இலங்கையில் பழக்கம். செல்வந்தரான குடும்பங்களில் இருந்து துறவு வாழ்க்கைக்குச் செல்வது மிகவும் அரிது. இதனால் தற்போது கொவிகம என்ற உயர்சாதிக் குடும்பங்களை சார்ந்தவர்கள் உள்ள சியாம் நிக்காய என்ற புத்த துறவிகள் பிரிவில் எண்ணளவில் அதிகமானவர்கள் இருந்தாலும் வளர்ச்சி குன்றியுள்ளது. மற்றைய சலகம, துரவுவ மற்றும் கரவ சாதியினரால் உருவாக்கப்பட்ட அமரபுர மற்றும் ராமானயா இரண்டும் வளர்ந்து கொண்டு வருகின்றன. இலங்கையை ஆண்ட அரசர்காலத்தில் இருந்து சியாம் நிக்காயவின் பிரிவுகளான அஸ்கிரிய மற்றும் மல்வத்த பீடங்கள் அரசியலில் செல்வாக்குள்ளவை.

மகிந்தானந்தர் மாலை நாலு மணியளவில் புயல்போல் வந்தார். கையில் குடையும் மற்றைய கையில் துணிப்பையும் இருந்தன. வீட்டு வாசலில் ஏறியவர் அவசரமாக வலதுகாலை எட்டி வைத்து உள்ளே வருவதற்கு முன்பாக இந்திராணி துணிப்பையை வாங்கியபடி 'புஞ்சி தாத்தே' என வரவேற்றாள்.

"எங்கே உன் அண்ணன் மகிந்த? லங்காவை விட்டுப் போகத் தீர்மானித்து விட்டானா? என்னிடம் ஒரு சொல் சொல்ல வில்லை?" என இடைவிடாத கேள்விகளைத் தொடுத்தார்;.

வாசலிலேயே விரிக்காத குடையை கைத்தடியாக நிலத்தில் ஊன்றிபடி உள்ளே வருவதா இல்லையா என யோசித்தபடி நின்றார். எப்பொழுதும் இப்படியாக அவரைக் கண்டிருக்கவில்லை. அறுபதைத் தாண்டி சாதுவான தோற்றத்தில் முகத்தில் வழியும் சிரிப்பையும் கண்களில் பொழியும் அன்பையும் கொண்ட

கானல் தேசம்

அவரது தோற்றத்தின் மாற்றம் அவளுக்கு ஆச்சரியத்தைக் கொடுத்தது. அவரது கண்கள் சிவந்திருந்தன. முகத்தில் அமைதி யில்லை. அடர்த்தியான அவரது புருவங்கள் துடித்தன. உடல் காவியுடைக்குள் மெதுவாக நடுங்கியது.

"இருங்கோ புஞ்சி தாத்தா" என்றாள் கொஞ்சம் பயத்துடன்.

"எங்கே மகிந்த அண்ணா? நான் தூக்கி வளர்த்த அவனெல்லாம் பெரிய ஆள்?"

"மேலே இருக்கிறார். நீங்கள் உள்ளே வந்திருங்கள். நான் போய் வரச் சொல்லுகிறேன். நீங்களே பேசிக்கொள்ளுங்கள்" என்று சொல்லிவிட்டு மேலே சென்றபோது மகிந்தாவின் நான்கு வயது மகன் தினேஸ் சீயா என வந்து கட்டிக்கொண்டான். மகிந்தானந்த தேரர் அவனைத் தூக்கி முத்தமிட்டபடி "சீயாவுக்கு என்ன வைத்திருக்கிறாய்?" என்றபடி தனது பையில் இருந்து சொக்லட் பாரை எடுத்துக் கொடுத்தார்.

அவரது கோபம் எங்கோ போய்விட்டது. மீண்டும் புத்த சாதுவாகி விட்ட அவரது மடியில் தினேஸ் இருந்து சொக்லட்டை சாப்பிட்டபோது இந்திராணி வந்தாள்.

"டேய் சீயாவின் காவியெல்லம் அழுக்காகிவிடும். அண்ணா பாத்ரூமில் இருக்கிறார்."

"அது பரவாயில்லை. நீ, உன் அண்ணன்மாரெல்லாம் ஒண்டுக்கிருந்து அழுக்காக்கியது எனது காவி தானே! இவன் முகத்தில்தான் அசோக சகோதரயவை பார்க்க முடிகிறது" என்றபடி மீண்டும் தினேஸைக் கொஞ்சினார்.

"சீயா கதை சொல்லுங்க." என அவரது மொட்டைத்தலையைத் தடவினான் தினேஸ்.

"போறடா. உங்கப்பாவோடு முக்கியமான விடயம் பேசவேண்டும்."

"பிளீஸ் சீயா" என தேரரின் முகத்தில் கொஞ்சினான்.

"சரி சரி நான் சொல்லுகிறேன். உன்னைவிட்டா யாருக்கு சொல்லுவேன்"

"நல்ல சீயா" என பேரன் கொஞ்சினான்

அந்த முத்தம் அவரைக் குளிர வைத்தது. வந்தபோது இருந்த கோபம் பதற்றம் எதுவும் இருக்கவில்லை. மீண்டும் அன்பு கசியும் கண்களுடன் முகம் மலர தினேசைப் பார்த்தார். துறவிகள் பாசமற்றவர்கள், பந்தமற்றவர்கள் என யார் சொல்லமுடியும்?

"வட இந்தியாவில் ஒரு பிராமணன் காளை மாட்டுக்கன்றை வளர்த்து வந்தான். அந்தக் கன்று பெரிதாக வளர்ந்து வலிமையான காளையாகியதும் தன்னை வளர்த்த பிராமணனுக்கு உதவ விரும்பியது. காளை பிராமணனிடம் சென்று 'இந்த ஊரில் உள்ள செல்வந்த வியாபாரியிடம் எனது காளை நூறு வண்டிகளை இழுக்கும் என ஆயிரம் பொற்காசுகள் பந்தயம் கட்டு' என்றது. அதைக் கேட்டு மகிழ்ந்த பிராமணன் பந்தயம் கட்டி, கல்லு, மணல் என நூறு வண்டிகளை இணைத்து கட்டியபின் காளையை அந்த வண்டியில் பூட்டியதும் ஊர் கூடி நின்று பார்த்தது. சந்தோச மிகுதியால் 'ஏய் திருட்டுக் காளையே, இவர்களுக்கு உன் பலத்தை இழுத்துகாட்டு' என்று எக்காளமிட்டான்.

நாலு கால்களையும் நிலத்தில் பரப்பியபடி தலையை முன்தள்ளிவிட்டு பிராமணனை ஒரு முறை பார்த்த காளைமாடு, வண்டியை இழுக்க மறுத்தது. அதைப்பார்த்த பிராமணன் தனது தோல்வியை ஒப்புக்கொண்டு ஆயிரம் பொற்காசுகளை வியாபாரியிடம் இழந்தான். வீடு சென்றதும் மனமுடைந்திருந்த அவனிடம் காளை மாடு கவலைக்கான காரணத்தை விசாரித்தது.

உன்னால் தான் இது நடந்தது என்றான் அந்தப்பிராமணன்.

'நான் இவ்வளவு நாளும் ஏதாவது திருடினேனா? ஏதாவதை உடைத்தேனா? இல்லை என்ன தவறுசெய்தேன்?'

"இல்லையே" என்றான் பிராமணன்.

"ஏன் என்னை திருட்டுக் காளையே என மரியாதை குறைவாகப் பேசினாய்?"

தனது தவறை பிராமணன் உணர்ந்து மன்னிப்புக் கேட்டான்

"இம்முறை இரண்டாயிரம் பொற்காசு பந்தயம் கட்டு. நான் பாரம் இழுக்கிறேன்"

மகிழ்வுடன் பந்தயம் கட்டியதும் நூறு பாரவண்டிகளை ஒன்றாக பிணைத்துவிட்டு 'எனது அன்புக்குரியவனே இப்பொழுது இழு' என்றான்.

காளைமாடு இழுத்தது; இரண்டாயிரம் பொற்காசுகளை பந்தயத்தில் அந்த பிராமணன் வென்றதுடன் தொடர்ச்சியாக பல வெகுமதிகளைப் பெற்றான்.

"நல்ல கதை சீயா"

"மனிதர்களிடம் மட்டுமல்ல, விலங்குகளிடமும் நாம் அன்பாகவும் மரியாதையாகவும் நடக்க வேண்டும் தினேஸ்.

"எங்கே அக்கா ஷாமினி, தினேஸ்?"

"அக்கா அம்மாவுடன் வெளியே போய்விட்டாள்."

மகிந்த தயரத்ன "புஞ்சி தாத்தே" என்றபடி வந்தான்.

"என்ன கேர்ணல் எங்களையெல்லாம் மறந்தாச்சு. அதோடு லங்காவையும் மறந்தாச்சு." ஏற்கனவே இருந்த கோபம் தினேஸால் போய்விட்டபடியால் முகத்தில் மீண்டும் கடுகடுப்பை செயற்கையாக வரவழைக்க வேண்டியிருந்தது.

"என்னோடு சண்டையிடத் தயாராக வந்திருக்கிறீர்கள். உங்களிடம் நான் சொல்லியிருந்தால் நீங்கள் என்ன சொல்லுவீர்கள் என்பது எனக்குத் தெரியும். யுத்த நிறுத்தம் அமுலில் இருக்கும் காலத்தில் புஞ்சித் தாத்தவோடு சண்டையிட எனக்குப் பயித்தியமா?"

அவனது கூற்றில் இருந்த நகைச்சுவை ஆத்திரத்தை வரவழைத்தாலும் அவனது அன்பைப் புரிந்துகொண்டதால் மௌனமாக முறைத்தார்.

"புஞ்சி தாத்தா, தற்போதைய அரசியல் நிலையில் நான் இருந்து அரசியல்வாதிகளின் சப்பாத்தை நக்க முடியாது. அதனால் ஏற்படும் அவமானத்தைச் சொல்லி உங்களுக்குப் புரிய வைக்க முடியாது." என்றபடி அவருக்கு எதிராக கதிரையில் அமர்ந்தான்.

அறுபதைத் தாண்டினாலும் உயரமான சிவந்த நிறம். காவியாடையில் அழகாகத் தோன்றும் புஞ்சி தாத்தா அப்பாவிலும் அழகானவர். இந்தப் புஞ்சி தாத்தா ஏன்தான் துறவியானவர்? அவர் காலத்தில எத்தனை பெண்கள் அவரை விரும்பியிருக்கலாம்?;

"என்ன பார்க்கிறாய்?" மகனே என்றார்

"அப்பாவிலும் அழகானவராகத் தோன்றும் உங்களை எப்படி துறவியாக்க சீயாவுக்கு மனம் வந்தது?"

"அது ஐம்பது வருடத்தின் முன்னான கதை. உனது தாத்தா இராணுவத்திற்குச் சென்றதால் நானாவது உயிராக இருக்க வேண்டுமென்ற நோக்கத்தில் உருவாகியது. அதைப்பற்றி நான் பேச வரவில்லை. இப்பொழுது உனது விடயம் பேசுவோமா?"

"சொல்லுங்கோ"

"அரசியலில் இன்றைக்கு இருப்பவர்கள் நாளைக்கு இருப்பதில்லை. ஆனால், நாடு எமக்குத் தேவை என்பதால்

நாம் பாதுகாக்கிறோம். அனுராதபுர மாவட்டத்தில் நான் கிராமம் கிராமமாக மக்களிடம் இதைச் சொல்லும்போது எனது அண்ணன் மகனே கேட்காவிட்டால் எப்படி?"

அவரது கண்களில் மீண்டும் கோபம். மெதுவாக உடல் நடுங்கியது. அடர்ந்த புருவம் துடித்தது. வார்த்தைகள் துண்டு துண்டாக வெளிவந்தன. கதிரையின் கைப்படியை இறுக்கமாகப் பிடித்தார்

"நான் போருக்குப் பயந்து போகவில்லை"

"நான் அப்படிச் சொல்லவில்லை ஆனால், விரைவில் போர் மூளும்போது விடயம் தெரிந்தவர்கள் இல்லாமல் போய்விட்டால் என்ன செய்வது? இந்தப்போரை வெல்வதற்குப் போராட வேண்டியவர்கள் இராணுவத்தில் இருந்து வெளியேறி ஒளித்து, திரிவதை எந்த நாட்டிலும் பார்க்கமுடியாது. எல்லோரும் திரண்டு ஒற்றுமையாகினால் எப்பொழுதோ போரை முடித்திருக்கலாம்?"

"அதற்குக் கரணம் யார்? இராணுவமா? வெறும் கையால் யுத்தம் செய்யமுடியாது. தேவையான ஆயுதங்கள் இல்லை. ஒழுங்கான சப்பாத்து இல்லை. திறமைக்கு ஏற்ற விதத்தில் பதவிகள் நியமனமில்லை. சாதாரணமான அரசாங்க வேலைகளில் இந்தக் குறைபாடுகளை சமாளித்துக்கொண்டு இருக்கமுடியும். ஆனால், இது உயிர் கொடுக்கிற வேலை புஞ்சி. எப்படி சகிக்க முடியும்?"

"அப்படியானால் இந்த நாட்டை பயங்கரவாதிகளிடம் நாம் கொடுப்பதா?"

"அதைத்தானே செய்ய விரும்புகிறார்கள். நான் எனது முடிவை சாதாரணமாக எடுக்கவில்லை. ஒரு மாதத்திற்கு முன்பு அவுஸ்திரேலியவில் இருந்து மூன்று பேர் கொழும்புக்கு வந்தார்கள். அவர்கள் பயங்கரவாதத்திற்கு அங்கு பணம் சேர்ப்பது, ஆயுதம் வாங்குவது மற்றும் அவர்களுக்குப் பிரசாரம் செய்வது என்று ஈடுபடும் ஆட்கள். அவர்களை மிகவும் பாதுகாப்பாக வன்னிக்குக் கொண்டு செல்லும் படி எனக்கு நாட்டின் முக்கிய தலைவரிடம் இருந்து உத்தரவு வந்தது. இராணுவ உத்தரவு மறுக்க முடியாது. பதினைந்து வருடமாக பயங்கரவாதிகளோடு போரிட்டு நண்பர்களைப் பறிகொடுத்த எனக்கு இதைவிட அவமானம் என்ன வேண்டும்?"

"இந்த நிலைமை நமக்கு விரைவில் முடிவுக்கு வரும். சரித்திரத்தில் இலங்கைக்கு இப்படி பல துரோகங்களைச் செய்தவர்கள் அரசாண்டிருக்கிறார்கள். ஆனால், இறுதியில் தர்மம் வெல்லும் புத்தா."

"அதுவரையும் என்ன செய்வது? உங்கள் சாதுக்களில் அரைவாசிப்பேர் யுத்தத்தை நிறுத்த வேண்டுமென ஊர் ஊராகப் பிரசாரம் செய்கிறார்கள். கிராமங்களில் இருந்து எப்படி இராணுவத்திற்கு ஆட்கள் சேருவார்கள்?"

"அது உண்மைதான். மற்ற பிக்குகள், தங்களது உறவினர் மட்டும் உயிரைக் கொடுக்கும்போது செல்வந்தர்கள் ஆட்சி செய்கிறதுடன் அவர்களின் பிள்ளைகள் வெளிநாடுகளில் படிக்கிறது எப்படி நியாயம் எனக்கேட்கிறார்கள். கொழும்பில் நடக்கும் விருந்துகளில் நாட்டில் யுத்தம் நடக்கிறது என்ற விடயம் தெரிகிறதா?"

"புஞ்சிதாத்தா நான் முற்றாக இலங்கையை விட்டுப் போகவில்லை. தற்காலிக விடுமுறையில்தான் போகிறேன். அதுவும் அலுவலாக. இதற்குமேல் சொல்லமுடியாது. நீங்கள் கவலைப்படவேண்டாம் அசோக தயாரத்தினாவின் மகனாக இதைச் சொல்கிறேன்."

"இப்ப மனம் நிறைவாக இருக்கு. அம்மாவிடமும் செரினிடமும் நான் வந்ததைச் சொல்" என விடை பெற்றார் மகிந்தானந்ததேரர்.

16

காட்டிக்கொடுப்பு

சுனில் எக்கநாயக்க சுனாமி நிவாரணத்திற்கு ஒருங்கிணைப்பு அதிகாரியாக இராணுவத்தில் நியமிக்கப்பட்டான். ஆரம்பத்தில் கண்ணைக்கட்டி காட்டில் விட்டதுபோல் இருந்தது. எந்தப்பக்கம் திரும்பினாலும் கண்டி பெரஹராவில் தனியாக விடப்பட்ட சிறுவன் போல் அரசியல்வாதிகளுடன் முட்டி மோதவேண்டியிருந்தது. இராணுவக் கட்டளைகளை நிறைவேற்றுவது இலகுவானது. ஆனால், அவனைத் திணற வைத்தது அரசியல்வாதி களின் தேவைகள், விருப்பங்கள், வேண்டுகோள்கள்!

அதற்கப்பால் புனர்வாழ்வுக்கான உதவிகளுடன் வெளிநாட்டு உளவு நிறுவனங்கள் வந்திருந்தன. அவைகளது உள்நோக்கமென்ன?

அநுராதபுரத்தின் புறநகரில் பிறந்து, அநுராதபுர மகா வித்தியாலயத்தில் படித்திருந்தாலும், ஆரம்பத்தில் வேலை செய்யச் சென்ற கொழும்பே அவனுக்குப் புதிய இடமாக இருந்து. ஆனால், வெகு விரைவாக ஆங்கிலத்தைக் கற்றுக்கொண்டதோடு கணினி துறையிலும் தேர்ச்சி பெற்று இராணுவ செய்திப்பிரிவில் சேர்ந்தான். உயர் அதிகாரிகள் சுனில் எக்கநாயக்காவின் திறமையையும் நேர்மையையும் புரிந்துகொண்டு சில வருடங்களில் அவனை இராணுவ பொலிசாக நியமித்தார்கள்.

நிவாரண வேலைகளுக்கு சுனாமியால் பாதிக்கப்படாத பிரதேசத்தைச் சேர்ந்த அதிகாரி ஒருவர் தேவை என பாதுகாப்புச் செயலாளர் கேட்டுக்கொண்டபோது சுனில் எக்கநாயக்காவும் கண்டியைச் சேர்ந்த அவனது நண்பன் குமார தயாரத்தினவும் தெரிவு செய்யப்பட்டார்கள். குமார தயாரத்தின கிழக்கு மாகாணத்தில் விடுதலைப் புலிகளில் இருந்து பிரிந்தவர்களை அவதானிப்பது சம்பந்தமான வேலைகளில் ஈடுபட்டுக் கொண்டிருந்தான். பொலன்னறுவ மற்றும் மின்னேரிய இராணுவ முகாம்களில் அவர்கள் பாதுகாக்கப்பட்டனர். இது சம்பந்தமாக அங்கெல்லாம் சென்று வரவேண்டியதால் சுனிலை, சுனாமி வேலைக்கு எடுக்கும்படி மேலதிகாரிகளிடம் குமார ஆலோசனை கூறினான்.

சுனாமி வேலைகளை ஆரம்பத்தில் பாதுகாப்பு அமைச்சின் காரியாலயத்தில் இருந்து ஒழுங்குசெய்யக் கூடியதாக இருந்தது. இலங்கையின் தென்பகுதியில் அரசியல்வாதிகள் ஒவ்வொருவரும் தங்கள் பகுதிகளுக்கு அதிக தேவைகள் இருப்பதாக வற்புறுத்தியபடியால் அவனுக்கு யாரை முதலில் கவனிப்பது என்பது குழப்பமாக இருந்தது. மக்களின் தேவைகளுக்கா, அரசியல்வாதிகளின் விருப்புகளுக்கா முன்னுரிமை கொடுப்பது என பல தடவை திணறியிருக்கிறான். இராணுவத்தில் இதுவரையும் இப்படித் திண்டாடியதில்லை.

இந்த அரசியல்வாதிகளை சிவில் அரச அதிகாரிகள் எப்படிச் சமாளிக்கிறார்கள் என அனுதாபத்துடன் அவதானித்தான்.

சில வாரங்களில் தென்பகுதி பாதைகளைச் சுத்தப்படுத்தி போக்குவரத்து ஒழுங்காகியதும் நிவாரணப் பணிகளை ஓரளவில் கட்டுப்பாட்டில் கொண்டு வரமுடிந்தது. அதிக அழிவுகள் ஏற்பட்ட கிழக்கு மாகாணத்தில் காலம் செல்லச் செல்ல நிவாரண விடயங்கள் கடினமாகின. மூன்றினத்தவர்கள் வாழ்ந்த இடங்களில் அரசியல்வாதிகளுடன் விடுதலைப்புலிகளும் பிரச்சினையாக இருப்பதாக அப்பகுதியில் நிவாரணத்தில் ஈடுபட்டிருந்த இராணுவத்தினரிடம் இருந்து தகவல் வந்த வண்ணமிருந்தது. கிழக்கு மாகாணத்தில் பிரிந்த விடுதலைப் புலிகளிடையே பல கொலைகள் நடந்தன. அவற்றைக் கண்காணிக்க வேறு ஆட்கள் இருந்தனர். ஆனாலும், நிவாரண விடயங்கள் மீது அவை முடிச்சுகளாக விழுந்தன.

திருகோணமலைக்கு அமெரிக்கர்கள் கப்பல்களில் வந்திருந்தார்கள். அவர்களுக்குப் போட்டியாக ஏராளமான இந்தியர்களும் நின்றிருந்தார்கள். ஆராய்ந்து பார்த்தபோது

உதவிப்பொருட்களுடன் வந்தவர்களில் பலர் உளவு அதிகாரிகளாக இருந்தது அவனுக்கு ஆச்சரியத்தைக்கொடுத்தது.

இவர்கள் ஏன் வந்தார்கள்?

அவனது கேள்விகளுக்கு மேலதிகாரிகளிடம் விடையில்லை.

பாதுகாப்புச் செயலாளரின் அறைக்குச் சென்று பேசியபோது "இவர்கள் எமது இராணுவ விடயங்களையும் விடுதலைப்புலிகளது நிலைகளையும் அறிந்து உதவி செய்வதாகச் சொல்லி இருக்கிறார்கள். இந்தக்காலத்தைப் பயன்படுத்துவதன் மூலம் தகவல்கள் வெளிவராது பேணமுடியும் என நினைக்கிறார்கள். முடிந்தளவு அமெரிக்கர்கள் திருகோணமலைப் பகுதியிலும் இந்தியர்கள் சிறிபுர இராணுவ முகாமிலும் இருந்து தொழில்படுவதற்கான உதவிகளைச் செய்யவும்"; என வார்த்தைகள் கட்டளையாகப் பிறந்தன.

பாதுகாப்புச் செயலாளரைப் பற்றிய அதிருப்தி இராணுவத்திலும் கடற்படையிலும் இருப்பதை ஏற்கனவே அறிந்திருந்தான். அரசியல் மயப்படுத்தப்பட்ட நியமனங்கள் பற்றிய எதிரான கருத்துகள் அவை. பாதுகாப்புச் செயலாளர் சொன்ன விடயங்கள் எக்கநாயக்காவிற்குப் புரிந்தாலும் வெளிநாட்டவரில் அவனுக்கு நம்பிக்கையில்லை.

இந்தியா விடுதலைப்புலிகளுக்குப் பயிற்சி கொடுத்த விடயம் அவனுக்குத் தெரியும். மட்டக்களப்பில் அரசாங்கத்துடன் சேர்ந்து தொழிற்பட்ட மோகன் குழுவில் உள்ள செந்தூரனால் எக்கநாயக்கவிற்கு அது சொல்லப்பட்டிருந்து. செந்தூரன் நிலக்கண்ணி வெடிகள் வைப்பதற்கு உத்தரப் பிரதேசத்தில் இந்தியர்களால் விசேடமாகப் பயிற்றப்பட்டவன். மட்டக்களப்பு – அம்பாறை காட்டுப்பகுதிகளில், இராணுவத்துடன் வேலை செய்தபோது மின்னேரியா இராணுவ முகாமில் இருந்து அவனுக்கும் அவன் சார்ந்த குழுவிற்கும் சிலகாலம் எக்கநாயக்கா தொடர்பாளராக இருந்தான். ஆனால், தற்போது அதே இந்தியர்கள் எமக்கு உதவ வந்திருக்கிறார்கள்.

இராணுவத் தலைமையகத்தின் உத்தரவுப்படி பன்னிரண்டு இந்தியர்களைக் கொழும்பில் இருந்து சிறிபுர இராணுவ முகாமிற்கு கூட்டிச் சென்றான். அவர்களுக்கு இருவர் தலைமை தாங்கினர். ஒருவர் சதீஸ் என்ற பெங்களூர்க்காரன்.; மற்றவர் பாண்டியன் என்ற தமிழன்.

சதீஸ் உயரம் குறைந்தவனாக வெளிர் நிறத்தில் மீசையற்று மாணவன்போல் இருந்தான். பாண்டியன் மிகவும் கருமையாக

முறுக்கிய மீசையுடன் கட்டுமஸ்த்தான உயரத்தில் நடுத்தரவயதில் இருந்தான்.

இருவரையும் இராணுவ உளவிற்குப் பொறுப்பான மேஜரிடம் அறிமுகப்படுத்திவிட்டு "எவ்வளவு காலம் இலங்கையில் இருப்பீர்கள் ?" எனக் கேட்டான்.

"விடுதலைப்புலிகளை அழிக்கும் வரை" என்றான் பாண்டியன் மெதுவான குரலில் புன்னகையுடன்.

எக்கநாயக்க திடுக்கிட்டான். தன்னை சமாளித்தான்.

"நீங்களே அவர்களை உருவாக்கிப் பயிற்சி கொடுத்தீர்கள் ?" மெதுவான ஏளனம் குரலிலிலும் சிரிப்பிலும்.

"உண்மைதான் நாங்கள் விட்ட தவறிற்கு பரிகாரம் செய்யவேண்டியுள்ளதாக எமது அரசாங்கம் நினைக்கிறது" என்றான் பாண்டியன்.

"உங்களது தவறால் எவ்வளவு உயிர்கள் இந்த நாட்டில் போய்விட்டன ?"

"அது உண்மை. உங்கள் நாட்டவரது உயிர்கள் மட்டுமல்ல எங்களது இராணுவமும் அதற்கு பலியாகியிருக்கிறது. அதற்கு மேல் எங்கள் முன்னாள் பிரதமர் உயிர் இழந்திருக்கிறார். உங்களுக்குத் தெரியும்தானே – சிறிபெரும்புதூரில் குண்டு வெடித்தபோது நானும் அங்குச் சென்றிருக்க வேண்டும். ஆனால், என் குழந்தைக்கு உடல் நலமற்றதால் விடுமுறை எடுத்துக் கொண்டு வீட்டில் இருந்தேன். நான் உயிர் தப்பியிருந்தாலும் குற்ற உணர்வு என்னை இன்னமும் விட்டுப்போகவில்லை. இறக்கும்வரை இதயத்தில் இருக்கும் என நினைக்கிறேன்" என்றான் சதீஸ்.

அவனது குரலில் மெதுவான கரகரப்புத் தெரிந்தது. கண்கள் பனித்தன. நண்பன் ஒருவன் தனது தவறிற்கு மன்னிப்புக் கேட்பது போல் தோன்றியது.

எக்கநாயக்கவிற்கு அவர்களில் அனுதாபம் பிறந்தது. அவர்களும் எம்மைப்போல் அரசியல்வாதிகளின் கட்டளையை நிறைவேற்றுபவர்கள் தானே. அவர்கள் உருவாக்கிய பயங்கரவாதத்தின் விளைவை அவர்களே அறுவடை செய்ததாக எண்ணினான். எங்கள் அரசாங்கத்தினரும் அதற்குக் குறைவில்லைத்தானே ? இந்திய இராணுவத்தை எதிர்த்து அழிப்பதற்கு விடுதலைப்புலிகளுக்கு பொலன்னறுவை மற்றும்

வன்னிக் காடுகளில் வைத்து பணமும் ஆயுதங்களும் கொடுத்து உதவிய துரோக வரலாற்றை சீனியரான அதிகாரிகள் தாங்களே விரும்பாமல் செய்ததாகச் சொன்னார்கள். மிகவும் குறைந்தகால நலன்களைக் கருத்தில் கொண்டு அரசியல்வாதிகள் நடத்தும் நாடகங்களுக்கு இரு பக்கத்திலும் அப்பாவி இளைஞர்கள் பலியிடப்படுவது நம் நாட்டில் தொடர்ந்து நடக்கிறது. இதில் அயல்நாடான இந்தியர்கள் மீது மட்டும் தவறுகாண முடியுமா?

இந்தியர்கள் புதியரக விமான எதிர்ப்பு இயந்திரத்துப்பாக்கி களை இயக்குவதற்குப் பழக்குவது பற்றியும் விமானப்படையில் உள்ள ரகஸ்சிய விமானங்களை இயக்குவதற்கு பைலட்டுகளை தேர்ந்தெடுப்பது பற்றியும் பேசினார்கள். கொழும்பு விமானத்தளத்தைப் பயன்படுத்தாமல் ஏன் சிறிபுரா இராணுவ முகாமைப் பயன்படுத்துகிறார்கள் என்பது அவனுக்குப் புதிராக இருந்தது.

அமெரிக்கர்கள் திருகோணமலை கடற்படைமுகாமில் சேர்ந்துகொண்டார்கள். அவர்களில் பலர் தகவல் தொடர்பு விடயங்களில் நிபுணர்களாக இருந்தார்கள். அவர்கள் கொண்டுவந்த சுனாமி நிவாரணப் பொருட்களை, கடற்படைத்தளத்தினூடாகக் கரையிறக்கி மூதூர் மக்களிடையே விநியோகித்தார்கள்.

தமிழ்நாட்டைச் சேர்ந்த இந்திய அதிகாரியான பாண்டியன் தனது அதிகாரிகளுடன் வெலிஓயா முகாமுக்குச் சென்று வரவேண்டும் எனக்கேட்டபோது சுனில் அதனது காரணத்தை அறிய விரும்பினான்.

“நாங்கள் சமாதானப் படையாக இங்கு வந்த போது விடுதலைப்புலிகளை எல்லாப் பகுதிகளிலும் இருந்து அகற்ற முடிந்தது. ஆனாலும், ஆண்டான்குளத்தைச் சுற்றியிருந்த காட்டுப்பிரதேசத்தை மட்டும் தாக்காமல் விட்டதால் விடுதலைப்புலிகள் தப்பிவிட்டனர். இப்படியான தவறு மீண்டும் இடம்பெறாமல் தடுப்பதற்கு அந்தப்பகுதியின் நிலஅமைப்புகளை பற்றி அறிய வேண்டும். மீண்டும் வரும் யுத்தத்தை வெல்லவேண்டுமாயின் அந்த இடத்தை விடுதலைப் புலிகளின் பாதுகாப்புப் பிரதேசமாக இருக்காமல் செய்யவேண்டிய தேவை உள்ளது.”

“இப்பொழுது அந்தப் பிரதேசத்தை அவர்கள் இதயபூமி என்று சொல்கின்றனர். அங்கு ஆயுதக் களஞ்சியங்கள், பங்கர்கள், மண் அணைகள், நிலத்தடி சுரங்கங்களென அவர்களால் பலமாக

பாதுகாக்கப்பட்டு இருப்பதாக அறிகிறோம். அங்கு செல்வது சுலபமல்ல.”

“இந்த சமாதான காலத்தில் செல்வது சுலபம்தானே? அந்தப் பிரதேசத்தைத் தெளிவாக அறியாமல் யுத்தம் செய்ய முடியாதுதானே?”

“அங்கு ஊடுருவும் முயற்சிக்கு விசேட அனுமதி எடுக்க வேண்டும்.”

“சுனாமிக்குப் பின்னரான இந்தக்காலத்தில் அங்குச் செல்வது இலகுவாக இருக்கும் அல்லவா?”

“அப்படியானால் நாயாறு, கொக்குத்தொடுவாய் பகுதி கிராமங்களுக்கு நிவாரணத்தோடு செல்ல வேண்டும்.”

“அதற்கு ஆவன செய்யுங்கள். மிகுதியை நாம் பார்த்துக் கொள்கிறோம். எம்மில் பலர் தமிழ் பேசுபவர்கள்” என்றான் பாண்டியன்.

பாண்டியன் கேட்டுக்கொண்டபடி உதவிகளை நேரடியாக அனுப்ப முடியவில்லை. ஆனால், தமிழ் அரச உத்தியோகத்தர்கள் மூலம் உணவு அனுப்பப்பட்டது. உள்ளே செல்லும் முயற்சி தோல்வியடைந்த போதும், அரச உத்தியோகத்தர்களிடமிருந்தும் பிரிந்த கிழக்கு மாகாகாண போராளிகளிடமிருந்தும் தகவல்கள் வந்தன அந்தப் பகுதியின் சட்டர்லைட் வரைபடங்கள் மற்றும் ஆளில்லாத விமானத்தால் பெறப்பட்ட ஒளிப்படங்கள் மூலம் சுரங்கப் பாதைகள், அகழிகள், பயிற்சிப் பிரதேசங்கள் என்பன குறிக்கப்பட்டன. இந்தப்பகுதியில் முக்கியமான இராணுவ டிவிஷன் போரைத் தொடங்கவேண்டும். இந்தப்பகுதியைத் தாக்கி முன்னேற வேண்டியதில்லை ஆரம்பத்தில் கைப்பற்றாது விட்டாலும் அவர்கள் பயிற்சிகள் அளிப்பதையும் தளபாடங்களைப் பதுக்கி வைப்பதையும் தடுக்க முடியும். விடுதலைப்புலிகளின் இதயமாக இயங்கும் இந்தப்பிரதேசத்தைத் தொடர்ச்சியாகத் தாக்கும் போது அவர்களால் கிழக்கு நோக்கி நகரமுடியாது. மற்றைய இடங்களில் பெருமளவில் ஆட்களைக் குவித்துப் போரிடுவது விடுதலைப்புலிகளுக்குக் கடினம் என்று குறிக்கப்பட்டது.

பாண்டியனும் சதீசும் சுனிலுக்கு மிகவும் நெருக்கமானவர் களாகி விட்டார்கள். இருவரும் முன்னாள் இந்தியப் பிரதமர் கொலை தொடர்பான விசாரணையில் ஈடுபட்டவர்கள். அவர்களை சிறிபுர முகாமில் இருந்து ஒரு நாள் அதிகாலை

நேரத்தில் பதவியா பகுதியூடாக மதவாச்சிக்கு அழைத்துச் சென்றான்.

பதவியாக்குளத்து நீரோடும் வாய்க்கால், வயல்கள், அமைந்திருந்த வீடுகள் என்பவற்றைப் பார்த்து "மிகவும் வளமான நிலம்" என்று சதீஸ் பாண்டியனிடம் சொன்னான். பதவியாவைக் கடந்ததும் வண்டியை நிறுத்தச் சொல்லி இறங்கினான். அந்த நேரத்தில் பாதையில் எவருமில்லை. சிறிது தூரம் மூவரும் தெரு ஓரமாக ஓடிய கால்வாயைத் தாண்டி நடந்தபோது சிறிய வீடு தெரிந்தது. அதன் அஸ்பெஸ்டஸ் கூரையூடாக புகை எழுந்து காலைப் பனியுடன் கலந்தது. இருபக்கமும் தென்னை மரங்களும் பழமரங்களும் அமைந்த பகுதியில் மெதுவான ஈரலிப்பு முகத்தில் படிய சிறிது நேரம் நடந்தனர். அவர்களை நோக்கி கறுத்த நாயொன்று குரைத்தபடி வந்தது.

பாண்டியன் "இந்த ஊரில் இன்னமும் ஆட்கள் வசிக்கிறார்களே!" என ஆச்சரியத்துடன் கேட்டான்.

"சுதந்திரத்தின் பின்பு காடுகளாக இருந்த பகுதியை அழித்து, சிதைந்திருந்த குளங்களைத் திருத்தி தென்பகுதியில் வாழ்ந்த நிலமற்றவர்களை அரசாங்கம் இங்குக் குடியேற்றியது. தற்போது விவசாயிகள் இரண்டு தலைமுறையாக விவசாயம் செய்யும் பிரதேசம். இந்தப்பகுதில் உள்ளவர்கள் பலவிதத்தில் வவுனியாவுடன் தொடர்பானவர்கள். நான் கூட இந்தப்பகுதியைச் சேர்ந்தவன். இந்தப்பக்கம் நிலம் கிடைத்து இங்கு வந்து குடியேறிய ஒரு விவசாயிதான் எனது தாத்தா"

"இப்படியான பிரதேசம் எங்கள் நாட்டில் இராணுவப் பிரதேசமாக இருக்கும்" என்றான் பாண்டியன்.

"ஓமந்தை என்ற பிரதேசத்தை அப்படி வைத்திருக்கிறோம்."

"இதோ இந்த வரைபடத்தில் ஓமந்தையை விலத்தி காடுகளூடாக கெரில்லாக்கள் வருவதற்கு முடியும். இதன் மூலம் ஒரு சிறிய கெரில்லா அணியால் வவுனியா, அனுராதபுரம் இராணுவ முகாம்களைத் தாக்கமுடியும். ஏன் சிறிபுர முகாமைக்கூட தாக்கமுடியும் இல்லையா?" என வரைபடத்தை விரித்தான் சதீஸ்.

சதீஸ் முகத்தைப் பார்த்துக் கேட்டபோது சுனிலின் மனதில் உதைத்தது.

அதை சமாளித்தபடி "வாருங்கள். வாகனத்திற்குப் போவோம். நீங்கள் சொல்லும் காட்டுப் பிரதேசங்களைச்

சுற்றி உள்ள கிராமங்களில் சிங்கள மக்கள் நீண்ட காலமாக வசிக்கிறார்கள்; அவர்களை வெளியேற்ற முடியாது. அதற்கு எமது அரசியல்வாதிகளிடம் துணிவு இல்லை."

"அப்படியானால் மக்கள் மீதும் முகாம்கள் மீதும் கெரில்லா தாக்குதலை நீங்கள் எதிர்பார்க்க வேண்டும்."

"அது தற்பொழுது நடக்கிறது. மக்கள் கொல்லப்படுகிறார்கள். இதனால் மக்களில் பலரை ஊர்க்காவல் படையாக மாற்றி பயிற்சியுடன் ஆயுதம் கொடுத்திருக்கிறோம்."

"சுனில் ஊர்க்காவல் படையினர் நூறுபேர் ஒரு விடுதலைப்புலி கெரில்லாவுக்கு சமமாக மாட்டார்கள். அவர்களால் எந்த நன்மையும் விளையாது. வீணாக உயிர்ப்பலி மட்டும்தான். இராணுவத்தின் வேலையை ஒரு சில நாட்கள் பயிற்சி பெற்ற சாதாரண மக்கள் செய்ய முடியுமா? உங்கள் அரசியல்வாதிகள் இராணுவத்தை அவமதிக்கிறார்களா இல்லை மக்களை பாதுகாக்கத் தேவையில்லை என நினைக்கிறார்களா?" ஆத்திரத்துடன் கேட்டான் சதீஸ்

"வேறு என்ன செய்ய முடியும்?"

"இராணுவ வீரர்களை கெரில்லாக்களாகப் பயிற்சி கொடுத்து அந்தப் பிரதேசங்களுக்குள் அனுப்பி ரொட்டேசனில் தாக்குதல் நடத்தவேண்டும். அதனால் பிரயோசனம் உண்டு."

"அதைத்தான் கிழக்குப் பகுதியில் செய்கிறோம். ஏற்கனவே அரசாங்கத்துடன் சேர்ந்த மற்றைய தமிழ் பிரிவுகளுடன் ..." என இழுத்தான் சுனில்.

"அதை இந்தப்பகுதியில் செய்வதால் பலன் கிடைக்கும்." சுனில் வாகனத்தை ஓட்டியபடி பாண்டியனைக் கூர்ந்து பார்த்தான்.

"பாண்டியன், எனக்கு பூரணமான அறிவைப்பெற உதவும் என்பதால் இதைக் கேட்கிறேன். இவ்வளவு ஆவலாக இலங்கையில் பயங்கரவாதத்தைத் தோற்கடிக்க விரும்பும் உங்கள் நாடு, இதை ஏன் ஆரம்பத்தில் வளர்த்தது? ஏதோ கண்துடைப்பாக வந்திருக்கிறீர்கள் என நினைத்தாலும் இந்த ஒரு மாதத்தில் எனக்கு உங்களது நோக்கம் தெளிவாகப் புரிந்துள்ளது"

"இந்தக்கேள்வியை முதல் நாளே எதிர்பார்த்தேன். எங்களைப் போல் நீங்களும் அரசியல்வாதிகளது முடிவுகளை சரி பிழை பார்க்காமல் நிறைவேற்றும் இராணுவ வீரர்கள். உயிரைக் கொடு எனும்போது கொடுக்கத் தயாராகிறோம். எங்கள் நாடு

நொயல் நடேசன் 253

மூன்று முறை வெளிநாட்டுப் போரையும் தொடர்ச்சியான கெரில்லாப்போரையும் பலமுனைகளில் நடத்தி வருகிறது. யாரினதும் பெயரையும் குறிப்பிடாது விளக்குகிறேன்.

எல்லா நாடுகளிலும் அரசியல் தலைவர்கள் ஈகோ நிறைந்தவர்கள். எங்கள் நாட்டுக்கு உங்கள் தலைவரின் அமெரிக்க சார்பான வெளிநாட்டுக் கொள்கைகள் பிடிக்கவில்லை. அவரின் கர்வத்தை அடக்க வேண்டும்; தலைக்கனத்தைக் குறைத்து எம்மை நோக்கி வரச்செய்யவேண்டும் என்பதற்காக இந்தக் குழுக்களுக்கு உதவினோம். அப்பொழுது சுண்டெலிகளுக்கு உதவுவதாக எண்ணியிருந்தோம். தேவையான நேரத்தில் சுண்டெலிகளைக் கூட்டில் போடமுடியும் என நினைத்தோம். பிற்காலத்தில் வேறு தலைவர்கள் பதவிக்கு வந்து, அவர்கள் சுண்டெலி விளையாட்டை முடிவுக்குக் கொண்டுவர விரும்பியபோது முடியவில்லை. சுண்டெலிகளென நினைத்தவர்களில் ஒரு சுண்டெலி மற்றையவற்றை கொன்றுவிட்டு சிங்கமாகிவிட்டது. இந்த நிலையில் எமது தவறை சரி செய்ய முயற்சித்தபோது அந்தச் சிங்கம் எம்மைக் குதறிவிட்டது. எங்களது அனுமானம் பிழைத்து விட்டதற்கு எமது தலைவர்கள் மட்டுமல்லாது எங்களைப் போன்ற அதிகாரிகளும் தான் காரணம். எங்களிடம் இந்த இயக்கத்தைப்பற்றி போதுமான உளவு அனுபவம் இருக்கவில்லை என்பதோடு, இலஞ்சப் பணத்தைப் பெற்றுக்கொண்டு எழுதிய உளவு அறிக்கைகளை, தலைவர்கள் நம்பி விட்டார்கள். தவறுகள் ஏராளமாக நடந்துவிட்டன. அவற்றை சீர் செய்வது கடினமாகியது. ஆனாலும், எங்கள் நாடு மிகவும் பொறுமை யானது. எங்களது ஐயாயிரம் வருட வரலாற்றில் எம்மிடையே உதித்த மதத்தலைவர்களான புத்தர், மகாவீர் மற்றும் குருநானக் என்பவர்கள் தர்மம் எது கர்மம் எது என்பதை உணர்த்தியுள்ளனர். பாவத்தின் சம்பளம் என்ன என்பதைப் புரிந்த பின்பு விமோசனம் தேட இப்பொழுது சரியான தருணம் வந்துள்ளதால், நாங்கள் உருவாக்கிய ட்ராகுலாவை அழிப்பதற்கு உங்களுக்கு உதவ விரும்புகிறோம். இதுவும் எனது கருத்தில்லை. எங்களது தலைவர்களினது கருத்து என நினைக்கிறேன்" என்றான் பாண்டியன்.

"நீங்கள் சொல்லும் விடயத்தைப் புரிந்து கொள்ளமுடிகிறது. நேரடியாக ஒரு கேள்வி கேட்கிறேன். உங்கள் தலைவரை இவர்கள் கொல்லும்போது உங்களது அரசியல்வாதிகளது உதவி இருந்திருக்க வாய்ப்பில்லையா? எப்படி இவர்களால் சுலபமாக நெருங்க முடிந்தது?"

"சதீஸ், இதற்கு நீயே பதில் சொல்லு" என்றான் பாண்டியன்

“பாண்டியன் நழுவாதே?” இது சதீஸ் சிரித்தபடி

“நான் நழுவவில்லை. அவரது பாதுகாப்புப்பிரிவைச் சேர்ந்தவன் என்பதால், நீதான் இதைப்பற்றி அதிகமாகப் புரிந்து கொண்டவன்.”

இருவரும் ஒருவரை ஒருவர் யாராவது முதல் சொல்லுவார்களா எனப் பார்த்திருப்பது தெரிந்தது. அவர்களின் நிலை சுனிலுக்கு சங்கடத்தைக் கொடுத்தது. ஏதோ விருப்பமில்லாத விடயத்தைக் கேட்டு விட்டதாக நினைக்கத் தோன்றியது.

“பரவாயில்லை எனது கேள்வியை மறந்துவிடுங்கள்” எனச்சொன்னவாறு பாண்டியனின் முகத்தைப் பார்த்தான்.

விடுதலைப்புலிகளால் இந்தியாவின் முன்னாள் பிரதமர் கொலை செய்யப்பட்ட விடயம் சதீசுக்கு எக்காலத்திலும் மறக்க முடியாதது. அன்று அவருடன் பாதுகாப்பாக இருந்திருக்க வேண்டியவன். குழந்தைக்கு உடல்நிலைக் குறைவு என வந்த செய்தி அவனை வீட்டுக்குச் செல்லவைத்தது. அதுவும் கடைசி நேரத்தில் பெங்களூருக்குச் சென்றான். நான் இருந்தால் இந்த சம்பவத்தைத் தடுத்திருக்கலாம் அல்லது நானும் கூட மரணத்திருக்கலாம் என்ற எண்ணம் அவனிடத்தில் மாறிமாறி வந்துசெல்லும்.

“சுனில் இந்தக் கொலையில் இந்திய அரசியல்வாதிகள் சம்பந்தப்பட்டிருந்தார்கள். ஆனால், அவர்கள் கொலைக்கு உடந்தையாக இருக்கவில்லை. தங்களை அறியாமல் பயங்கரவாதிகள் அவர்களுடைய குறியை நெருங்க உதவி செய்தார்கள். முக்கியமாக மாலையுடன் நெருங்குவதற்கு உதவி செய்தார்கள். இவர்களாலேதான் தலைவரின் பாதுகாப்பு வளையத்தில் நெகிழ்வு ஏற்பட்டது. அப்படியானவர்களை இதில் சம்பந்தப்படுத்தாமல் விசாரணையைத் தொடர்ந்தோம்.”

“மற்றைய நாட்டுகளின் உதவி . . .” என வார்த்தைகளை சுனில் இழுத்தான்

“இல்லை. முற்றாக உங்கள் நாட்டவர்கள்தான் என்பதே எமக்குக் கிடைத்த தகவல். பலரது கற்பனைகள் பலவிதமாக இருந்தாலும் எமக்கு எந்த விதமான ஆதாரமும் கிடைக்கவில்லை. பாதுகாப்பு அதிகாரிகளான நாங்கள் ஊகத்தில் எதுவும் செய்யமுடியாது. எமக்கு ஆதாரங்கள் தேவைதானே ?”

மெதுவான வெளிச்சம் அந்தப்பிரதேசம் எங்கும் பரவத் தொடங்கியது. காலை ஆதவனின் மஞ்சள் ஒளி உயர்ந்த

மரங்களூடாக பொற்கதிர்களாக பரவத்தொடங்கியது. சோம்பலான சூழல் தூக்கத்தில் இருந்து விழித்துக்கொண்டது.

வயலுக்குச் செல்பவர்கள் வீடுகளில் இருந்து கலயங்களுடன் புறப்பட, பாதையில் நூற்றுக்கணக்கான மாடுகள் கடந்து சென்றன. பாதையோரத்து வீடுகளில் இருந்து குழந்தைகள் பாடசாலைக்கு செல்லும் உடைகளை அணிந்து வெளியே வந்தார்கள். அவர்களை வழியனுப்ப பெண்கள், சிறு குழந்தைகளை இடுப்பில் வைத்தபடி வந்தார்கள். அவர்களுடன் நாய்களும் பின் தொடர்ந்தன.

எதிரில் வந்த பஸ்வண்டி மாணவர்களை ஏற்றுவதற்காக நின்றது. சுனில், ஓரமாக ஜீப்பை நிறுத்தினான். பாண்டியன் "உங்கள் நாடு மிக வளமானது. ஏன்தான் இப்படி சண்டைகள் தொடர்கிறதோ? அழிவுகள் நடக்கிறதோ?" என்றான்.

"அரசியல் போட்டிகள்தான் காரணம். இனரீதியாக அரசியல் எங்கள் நாட்டில் நடக்கிறது!"

அரைமணி நேரம் கழிந்தது மதவாச்சி பஸ் நிலையத்தருகில் வாகனத்தை நிறுத்தினான் சுனில். இறங்கி தேநீர் குடித்தனர். எதிரே இருந்த பாதையைக் காட்டி மன்னார் செல்லும் பாதை இதனூடாகச் சென்றால் தலைமன்னார் செல்லமுடியும் எனச் சொல்லியபடி ஒரு தமிழ்ப் பத்திரிகையை வாங்கினான் சுனில்.

"தெரியும். இந்தப்பகுதியூடாக எனது முன்னோர்கள் வந்தார்கள். பல வருடங்களுக்கு முன்பாக சிறுவனாக மீண்டும் சென்றேன்" என்றான் பாண்டியன்.

"உண்மையாகவா...? நம்பமுடியவில்லை" என்றார்கள் இருவரும் ஒரே குரலில்.

"மலையகத்தில் இருந்து சிறிமா சாஸ்திரி உடன்படிக்கையில் சென்றவர்களில் எமது குடும்பமும் ஒன்று. மதுரைக்குப் பக்கத்தில் உள்ள கிராமம் எங்கள் பூர்வீகம். தாய்வழி மாமா ஒருவருக்குக் குழந்தை இல்லாததால் அவரது குடும்பத்தில் வளர்ந்து படித்தேன். பல காலமாக இராணுவத்தில் சேர விரும்பியிருந்தேன்."

"தமிழரான நீங்கள் இங்கு மீண்டும் வந்திருக்கிறீர்கள். எனது உடலில் ஓடுவது அரைவாசி தமிழ் இரத்தம். எனது தந்தை யாழ்ப்பாணத்தவர்" என்றான் சுனில்.

"உண்மையாகவா?"

"ஆமாம். அம்மாவுக்கு பலகாலமாக பிள்ளையில்லை. அக்காலத்தில் வைத்தியத்தால் உதவ முடியவில்லை. இறுதியில்

அம்மாவுக்கு எப்படியும் குழந்தை வேண்டுமென யாழ்ப்பாண வைத்தியரால் குழந்தை பிறந்தது. இது ஊரில் தெரியும். பிற்காலத்தில் அம்மா சொல்லி எனக்குத் தெரிந்தது. நான் குழந்தையாக இருந்தபோது எனது தந்தை இறந்துவிட்டார். அதன்பின் யாழ்ப்பாணத்தில் இருந்து வந்த பணத்திலே படித்தேன்"

"இப்பொழுது போரில் உங்கள் மனம் எப்படி இருக்கு?" என்றான் பாண்டியன்.

"நான் இதை தமிழ் – சிங்களப் போராக நினைக்கவில்லை. சிங்கள இளைஞர்கள் போர் தொடுத்த பின்பே நான் இராணுவத்தில் சேர்ந்தேன் . . . நாட்டுக்கு எதிராக ஆயுதம் எடுத்தவர்கள் யாராக இருந்தாலும் அதை எதிர்ப்பது சரி என நினைக்கிறேன். அரசுகள் தவறுகள் விடலாம் அவை மாறக்கூடியது. எவையும் நிரந்தரமற்றது. ஆனால், நாடு என்பது அப்படியல்ல. நாட்டை, தனிமனிதனாகவோ சமூகமாகவோ பாதுகாக்க முடிந்தால் அடுத்த சந்ததியாவது நிம்மதியாக வாழமுடியும் என்பது எனது கருத்து"

"அதைத்தான் இராணுவ வீரர்களாகிய நாம் கடைப்பிடிக்க வேண்டும்" எனப்பாண்டியன் சொல்லிக்கொண்டிருந்தபோது பஸ் நிலையத்தில் பரபரப்பு ஏற்பட்டது.

எதிரில் வந்தவர்களிடம் என்ன விடயம் என சுனில் விசாரித்தான். வவுனியாவில் இருந்து கொழும்புக்கு போக அதிகாலையில் வந்த அரிசி லொறியில் குண்டுகள் இருந்ததாகவும் அதை செக்பொயிண்டில் கைப்பற்றி வைத்திருப்பதாகவும் சொல்கிறார்கள். கொழும்பில் இருந்து அதிகாரிகள் வருவதற்காக லொறி இன்னமும் நிற்கிறது என்றார்கள்.

"எவ்வளவு தூரம் இராணுவ செக்பொயிண்ட்" எனக் கேட்டான் சதீஸ்.

"ஒரு கிலோமீட்டர் தூரத்தில் உள்ளது"

"கொழும்பில் வெடிக்க வைக்க வடபகுதியில் இருந்து குண்டைக் கொண்டு போவது என்றால் நம்ப முடியாதே? பிடிபடுவதற்கான சாத்தியக்கூறுகள் பல உள்ளது" மீண்டும் சதீஸ்.

"வடபகுதியில் இருந்து ஒன்று போவதானால் கிழக்கிலிருந்து பத்து லொறிகள் போகும். தற்பொழுது கடலூடாக மேற்குக்கடற்கரைக்கு வருகிறது. கட்டுநாயக்கா விமான நிலையத்தில் நடந்த தாக்குதலுக்கு மேற்குக் கரையாக வந்ததாக தகவல்கள் உள்ளது. மிக நீளமானதாகவும் ஏராளமாக மீனவர்கள்

கொண்டதுமான கடற்கரையே எங்களுக்கு பாதுகாப்பற்றதாக உள்ளது. நாங்கள் போவோம். அநுராதபுர முகாமில் உள்ள கேர்ணல் முகமட் எங்களுக்காக மதியம் வரையும் இருப்பதாகச் சொன்னார்" என ஜீப்பில் சுனில் ஏறினான்.

அநுராதபுர இராணுவ முகாமில் சந்தித்த முகம்மது உயரம் அதிகமில்லாமல் வெளுத்த நிறமாக இருந்தார். பல தடவை பாண்டியனுடன் தமிழில் பேசினார். தான் மலே இனத்தைச் சேர்ந்தவர் என்றபோது பாண்டியனுக்கும் சதீசுக்கும் ஆச்சரியமாக இருந்தது.

"இலங்கையில் தமிழ் முஸ்லீம்களை விட இன்னமும் பறங்கியர் மற்றும் மலே இனத்தினர் வாழ்கிறார்கள்"; என்றான் சுனில்.

அநுராதபுர இரணுவ முகாமில் புதிதான விமான எதிர்ப்புத் துப்பாக்கிகளை நிறுத்துவது பற்றியும் அதை இயக்க ஆரம்பத்தில் சிறிபுரவில் இருந்து இந்திய அதிகாரிகள் நால்வரை இங்கு அனுப்புவது பற்றியும் பேச்சு நடந்தது.

"எங்கிருந்து வருகிறது?" முகமது தேநீரை அருந்தியபடி கேட்டான்.

"கொச்சியில் இருந்து கொழும்புக்கு வருவதாக சொல்லி யிருக்கிறார்கள்" என்றான் சதீஸ்;.

"விடுதலைப்புலிகளிடம் இருந்து இதுவரையும் விமானத் தாக்குதலை எதிர்பார்க்கவில்லை. நாங்கள் தரை வழியான தாக்குதலுக்குத் தயாராக இருக்கிறோம்" என்றான் முகமட்

"எங்களுக்குக் கிடைத்த தகவல்களின்படி சிறிய செஸ்னா விமானப்பாகங்கள் கடல்வழியாக வந்துள்ளன. அவற்றை எப்படிப் பாவிப்பார்கள் என்பது தெரியாது. குறைந்த பட்சமாக தற்கொலைத் தாக்குதலுக்கு பாவிக்க முடியும்" என்றான் சதீஸ்.

இராணுவ முகாமின் முக்கிய பகுதிகளைப் பார்த்து எந்த இடத்தில் விமான எதிர்ப்புத் துப்பாக்கியை வைக்கலாம் எனத் தீர்மானித்தனர். மதிய உணவை கேர்ணல் முகமதுவோடு அருந்திவிட்டு வெளியேறிய போது பிற்பகல் இரண்டு மணிக்கு மேலாகிவிட்டது.

கெப்பித்திக்கொல்லாவையில் ஒரு இடத்தில் இராணுவத்தினர் நின்றனர்.

"ஏதோ நடந்துவிட்டது போல இருக்கிறது" முகக் கலக்கத்துடன் சுனில்

இராணுவத்தினரை விசாரித்தபோது "பதவியா நீர்ப்பாசன திணைக்களத்து ஜீப்பை விடுதலைப்புலிகள் நிறுத்தி விசாரித்திருக்கிறார்கள். அதில் உள்ளவர்கள் தாங்கள் தேடியவர்கள் இல்லை என்பதால் அவர்களை பாதையில் இறக்கிவிட்டு ஜீப்பை எடுத்துக்கொண்டு சென்றுள்ளார்கள்" என்றார்கள்

சுனில் எக்கநாயக்கா மீண்டும் வாகனத்தில் வந்து ஏறினான். சிறிது நேரம் பேசவில்லை.

"என்ன நடந்தது?" மொழி புரியாத சதீஸ் சுனிலைப்பார்த்து

"எங்கள் இராணுவத்திற்கு உள்ளே விடுதலைப்புலிகளின் உளவாளிகள் உள்ளார்கள். இன்று நாம் அநுராதபுரம் செல்லவிருப்பது எங்கிருந்தோ அவர்களுக்குத் தெரிந்துள்ளது."

"எங்கிருந்து தகவல் போயிருக்கும்?" கண்களை உருட்டியபடி

"அநுராதபுரத்திலோ சிறிபுரவிலோ இருந்து போயிருக்க முடியாது. இரண்டு முகாம்களிலும் உள்ளவர்களைத் தொடர்பு கொள்ளுவது கடினம். அப்படியிருந்தாலும் நாங்கள் வருவது போவது அவர்களுக்கு சரியாகத் தெரிந்திருக்கும். நாங்கள் சிதறியிருப்போம். கொழும்பில் இருந்து தகவல் போயிருக்க வேண்டும். என்று கூறியபடி "பாண்டியன், உங்களுக்கு தமிழ் வாசிக்கத் தெரியுமா? இந்த பத்திரிகையில் உள்ள மரண அறிவித்தலைப் படியுங்கள்" என ஒரு பத்திரிகையை நீட்டினான் சுனில்.

"எல்லாம் யாழ்பாணத்து மரண அறிவித்தலாகவே உள்ளது"

"ஏதாவது வவுனியாவில் உள்ளவர்களைப் பற்றியுள்ளதா?"

"ஆமாம்"

"படியுங்கோ"

"இலங்கையில் பிறந்தவரும் இந்திய வம்சாவளியைச் சேர்ந்தவருமான கண்ணப்பனது இறுதிக்கிரியைகள் அவரது பதவியா – மதவாச்சி பாதையில் உள்ள வீட்டில் இன்று மதியத்தில் நடைபெறும் அதற்கு உற்றாரும் உறவினரும் கலந்துகொள்ளும்படி கேட்கப்படுகின்றனர்"

"இப்பொழுது தெரிகிறதா. இந்த விளம்பரம் கொழும்பில் இருந்து கொடுக்கப்பட்டுள்ளது. இந்தப் பாதையூடாக இந்திய அதிகாரிகள் மதியம் செல்வதாக விடுதலைப்புலிகளுக்கு அறிவிக்கப்பட்டிருக்கிறது. அதிகாலையில் நாங்கள் புறப்பட்டது

எமது அதிர்ஸ்டம். இந்தப் பயண விடயத்தை அறிந்தவர்கள் எமது இராணுவ தலைமைக்காரியாலயத்தில் உள்ளவர்கள் மட்டுமே. அவர்கள் மீதுதான் எனக்கு சந்தேகம்."

"உள்ளே உள்ள ஓட்டையை முதலில் அடைத்தால்தான் நீங்கள் யுத்தத்தில் வெல்லமுடியும். 84–87 வரையில் எமது உளவுத்துறையில் உள்ள தென்மண்டலத்திற்குப் பொறுப்பானவரை பெண்ணாலும் பணத்தாலும் வாங்கியிருந்தார்கள்" என்றான் பாண்டியன்.

"தற்பொழுது தலைமை அலுவலகத்தில் நாங்கள் சந்தேகிக்கும் அவரை நெருங்கியபடியிருக்கிறோம். முழுமையான தொடர்பு களையும் அறிந்துகொள்வதற்காகக் காத்திருக்கிறோம்."

மீண்டும் சிரிபுர முகாமை நோக்கிச் சென்றார்கள்.

17

சிவப்பு டயரி

வாரவிடுமுறையில் அதிகாலையில் விழித்து கணினியின் முன்பு இருந்தபோது அசோகனுக்கு சிவப்பு டயறி கண்ணல்பட்டது. பெரியப்பா வவுனியாவில் தந்தது.

நான் இதுவரையும மறந்துவிட்டேனே என்ற குற்ற உணர்வுடன் அசோகன் பெரியப்பாவின் சிவப்பு டயரியைத் திறந்தான். இரண்டாயிரம் ஆண்டுக்குரியது. இலங்கை மக்கள் வங்கியால் விசேட பதிப்பாக வெளியிடப்பட்டது. ஆனால், அழுக்குப்படாது சுத்தமாகமட்டுமல்ல பளிச்சென அதனது சிவப்பு தோல் பகுதியிருந்தது.

என்னுள் இரகசியம் பொதிந்திருக்கிறது திற– படி – எனக் கண்சிமிட்டியது அந்த டயரி.

கணக்குப் பார்த்த கடைகளின் முதலாளி களில் ஒருவர் பெரியப்பாவுக்கு அதை கொடுத்திருக்கலாம். ஆவலுடன் பிரித்தபோது சில திகதிகளில் சம்பவங்கள் நினைவுக் குறிப்புகளாக குறிக்கப்பட்டிருந்தன. நாட்கள் வாரியாக எழுதப்பட வில்லை. போல்பொயிண்ட் பேனை எழுத்துகள் தெளிவில்லை. வசனங்கள் தாள்களின் கோடுகள் மீது வழிந்து கடைசிப்பத்து நிமிடத்தில் பரீட்சைத்தாளில் அவசரத்தில் எழுதுவது போன்று இருந்தது.

பெரியப்பாவின் எழுத்துகள் வாசிப்பதற்கு இலகுவானவையல்ல. ஆனாலும் சிறிது நேரம் கவனமாகப் பார்த்தால் புரிந்துகொள்ள முடியும் என்ற நம்பிக்கையில் படிக்கத் தொடங்கினான்.

அதில் முதலாவது சம்பவம் ஐம்பத்தெட்டாம் ஆண்டு என அதன் கீழ் எழுதப்பட்டிருந்தது:

எனக்கு ஐந்து வயதாக இருக்கும்போது நடந்த சம்பவம் என எழுதி அடிக்கோடிடப்பட்டிருந்தது

ஐம்பத்தெட்டாம் வருடம் மே மாதம் என நினைக்கிறேன். பெரியம்மாவின் வீட்டுக்குப் போகவென மாலையில் தாத்தாவுடன் யாழ்ப்பாணத்தில் இருந்து நயினாதீவுக்குச் சென்றேன். பெரியம்மா, பெரியப்பா, அண்ணா மற்றும் அக்காவுடன் இரவு நயினாதீவில் தங்கிவிட்டு, மீண்டும் யாழ்ப்பாணம் வருவதற்குத் தயாரானோம். மதியத்திற்கு பின்னர் வரும் மோட்டார் படகிற்காக பாலத்திற்கு வந்தோம். நாகபூசணியம்மன் கோயிலின் முன்பாக பாலம் இருக்கிறது. கோயிலின் தெற்கு வாசலால் அம்மன் கோவிலுக்குள் சென்று வணங்கிவிட்டுத்தான் இருவரும் வந்தோம். கோவிலுக்கு தென்பகுதியால் போய் முன்பகுதியால் வந்திருந்ததால், கிழக்குத் திசையில் அமைந்திருந்த பெரியகோபுரத்தைப் பார்க்கவில்லை. சிறிது நேரம் கோபுரத்தின் முன்னால் நின்று அண்ணாந்து பார்த்தேன். அந்த நேரத்தில் கோவில் வீதி – எவருமில்லாமல் வெறிச்சோடியிருந்தது. ‘கடலை விற்பவர்களோ பிச்சைக்காரர்களோ கூட இல்லை’ எனத் தாத்தா கூறியபடி எனக்கு முன்பாக செருப்பு சரக் சரக்கென ஒலி எழுப்ப நடந்தார். அவரது நடைக்கு நான் ஈடுகொடுக்க முடியாமல் பின்தங்கினேன்.

பிறந்த முப்பத்தோராம் நாளில் எனக்கு இந்தக் கோவிலில் முடிவழித்ததாக அம்மா சொன்னார். நினைவு தெரிந்தபின் இங்கு வருவது இதுதான் முதல்தடவை. அம்மாவை அழுது அடம்பிடித்து சம்மதிக்க வைத்தேன். தாத்தாவின் கையைப் பிடித்தபடி போய்வரவேண்டுமென்ற கட்டாய உத்தரவுடன் அம்மா வழியனுப்பியிருந்தாள். பெரியம்மா வீடு, நயினாதீவு கோவில் என்பதால் அனுமதி இருந்தது. அம்மாவின் துணையில்லாமல் எனக்கு நடக்கும் முதல் பயணம்.

கோவிலின் கிழக்கே கடலுக்குள் நீண்டு பாம்பாக அமைந்திருந்த பாலத்தில் வந்து மோதும் அலையோசை மட்டுமே தெரிந்தது ஆனால், காதில் சத்தமும் கேட்கவில்லை. வழக்க மாக கடலில் இருந்து வரும் அழுகிய பாசியின் மணமும் வரவில்லை. ஏன்?

கோயில் சுற்றுப்புறம் மனிதர்களற்று வெறுமையாக இருந்தது. வெளிவீதியில் இருந்த மலை வேப்பமரங்கள் கிளைகளையோ, இலைகளையோ அசைக்கவில்லை. காகங்கள் கிளைகளில்

இருந்தன. அவை கூட அசையாது பறக்காது மௌனவிரதம் காத்தன.

இன்று என்ன நடந்தது?

கிளைகளும் ஆடாது, பறவைகளும் கரையாது இருப்பதன் இரகசியம் என்ன?

கோவில் கோபுரத்தைத் திரும்பிப் பார்த்தேன். மேலே உள்ள பொம்மைகள், எல்லாம் ஏதோ இரகசியம் சொல்ல என்னைப் பார்ப்பது போல் இருந்தன. அவைகளுக்கு உயிர் வந்தது போல் உடல்கள் நெளிந்தன. அந்த அசைவு உண்மையானதா இல்லை பிரமையா? அவற்றில் இருந்து கண்களை எடுக்க முடியவில்லை. இதயத்துடிப்பு அதிகரிக்க, கால்கள் பின்னத் திரும்பிப் பார்த்தபடியே வந்தேன். கற்களில் கால் தடுமாறினேன். செருப்புகள் கழன்றன. அவைகளை பாதங்களால் இழுத்தபடி நடந்து வெளிவீதியைக் கடந்து பாலத்தின் தொடக்கத்துக்கு வந்தேன். கடல் காற்று சேர்ட்டுக்குள் புகுந்து இரைந்தபடி என்னைக் காற்றாடி போல் தூக்கிச் செல்ல முயன்றது. நிலத்தின் மேல் கால்கள் நடக்கமுடியாது மிதப்பதுபோல் இருந்தது. அத்துடன் அழுகியபாசி மணமும் மூக்கில் அடைத்தது

எப்படி கோவிலுக்கு வெளியே இவ்வளவு காற்று அடிக்கிறது? ஆனால், உள்ளே கோவில் வீதியில் இலைகள் கூட அசையவில்லை? கடலில் மட்டும் விட்டுவிட்டு நிலத்தின் காற்று தொலைந்து போய்விட்டதா? இதில் ஏதாவது சூக்குமம் இருக்குமா? பாவகாரியங்கள் ஏதாவது நடந்துள்ளனவா? என்னில் ஏதாவது கோளாறா?

மதிய வெய்யில் கடுமையால் கூசிய கண்களை இடுக்கியபடி குழப்பத்துடன் தாத்தாவைத் தேடினேன்.

வெள்ளை நாசனலும் முழங்காலுக்கு சிறிது கீழ் வேட்டியும் தோல் செருப்பும் அணிந்த எனது மொட்டைத் தாத்தா பாலத்தின் முனைக்குச் சென்றிருந்தார். கோவிலைத்தழுவி இடது பக்கமாக கிழக்கே செல்லும் வீதியிலோ அந்த வீதி தொடர்ந்து கடலுக்குள் செல்லும் பாலத்திலோ அன்று எங்களைத் தவிர எவரும் இல்லை. பயத்துடன் தாத்தாவிடம் ஓடிவந்தேன்.

நயினாதீவே ஆட்களற்றுப் போய்விட்டதா? எங்காவது எல்லோரும் ஒளிந்துகொண்டார்களா? கோபுரத்தை மீண்டும் பார்த்தபடி நான் நின்றபோது தட தட என எஞ்ஜின் சத்தம் கேட்டது. திரும்பினால் சிங்கக் கொடியுடன் ஒரு படகு வேகமாக வந்து பாலத்தை அடைந்தது. அதில் இருந்து

வெள்ளைத்தொப்பி, நீல உடையணிந்த நேவிக்காரர் பத்துப் பேர் வேகமாக இறங்கினார்கள். அவர்கள் கைகளில் துப்பாக்கிகள் இருந்தன. துப்பாக்கிகளை இதற்கு முன்பாகப் பார்த்திருந்தாலும் இவ்வளவு துப்பாக்கிகளைப் பார்த்தது இதுவே முதல்தடவை. நான் தாத்தாவின் அருகே ஓடிச் சென்றேன்.

"தம்பி பயப்பிடாதே" எனத்தோளில் கை வைத்து தன்னுடன் இறுக கால்கள் இடையே அணைத்துக்கொண்டார்.

நேவிக்காரர் கோவில் வீதியால் ஓடினர். இருவர் வந்து தாத்தாவை சிங்களத்தில் ஏதோ கேட்டனர். அவர்களில் ஒருவன் உயரமாகவும் மற்றவன் சிறிது குள்ளமாகவும் இருந்தனர். இருவரிடமும் துப்பாக்கிகள் இருந்தன.

ஏன் நிற்கிறாய் . . ? என விசாரித்தபோது காங்கேசன்துறையில் இருந்து நயினாதீவில் வாழும் ஒரு மகளிடம் வந்தாக தாத்தா சொன்னார்.

உயரமானவன் தாத்தாவை வலது கையால் ஓங்கி முகத்தில் அடித்தான். தாத்தா கையில் இருந்த பையை நழுவவிட்டுவிட்டு அவனது அடித்த கரத்தை கையால் தடுத்தபோது உடனே இடது கையில் இருந்த துவக்கின் அடியால் ஓங்கி அடித்தான். அந்த அடி தலையில் விழுந்து வலது தோளில் சரிந்தது. தாத்தா ஆ என்ற படி குனிந்து தலையை கையால் தடவியபோது கையை மீறி இரத்தம் வந்தது. அவன் அடி நேராக தலையில் விழுந்ததால் தாத்தாவின் தலையில் இருந்து இரத்தம் காதோரத்தால் வழிந்து தோளில் ஒழுகியது. அடித்தவன் விடாமல் அவனது வலது சப்பாத்துக் காலால் தாத்தாவின் வயிற்றில் உதைத்தான். வயிற்றைக் கையால் பிடித்தபடி தாத்தா கீழே விழுந்தார். நான் அருகே சென்று "தாத்தாவிற்கு அடிக்க வேண்டாம். தாத்தா செத்துப் போவார்" என அவர்களைக் கை எடுத்துக் கும்பிட்டேன். அவர்கள் என்னைக் கைகளால் தள்ளிவிட தாத்தா தலையை இருகைகளால் மூடியபடி விழுந்து குப்புற கிடந்தார். உயரமானவன் தாத்தாவின் முதுகிலும் பின்பகுதியிலும் உதைத்தான். குட்டையானவன் அவனைத் தடுத்தான்.

தாத்தாவின் கையில் வைத்திருந்த மஞ்சள் பையில் இருந்த வாழைப்பழம், பத்திரிகை, தண்ணீர் போத்தல் எல்லாம் பாலத்தில் சிதறிக்கிடந்தன. எலுமிச்சம்பழம் உருண்டோடி பாலத்தின் விளிம்பில் உள்ள சிறிய ஓட்டையில் கிடந்தது. உயரமானவன் கீழே கிடந்த தண்ணீர் போத்தலை எடுத்து அதில் உள்ள தண்ணீரை ஊற்றிவிட்டு கடலைப்பார்த்தபடி தனது பாண்டை விலக்கி அதில் சிறுநீர் கழித்தான். கீழே கிடந்த

தாத்தாவை எழுப்பி அதைக் குடிக்கச் சொன்னான். தாத்தா குடிக்க மறுத்து அவர்களைப் பார்த்தபடி கை கூப்பி "தம்பி, நான் ஒரு ஆசிரியர்" என்றார்.

அவன் அதைக்கேட்காமல் அவரது வாய்க்குள் ஊற்றினான். அது வாய் வழியாக வந்து அவரது முகத்தையும் வேட்டியையும் நனைத்தது. தாத்தா திமிறுவதும் அவன் பருக்குவதுமாக சில நிமிடங்கள் கழிந்தன. பின்பு தாத்தாவின் வேட்டியை இழுத்து நிலத்தில் குந்தும்படி பணித்தான். விலகிய வேட்டியுடன் தாத்தா நிலத்தில் தலை கவிழ்ந்து தலையை இரு கைகளால் பொத்தியபடி இருந்தார்.

ஏற்கனவே ஓடிய நேவிக்காரரில் ஒருவன் மீண்டும் பாலத்தின் துவக்கத்தில் வந்து நின்று இருவரையும் கைகாட்டி அழைத்தபோதும் இவர்கள் போகவில்லை. ஆனால், சிறுநீர் பருக்குவதை நிறுத்திவிட்டு நின்றனர். அவன் பாலத்தின் முனைக்கு வந்து இருவரிடமும் காதருகே ஏதோ சொல்லியதும் உயரமானவன் கையில் வைத்திருந்த சிறுநீர்ப் போத்தலை கடலில் எறிந்துவிட்டு குட்டையானவனுடன் கோவிலை நோக்கிச் சென்றான்.

புதிதாக வந்தவன் தாத்தாவின் கையைப் பிடித்து எழுந்திருக்க உதவி செய்ய, தாத்தா வேட்டியை மீண்டும் ஒழுங்காக கட்டினார்.

"ஐயா மன்னித்துக் கொள்ளுங்கள். புங்குடுதீவில் இருந்து வள்ளத்தில் வந்து இங்குள்ள புத்த கோயிலை உடைத்து புத்தரை கடலில் போட்டுவிட்டு சிலர் சென்றுவிட்டார்கள். அதைக்கேட்ட இவர்கள் வெறிகொண்டுவிட்டார்கள். கலவரம் செய்தவர்கள் பன்னிரண்டு மணிக்கே நயினாதீவை விட்டுப் போய்விட்டார்கள் என புத்தசாமி சொல்லிவிட்டார். படையினர் வந்து ஊர் மக்களை அடித்துவிட்டார்கள் என்பதால் ஊர் அடங்கிக் கிடக்கிறது. ஊர் மக்களது நல்லெண்ணம் எமக்குத் தேவை. கண்டிப்பாக ஊர் மக்களுக்கும் இதற்கும் எந்த சம்பந்தமுமில்லை. அவர்களை துன்புறுத்தவேண்டாமென அவர் சொல்லியிருக்கிறார்"

அதிர்ச்சியில் இருந்து மீளாமல் தாத்தா "என்னை அடித்தது கூட பரவாயில்லை. எனது ஐந்து வயதுப் பேரன் இதைப்பார்த்து பயந்துவிட்டான்' என்றார்.

"எனது பெயர் இப்ராஹிம். நான் அவர்களுக்காக மன்னிப்புக் கேட்கிறேன்"

"அது பரவாயில்லை தம்பி. நீ யாரோ செய்ததற்கு மன்னிப்பு கேட்பது போல் நான் யாரோ செய்ததற்கு அடி

வாங்கியிருக்கிறேன். அவர்களும் தமிழர்கள் செய்ததற்காக என்னை அடித்தார்கள். அடித்த நேவிகாரர்களுக்காக நீ மன்னிப்புக் கேட்டாய். இரண்டும் சரியாகப் போய்விட்டது."

"ஐயா நீங்கள் என்ன செய்கிறீர்கள்?"

"நான் தலைமை ஆசிரியராக இருந்து கடந்த மாதம்தான் இளைப்பாறினேன்."

"ஐயா கொஞ்சம் இருங்கள் நான் எங்களது போட்டில் இருந்து மருந்து கொண்டுவாறன்."

"அது பரவாயில்லை"

அதைக்கேட்காமல் மருந்துப் பெட்டியை எடுத்து வந்து இரத்தத்தை துடைத்து பிளாஸ்திரியை ஒட்டினான்.

அப்போது குறிகட்டுவானில் இருந்து பயணிகள் வண்டி வந்தது.

"சரி பத்திரமாக பேரனுடன் போங்கள். நான், கடலுக்கடியில் புத்தரைத்தேட கடல் அட்டை பிடிக்கும் முஸ்லீம் ஆட்களை ஒழுங்கு பண்ண வேண்டும்." என கை அசைத்து எங்களை போட்டிற்கு அனுப்பினான் அந்த இப்ராஹிம்.

○

எனது இளம் பிராயத்தில் பார்த்த யாழ்ப்பாண சாதி வேறுபாடுகள் கண்ணையுறுத்தின. கிராமத்திற்கு அருகில் தாழ்த்தப்பட்ட மக்கள் வசித்த குடிசைகள் எந்தவித வசதிகளும் அற்று இருந்தன. அவர்கள் குடியிருந்த காணி எதுவும் அவர்களுக்குச் சொந்தமில்லை. உள்ளூர் உயர் சாதியினரின் தயவில் மற்றவர்களது காணிகளிலே வாழ்ந்தார்கள். அவர்களது வாழ்க்கையில் எதுவித முன்னேற்றமும் ஏற்படுவதற்கான சாத்தியம் தெரியவில்லை. நாங்கள் படித்த உள்ளூர் பாடசாலையில் அவர்கள் மாற்றாம்தாய் மனப்பான்மையுடன் நடத்தப்பட்டதை பார்த்தேன்.

எனக்கு நெருங்கிய நண்பனாக இருந்த கணேசன், எனது வகுப்பில் படித்தான். அவனோடு நான் விளையாடும் போது ஊரில் உள்ள உறவினர்கள் அவனுடன் சேராது இருக்கும்படி அறிவுறுத்தினார்கள். ஆனால், எனக்கு அறிவுரை கூறியவர்கள் ஒன்றாக கணேசனின் வீட்டிற்கு முன்னால் அமைந்திருந்த கொட்டிலில் அவனது அப்பாவிடம் வாங்கி கள்ளுக்குடிப்பதை பலமுறை பார்த்திருக்கிறேன்.

ஒரு நாள் நடந்த விடயத்தை எழுதுகிறேன்.

மதிய நேரத்தில் ஊருக்கு அருகில் உள்ள பனங்கூடலில் விளையாடினோம். அதன்பின்பாக நிலத்தில் முளை கொண்டிருந்த பனங்கொட்டைகளைப் பிடுங்கி கணேசனது அப்பாவிடம் கொடுத்திருந்தோம். அவர் எங்களுக்கு அவற்றைக் கத்தியால் வெட்டித்தந்து விட்டு தனது வேலையைப் பார்க்கச் சென்று விட்டார். நானும் கணேசனும் அந்தப் பூரான்களைத் தின்று கொண்டிருந்தோம். கணேசனது பனங்கொட்டையில் கொழுத்த பூரான்கள் இருந்ததால் அவன் அதை தனது விரல்களால் தோண்டி எனக்குத் தந்தான். இப்படி நாங்கள் பனைமரத்தின் நிழலில் இருந்து பூரான்களைத் தின்றபோது அங்கு வந்த விதானையார் கண்டு விட்டுத் திட்டினார். அது அவரது பனங்கூடல். அங்குதான் கணேசனது குடும்பம் குடிசைபோட்டு இருந்தது. ஆனால், அவர் "ஏண்டா இவனோடு விளையாடுகிறாய் உன்னைப் பார்த்தால் மற்றவர்கள் என்ன நினைப்பார்கள்" என்றார்.

நான் உடன் விதானையாரிடம் கேட்டேன் "நீங்கள் மட்டும் கணேசனது வீட்டிற்குச் சென்று அதுவும் ஓசியில் கள்ளுக்குடிக்கலாம். ஆனால், நான் மட்டும் ஏன் விளையாடக் கூடாது?"

அவரின் முகத்தில் உள்ள மீசை துடித்தது. 'வடுவாப் பயலே' எனக் கோபத்துடன் முதுகில் அடித்துவிட்டார். அவரது ஆத்திரம் தீராததால் மேலும் அடிப்பதற்காக துரத்தினார். அவரது தொந்தி, தோல் செருப்பு, மற்றும் வேட்டி என்பன அவரை ஓட முடியாமல் தடுத்தன. வேட்டியை உயர்த்திக் கட்டி செருப்பை கழற்றிவிட்டு தனது சிவப்பு அண்டவெயர் தெரிய என்னைத் துரத்தினார். பனையை சுற்றியோடி அவரிடமிருந்து தப்பினேன். நடுப்பகலில் ஓடியதால் அவரது உடல் வியர்த்து சட்டை உடலில் ஒட்டியிருந்தது. செருப்பை அணிந்துகொண்டு மேலும் கீழும் மூச்சிரைக்க 'கீழ்சாதியோடு இருந்து பூரானா தின்கிறாய்? உன்னை பார்த்துக்கொள்கிறேன். படுவா' என்று சொல்லிவிட்டு வீட்டுக்குச் சென்றார்.

நடந்த சம்பவத்தை எனது வீட்டில் சொன்னபோது எவரும் அதை கணக்கிலெடுக்கவில்லை. கணேசன் குடும்பம் இருந்த காணி விதானையாருக்குச் சொந்தம். அக்காலத்தில் அவன் விதானையாருக்குப் மரமேறியதால் ஒருவித அடிமையாக இருந்தான். பிற்காலத்தில் கள்ளுத்தவறணை முறை வந்தது விதானையாருக்கு பிடிக்கவில்லை. அவனது கொட்டிலைப் பிடுங்கி அந்தப் பனங்கூடலை விட்டு வெளியேற்றிய காலத்தில் எனக்கு எல்லோரிலும் கோபம் வந்தது. எனக்கு நெருங்கிய நண்பன்

அவன்தான். அவனோடு பழகியதுதான் எனது விளையாட்டுப் பருவம். அவனைச் சமூகத்தில் இருந்து விதானையார் பிரித்தபோது நானும் கோபம் கொண்டேன். சிறுவன் என்ற பருவத்தை விட்டு பெரியவர்கள் போல் உலக விடயங்களை உற்றுப்பார்க்கத் தொடங்கினேன். அதற்கு முன்பாக குழந்தைப் பருவம் நயினாதீவில் வைத்து சிங்கள நேவிக்காரர் தாத்தாவை அடித்ததால் காயமடைந்தது. இப்பொழுது பார்க்கும்போது எனது சிறுபிராயம் என்னிடமிருந்து பலாத்காரமாகப் பிரித்தெடுக்கப்பட்டபோது நான் காயமடைந்ததாகத் தெரிந்தது.

ஊரில் இருந்து விரட்டப்பட்ட கணேசன் குடும்பத்திற்கு நல்ல காலம் பிறந்தது. அவன் பிறந்த யாழ்ப்பாணத்தில் கிடைக்காததை இலங்கை அரசாங்கம் கொடுத்தது. விவசாயம் செய்ய கிளிநொச்சியில் மூன்று ஏக்கர் காணி கிடைத்தது. அது அவனை மனிதனாக்கியது. கணேசன் பிற்காலத்தில் படித்து அவனே அங்கு ஒரு கிராமத்தில் விதானையானான்.

இளம்பிராயத்தில் யாழ்ப்பாண சாதி அடக்குமுறையைப் பார்த்து கோபத்துடன் வளர்ந்தேன். அப்பொழுது அதைப்பற்றி பேசி எதிர்த்தவர்கள் கமியூனிஸ்டுகள் மட்டும்தான். அதனால், அவர்கள்பால் என்னையறியாது ஈர்க்கப்பட்டேன். அரசியலின் சித்தாந்தத்தை அறியாமலே மார்க்ஸ், லெனின், ஸ்ராலின் போன்ற கமியூனிஸ்ட் தலைவர்களினது படங்களை எமது இரண்டறை வீட்டின் சுவரில் இடைவெளி தெரியாமல் மாட்டினேன். அதுவரையும் சுவரில் இருந்த சுவாமி படங்களில் அம்மாவின் நயினாதீவு நாகபூசணியம்மன் படத்தைத் தவிர மற்றவை எல்லாம் அறைக்குச் சென்றன. இவற்றால் வீட்டில் பெரிய புரட்சியே வெடித்தது. அம்மாவின் ஆதரவால் நான் வென்றேன். அயல் அட்டையில் இருப்பவர்கள் எங்கள் வீட்டைக் கமியூனிஸ்ட் வீடு என்பார்கள்.

மார்க்ஸ்சிய புத்தகங்களைப் படிக்கத் தொடங்கி அவற்றை எம்மிடையே பேசிய பின்பு எமது கிராமத்தில் சிலருடன் வாசிகசாலையை உருவாக்கினோம். அங்கு மார்க்ஸ்சிய புத்தகங்கள், சஞ்சிகைகள், ஈழத்துப் பத்திரிகைகளான குமரன், மல்லிகையை வைத்தோம். இதைக் கண்டு ஆத்திரப்பட்ட தமிழரசுக் கட்சியை ஆதரிப்பவர்கள் எங்கள் வாசிகசாலையைக்குள் கற்களை எறிவதும் பத்திரிகையைக் கிழிப்பதுமாக இருந்தார்கள். ஒரு நாள் சாணியால் கூட வாசிகசாலையை வாசல் கதவில் அடித்திருந்தார்கள். அந்தச்சாணியை அரிவாள் – சுத்தியல் வடிவில் அடித்து தங்கள் வெறுப்பைக் காட்டியிருந்தார்கள்.

1972இல் காங்கேசன்துறையில் தமிழரசுக்கட்சித் தலைவர் போட்டியிட்டபோது, அவரை எதிர்த்து வி. பொன்னம்பலம் போட்டியிட்டார். எங்கள் நண்பர்களில் பலர் அவரிடம் படித்தவர்கள். அவர் மீது மரியாதையானவர்கள். அவர்களது தூண்டலின் காரணமாக அவரது வேட்பு மனுத்தாக்கல் யாழ்ப்பாணம் கச்சேரியில் நடந்த அன்று நானும் நண்பர்களுடன் போயிருந்தேன். அது ஜனவரி மாதத்தில் முதல் கிழமை.

காலை பத்துமணியளவில் நான் நண்பர்கள் புடைசூழ அங்குச் சென்றேன். அந்த இரண்டு பகுதியினதும் ஆதரவாளர்கள் கச்சேரி வளவு முழுவதும் கூடியிருந்தனர். தலைவர் செல்வநாயகத் திற்கு ஆதரவாக வந்தவர்களில் பலர் கோசம் போட்டார்கள். என்னோடு வந்த எங்களது குழுவில் பத்துப்பேர் இருக்கும். வி. பொன்னம்பலம் தனது நியமனத்தைத் தாக்கல் செய்து விட்டு வரும்போது மரத்தின் கீழ் இருந்த இளைஞர் கூட்டமொன்று கமியூனிஸ்ட் பொன்னர், சீதனப் பொன்னர் என அவரை நோக்கிக் கூச்சலிட்டது.

அருகில் இருந்த நாங்கள் "அவர் ஒரு மாஸ்டர். அவரை இழிவு படுத்தவேண்டாம்" என மிகவும் நாகரிகமாக சொன்னோம். கறுப்புத் தடியனாக வலைபோன்ற சிவப்பு உள்பெனியன் போட்டு சாரத்தை தொடையில் உயர்த்திக் கட்டியிருந்த ஒருவன், சேர்ட்டில் பிடித்து இழுத்து என்னைத் தள்ளிவிட்டான். இவ்வளவுக்கும் நான் எந்தக் கதையும் பேசாது நின்றவன். மாஸ்டரை இகழ வேண்டாமென்றவர்கள் எனது நண்பர்கள். அந்தக் கூட்டத்தில் சிறியவன் நானாக இருந்ததாலோ, அந்தத் தடியனுக்கு அருகில் நின்றதாலோ என்னவோ அவனது கையில் அகப்பட்டேன். என் சேர்ட்டைப் பிடித்து உலுக்கியவனைப் பார்த்த எனது நண்பர்கள் அவனது கையில் அடித்தனர். அவர்கள் கூட்டமாக எங்களை அடித்தார்கள். கைகலப்பு பெரிதாகி கூச்சல்கள் எழுந்தன. வாசலில் நின்ற பொலிஸ் இரண்டு பக்கத்தினரையும் விலக்குவதற்கு முயலாமல் நேரடியாக இருபகுதியினரையும் அடிக்கத் தொடங்க நாங்கள் சிதறி ஓடினோம். வீட்டுக்கு வந்த நான் பெற்றோரிடம் எதுவும் சொல்லவில்லை.

இதை மறைக்க முயற்சித்த எனக்கு தோல்வி கிட்டியது. இதில் சம்பந்தப்பட்ட ஒருவர் எங்கள் ஊரில் வசிப்பவர் அவர் கறுவியமாக இருந்து என்னைப் பழிவாங்கப் போவதாக பலரிடம் சொல்லிக்கொண்டார். இது சில நாட்களில் வீட்டினரது காதுகளுக்கு மெதுவாகக் கசிந்தது. எதுவித குற்றமுமற்ற என்னை பழிவாங்கப் போவதாக சொல்லித் திரிந்ததால் எனது வீட்டினரே என்னை நம்ப மறுத்தனர்.

பாடசாலைக்கு ஒழுங்காகப் போகாது அரசியல் செயல்களில் ஈடுபட்டதால் அதிருப்தி கொண்ட எனது பெற்றோர் நுவரெலியாவிற்கு, கடையொன்றில் வேலை செய்வதற்கு அனுப்பினார்கள்.

அது வேலணை முதலாளியின் பலசரக்குக் கடை. அந்த இடத்தில் என்னோடு வேலை செய்த முத்து, புசல்லாவையைச் சேர்ந்தவன். அவனது குடும்பத்தினர் தேயிலைத் தோட்டத்தில் வேலை செய்தார்கள். அவர்களோடு விடுமுறைக்காலத்தில் பழகுவதற்கு எனக்கு சந்தர்ப்பம் கிடைத்தது. முத்துவோடு நான் அவர்களது தோட்டத்திற்குச் சென்றபோது இலங்கையில் உரிமையோ வாழ்வின் வசதிகளோ இல்லாத மக்களை சந்திக்க முடிந்தது. அவர்கள் தங்களது உடல் உழைப்பை மிகவும் குறைந்த விலையில் தேயிலைத் தோட்ட முதலாளிகளுக்குக் கொடுப்பது தெரிந்தது. பாடசாலைகள், மருத்துவ நிலையங்கள் மிகவும் குறைந்த அளவே உள்ள அந்தப் பிரதேசத்தைப் பார்த்தவுடன் நான் கேள்விப்பட்ட தென்னாப்பிரிக்க கறுப்பின மக்களது நிலைதான் மனதில் தோன்றியது. இலங்கையில் பிரஜாவுரிமையுடன் நாடெங்கும் போய் வேலை செய்யும் உரிமையுள்ள கணேசனின் குடும்பத்தின் நிலை உயர்ந்ததாகத் தெரிந்தது.

ஐந்து வருடங்கள் அங்குள்ள பலசரக்கு கடையில் கணக்கு வழக்குகளை பார்த்து பிரதி மனேஜராக வருவதற்குத் தயாராக இருந்த காலத்தில் 77ஆம் ஆண்டு இலங்கையின் பெரிய கலவரம் ஒன்று வந்தது. நான் வேலை செய்த கடைகளோடு பத்துக்கடைகள் தீ வைக்கப்பட்டு கொளுத்தப்பட்டன. அன்றைய தினம் நான் கடையில் இருக்கவில்லை.

இரண்டு நாட்களாக முத்துவுக்கு உடல் நலமில்லை என்பதால் அவனைப் பார்ப்பதற்கு நுவரெலியாவில் இருந்து புசல்லாவை சென்றிருந்தேன். இலங்கையின் புகழ்பெற்ற தேயிலைத் தோட்டங்கள் பச்சை அலையலையாக மலைக்குன்றுகளில் போர்வையாகத் தெரிந்தன. தேயிலைத் தொழிற்சாலைகளில் வாட்டி எடுக்கப்படும் தேயிலைக் கொழுந்துகளில் இருந்து வந்த நறுமணம் காலை நேரத்துப் பனிப்புகாரை ஊடறுத்து சுவாசத்தோடு கலந்தது. அது தேயிலையின் மணம் மட்டுமல்ல, நூற்றாண்டுகளுக்கு மேலாக இந்த மண்ணில் உழைத்தவர்களின் ஊன், உதிரம், வியர்வையின் கலவையான சுகந்தம் என்று நினைத்தேன். இலங்கையில் போராடுவதற்கு முதல் தகுதியானவர்கள் இவர்களே. நமது இடதுசாரிகள் எங்கிருக்க வேண்டுமோ அங்கில்லையே? அது ஏன்? உழைக்கும்

வர்க்கம் என வாய் கிழியப் பேசுபவர்கள் ஏன் இவர்களைக் காண்பதில்லை? இவர்களுக்கு வாக்குரிமையில்லாத காரணமோ?

புசல்லாவையில் பஸ்ஸை விட்டு இறங்கி முத்துவின் தோட்டத்தை நோக்கி நடந்தேன். பனி விலகி நிலம் வெளித்திருந்தது. எதிரே மலைமீது முகில் விலகவில்லை.

முத்துவின் தாயார் தலையில் புல்லுக்கட்டோடு வந்தார்.

வெற்றிலையால் சிவந்த வாயுடன் சிரித்தபடி "தம்பி எப்படி இருக்கீங்க? முத்துவுக்கு இன்றுதான் காய்ச்சல்விட்டது. காலையில் கஞ்சி குடித்துவிட்டு இருக்கிறான். உங்களைக் கண்டதும் சந்தோசப்படுவான். துரை வீட்டிற்கு புல்லு கொண்டுபோகிறேன். சித்தே இருங்க. வந்திருவேன்" என்று சொல்லி துரை பங்களாவை நோக்கி நடந்தார்.

தூரத்திலே என்னைக் கண்டவுடன் முத்து லயத்தின் வாசலில் இருந்தவன் எழுந்து வந்தான். தலையெல்லாம் கம்பளியால் போர்த்தியிருந்தான்.

"என்ன கடையை விட்டு நீயும் வந்திற்றாய்?" என்றான் முத்து

"முதலாளி தானே கடையை கவனிப்பதாகச் சொல்லி உன்னைப் பார்த்துவரச் சொன்னார்"

"அப்ப இன்று உனக்கும் லீவு தந்துவிட்டார். இரவு போகலாம். இன்று பகல் என்னோடு இருந்தால் நமது தோட்டத்தையும் ஃபக்டரியையும் காட்டுகிறேன். அதன்பின்பு அருவியில் குளிக்கலாம். இதெல்லாம் நீ யாழ்ப்பாணத்தில் பார்க்க முடியாது" எனச் சொல்லிக்கொண்டு தடுத்தும் கேளாமல் தேயிலைத் தோட்டத்தின் ஃபக்டரிக்கு அழைத்துச் சென்றான்.

அப்படியான ஃபக்டரியை நான் வாழ்வில் பார்த்ததில்லை. கூடை கூடையாக வரிசையில் கொண்டு வரப்பட்ட கொழுந்துகளை நிறுப்பதும் தரவாரியாகப் பிரிப்பதும் அதன் பின்பாக இராட்சத இயந்திரத்தில் வறுப்பதும் என அங்கு நடந்த வேலைகள் புதிதாக இருந்தன. ஃபக்டரியின் மேல்தளத்தில் நின்று பார்த்தபோது கண்ணுக்கு எட்டியதூரம் வரை பச்சையான தேயிலைத்தோட்டங்கள். அதனிடையே இருந்த மாளிகைகள் ஆங்காங்கு சுவரில் கரித்துண்டால் கீறிய கோடுகளாகத் தெரிந்த தொழிலாளர் லயங்கள்.

தேயிலை மட்டுமா? இவை எல்லாம்தான் தேநீராகிறதோ!

மதியம் முத்துவின் அம்மா செய்த கருவாட்டுக் குழம்போடு சாப்பிட்டுவிட்டு வாசலில் உள்ள பாறையொன்றில் முத்துவோடு அமர்ந்தேன். மலைக்காற்றை உள்ளே இழுத்தபோது முதியவர் ஒருவர் வந்து, "நுவரெலியாவில் தமிழ் – சிங்கள கலவரம். கடைகளை எரிக்கிறார்கள் என்று ஒரு பேச்சு இருக்கிறது" என்றபோது எனக்கு எதுவும் புரியவில்லை.

புதிய அரசாங்கம் வந்து சில காலம்தானே? அரசாங்கம் வந்த உடன் எதிர்க்கட்சிக்காரரின் வீடுகளையும் கடைகளையும் எரித்து உடைத்தது. அப்படி பல எதிர்க்கட்சி ஆதரவாளர்களது வீடுகள் நுவரெலியா நகரத்திலும் உடைக்கப்பட்டன. ஆனால், மலையகத்தில் மற்ற இடங்களிலும் குறைவாகவே நடந்தது என பலர் கூறியிருந்தார்கள். எதற்கும் நுவரெலியாவுக்குப்போய்ப் பார்ப்போம் என புறப்பட்டபோது முத்து தடுத்தான் "இப்ப போகாதே என்ன நடக்கிறது என்று பார்ப்பம்." என்றான்.

பரபரப்பில் அருவிக்குப் போய் குளிப்பதாக இருந்த திட்டம் கைவிடப்பட்டது. முத்துவின் காம்பராவை சுற்றியிருந்தவர்களும் சிந்தை கலங்கியிருந்தார்கள். தோட்டத்தின் பின்புறம் உள்ள மலைக்காட்டில் ஒளிவது அவர்களது ஒரே திட்டம். பெண்கள் தங்களது உடமைகளை சேலைகளில் முடிந்து கொண்டு கைக்குழந்தைகளை கையில் ஏந்தியபடி அங்குமிங்கும் திரிந்தார்கள். மாலை நான்கு மணியளவில் சிலர் வந்து "இன்று இரவு ஊரில் இருந்து சிங்களவர் வந்து தோட்டத்தைத் தாக்கவிருப்பதாக செய்தி வந்திருக்கு. எதற்கும் இரவு தோட்டத்து மக்கள் லைன்களில் இல்லாமல் இருப்பது நல்லது" என்றார்கள்.

"தோட்டத்துரையிடம் சொன்னீர்களா?" என அவர்களைக் கேட்டேன்.

"துரை இராணுவத்தோடும் எம்.பி.யோடும் பேசியிருக்கிறார். பயமில்லை என்கிறார்கள். யாழ்ப்பாணத்தில் சிங்கள மாணவரை வெட்டியதால் கலவரம் தொடங்கியது. கண்டி, இரத்தினபுரி, காலி, மாத்தறை எல்லாம் படுமோசம் என்கிறார்கள்."

மாலையில் அவர்களே துரையின் மாடுகளைப் பார்ப்பதால் முத்துவின் தாயும் தகப்பனும் துரையின் வீட்டிற்குப் போய் விட்டார்கள். முத்துவை அழைத்தபோது "இல்லை நான் எனது நண்பன் பியசேனா வீட்டை போகிறேன்." என்றான்.

ஆறு மணியளவில் முத்துவின் காம்பராவின் அருகில் இருந்தவர்கள் குடும்பங்களாக தேயிலைத் தோட்டத்தின் பின்னால் உள்ள மலைப்பகுதிக்குச் சென்றுவிட்டனர்.

"முத்து என்ன செய்வது? எல்லாரும் போய்விட்டார்கள். நாங்கள் மட்டும் இருக்கிறதா?" எனக்கேட்டேன்.

"நாங்கள் இருக்க வேண்டாம். எனது நண்பன் பியசேனா வந்தால் இது உண்மையா இல்லை வெருட்டலா என்பது தெரிந்துவிடும்."

"பியசேனாவை நம்பலாமா?" என்றேன் அவநம்பிக்கையுடன்

"அவனும் நானும் சிறு பிள்ளையில் இருந்து நட்பானவர்கள். அவன் வலப்பனை எம்.பி.க்கு தூரத்து உறவு. அவனது அப்பாதான் அந்தப் பெண்ணின் சாரதி."முத்துவின் வார்த்தைகள் தெளிவாக வந்தன

இரவு தேயிலைச் செடிகளின் மேல் கருமை படர்ந்தது. முத்து பீடியைப் பற்ற வைத்தான். கறுத்த இரவில் சிவப்புப் பொட்டாக அவனது பீடி கனன்றது. நான் இங்கு வந்து சிக்கிக்கொண்டேனா? அல்லது நுவரெலியவில் நடந்த அசம்பாவிதங்களில் இருந்து தப்பிக்கொண்டேனா என்பது புரியவில்லை. யாழ்ப்பாணத்தில் நடந்தது என்றால் இங்கு மக்களைத் தாக்குவது என்ன நியாயம்?

தூரத்தில் வாகனம் வருவது போல் இருந்தது.

"அது எம்.பி.யின் ஜீப் போல் தெரிகிறது. எதற்கும் பாதைக்கு செல்வோம்" நடை பாதையால் செல்ல முயன்ற என்னை "டேய் சதா தேயிலைச் செடிகள் மத்தியால் செல்வோம்" என்று கையைப்பிடித்து இழுத்தான்

அவனை பற்றைகளிடையால் தொடர்வது இலகுவாக இல்லை. மலையில் ஏறும்போது தேயிலை செடிகள் காலைக் கிழித்தன. ஒரு இடத்தில் கால்தவறி உருண்டு விட்டேன். முத்துவின் கையை பிடித்திருந்த படியால் விழுந்து முகம் மலையை முத்தமிட்டாலும் கீழே உருளவில்லை.

ரோட்டின் அருகில் சென்று ஜீப்பை நோக்கி லைட்டை காட்டியதும் ஜீப் நின்றது. பியசேனாவையும் அவனது தந்தையை யும் முத்து அறிமுகப்படுத்தினான். வாகனம் பியசேனா வீட்டுக்குச் சென்றது.

"முத்து பயப்படவேண்டாம். எம்.பி. பொலிசை நம்பாமல் இராணுவத்தினரை இறாகல கடைப்பகுதிக்கு பாதுகாப்புக்குக் கேட்டிருக்கிறார். இங்கு எதுவும் நடக்காது." என்றான் பியசேனா.

இறாகல பக்கத்தில் பியசேனாவின் வீடு இருந்தது. அது சிறிய இரண்டறை வீடு. பியசேனாவின் அம்மா உணவு

பரிமாறினார். பெயர் சொல்லாது புத்தா (மகனே) என மூவரையும் அழைத்தபோது அம்மாவின் நினைவு வந்து கண் கலங்கினேன்.

"மகனே பயப்பட வேண்டாம். எங்களது உடல்களைத் தாண்டித்தான் உங்களுக்கு ஆபத்துவரும். எங்கள் மாத்தையா எம்.பி.க்கு சாரதியானபடியால் இங்கு வர எவருக்கும் துணிவில்லை. சாப்பிடு மகனே" என்றாள் பியசேனாவின் தாயார்.

"பயமில்லை. உங்களைப் பார்த்தபோது அம்மாவின் நினைவு வந்தது."

"ஐயோ மகனே" என தலையைத் தடவினார்.

இரவு முத்துவோடு கட்டிலில் படுத்திருந்தேன். தோட்டத்தில் என்ன நடந்ததோ என்று முத்து கவலையாக பேசியபடி இருந்தான். முதலாளியினது நிலையும் தெரியாது. அவரது கடை எரிந்திருந்தால் இருவருக்கும் வேலை கிடையாது என்பதை இருவரும் பேசவில்லை. அவர்களது துக்கத்தால் தூக்கம் உறவு கொள்ள மறுத்தது.

18

உயிர்ப்பலிகள்

1977ஆம் ஆண்டு மலையகத்தில் நடந்த கலவரத்தால் ஊர் திரும்பியபோது எனது அரசியல் சிந்தனையை ஆழப் புதைத்துவிட்டேன். எந்த அரசியல் செல்வாக்குமற்று அதிர்ஸ்டத்தால் சுன்னாகத்தில் உள்ள சங்கக்கடையில் வேலை கிடைத்தது. நேர்மையாக கடையில் வேலை செய்வதே எனக்கு ஒரு சமூக சேவையாகத் தெரிந்தது. மனிதர்களில் அரசியல் மாற்றத்தை ஏற்படுத்த வேண்டும் என நினைத்து அமைதியற்று திரிந்த எனக்கு இந்த வேலை அமைதியைத் தந்தது. வெளியே அமைதி தேடுவதைத் தவிர்த்து என் உள்ளே தேடும் சித்தர்போல் மாறினேன். எனது சங்கக்கடையை புத்தரின் ஆலமரமாக்கியபோது இதுவரை நான் ஆதார புருஷர்களாக நினைத்துவந்த மார்க்ஸ்சும் லெனினும் சிரிப்பதை உணர்ந்தேன்.

பரவாயில்லை, யாழ்ப்பாண பாலை நிலத்திற்கு பொதுவுடமை தழைப்பதற்கான ஈரமில்லை. மண்ணில் முளைக்காததை விதைத்து யாருக்கு பிரயோசனம்? விதை நெல்லுக்கு அழிவே. ஆனால், நான் விதைத்த விதை நெல் விளையாதபோது நஷ்டம் அதிகமில்லை. ஆனால், தற்போதைய தலைமுறை புயலையல்லவா விதைத்துக்கொண்டிருக்கிறது!. புயலை விதைத்தால் எப்படியான அறுவடை என்பது யாருக்குத் தெரியும்?

சங்கக் கடைகள் மற்றைய இடங்களில் பெருச்சாளிகளின் குகைகளாக மாறிவிட்டிருந்தன. மக்கள் கூட்டுறவு என்ற விடயத்தில் நம்பிக்கையற்றிருந்தனர். அங்கு நேர்மையாக வேலை செய்வதே சவாலாக இருந்தது. மனம் வைத்து வேலை செய்ததுடன் எந்த அரசியலிலும் ஈடுபடாமல் இருந்தேன். 80இல் எனது திருமணம் பெரியம்மாவோடு நடந்தது. 82இல் கார்த்திகா பிறந்தாள். அந்த ஐந்து வருடகாலம் என்னைப் பொறுத்தவரை சிறு மீன்களும் பறவைகளும் வந்து செல்லும் அலையற்ற பரவைக்கடலாகத் தெளிந்து இருந்தது. அதில் மெதுவாக கால்வைத்து நடந்து திரிந்தேன். அதிக பணமில்லாதபோதிலும் தேவைகள் சில மட்டுமே என்பதால் அமைதியாக இல்லறம் நடந்தது. அதற்கு எதிர்மாறாக நான் வாழ்ந்த சமூகம் நெருப்பையும் புகையையும் தொடர்ந்து கக்கியபடி குமுறத் தயாராகும் எரிமலையாகக் கொதித்தது.

இந்தியாவில் இருந்து தோணியில் வருபவர்களையும் கள்ளக்கடத்தலையும் தடுக்கும் நோக்கத்துடன் அமைக்கப்பட்டு சிறிதாக இருந்த இலங்கை இராணுவம் முகாம்கள் பெரிதாக்கப்பட்டு போருக்காக யாழ்ப்பாணத்தில் படைகள் குவிந்தது. அரச காவல் படையினர் பல இளைஞர்களை சந்தேகத்தின் பேரில் கைது செய்து சித்திரவதையுடன் கொலையும் செய்ததன் மூலம் முழுத்தமிழர்களையும் தங்களுக்கு எதிரணியில் சேர்த்தது. அதற்கு ஏற்றதாக ஈழ விடுதலை இயக்கங்கள் உருவாகின;. எனக்குக் குழப்பமாக இருந்தது. எனது சிந்தனையில் பல குழப்பங்கள் ஏற்பட்டன.

யார் இந்த நாட்டில் போராட வேண்டும்?

யாருக்கு எதிராக ஆயுதம் தூக்க வேண்டும்?

எதிரிகள் யார்?

நண்பர்கள் யார்? என்பது எனது கேள்வியாக இருந்தது.

விடை இலகுவாகக் கிடைக்கவில்லை.

கடையில் வேலை செய்யும்போது பலரை சந்திப்பேன். சமூகத்தின் பல தரப்பட்டவர்கள் வந்து போவார்கள். எனது நண்பர்களாக இருந்த இடதுசாரிகள் ஆரம்பத்தில் சீனா, சோவியத் எனப் பிரிந்தது போன்று இப்பொழுது பல இயக்கங்களுக்குப் பிரிந்தார்கள். எவரிடமும் அரசியல் தெளிவு தெரியவில்லை. எதற்கு ஆயுதம் எனத் தெரியவில்லை. எம்மிடையே இருந்தவர்களில் சுத்தமானவர்களென நம்பிய இடதுசாரித் தலைவர்களும்

தொண்டர்களும் பிரிவினைவாத அரசியலுக்குள் சென்றார்கள். எரியும் நெருப்பில் நெய் வார்ப்பது போல் இராணுவத்தின் ஒடுக்கு முறை கூடியது. அதிலும் யாழ்ப்பாண நூல்நிலைய எரிப்பு எங்களைப் போன்றவர்களை செயலிழந்து வாயடைக்க வைத்ததுடன் பிரிவினை கோரியவர்களை சமூகத்தின் கதாநாயகர்களாக்கியது.

பல தமிழ் பொலிஸ்காரர்கள், அரச உத்தியோகத்தில் உள்ளவர்கள், துரோகிகளாக்கப்பட்டு கொலை செய்யப் பட்டார்கள். மனித உயிர்களை துரோகி என்ற ஒரு வார்த்தை யால் ஆவியாக அலையவிடும் அதிகாரத்தை இளைஞர்கள் எடுத்துக்கொண்டார்கள். இவர்கள் குறுகிய காலத்தில் ஒரு புதிய அதிகார வர்க்கமாக உருவாகினார்கள். இவர்களுக்கும் மக்கள் பயந்தார்கள். இந்த அதிகார வர்க்கத்துடன் சந்தர்ப்பவாதிகளாக இருந்தவர்களும் சேர்ந்துகொண்டார்கள். முழுச் சமூகமும் ஒரு திசையில் தமிழ்த்தேசியம் என்ற புயலால் இழுத்துச் செல்லப் பட்டது எவரும் எதிர்க்கவில்லை. சமூகத்தில் முக்கியமானவர்கள், கல்விமான்கள், மற்றும் பெரியவர்கள் எல்லோரும் கைகளைத் தூக்கியபடி வெற்றி கொண்ட இராணுவத்திடம் சரணடைவதுபோல் புதிய கதாநாயகர்களிடம் சென்றனர்.

என் மனதில் சாம்பல் மூடியிருந்த கொண்டிருந்த போராட்டத் தணலின் விளைவாக இந்தப் போராளிக்குழுக்களில் எவரையாவது நாம் ஆதரிக்க முடியுமா எனச்சிந்திக்க வேண்டிய நிலையில் நான் இருந்தேன். ஆனால், சமூகத்தில் இவர்களது கொலைகள் என் ஈரக்குலையை நடுங்க வைத்தன. இவர்களது கொலைகளை அச்சத்துடன் பார்த்திருந்தேன். முழுச் சமூகமும் நடுங்கியது. இந்தியாவில் போராளித் தலைவர்கள் ஒருவரை ஒருவர் சுடமுயன்றனர். அதன் எதிரொலியாக யாழ்ப்பாணத்தில் இயக்கங்களிடையே கொலைகள் நடந்தன. இவர்களின் செயல்கள் மூலம் மக்களுக்கு எதுவித நன்மையும் கிடைக்காது என்பது கோடை மதியத்தின் வெளிச்சமானது. ஆனாலும் இவ்வளவு தீமைகள் இந்தச் சமூகத்தை நோக்கி பின்னிரவில் வரும் திருடர்களைப்போல் காத்திருக்கின்றன என்பதை நான் கனவில் கூட நினைத்ததில்லை. சமூகத்தின் எந்த அறிவாளிகளும் சொல்லவில்லை.

நேரடியாக நான் பார்த்த ஒரு கொலையை எழுதினால் மற்றவைகளை உன்னால் புரிந்து கொள்ளமுடியும்.

82ஆம் ஆண்டு தை மாதமாக இருக்க வேண்டும். அன்று ஒரு நாள் பார்த்து பெரியம்மா அப்பம் சுட்டிருந்தார். மாவுடன்

கள்ளை சேர்த்து ஊற வைத்தால் அப்பம் புளிக்கும். முழுகாமல் இருக்கிறதால் வருகிற வாய்க்கச்சலுக்கு உருசியாக இருக்கும் என அம்மா சொல்லியதால் முதல்நாள் இரவு பல மைல் தூரம் சைக்கிளில் சென்று தனிப்பனைக் கள்ளு அரைப்போத்தல் வாங்கி வந்தேன்.

அடுத்தநாள் காலையில் மப்பும் மந்தாரமும் வானத்தில். மெதுவாக காற்றுடன் மழைத் தூறல். எங்கும் புழுதி மணம் நுரையீரலை அடைத்தது. அந்தத் தூறலுடன் கிணத்தில் குளித்துவிட்டு, பெரியம்மா பூரண நிலவுபோல் பொங்கிப் புடைக்கச் சுட்ட அப்பத்தை மாசிபோட்டு இடித்த சம்பலுடன் நிலத்தில் இருந்தபடி தின்றேன். இப்போதும் அந்த அப்பத்தின் உருசி வாயில் எச்சிலை வரவழைக்கும்.பெரியம்மா வயிற்றுப் பிள்ளையுடன் நிலத்தில் இருக்க முடியாது, முகம் வேர்க்க ஒருக்களித்து ஒரு கையால் நிலத்தில் சாய்ந்தபடி மறுகையால் இரும்புக்கரண்டியை ஏந்தி கஸ்டப்பட்டு சுட்ட அப்பத்தை அருகில் இருந்து சுடச் சுட அதிகம் உண்டு விட்டேன். சும்மா சொல்லக்கூடாது. புளித்த அப்பம் சம்பலோடு ருசியாக இருந்தது. வயிறு புடைக்கச் சாப்பிட்டதால் வயிறு அம்மிக்கொண்டிருந்தது. அத்துடன் ஏவறை. கடைக்குப்போக மனமில்லை. உடலில் அப்பத்தின் புளிப்பும் சோம்பேறித்தனமும் ஏறி அமர்ந்து குதிரைச்சவாரி செய்தது. ஆனால், வழியில்லை. இரண்டு பேர் மட்டும் வேலை செய்யும் கடை. புளிச்ச அப்பத்தை ஏவறையாக விட்டபடி சேர்ட்டை போட்டுக்கொண்டு மெதுவாக சைக்கிளை மிதித்தபடி படலையைத் திறந்து வெளியேறினேன். அப்போது பார்த்து ‘கொஞ்சம் நில்லுங்க’ என பெரியம்மாவினது குரல் வந்ததும் ‘என்ன?’ எனக் கேட்டுவிட்டு நின்றேன். மற்ற நாட்களானால் வேலைக்கு வெளிக்கிட்டவனை ஏன் கூப்பிடுகிறாய் என இரண்டு வார்த்தை எரிச்சலுடன் கேட்டிருப்பேன். ஆனால், இன்று பிள்ளைத்தாச்சிப் பொம்பிளை வேர்க்க வேர்க்க தணலில் வெந்தபடி அப்பம் சுட்டுவிட்டு வந்திருக்கிறாள் அவளது மனத்தை நோகவைக்கக்கூடாது என நினைத்து வாசலில் சைக்கிளை வைத்துக்கொண்டு படலையில் பிடித்தபடி நின்றேன்.

எனது பொறுமையை சோதிக்கிறது போல் அவள் பையை எடுத்துக்கொண்டுவர அரை மணியாகியது. வயிற்றைக் காவியபடி மெதுவாக நடந்து பையுடன் பத்து ரூபாவை என் கையில் தந்தாள்.

“ஏன் இவ்வளவு நேரம்?”

"உங்களுக்குத்தான் காசில்லாமல் பை தரக்கூடாதே. காசு கொட்டியா கிடக்கு? அதைத் தேட வேண்டாமா?" என்று சொல்லியபடி முகத்தைத் தோளில் இடித்தாள்

சங்கக்கடையில் பொருளை காசைப்போட்டு எடுக்க வேண்டும் என்ற எனது கொள்கை என்பது அவளுக்குத் தெரியும். பல தடவை சாமான் கொண்டு வரும்படி சொன்னபோது நான் வெறுங்கையோடு திரும்பி வந்திருக்கிறேன். மற்றவர்கள் காசில்லாமல் வந்தால் நான் சாமான் கொடுப்பதில்லை. எனக்கு மட்டும் எப்படி?

உங்களது நேர்மையும் நீங்களும் என பல தடவை திட்டியிருக்கிறாள். இப்பொழுது அதைப்பற்றி பேசுவதில்லை.

"வரும்போது இரண்டு கிலோ உழுந்து வாங்கி வாருங்கள். நாளைக்கு வடை சுட்டுப் பார்ப்பம்."

"அரை மணித்தியாலம் பிந்திவிட்டது உன்னால்" சொல்லிவிட்டு நாக்கைக் கடித்துக்கொண்டேன். அவளது வயிற்றைப் பார்த்து அப்படி நான் சொல்லியிருக்கக்கூடாது என நொந்துகொண்டேன். மற்ற பெண்கள்போல் எந்தக்காலத்திலும் அம்மா வீடு போகவேண்டுமென்று சொல்லவில்லை. வீட்டுவேலை களை இந்த எட்டு மாதத்திலும் இழுத்துப்போட்டுக்கொண்டு செய்கின்றாள். அவளை நான் கொண்டாடாவிட்டாலும் கடிந்து கொள்ளக் கூடாது அல்லவா? வயிற்றுடன் காலும் கொஞ்சம் வீங்கியிருந்தது வைத்தியரிடம் காட்ட வேண்டும் எனச் சொல்லிக் கொண்டிருந்தாள்.

என்னைக் கடிந்தபடி பெரியம்மா தந்த பிளாஸ்ரிக் பையை ஹாண்டில் பாரில் கொழுவிக் கொண்டு சைக்கிளை அவசரமாக மிதித்தேன்.

"குணம் நல்ல பிள்ளை. அவன் கடையைத் திறப்பான். நீங்கள் ஆறுதலாக போங்கள்." என்ற அவளது வார்த்தை சங்கீதமாகக் காற்றில் தவழ்ந்தது காதில் இனித்தது. பெரியம்மாவின் குரல் இனிமையானது. சங்கீதம் படித்திருந்தால் பாடகியாக வந்திருக்கலாம்.

நான் காலை எட்டரை மணியளவில் சயிக்கிளை அவசரமாக மிதித்துக்கொண்டிருந்தேன். ஒழுங்கையில் இருக்கும் பூவரசுகளில் இருந்து ஏதாவது மசுக்குட்டி அவசரமாக இறங்குகிறதா எனப்பார்த்தபடி ஒழுங்கையைக் கடந்து வீதிக்கு ஏறினேன். இரு பக்கத்திலும் பாடசாலைகளுக்கு மாணவர்கள் நடந்தும் சயிக்கிளிலும் சென்றார்கள். அவர்களது முகங்கள் அணிந்திருந்த

சீருடை போல வெண்மையாக இருந்தன. நாமும் அந்த வயதில் இருந்தால் நாட்டுப் பிரச்சினையை எண்ணிக் கவலைப்படத் தேவையில்லைத்தானே? கொஞ்சம் பொறாமை மனத்தில் தலையை நீட்டியது...

கடையைத் திறக்க எப்பொழுதும் பிந்தியதில்லை. அவசரமாகப் போகவேண்டும் என்ற எண்ணத்தில் கட்டிய வேட்டியின் கரை சக்கரங்களுக்குள் செல்லாது உயர்த்தி இடுப்பில் சொருகியபடி வேகமாக அழுத்தினேன். வேட்டி மூடாத வெறுங்கால்களில் காற்றுப்பட ஏதோ மாதிரியிருந்தது.

சங்கக்கடைக்கு சிறிது தூரத்தில் பாதையருகே சிறிய கூட்டம் நின்றது.

காலையூன்றி சைக்கிளை நிறுத்திவிட்டு நாரையாகத் தலையை நீட்டினேன். நீலச்சேட்டும் வெள்ளை வேட்டியும் அணிந்த ஆணின் உடல் குப்புறக்கிடந்தது. அவனது கறுத்த இரு தோல் செருப்புகள் இரண்டும் விலகி அருகில் நிலத்தில் கிடந்தன. சிவப்புக்கரை பருத்தி நூல் வேட்டி விலகி முழங்கால் வரையும் வெளியே தெரிந்தது. நிலத்தில் அழுந்தியிருந்த முகம் தெரியவில்லை. சுருளான கறுப்பான மயிர்கள் கழுத்துவரையும் இருந்தன. இளைஞனாக இருக்க வேண்டும். அவனது பிடரியில் செவ்வரளிப் பூவை வைத்தது மாதிரி குண்டு துளைத்த இடம் கழுத்துக்கு இரண்டு அங்குலங்கள் மேல் இருந்தது. அவ்விடத்தை சுற்றிய தலைமயிர் நனைந்து இரத்தம் கழுத்தோரமாக வடிந்து அந்த நீல நிறகோட்டுச்சட்டையின் கொலர் முதுகு தோள்பட்டை மற்றும் இடது கையை நனைத்திருந்தது. சட்டையில் அந்த இரத்தம் சிவப்புப் பட்டையாக உறைந்திருந்தது. மற்றப்படி கழுத்துப்பட்டையருகே ஒரு சில துளிகளைவிட அதிகமான இரத்தச் சிதறல் இல்லை. மிகவும் அருகில் இருந்து தொழிலைத் திறமையாக ஒரு வெடி வைத்திருக்கவேண்டும். நிலத்தில் இரத்தமற்று சுத்தமாக இருந்தது. உடலின் வேறு இடத்தில் இருந்து இரத்தம் வந்ததாகத் தெரியவில்லை.

"யாரையோ பொடியள் போட்டிருக்கிறார்கள்" என்ற வார்த்தை காதில் கேட்டது.

மனித உயிரை எடுத்ததை எவ்வளவு சாதாரணமாகச் சொல்கிறார்கள்! புதிதாக தமிழில் வந்த சொற்பதங்கள். இவை கொலைகளை சாதாரண விடயங்களாக செய்பவர்கள் பாவிப்பது. ஆனால், பொதுமக்களும் அதையே பாவிப்பது எவ்வளவு கொடுமை?

இவர்கள் சமூகத்தின் பேச்சை சிந்தனையை மாற்றியோ அல்லது மரத்துப்போக வைத்துவிட்டார்கள்!

கடை இன்னமும் திறக்கப்படவில்லை. கடையருகே சென்று சைக்கிளை நிறுத்திவிட்டு மீண்டும் வந்தபோது இராமசாமி "அண்ணை இது உங்கள் கடையில் வேலை செய்கிற குணம் போலயல்லவா இருக்கு?" என்றான் மிகவும் சாதாரணமான விடயமாக.

எனது நெஞ்சில் பலமான அடி விழுந்தது மாதிரி இருந்தது. இதயம் வயிற்றுக்கும் வயிறு நெஞ்சுக்கூட்டுக்கும் இடம் மாறியது போன்ற உணர்வு.

குணத்திடம் அப்படி ஒரு சேர்ட்டு இருந்ததுதான். பின்பக்கத்தில் அவனைப் போன்ற ஒரு சாயல் இப்பொழுது தெரிந்தது.

ஜனங்களை வேகமாக விலக்கி பதறியபடி அருகே சென்றேன். அவனது மெல்லிய கழுத்து சங்கிலி இரத்தத்தில் நனைந்து, கழுத்தின் மடிப்புகளிடையே தெரிந்தது. பஞ்சாட்சர பெண்டன் தொங்கும் அந்தச் சங்கிலி அவனது அக்காவின் பரிசு. திருமணமாகி கொழும்புக்குப் போனபோது ஆசையாக தம்பிக்குக் கொடுத்தது.

கீழே கிடந்தவனது தோளை மெதுவாகத் தொட்டேன்.

"ஆமிக்காரன் வந்தாலும்... ஏன் தொடுகிறீர்கள்?" மீண்டும் ராமசாமியின் குரல்.

அதற்குள் உடலின் தோளைத் தொட்டு உடலைத் திருப்பிய போது மண்ணொட்டியிருந்த குணத்தின் குழந்தைத்தனமான முகம் தெரிந்தது. பொது நிறமான குணத்தின் மேல் உதட்டில் இடதுபக்கத்தில் மீசைக்கு அருகாமையில் குண்டு மணியளவு கறுத்த மச்சம் தெரிந்தது.

அதற்கு மேல் எதுவும் பார்க்கத் தேவையில்லை. நிரப்பிய சாக்குப்போல் இருந்த வயிற்றில் புளிச்ச அப்பங்கள் ஓடி விளையாடத் தொடங்கி வாய்வரையும் வந்தது. உடனே விலகி வந்து ரோட்டின் ஓரத்து வாய்க்காலுக்குச் சென்று குந்தியிருந்து அவற்றை வாந்தியெடுத்தேன்.

மரணங்கள் நாட்டில் மலிந்திருந்தாலும் என்னைப் பொறுத்த வரை இதுவரையும் கேள்வி ஞானமாகவே இருந்தது. இன்று நானே பார்க்கும் நிலை—கண்ணீர் விழிகளை நிறைத்தது. எதிரில் எவரும் தெரியவில்லை. நிலைகுலைந்து மரமாகினேன். மிகவும்

நெருங்கி இரு வருடங்கள் பழகிய ஒருவனின் மரணத்தை அருகில் பார்த்தது முதல் தடவை என்பதால் உடல் தொடர்ந்து நடுங்கியது.

யார் கொன்றிருப்பார்கள்? குணத்திற்கு பகையே இல்லையே? இயக்கத் தொடர்புகளும் இருக்க வாய்ப்பில்லையே. வெளிநாட்டுக்கு மிகவிரைவில் போகவிருப்பதாக சொல்லிக் கொண்டிருந்தான். ஏஜென்டிடமிருந்து தகவல் வரும்வரை கொழும்பிற்குப் போகாமல் தாயாருக்காக இங்கிருப்பதாகக் கூறுவான். மருதனாமடத்தில் தாயுடன் வாழ்கிறான் என்பது தெரிந்திருந்தது.

இராமசாமி வந்தார் "என்னண்ணே இப்படி அதிர்ந்து நிற்கிறீங்கள். கடையைத் திறக்கவில்லையா?" ஆவலுடன் மூடியிருந்த கடையை சுட்டிக்காட்டியபடி .

"எனக்கு மனசே சரியில்லை. என்னோடு வேலை செய்தவனைக் கொலை செய்திருக்கிறார்கள். இன்று சுணங்கி வேலைக்கு வந்திருக்கிறேன். இல்லையென்றால் நான் இங்கு உயிருடன் நின்றிருப்பேனா?. யார் சுட்டிருப்பார்கள்?"

"விடுதலைப்புலி இயக்கமென்று பேசுகிறார்கள். குணத்தின் அக்கா கொழும்பில் ஒரு சிங்களவனைத் திருமணம் செய்திருக்கிறாளாம். அவளும் புருசனும் விடுமுறைக்காலத்தில் ஒரு கிழமை வந்து போனார்கள். குணத்தின் அத்தான் பொலிசில் வேலை பார்ப்பதாகவும் சொன்னார்கள்."

"இதை யார் சொன்னது?"

"இயக்கத்தோடு தொடர்புள்ள உயரமான ஒருவன் வந்து பார்த்தான். அவனிடம் கேட்டபோது இது காரணமாக இருக்கலாம் என்றான். அவனிடம் உரப்பையிருந்தது. அதற்குள் ஆயுதம் இருந்திருக்கவேண்டும். அதை ஹாண்டில் பாரில் வைத்திருந்தான். அவன் மற்றப் பொடியள் தான் கொடுத்த வேலையை சரியாக செய்திருக்கிறார்களா எனப் பார்க்க வந்திருக்கிறான் என்பது எனது கணிப்பு."

"அதெப்படி உங்களுக்குத் தெரியும்?"

"எல்லாம் ஊகம்தான்." தன்னைப் புத்திசாலியாகக் காட்டும் எண்ணம் இராமசாமியிடம் தெரிந்தது.

"இதற்கு குணம் என்ன செய்வது?" இராமசாமியின் மீது எழுந்த எரிச்சலை அடக்கியபடி

"இதெல்லாம் அவனிடம் கேட்கமுடியுமா?" நாங்கள் சிங்கள இராணுவத்திடமிருந்து எங்களைப் பாதுகாக்க அவர்களைத் தெய்வமாக நினைத்துவிட்டோம். அவர்கள் கேட்கும் உயிர்ப்பலிகளைக் கொடுத்துத்தானே ஆகவேண்டும். கடவுளுக்கே சின்ன விடயங்களுக்கு சன்மானம் கொடுத்துத் தானே கேட்கிறோம். இப்ப கேட்கிறது பெரிய விடயம். வேறு என்ன வழி உள்ளது?"

நமக்குப் பல வழிகள் இருந்தன. ஆனால், இந்த வழியைத் தேர்ந்தெடுத்துவிட்டோம். இந்தத் தேர்வுக்கு நாங்களே பொறுப்பு. இதன் விளைவுகளை நாம் உயிரோடு இருந்தால் பார்க்கமுடியும் – என நான் சொல்ல விரும்பியதை சொல்லவில்லை.

"அது சரி வயிரவருக்கு வேள்வியில் உயிர்ப் பலி கொடுக்கும் போது நாம் கேட்பது கிடைக்கிறதா? ஆனால், அங்கு அந்த பலிக்கிடாய் இறைச்சி நமக்கு உபயோகமாகிறது. இங்கு..?" என விரக்தியாகச் சொன்னேன்

"அண்ணைக்கு எப்பவும் நக்கல்லடிக்காமல் இருக்க ஏலாது"

"நான் சொன்னது உண்மைதானே? பார் இந்தக் கொலையை வைத்து எத்தினை பேர் வெளிநாட்டில் குணத்தின் நண்பன் அல்லது பக்கத்து வீடு என அகதி அந்தஸ்து கேட்பார்கள்?"

"சரி நாம கதைத்து என்ன நடக்கும்? கடையைத் திறக்க வில்லையா? சனம் சாமான் வாங்க எங்கு போகிறது?"

"குறைந்த பட்சம் எனது அதிகாரத்திற்கு உட்பட்ட விதத்தில் எதிர்ப்பைக்காட்ட ஒரே வழி இன்றைக்குக் கடையை திறக்காமல் விடுவதுதான். இரண்டு வருடமாக அண்ணன் தம்பியாகப் பழகிய குணத்திற்கு நான் செய்யும் அஞ்சலி. கறுத்த பலகையை முன்னால் வைத்து கடையை திறக்காமல் வீட்டைபோய் படுப்பது. கடையடைப்பு – கறுப்புக் கொடி – உண்ணாவிரதம் என உங்கள் பாஷையில்" என சொல்லி விட்டு கடை முன்பாக இருந்த விலைகள் எழுதும் கரும்பலகையில் அஞ்சலிக்காக இன்று கடை மூடப்படும் என்று எழுதி கடையின் கதவுகளின் மேலாக சாய்த்துவிட்டேன்.

குணத்தின் அம்மாவிடம் தெரிவிப்பதற்காக மருதனாமடம் நோக்கி சைக்கிளை மிதித்தேன்.

என்னைப்பொறுத்தவரை வெளிநாடு செல்வதில்லை எனத்தீர்மானித்துவிட்டு ஊமையாக மாறி உணவிற்காக மட்டும் வாயைத் திறப்பதென முடிவு செய்தேன். பல இயக்கங்கள் என்னை உள்வாங்க முனைந்தன. மகள் கார்த்திகாவைக் காட்டி

மறுத்தபோது அண்ணே, பழைய இடதுசாரி எழுத்தாளர்கள், கவிஞர்கள், பேராசிரியர்கள் கூட எங்களுக்கு சார்பாகத்தான் எழுதுகிறார்கள், பேசுகிறார்கள். அவர்களுக்கு முடியுமென்றால் உங்களுக்கென்ன தடை? தாங்கள் சம்பளம் தருவதாக இயக்கத்தினர் கூறினார்கள். மற்றவர்கள் எனது மலையகத் தொடர்பைப் பாவித்து தங்களுக்காக அங்கு வேலை செய்யும்படி கேட்டனர்.

“தம்பிமாரே என்னுள்ளே இருந்த இடதுசாரி நிலைப்பாடு செத்துவிட்டது. இப்பொழுது அரசியலைப் பொறுத்தவரையில் உயிரற்ற சடலமாக இயங்குகிறேன். இதுவரை பேசிய இடதுசாரி அரசியல் விட்டுச் சென்ற இடத்தை நிரப்ப புதிதாக தமிழ்த் தேசியம் பேசுவதற்கு முயற்சித்தாலும் என்னால் முடியாது போல் இருக்கிறது” என நெருங்கிவர்களிடம் சொல்லிவிட்டேன். 83இன் பின் மிகவும் நெருக்கடியாக இருந்தாலும் பெரியம்மா, கார்த்திகாவில் கொண்ட பாசம் என்னைக் கரையில் ஏற்றிய கட்டுமரமாக்கியது.

○

95இல் யாழ்ப்பாணத்தில் இருந்து உன்னோடு வவுனியா வந்தபோது எனது வெளிச்சூழல் மாறியது. நெருக்கடி குறைந்து மிகத்தெளிவாக இருந்தேன். இவர்களது அரசியல் தொடர்புகள் வேண்டாம் என்று நினைத்தேன். ஆனாலும் நிலவுக்கு அஞ்சிப் பரதேசம் போனது போல் என்னால் தப்ப முடியவில்லை. அது வேறு ரூபத்தில் வந்தது.

ஒரு நாள் வவுனியாவில் வேலை செய்த கடையின் முதலாளி தனக்கு உடல் நலமற்றதால் வத்தளையில் ஒரு சிங்கள முதலாளியிடம் பணத்தைக் கொடுக்கும்படி என்னை அனுப்பினார். நான் வத்தளையில் மதியத்திற்குப் பின்பாக பஸ்ஸில் இறங்கி தொலைபேசியில் தகவல் கொடுத்துவிட்டு அவருக்காகக் காத்துநின்றேன்.

போர் நிறுத்தத்தின் சிரிப்பை வடக்கில் மட்டுமல்ல தெற்கிலும் பார்க்க முடிந்தது. போவோர் வருவோரின் முகங்களில் உள்ள மலர்ச்சியை அவதானித்துக் கொண்டிருந்தேன். வண்ணச்சீலைகளுடன் பெண்களும், பட்டாம்பூச்சியாக சிறகடித்தபடி பாடசாலையை நோக்கியோடும் குழந்தைகளுமாக அந்தக் கடைவீதி கொளுத்திய மத்தாப்பூவாக இருந்தது. எமது தமிழ்மக்களிடமும் இப்படிக் குதூகலத்தை எப்போது நிரந்தரமாகப் பார்ப்பேன் என்ற எண்ணம் மனதில் வராதுவிடவில்லை. என்னை மறந்து அந்த சூழலை வியந்தபடி நின்றேன்.

சில நிமிட நேரத்தில் என் அருகே ஒரு சிவப்பு டொயட்டா கார் வந்து நின்றது. அதில் இருந்து சாரமணிந்த இருவர் இறங்கினார்கள். நாப்பது வயதான மெலிந்த ஒருவர் தலையில் தொப்பியணிந்திருந்தார். மற்றவர் குள்ளமாக வெள்ளை சேட்அணிந்து ஐம்பது வயதுக்குமேல் இருந்தார். தொப்பியணிந்தவரது முகம் ஏற்கனவே அறிமுகமானதாகத் தோன்றியது.

மறுகணத்தில் சிறு வயதில் யாழ்ப்பாணத்தில் சோனக தெருவில் தெரிந்த நியாஸ் போலிருந்தது.

“சதாசிவம் அண்ணை என்னைத் தெரியவில்லையா?”

“நியாஸ் தானே?”

“ஆமா, நாம பொடியன்களா மாநகரசபை எலக்சனுக்கு ஒண்ணா வேலை செய்தது நினைவிருக்கா?”

“பின்னே மறக்கமுடியுமா? எனது ஆரம்ப அரசியல் அதுதானே? எப்படி இருக்கிறாய்? சின்னப்பையனாகப் பார்த்தது. பார்க்க சந்தோசமாக இருக்கிறது.” என இருவரும் அணைத்துக் கொண்டனர்

“உங்கட ஆக்கள் எங்களைக் கலைத்த பிறகு எப்படி அண்ணே சீவிக்கிறது? இது பர்ணாந்து எனது பாட்னர்” என மற்ற குள்ளமானவரை அறிமுகப்படுத்திவிட்டு “ஏறுங்கோ காரில்.” என்றான் நியாஸ்

என்னை அழைத்துச் சென்றனர். கார் வாய்க்காலைக் கடந்து சென்றபோது பர்ணாந்துவின் மாடி வீடு நவீன மோஸ்தரில் புதிதாக இருந்தது. நீல நிறத்தில் வர்ணமடித்து இருந்தது. அதில் எந்தக் கீறலோ கறையோ தெரியவில்லை.

பர்ணாந்துவுக்கு தமிழ் தெரியும். இலகுவாக உரையாட முடிந்தது.

பர்ணாந்துவின் மனைவி தேநீர் கொண்டு வந்தார். சாக்கில் இருந்து தரையில் கொட்டும்போது உருண்டுவரும் உருளைக்கிழங்கு போல் இருந்தார். உடலில் மட்டுமல்ல உடலில் போட்டிருந்த தங்க நகைகளிலும் செல்வச் செழிப்பு தெரிந்தது.

“நானும் மனைவியும் இங்கு. பிள்ளைகள் அவுஸ்திரேலியாவில் படிக்கிறார்கள்” எனச் சுருக்கமாக சொன்னார் பர்ணாந்து.

முதலாளியிடம் இருந்து கொண்டுவந்த செக்கை கொடுத்து விட்டு “நான் போகிறேன்” என வெளிக்கிட்டேன்.

“சதாவம் ஐயா இருந்து போங்க. நாங்கள் உங்களை பின்னேரம் பஸ் ஏற்றி விடுகிறம்“

“முதலாளிக்கு சுகமில்லை. நான் நாளைக்குக் கடையில் இருக்கவேண்டும்”

“இரவு பஸ்ஸில் போனால் காலையில வவுனியா போய் விடுவீர்கள்” என்றார் பர்ணாந்து. தவிர்க்க முடியாமல் ஒப்புக்கொண்டேன்.

“எப்படி அரசியல் அண்ணா?” என்றான் நியாஸ்.

“நான் எந்த அரசியலிலும் கவனம் செலுத்துவது இல்லை. ஊரில் இருக்க முடியாமல் வந்து வவுனியாவில் இருக்கிறம். 90 களில் அவர்கள் உங்களுக்குச் செய்தது 95இல் எங்களுக்கு வந்தது. குடும்பத்தை இழுத்துக்கொண்டு செல்வதே பெரும்பாரமாக உள்ளது. நியாஸ், உனக்கு கல்யாணம் காட்சி உண்டா?

“அண்ணை. அதுக்கெங்கே நேரம்? குமரை வீட்டில் வைத்திருந்ததால் அதைக் கரையேத்தி முடிப்போம் என நினைத்த போது அதற்கு மேலாக எனக்கு நடந்தது. எல்லாரையும் ஊரைவிட்டு அனுப்பிவிட்டவங்கள். முதலாளிமாரை காசுக்காக வைத்திருந்தார்கள். அதில் நானும் ஒருவன்.”

அதைச் சொல்லும்போது அழுவதுபோல் இருந்தது நியாசின் முகம்

“உன்னிட்ட அவ்வளவு காசு ஏது நியாஸ்?” ஆச்சரியத்துடன்

“நான் இந்திய ஆமி இருந்த காலத்தில நீர்கொழும்பில் இருந்து மோட்டார் எஞ்ஜின் கொண்டு வந்து விற்றேன். அது மற்ற இயக்கங்களுக்குப் போயிருக்கு. அது எனது வியாபாரம். நான் இயக்கத்திற்கு விக்கேல்லை. மீன் பிடிக்கிறவங்களுக்குத்தான் வித்தேன். அவங்கள் இயக்கங்களுக்கு ஓட்டியளாக மன்னார் பக்கமிருந்திருக்கிறார்கள். பிடிபட்ட ஓட்டி அதைச் சொல்ல என்னைப்பிடித்து சாவகச்சேரியில் வைத்து, பின் துணுக்காயில் வைத்து அடித்து சித்திரவதை செய்தார்கள். ஏதோ அல்லா அருளால் தப்பி இப்ப இருக்கிறன்”.

“அடப் பாவமே, இவங்களால் எவ்வளவு காயப்பட்டிருப்பாய்? தப்பினது பெருங்காரியம். எனது கடையில் வேலை செய்த குணத்தை அவனது அக்கா புருசன் சிங்கள பொலிஸ் என்பதால் சுட்டார்கள்.” ஆறுதலாக சொன்னேன்

“அண்ண, செத்தவங்கள் ஒருவிதத்தில் விடுதலையானவங்கள். அவங்களுக்கு சொர்க்கத்தில் நல்ல விடயங்கள் நடக்கும்.

அவர்களை இவங்கள் தொடமுடியாது. ஆனால், இவங்களிடம் இருந்து வெளியேறுவதற்கு வெளிநாடு போனால் அங்கையும் பலரை வேட்டை நாயாகத் துரத்துவதாக அறிந்தேன்."

"இப்பொழுது தப்பிவிட்டாய்தானே? இங்கு உன்னை அவர்களால் என்ன செய்யமுடியும்?"

"அண்ணை, இதில்தான் நீங்கள் அவங்களைப் புரிந்து கொள்ளவில்லை. நான் அவங்களிடம் அம்பிட்டதால் தெளிவாகப் புரிந்துகொண்டேன். தற்பொழுது போர் நிறுத்தகாலம் என்பதால் நாங்கள் கொஞ்சம் அமைதியாக இருப்பதுபோல் தெரிகிறது. ஆனால், உள்ளால் பல விடயங்கள் நடக்கிறது." நியாஸ் முகத்தில் இருள் படர்ந்தது

"நீ என்னைப் பயப்பிடுத்துகிறாய்?"

"யாரிடமாவது எனது விடயத்தைச் சொன்னால்தான் மனமாறும். நான் இங்கு வசதியாக இருப்பதாக நீங்கள் நினைப்பீங்க. உண்மைதான். ஆனால் அண்ணே அதற்கு நான் கொடுக்கும் விலை அதிகம்."

"நியாஸ், நாம செய்யிற விடயம் நம்மோடு இருக்கட்டும். அவரை ஏன் பயப்பிடுத்த வேண்டும்?;" என்றார் பர்ணாந்து. நியாசின் முதுகில் தட்டியபடி.

தேநீர்க் கோப்பைகளை எடுக்க பர்ணாந்துவின் மனைவி வந்தபோது எல்லோரும் மௌனமாகினார்கள்.

"இரவு அண்ணைக்கும் சேர்த்து சமைக்கட்டும். நல்ல தோரா மீன் இருக்கு. குழம்பு வைக்கப் போறன்?" என்றார் சிங்களத்தில் மனைவியிடம்.

"இல்லை. நான் வெளிக்கிடவேணும்"

"அது பரவாயில்லை, இரவு சாப்பிட்டு பத்துமணிக்குப் பின்பு பஸ் ஏத்திவிடுகிறோம்"; எனச் சொல்லி மனைவிக்குக் கண்களைக் காட்டினார் பர்ணாந்து.

"அண்ணைக்கு நான் எனது கதையைச் சொன்னால் நல்லது. நாளைக்கு யாராவது ஒருவருக்கு விடயம் தெரிந்தால் நல்லதுதானே?"

"நான் சொல்லிப்போட்டன். நமது பிரச்சனைகள் நம்மோடு இருக்கட்டும். மற்றவர்களுக்குத் தெரிந்தால் அது அவர்களையும் பாதிக்கும். அதனால் நமக்கோ அவர்களுக்கோ நன்மையில்லை" நியாசின் தோளில் மீண்டும் தட்டியபடி பர்ணாந்து.

“அண்ணையை எனக்குத் தெரியும். சின்ன வயசில் ஒன்றாகத் திரிந்திருக்கிறோம். கனகாலத்திற்கு முன்பாகத் தொலைந்த சகோதரனைப் பார்ப்பது போல் நினைக்கிறேன் என்பதால் மனக்குறையை கொட்டி அழவேண்டும் போல் இருக்கிறது.”

“அப்படியென்றால் வெளியே காலாற வாய்க்கால் பக்கமாக நடந்துபோட்டு வருவம். ரோசலின் சமைக்கட்டும்.” என்றார் பர்ணாந்து

நாம் கதைப்பது ரோசலினுக்குக் கேட்கக்கூடாது என எண்ணுவதாக நான் நினைத்துக்கொண்டேன்.

“அண்ணை இதைச் சொல்லும்போது நான் அழுதாலும் அழுதுவிடுவேன். துன்பம் நெஞ்சில் கொங்கிறீட் போல இறுகி இருக்கிறது.”

சாவகச்சேரியில் இருந்து நம்ம ஆட்களை வெளியேற்றியபோது எங்களையும் வெளியேற்றுவார்கள் என நினைக்கவில்லை. இப்படியான விடயங்கள் எந்தக்காலத்திலும் யாழ்ப்பாணத்தில் நடக்கும் என்று கொஞ்சமும் நம்பவில்லை. பதினைந்தாயிரம் குடும்பங்கள் யாழ்ப்பாணத்தில் இரண்டு வட்டாரத்தில் எவ்வளவு காலமாக இருக்கிறோம்? நமக்கு எத்தனை நண்பர்கள் தமிழர்களில் இருக்கிறார்கள்? நம்மோடு படித்தவன், பழகியவன் என இயக்கத்தில் இருக்கிறான்களே! எத்தனை பொடியங்கள் மற்ற இயக்கங்களில் இருந்தாங்க என்ற துணிவோடு குடும்பத்தில் உள்ளவர்களுக்கு ஆறுதல் வார்த்தை சொல்லிக்கொண்டிருந்தேன்.

கொழும்பில் இருந்து சில நாட்கள் முன்பாகத்தான் வீட்டுக்கு வந்தேன். வியாபாரத்தில் கையில கொஞ்சம் காசு இருந்தது. அதைப் பணமாகக் கொண்டு வந்திருந்தேன். யாழ்ப்பாணத்தில் பேங்கில் போட விரும்பவில்லை. ஏதாவது எம்மையறியாமல் இறுகினா கொழும்புக்கு குடும்பத்தைக் கொண்டு போகலாம் என்ற துணிவையும் அந்தப்பணம் கொடுத்தது.

சாவகச்சேரியில் யாரோ நம்மட ஆட்கள் ஆயிரக்கணக்கில வாள்களை வைத்திருந்ததால் பொடியன்கள் குழம்பி அது நடந்தது எனப் பேசப்பட்டது. பொடியளில் இருந்த நம்பிக்கை யால் ஏதாவது காரணமாகத் தான் செய்திருப்பாங்கள் என்று நினைத்திருந்த எங்களுக்கு மன்னாரில் நடந்த விடயம் நெஞ்சில விழுந்த முதலடியாக பயத்தைக் கொடுத்தது. ஏதோ பெரிய பிரச்சினை என நினைத்து நமது மன்னார்

பொடியங்களுடன் தொடர்புகொண்டு பேசியபோது இயக்கப் பொடியள் அடாத்தா நடந்து எல்லாரையும் வீட்டை விட்டுப் போகச் சொல்கிறாங்கள். தாங்கள் போட்டில் வந்து கல்பிட்டியில நிற்பதாகச் சொன்னது எனக்குப் பயத்தைக் கூட்டியது. நான் பயந்தால் மற்றவர்களும் பயந்து விடுவார்களென நினைத்து, பயப்படாதது போல் காட்டிக்கொண்டேன். ஆனால், உள்ளூர பயம். கையில் ஒரு இலட்சம் ரூபா இருந்தபடியால் காசைக் கொடுத்து ஏதாவது சமாளிக்கமுடியும் என்ற நம்பிக்கையிருந்தது.

அண்ணே, பொதுவாக எல்லோருக்கும் நடந்ததை நீங்கள் அறிவீர்கள். ஆனால், எனக்கு நடந்ததை நீங்கள் நம்பமாட்டீர்கள்"

நியாசின் கண்களிலிருந்து கண்ணீர் வடிந்தது.

அவனது தோளைப் பிடித்தபடி மெதுவாக அந்த வாய்க்கால் கரையில் அமரச்சொன்னேன்.

19

வெளியேற்றம்

நான் மட்டுமல்ல, வடபகுதியில் காலம் காலமாக வாழ்ந்த இஸ்லாமியர்கள் எவரும் மறக்கமுடியாத அந்த நாள் வழக்கம் போலத்தான் விடிந்தது. நெருக்கமாக அமைந்த வீடுகளானதால் பக்கத்து வீட்டு குழந்தைகளின் அழுகை, பெரியவர்களின் படுக்கையறை முனகல்கள், முதியவர்களின் குறட்டையொலி எல்லாவற்றையும் இரவில் கேட்கலாம். சிறுவர்களின் கூக்குரலுடன் அவர்களை நோக்கிய உம்மாக்களின் அழைப்புகள், வாப்பாமாரின் பயமுறுத்தல்கள் என்பன காலையில் காதை அடைக்கும்.

அன்றும் வழமைபோல் எதிர்வீட்டு இஸ்மாயிலின் சேவல் கூவியது. மசூதியின் பாங்கொலி முழங்கியது. பாண்காரன், மரக்கறிக்காரன் எல்லோரும் அன்று தாமதமின்றி வந்தார்கள். ஒன்பது மணிக்கே சுள்ளென வெயில் அடிக்கத் தொடங்கியது. உம்மா தந்த கோப்பையில் காலை உணவாக, பாணைப் பருப்புடன் தொட்டபடி கதிரையில் அமர்ந்தேன்.

'நம்ம நாட்டு நிலவரம் என்ன சொல்லுது? இன்றைக்கு எங்கு குண்டு வெடிச்சது? கொலை நடந்தது? எந்தப் பக்கம் எண்ணிக்கை அதிகம்? இதைத்தானே வருடக்கணக்கா சொல்கிறார்கள். சரி இன்றைக்கு என்னதான் ரெலிவிசனில் வருகிறது என சலிப்புடன் சமீபத்தில் கொழும்பில் இருந்து வாங்கிவந்த அந்த நாசனல் பனசோனிக் ரெலிவிசன் ரிமோட்டை முடுக்கிவிட்டு அதில் லயித்தேன்.

பாணைத் தின்று முடிக்கவில்லை. வெளியே இரைச்சல் கேட்டது. உம்மாவும் பர்வீனும் பதறியபடி வெளியே ஓடினார்கள். வாப்பாவுக்குக் காது கேட்காது. அவர் அதிர்ஸ்டசாலி. அமைதியாக இருந்தார். காது, கண் எனச் சில புலன்கள் செயல்படாதவர்கள் யுத்தகாலத்தில் அதிர்ஸ்டசாலிகள் அதிலும் மனநோயாளிகளாக இருந்தால் துன்பம் இருந்தாலும் புரியாது இருக்கும் என்பது எனது தனிப்பட்ட கருத்து.

உணவை முடிப்போம் என கடைசித் துண்டுப்பாணை வாயில் வைத்தேன். தூரத்தில் தோன்றிய இரைச்சல், மழைக்காலத்து இலங்கைத் தேசிய சேவை ரேடியோ ஸ்ரேசனின் ஒலிபரப்பு போலிருந்தது, இப்பொழுது நம்மை நோக்கி அருகில் வந்தபோது வர்த்தக சேவைபோல் துலக்கமாகக் கேட்டது. யாரோ வாகனத்தில் ஒலிப்பெருக்கி வைத்து தெருவழியாகப் பேசினார்கள்.

அந்தக்காலத்தில் தேர்தல் அறிவிப்புகள், சினிமாப்பட விளம்பரம் என்றால் இப்படி மைக்போட்டு சொல்வார்கள். ஏதாவது முத்தவெளியில் கலை நிகழ்ச்சிகள் நடந்தாலும் செய்வார்கள். இப்பொழுது அவையெல்லாம் இறந்தகால நிகழ்வுகளாகிவிட்டன. இயக்க வெடிகளும், விமானங்கள் வந்து குண்டுபோடும் இடியோசையும், தலைமேல் பறக்கும் விமானங்கள், ஹெலிகளின் இரைச்சல்களையும் மட்டுமே கேட்கப் பழகிவிட்டோம். பழகிய காதுகள் புதிய ஓசையைத் தெரிந்து கொள்ளத் தடுமாறுமா?

இது புதிதாக இருக்கிறதே?

கையைக் கழுவிவிட்டு வெளியே வந்தேன். ஒன்றுமில்லாத திருநாளாக இப்படி செய்கிறார்களே? யார் இவன்கள்? எனப் பார்த்தபோது தெருவிற்கு வந்த ஒருவர் 'இயக்கம்' என்றார்.

"இவன்களுக்கு என்ன வேலை, சோனகத் தெருவில?" வெளியால் வந்தபோது ஏற்கனவே திரளாக மக்கள் தெருவுக்கு வந்துவிட்டார்கள். குழந்தைகள், குமருகள், கிழவிகள் என எவரும் உள்ளேயில்லை;. எல்லோரும் தெருவிலே. அந்த குறுகிய தெருக்களில் நிற்க இடமில்லை. போதாக்குறைக்கு யன்னல்கள், கதவுகள் முகங்களாகப் பூத்தது. இந்தத் தெருவில் இவ்வளவு சனமா? என்று ஆச்சரியமுற்றேன்.

"என்ன சொல்கிறாங்க?"

"எல்லோரையும் ஒஸ்மானியா கல்லூரியின் மைதானத்தில் ஒன்று கூடும்படி சொன்னார்கள்" என்றான் பக்கத்துவீட்டு ராசீக்.

நான் நம்பவில்லை. உள்ளே செல்லாமல் வாசலில் நின்றபடி பார்த்தேன். இராணுவ உடுப்பணிந்து துப்பாக்கிகளுடன் வாகனங்களில் பொடியள் வீதியில் வரத்தொடங்கியிருந்தனர். "சாவகச்சேரியில் நடந்தது, எமக்கும் வருமென நினைக்கவில்லை. மன்னாரில் சனங்களை அவங்கள் வெளியேற்றிய போதும் நீ நம்பவில்லை. கடைசிவரையும் நீ நம்பாத விடயம் நடந்திருக்கு" என் தங்கைச்சி பர்வீன் எனக்கு நறுக்காகச் சொல்லியபோது முள்ளில் மிதித்தது போல் உணர்ந்தேன். பதில் வார்த்தை வரவில்லை. நம்மட கையில் எதுவும் இல்லை என்ற நிலையில் என்ன பதில் சொல்லமுடியும்?

கடைசியாக கல்லூரிக்குச் சென்ற குடும்பத்தில் எங்களது குடும்பமும் இருந்தது. இரண்டு மணிநேரம் அந்த மைதானத்தில் நின்றும் நிலத்தில் குந்தியிருந்தும் சத்தமாக சொல்லப் பயந்து வாய்க்குள்ளே வார்த்தைகளை அமுக்கியபடி பலர் திட்டியபடி இருந்தார்கள்.

அந்த வார்த்தைகள் – சாபங்கள். அந்த வார்த்தைகளுக்கு அப்போது ஓசை இல்லை: பெறுமதியில்லை: வலுவில்லை. ஊமைகளின் சாபங்களே. அவை எப்பொழுதாவது உண்மையாக மாறுமா? அல்லாவுக்குத் தெரியும். அப்பொழுது ஆசனிப்போல் காலமெடுத்து நஞ்சாக மாறினால் அவை அவர்கள் பாவிக்கும் சயனைட்டை விட வீரியம் வாய்ந்தவையாகத் தெரியும்.

பணக்காரரும் ஏழைகளும் சமமாக இந்த அந்த இரண்டு மணிநேரமும் நின்றிருந்தனர். குழந்தைகள் நிலைமையை உணராது அழத்தொடங்கின. ஆண்களிடம் பெண்கள் கைகளாலும் முகக்குறிப்பாலும் விளக்கம் கேட்டது அவர்களுக்குத் தெரியாது. ஆண்கள், பெண்களை அடக்கினாலும் சிறுவர்களை அடக்கமுடியவில்லை. பல்லாயிரத்திற்கு மேற்பட்டவர்கள் இருந்த அந்த இடம் அல்லோலகல்லோலப்பட்டது. எங்களுக்குப் பக்கத்தில் முகமது ஹாஜியார் குடும்பத்துடன் இருந்தார். வழக்கமாக அவருக்கு சலாம் போட்டு எழுந்து நிற்கும் எனது வாப்பா முகத்தை கால்களுக்குள் புதைத்தபடி, பாதங்களை சரத்தால் இழுத்தி மூடி, குல்லாய் மட்டும் வெளித்தெரிய இருந்தார். அவரது விரல்கள் பாடசாலையின் நிலத்தில் உள்ள கோரைப்புற்களில் வேகமாக மேய்ந்தன. ஒவ்வொன்றாக புற்களைப் பறித்து சிறிய கும்பலாகக் குவித்தார். அவரது வலது காலருகே கை நிறைந்த அளவு கோரைப்புல் சேர்ந்திருந்தது. வாப்பா அப்போது பட்ட மனக்கஸ்டத்தை புல்லைப் பறிப்பதில் காட்டியபடி அமைதியாக இருந்தார்.

இயக்கத்தின் பொறுப்பாளர் மதியம் வந்தார் “உங்கள் பாதுகாப்புக்கருதி எல்லோரையும் யாழ்ப்பாணத்தை விட்டு உடன் வெளியேறும்படி...” தனது பணத்தைக் கவனமாகச் செலவு செய்யும் உலோபி போல் சில வார்த்தைகளில் சொன்னார். பெரும் கலகமே உருவாகும்போல் இருந்தது; மக்கள் கொதித்து எழுப்பிய கூக்குரல் இரைச்சலாக மாறியது; அந்த இடமே அதிர்ந்தது.

“அல்லாவுக்குப் பொறுக்காது. இந்தக் கொடுமையை யாரும் கேட்கவில்லையா” என்ற வார்த்தைகள் மட்டும் புரிந்தன. ஆரம்பத்தில் மக்களின் நன்மைக்காக வெளியேற்றுவது போல் பொறுமையாக இருந்தவர்கள் கடுமையான குரலில் “இன்று கட்டாயம் வெளியேற வேண்டும்“ என்றனர். மக்கள் குரலில் அவர்கள் சத்தம் அமிழ்ந்தது. பொறுமை இழந்த அவர்கள் துப்பாக்கிகளால் வானத்தை நோக்கி பல தடவைகள் சுட்டார்கள். அந்தச் சத்தத்தைக் கேட்ட கூட்டம் அமைதியாகியது;. சனங்கள் கதி கலங்கினார்கள். குழந்தைகள் தாய்மாரைக் கட்டிக்கொண்டும் மார்பிலும மடியிலும் முகம் புதைத்தும் மௌனமாக அழுதனர். வாப்பாவுக்கு, துப்பாக்கிச் சத்தம் கேட்காத போதிலும் உயர்த்திய துப்பாக்கிகளைப் பார்த்தவுடன் இருந்த இடத்திலே தலையை வைத்து தொழத்தொடங்கினார். அம்மாவும் பர்வினும் பயத்தில் ஒருவரை ஒருவர் பார்த்தபடி உறைந்து விட்டனர்.

“யாழ்ப்பாணத்தில் இருந்து எல்லோரையும் வெளியேற்று கிறார்கள்” என அன்வர் காக்கா கூறியது கேட்டது. அன்வரை புதிதாக மிருகக்காட்சிசாலைக்குக் கொண்டு வரப்பட்ட வினோதமான மிருகத்தைப் பார்ப்பதுபோல் பார்த்தனர். ஒருவருடன் ஒருவர் பேசவில்லை. முகத்தில் பயத்தையும் வெறுப்பையும் அடர்த்தியாகக் குழைத்துப் பூசிய அவர்கள் எவரும் ஆறுதல் வார்த்தைகளைத் தேடவில்லை. மரணத்திற்கு நேரம் குறித்துவிட்டது போன்ற ஒரு நிலை ஒவ்வொருவர் முகங்களிலும் தெரிந்தது. நிறைமாத கர்ப்பிணிப் பெண்களையும், சிறுகுழந்தைகளையும் வைத்திருந்தவர்கள் மீது பரிதாபமான பார்வையால் மட்டும் மற்றவர்கள் ஆறுதல் அளிக்க முடிந்தது. வீடு திரும்பி அம்மா கையில் ஒரு துணிப்பெட்டியையும், தோளில் பர்வீனுக்கு வைத்திருந்த நகைகள் கொண்ட பையையும் எடுத்துக் கொண்டார். இதை விட வாப்பா இரண்டு பெரிய பெட்டிகளைக் கையில் எடுத்தார். நான் வழக்கமாக இரண்டு சேட்டும் இரண்டு சாரமும் மட்டும் வைத்த ஒரு பெட்டியில் ரொக்கமாக இருந்த காசை வைத்திருந்தேன். காசை இயக்கத்திற்கு கொடுத்து தற்காலிகமாகவேனும் சில நாள் அவகாசம்

கேட்டு சமாளிக்கமுடியும் என மனதில் வர்த்தக எண்ணம் இழையோடியது.

அவர்கள் தயாராக வைத்திருந்த லொரிகளில் ஏறுவதற்கு வரிசையாக நின்ற போது மனோகரா தியேட்டரருகில் இதுவரையில் எதிர்பார்க்காத இடி விழுந்தது. "500 ரூபாவும் ஒரு சோடி உடுப்பு மட்டும் எடுத்துச் செல்லலாம்" என்றபோது எல்லோரும் அழத்தொடங்கினர். அதைப் பொருட்படுத்தாது தியேட்டருக்கு உள்ளே அனுப்பி வரிசையில் நிற்க வைத்து பொருட்களைப் பறித்தார்கள். நகைகளை கழற்றித்தரும்படி வாங்கினர். மறுத்தவர்களை ஆயுதமுனையில் பயமுறுத்தினர். சிறுமிகள், குழந்தைகளைக் கூட விட்டு வைக்கவில்லை. குழந்தையின் காது தோட்டைக்கூட கேட்டு வாங்கினர்கள். அம்மாவிடம் இருந்து நகைப்பையைப் பறித்தபோது அம்மா கதறிய விதத்தைப் பார்க்க முடியாது நான் முகத்தை மூடியபடி இருந்தேன். யாரோ தோளில் தட்டியது போன்று இருந்தது. முகத்தில் இருந்து கையை எடுத்தேன். எதிரே நின்றவரில் இயக்கம் என்ற முத்திரை முகத்திலும் உடலிலும் தெரிந்தது. இராணுவ உடுப்பு அணியாது இடுப்பில் பிஸ்டல் வைத்திருந்தார்.

"நியாஸ்தானே"

"ஆ" தலையாட்டினேன்.

"அடையாள அட்டையையும் பெட்டியையும் தந்துவிட்டு என்னுடன் வாரும்" என மரியாதையாகக் கூறினார்.

அவருடன் நடந்து கே.கே.எஸ். வீதிவரையும் சென்றபோது சோனகத்தெருவில் வாழும் முதலாளிகள் பத்துப் பேர் வரையில் நின்றார்கள். அவர்களிடம் பேச முயன்றபோது தோளில் ஒரு ரைபிளின் பின்பகுதியால் அடி விழுந்தது. நோ தாங்கமுடியாது "ஆ உம்மா" எனக் கத்தியபடி குனிந்து, நெளிந்து அடி விழுந்த இடத்தை கையால் தடவிக் கொண்டிருந்தேன். யாழ்ப்பாணத்தின் பக்கம் இருந்து வந்த ஒரு ஜீப் சடுதியாக பிரேக்போட்டு நின்றது. அதனது பின்கதவுகள் திறந்ததும் அங்கிருந்த இருவர் வந்து ஏறச் சொன்னார்கள். ஏறியவுடன் எனது கண்கள் கரிய துணியால் கட்டப்பட்டன. கைகளும் பின்பக்கமாக வயரினால் பிணைக்கப்பட்டது. ஜீப்பின் தரையில் அழுத்தி இருத்தினார்கள். அடிபட்ட முதுகை தடவக்கூட முடியவில்லை. இருபது நிமிட பிரயாணத்தின் பின்பு ஒரு இடத்தில் நின்றது. அப்படியே சேர்ட்டில் பிடித்தபடி கயிற்றில் கட்டிய நாயைப்போல் இழுத்துக்கொண்டு சென்றார்கள். எனது பெட்டி என்றபோது "அதைப்பற்றிக் கவலை தேவையில்லை" எனப்பதில் வந்தது.

படிகளில் வெறும் காலோடு ஏறியபோது அது ஒரு மாடி வீடு என நினைத்தேன். இறுதியில் ஒரு அறையில் தள்ளினார்கள்.

அன்று அறையில் கிடந்தேன். எனது கண்கள் கட்டியிருந் தாலும் அங்கு பலர் இருப்பதை அறிந்தேன். தண்ணீர் கேட்ட போது ஒருவன் வாயில் போத்தலை வைத்தான். அன்று இரவு உணவு இல்லை. சுவரில் சாய்ந்தபடி ஏன் கைது செய்தார்கள்? இவர்களுக்கு நான் என்ன செய்தேன்? இனியும் உயிர் வாழ்வேனா? பர்வினுக்கு என்ன நடந்தது? அம்மா வாப்பா என்ன செய்வார்கள்? உம்மாவிற்கு டயபட்டீஸ்க்கு இன்சுலின் எடுத்திருப்பாவா? வாப்பாவுக்கு பிரசர் குளிசை இருக்குமா? என்று குடும்பத்தவரை நினைத்தபடி கோயில் மணியோசையைக் கேட்டபடி என்னையறியாது கண்ணயர்ந்து விட்டேன்.

தட தடவென மாடியில் பூட்ஸ் காலின் பெரிய சத்தத்தின் பின் மணல் சீமெந்துப் படியில் உரசும் சிறிய ஓசை கண்ணாடித் துகள்களால் இதயத்தில் கீறுவதுபோல் இருந்தது. நள்ளிரவாக இருக்க வேண்டும். பலர் படிகளில் ஏறி வந்த சத்தம் கேட்டது. நித்திரையில் இருந்து எழுந்த என்னைத் தரதரவென வெளியே இழுத்தபோது சாரம் கழன்றது. "ஐயோ எனது சாரம்" என்றேன். என்னைப் பிடித்திருந்தவன் தோளில் இருந்த தனது பிடியைத் தளர்த்தாமல் 'அது வரும் இப்பொழுது உனது பெண்டர் காணும்' என இழுத்து 'காலை உயர்த்தி வை' என ஏற்றியதைப் பார்த்தபோது அதன் உயரத்தில் லாரி என நினைத்தேன். கண்களையோ கைக்கட்டையோ அவிழ்க்கவில்லை. கை பிடிக்காமல் நிற்கமுடிந்தது. அங்கு ஏற்கனவே பலர் நிற்கிறார் என்பது அவர்களது உடல் என்னில் உரசுவதைக் கொண்டு உணரமுடிந்தது. சாடின் தகரத்தில் மீன் அடைத்ததுபோல் அடைத்திருந்தார்கள். கதவை மூடியது தடார் என்ற பெரிய சத்தம். பின்னர் இரும்புச் சங்கிலியின் கிளிக் கிளிக் என இரண்டு சப்தத்துடன் லொரி வெளிக்கிட்டது. இதுவரையும் அமைதியாக இருந்தவர்களின் முனகல்களும் அனுங்கல்களும் கேட்கத் தொடங்கின. என்னைப்போல் பலர் இருப்பதாக உணர்ந்தேன்.

இவர்கள் அந்த சோனகத் தெருவில் வாழும் முதலாளிகளா? ஏன் ஒருவரும் பேசவில்லை? கண்ணைக் கட்டியிருப்பார்களா அல்லது பயத்தில் வாயடைத்து விட்டார்களா? நிச்சயமாக எங்களைக் கொல்லத்தான் ஆடு, மாடாக லொரியில் அடைத்துக் கொண்டு போகிறார்கள். கத்தியால் வெட்டுவதா? துப்பாக்கியா? ஏன் காசுக்கு வாங்கிய சன்னங்களைப் பாவிக்கவேண்டும் என நினைப்பார்களா?? எத்தனையோ சக தமிழர்களையும், மாற்று

இயக்கங்களையும் கொன்ற இவர்களுக்கு எங்களைக் கொல்வது பெரிய விடயமா? என்னை எதற்காக வந்து பிடித்தார்கள்? என் பெயரைச் சொல்லி நம்ம சோனகத் தெருக்காரன் யாராவது காட்டிக் கொடுத்திருப்பானா? அவங்களுக்கு நான் கெடுதல் செய்யவில்லையே? வியாபாரத்தில் என்னைப் போட்டியாக நினைப்பதற்கு வேறு ஒருவரும் எனது தொழில் செய்யவில்லையே! பொம்பிளை விடயத்திலும் நான் கிளீனே! பார்ப்பம் என்ன நடக்கிறது? மனமறிந்து எவனுக்கும் துரோகம் செய்ததில்லை. ஏதோ அல்லா விட்ட வழி என மனதுக்குள் 'அல்லாஹ் அக்பர்' என முனகிக்கொண்டேன்.

பலரது வியர்வை மணத்தை திரும்பிய பக்கமெல்லாம் மூக்கால் உணரமுடிந்து. என்னைப்போல் பலரும் உடையற்று நிற்கிறார்களோ! வாகன ஓட்டத்தில் பல முறை நிலைகுலைந்து சரிந்தாலும் நெருக்கமாக ஆட்களை ஏற்றியிருந்தபடியால் உலாய்ந்தபடி மீண்டும் நிற்க முடிந்தது. ஒருமுறை விழுந்தபோது மற்றவர்களின் கால்களுக்கு இடையில் இருப்பதாக உணர்வு ஏற்பட்டது. இடையே வந்த மூத்திர மணத்தை உணர்ந்தபோது சுன்னத்து செய்யாதவங்களா? அந்த லொறியில் தமிழர்கள் அம்மணமாக இருக்கிறார்களோ? என்ற கேள்வி ஏற்பட்டது. இறுதியில் வண்டி நிறுத்தப்பட்ட போது எனக்கு மேல் பலர் விழுந்தனர். ஆனால், நான் விழவில்லை. மற்றவர்களால் மீண்டும் பழைய நிலைக்கு வந்தேன்.

லொரி முக்கால் மணிநேரம் ஓடியிருக்கலாம். திடீரென நிறுத்தப்பட்டதுடன் லொரியின் கீழ்க்கதவு திறக்கப்பட்ட சத்தம் கேட்டது.

"எல்லோரும் இறங்குங்கடா" என்ற சத்தம் கேட்டதும் விழுந்தபடியே எழும்பாமல் வழுக்கினேன். மிகவும் அருகில் நின்றதால் தரையில் விழுந்த என்னை ஒருவன் பிடித்து "இனி ஒரு பு...டை மகனுக்கும் கண் கட்டுத்தேவையில்லை" என கண்ணில் கட்டிய துணியை இழுத்தான்.

என்னை விழாமல் சமாளித்தபடி பார்த்தேன். கண் தெரிய சில நிமிடங்கள் தாமதமானது. மெதுவான பின்னிரவு நிலவொளியில் தென்னந்தோட்டமாக இருந்தது. தூரத்தில் வீடு. அதனது மேல்மாடியில் ஒரு பல்ப்பின் வெளிச்சம் மரங்களூடாகத் தெரிந்தது.

குத்து மதிப்பாக ஐம்பது ஆண்கள் லொரியில் இருந்து இறங்கினார்கள். அவர்களைச் சுற்றி யூனிஃபோர்ம் அணிந்து

துப்பாக்கி ஏந்திய பத்துப்பேர் வரையில் வளைத்து நின்றார்கள். எங்களது லொரிக்குப் பின்பாக தட்டிவானொன்று நின்றது.

என்னிடம் ஒருவன் சாரத்தை நீட்டி எனது தோளில் போட்டான். கட்டிய கைகளாகியதால் சாரம் சால்வையாக தோளில் தொங்கியது.

“எனது பை?”

“அது தேவையில்லை”

“அதற்குள் காசு?”

“அது தமிழீழ விடுதலைக்கு முன்பணமாகப் போய்விட்டது. உங்கள் பெயரில் வரவு வைத்து, நாடு விடுதலையாகும் போது வட்டியுடன் தரலாம்”

எனது காசை வரவு வைத்து பண வரவு – செலவில் முறையாகத்தான் நடக்கிறார்கள். ஆனால், கொல்லக் கொண்டு வந்திருக்கும் அவர்களின் பதிலில் நம்பிக்கை இல்லாதபோதும் விடுதலை என்ற வார்த்தை மனதிற்கு ஆறுதல் அளித்தது;.

அது எவ்வளவு மதிப்பு வாய்ந்தது.

அந்த நாலு எழுத்து எனது இதயவலிக்கு மருந்தாகியது.

எங்களுக்கு முன்பாக ஒருவன் டோர்ச் லைட்டுடன் செல்ல அருகிலும் பின்னும் இயக்கத்தவர்கள் செல்லும் அந்த ஊர்வலம் சென்றது. ஐம்பது மனிதர்கள் கொலைக்களத்திற்கு போகும் காலடி ஓசை, மணல் செறிந்த அந்தப் பிரதேசத்தில் மெதுவாக ஒலித்து அமைதியைக் குலைத்தது. எவரும் அவசரமாக நடக்கவில்லை. யாரும் வாய் திறக்கவில்லை. சிறுகுடலில் விழுந்த முடிச்சுக்களால் எனக்குக் கால்கள் பின்னியது.

ச–ர–க்–கெ–ன நீண்ட ஓசையுடன் தென்னைமரத்திலிருந்து விழுந்த காய்ந்த ஓலை நடந்தவர்களைத் தடை செய்தது. ஊர்வலத்தின் முன்னால் சென்றவன் துப்பாக்கியை முன்காட்டி, நடந்தவர்களை நிறுத்தி அந்தத் தென்னையை உச்சியிலிருந்து அடிவரை லைட்டடித்துப் பார்த்தான். அந்தக் கணம் எனக்கு சந்தோசத்தைக் கொடுத்தது. எனது உயிர் இந்தக்கணத்தால் உலகில் நீடிக்கப்படுகிறது. இவங்களும் மனப்பயத்தில் எங்களைப் போலத்தான். நாங்கள் இவங்களது துப்பாக்கிக்குப் பயப்படும்போது இவர்கள் தென்னோலைக்கே பயப்படுகிறார்கள்.

இருட்டில் தனியாக பயங்கரமாகத் தெரிந்த அந்த வீடு, பல அறைகளைக் கொண்ட மாடி வீடு.

அந்த வீடு அவர்களது முகாம்போல காட்சி தந்தது.

அங்கிருந்து ஒருவன் கண்ணைக் கசக்கியபடி வாசலுக்கு வந்தான். அவனுக்குப் பின்னால் பலர் நின்றார்கள். "இவர்களெல் லாம் உனது பொறுப்பு" என இதுவரையும் லைட்டுடன் வந்தவன் சொல்லிவிட்டு சில பைல்களைக் கையில் கொடுத்தான்.

என்னோடு வந்தவர்களில் அரைவாசிக்கு மேற்பட்டவர்கள் நாற்பது வயதானவர்கள். சாரமணிந்திந்திருந்தார்கள். மிகுதி இளைஞர்களில் சிலர் என்னைப்போல் உள்ளாடையுடன் மட்டும் இருந்தார்கள். இருவர் அறுபது வயதானவர்கள். ஒருவர் தாடியுடன் சேர்ட்டு நீளக்காற்சட்டை அணிந்திருந்தார். மற்றவர் வேட்டி சட்டையுடன் கிளீன் சவரம் செய்த முகமாக இருந்தார். அவர்களில் ஒருவரும் முஸ்லீம்களாகத் தெரியவில்லை. இவர்கள் எல்லோரும் தமிழர் போல தெரிகிறது. சோனகத்தெரு முதலாளிமாரை வேறு இடத்தில் வைத்திருக்கவேண்டும்.

எனது காசையும் எடுத்துவிட்டார்களே? என்னை மட்டும் இவர்களுடன் வைத்திருக்கக் காரணம் என்ன? நான் என்ன செய்தேன்? ஏன் ? ஏன் ? என்ற கேள்வி வெய்யில் காலத்தில் முகத்தைச் சுற்றி வரும் இலையானாகத் தொந்தரவு செய்தது.

மேல் மாடிக்கு அழைத்துச் செல்லப்பட்டு லைட்டுகள் எரியாத இரு அறைகளுக்குள் பிரித்து விடப்பட்டோம். திறந்து கிடந்த யன்னலால் வெளியே தென்னந்தோப்பு தெரிந்தது. தொலைவில் எதுவித வெளிச்சமும் இல்லை. நிலாவின் ஒளியால் சிறிது நேரத்தில் அறையின் உள்ளே கண்ணுக்கு உருவங்கள் தெரிந்தன. ஆனாலும் அடையாளங்களோ முகங்களோ தெரியவில்லை. யன்னலருகே பக்கத்தில் இருந்தவர்களின் உடலில் முட்டியபோது நெளிந்து தள்ளிப்படுத்தேன்.

அப்பொழுது "ஒருவருடன் முட்டாமல் படுப்பதற்கான தகுதியை நாம் இழந்துவிட்டோம்" எனக்குரல் வந்தது.

"நான் அந்தத் தகுதியை இழக்க என்ன செய்தேன் என எனக்குத் தெரியாது"

அடுத்த பக்கத்தில் இருந்து "உன்னைப்போலத்தான் எல்லோரும். ஆனால் பகலில் பேசலாம். இரவில் சுவருக்குகூட காது இருக்கும்" என குரல் வந்தது.

பின்புறமாகக் கட்டப்பட்ட கையுடன் நிமிர்ந்தோ, குப்புறவோ படுக்க முடியவில்லை. சரிந்து படுத்தேன். யன்னலூடகத் தெரிந்த தென்னை மரம் பார்ப்பதற்கு சாத்தானாக ஏளனம் செய்வது போல் தெரிந்தது. இவர்கள் என்னைப் பிடிப்பதற்கு என்ன

செய்தேன் என்ற கேள்வியைக் கேட்டபடியிருந்தேன். பதில் வரவில்லை. பசியாக இருந்தது. என்ன செய்வது? காலையில் பருப்புடன் தின்ற பாண் மட்டுமே. அப்படியே கண்ணயர்ந்து விட்டேன்.

அடுத்தநாள் கைக்கட்டு அவிழ்க்கப்பட்டது. கிட்டத்தட்ட 200 பேர் எனது நிலையில் இருந்தார்கள். நாங்கள் வரிசையாக மலம் கழிக்கும் இடத்திற்கு அழைத்துச் செல்லப்பட்டோம். பெரிய கிடங்குமேல் இரண்டு தென்னை மரக்குற்றிகள்போட்டு திறந்த வெளியாக விடப்பட்டிருந்தது. ஒருவருக்கு இரண்டு நிமிடம் எனச் சொல்லி ஒரு போத்தல் தண்ணீர் கொடுக்கப்பட்டது. அதன்பின் மீண்டும் அடைக்கப்பட்டோம். மற்ற இயக்கத்தினர் என சந்தேகத்தில் பெரும்பாலானவர்கள் பிடிக்கப்பட்டிருந்தனர். அதைவிட சில வைத்தியசாலை ஊழியர்கள் மற்றும் அரசாங்க உத்தியோகத்தினரும் இருந்தார்கள். பெரும்பாலானவர்கள் மீது இந்திய அமைதிப்படையின் காலத்தில் புலிகளுக்கு எதிராக இயங்கியவர்கள் என்ற குற்றச்சாட்டு இருந்தது. அதில் ஒருவர் இந்திய இராணுவத்திற்கு சப்பாத்தி போட்டு சமையல் வேலைக்கு உதவி செய்தவர். அவரது முதுகில் தோலே இல்லை. காயம் காய்ந்து நோன்புக்குத் தின்னும் பேரீச்சம் பழத்தின் தோலாக இருந்தது. கண்ணால் பார்க்க முடியவில்லை. பின்னிய வயரால் அடித்தார்கள் என்றார். எனது உடல் சிலிர்த்தது. பயம் பாம்பாக உடலில் நெளிந்தோடியது.

பத்துமணிக்கு வெறும் பாணும் கறுப்புத் தேனீரும் வந்தது. கிட்டத்தட்ட இருபத்தினாலு மணிநேரத்தின் பின்பாக நான் சாப்பிடும் உணவு. அந்தத் துண்டுப்பாணில் நியாஸ் எனப் பெயர் எழுதி வைத்த அல்லாவுக்கு நன்றி சொன்னபோது கண்ணீர் வந்தது. சில நிமிடங்கள் அழுதேன். அழுதபடியே உண்டபோது "தம்பி அழு. துன்பங்கள் வந்தால் அதன்பின்பு இன்பம் வரப்போகிறது என்றே நினைக்கவேண்டும்" என்றார் அந்த தாடிக்காரர்.

அந்த நேரத்தில் அவரின் தத்துவம் எரிச்சலைத்தந்தது. வயதானவர் என்பதால் அடக்கிக்கொண்டிருந்தேன்.

"ஐயா இங்கு தொழ முடியுமா?"

"தாரளமாக செய். நீ இஸ்லாமியனா?"

தலையாட்டினேன்.

"எல்லாரையும் விட்டு விட்டு ஏன் உன்னைப் பிடித்தார்கள்?"

"அதுதான் எனக்குத் தெரியவில்லை"

ஒரு கிழமை கழிந்தது. மாலையில் முகாம் பொறுப்பாளர் பசீர் வரச் சொல்லியதாக என்னைக் கொண்டு சென்றார்கள். ஒரு இஸ்லாமியன் பெயராக இருந்ததால் எனக்கு ஏற்பட்ட மகிழ்ச்சிக்கு அளவேயில்லை. துள்ளவேண்டும் போல் இருந்தது. அல்லாவுக்கு நன்றி என வாய்விட்டுச் சொன்னபோது அவர்கள் முறைத்தார்கள். எப்படி இவர்கள் முஸ்லீமை வைத்திருப்பார்கள்? இது இவர்களின் புனை பெயர் என பொறிதட்டியதும் சந்தோசம் நீரில் கரைந்த வெல்லமாகியது. ஆனாலும், அந்தக் கணநேர மகிழ்வே கடந்த ஒரு கிழமையில் நான் சுகமாக அனுபவித்தது. அதற்காக பசீர் எனப் பெயர் வைத்த அவர்களுக்கு நன்றி சொன்னேன்.

நான் அழைத்துச் செல்லப்பட்ட தென்னந்தோட்டவளவில், வீட்டுக்கு எதிரில் அமைந்திருந்த நாலுபக்கமும் திறந்த சிறிய கொட்டில் தென்னோலையால் வேயப்பட்டிருந்தது. பள்ளம் திட்டியான தரை மண்ணால் மெழுகப்பட்டிருந்தது. அந்த மண் தரையில் சில கறுப்பான உலக வரைபடம் போன்ற பகுதிகள் மனித இரத்தமோ எனச் சந்தேகமாகவிருந்தது. முன்னொருகாலத்தில் பார்த்த மாடறுக்கும் கொட்டில் என்னையறியாது மனதில் வந்து போனது. தோல் உரிக்கப்பட்டு கணுக்கால்களில் கொக்கிபோட்டு தொங்கும் தலையறுந்த மாடுகள் என்னையறியாது கண்ணுக்குள் வந்துபோனது.

கொட்டிலின் கிழக்குப் பக்கத்தில் பனை வரிச்சுக்கட்டி விறகுகளை இடுப்புயரத்திற்கு அடுக்கி வைத்திருந்தார்கள். அவை சமையலுக்கான விறகுக்கட்டைகள். கொட்டிலின் மேற்குப் பகுதி வெறுமையாக இருந்தது. அங்கு ஒரு சிறிய மேசையின் முன்புள்ள கதிரையில் பசீர் எனப்படுபவர் அமர்ந்திருந்தார். முகத்தில் எந்தச் சலனமும் இல்லை. இராணுவ கால்சட்டையும் வெள்ளை கைவைத்த பனியனும் அணிந்து மிகவும் குட்டையாக வெட்டிய தலைமயிருடன் இருந்தார். மெல்லிய உதடுகளுடன் சின்ன வாய். முகம் மொத்தமாக சவரம் செய்யப்பட்டதால் கடுமையாக இருந்தது. கழுத்தில் கறுத்த நூல் தெரிந்தது. கண்கள் என்னை கத்தியாக ஊடுருவின. இவ்வளவிற்கும் இருபத்தைந்து வயதுதான் இருக்கும். மெலிந்த உடல். ஆனால், கருங்காலியில் செதுக்கியது போல் நிறமும் உறுதியும் தெரிந்தது.

எப்படித்தான் இவர்களுக்கு இப்படி நடக்க முடிகிறது? மிருகங்கள் உள்ளே குடிவந்துவிடுகிறதா?

இருபுறமும் சீருடையணிந்த இருபது வயதான மீசைகூட முளைக்காத பால்வடியும் முகத்துடன் இருவர் துப்பாக்கிகளுடன்

நின்றனர். பஷீர் முன்னிலையில் எனது கைவிலங்கு அகற்றப் பட்டது. கையைப் பார்த்தபோது கண்டியிருந்தது.

மேசையில் நீலம் பச்சையாக இரண்டு வயர்கள் ஒன்றாக பின்னப்பட்டு இருந்தன. இங்கு இதுவே பிடித்தமானதும் அதிகம் பாவிக்கப்படுவதுமான ஆயுதம் என அறிந்திருந்தேன். அதைவிட கொட்டான் தடி, ஒரு சுத்தியல், மின்சார ஊழியர்கள் பாவிக்கும் குறடு என்பனவும் இருந்தன. அவற்றைப் பார்த்ததும் எனது இதயம் மேளமடித்தபடி வாய்வழியாக வருவதற்குத் துடித்தது. பற்கள் ஒன்றுடன் ஒன்று மோதுவதாக உணர்ந்தேன். வயிற்றில் மிருகம் புகுந்து வெளிவந்ததுபோல் வலித்தது. கால்கள் நடுங்கியபடியே தந்தியடித்தன.

"உனது பெயர் என்ன?" எனக் கேட்டுவிட்டு, தனது கோப்பைப் பார்த்தார்.

"நியாஸ்"

"சோனியா?"

பதில் சொல்லவில்லை.

"என்னடா பு...டை மகனே வாய்க்குள் என்ன இருக்கு? சாரத்தைக் கழட்டுங்கடா."

இப்பொழுது பிறந்த மேனியுடன் நின்றேன்.

"உனது குற்றம் தெரியுமா?" பசீர் கண்களை அகல விழித்தபடி

"இல்லை"எனது நடுக்கமோ இதயத்துடிப்போ குறையவில்லை

மேசையில் இருந்த பொருட்களைக் காட்டி "உனக்கு எது பிடிக்கும்?" உணவில் எது பிடிக்கும் என பட்சணக் கடையில் வேலை செய்பவன் கேட்பதுபோல் அவனது கேள்வியிருந்தது.

மௌனமாக இருந்தேன். ஓடும் இரயில் முன்பு தண்டவாளத்தில் தலைவைத்துப் படுத்திருந்து காத்திருப்பது போல் இருந்தது.

பஷீர் கதிரையைத் தள்ளிவிட்டு எழுந்து பின்பக்கமாக வந்தான். அவன் கையில் பின்னிய வயர் தொங்கியது .

எந்த எச்சரிக்கையுமற்று பின்னிய வயரால் எனது முதுகில் பட பட என இரண்டு அடி குருசு வடிவத்தில் விழுந்தது. உயிர் போய் உயிர் வந்தது.

"உண்மையிலே தெரியாது. தயவு செய்து சொல்லிவிட்டு அடியுங்கள்" என வலியில் ஆகாயத்திற்கும் நிலத்திற்கும் குதித்தேன்.

சிறிய இடைவெளியால் எனது குதிப்பை நிறுத்தி மேசையில் கையை வைத்தபோது மீண்டும் பசீரின் கை ஓங்கி காலுக்கு கீழ் அடிக்க முனைந்தபோது “அல்லாவின்மேல் ஆணையாகத் தெரியாது.” என நிலத்தில் தொழுவதுபோல் தலையையும் கையையும் வைத்தபடி அழுதேன்.

மீண்டும் பசீர் கதிரையில் சென்று அமர்ந்தபடி “நான் சொல்லுகிறேன். நீ ரெலோக்காரர்களுக்கு மன்னாரில் போட் எஞ்ஜின் வித்தாயல்லவா?”

அப்போதுதான் எனக்கு நினைவு வந்தது: 84–85ஆம் ஆண்டுகளில் கொழும்பில் இருந்து எஞ்ஜின்களை மன்னாரில் உள்ள மீனவர்களுக்கு விற்பேன். தமிழர்கள் கொழும்பில் நேரடியாக எஞ்ஜின்களை வாங்க முடியாத காலத்தில் அந்த வியாபாரத்தைச் செய்தேன். அதுவும் நான் வங்காலைச் சம்மாட்டிமாருக்குத்தான் விற்றேன். அவர்கள் இயக்கத்திற்கு மீண்டும், விற்றோ அல்லது கொடுத்தோ இருந்தால் அதற்கு நான் என்ன செய்யமுடியும்? நான் நிரபராதி. இப்பொழுது ஓரளவு துணிவு வந்தது. நான் செய்தது குற்றமல்ல; வியாபாரமே. அதைச்சொல்லி புரியவைத்தால் என்னை இவர்கள் விடுவார்களென நினைத்து எவ்வளவு எஞ்ஜின் வாங்கினேன், யாரிடம் விற்றேன் என்று விபரங்களைச் சொன்னபோது அந்த பொறுப்பாளர் எல்லாவற்றையும் எழுதினார்.

அரைமணி நேரத்தின் பின்பு எனக்கு தேநீர் தரப்பட்டது.

“நீ உண்மையை சொல்லியதாக எமது அம்மான் கருதினால் உனக்கு விடுதலை. இனிமேல் உனக்கு கைக்கட்டு கிடையாது. புதிதாக சாரம் சேர்ட்டு தரச்சொல்கிறேன். நாளை விசாரணையில் ஏதாவது விட்டுப் போனால் நீயாக வந்து சொல். இதைவிட நீ ஏதாவது பொய் சொல்லியிருந்தால் உன்பாடு அதோகதிதான்... “பசீரின் குரல் எனக்கு விடுதலை அளிக்கும் நீதிபதியின் குரலைப்போல் நெஞ்சில் குளிர்ந்தது.

நான் அறைக்குப் போனேன். மேற்கே சூரியன் மறைந்து கொண்டிருந்தது. அந்தத் திசையைப் பார்த்து தொழுதேன். அதன்பின் பர்வீன், உம்மா, வாப்பா எங்கிருக்கிறார்கள்? அவர்களுக்கு சாப்பாடு தண்ணீர் கிடைக்குமா எனக் கவலைப்பட்டேன். வயரால் அடித்த இடம் கொதித்தது. அதைத் தடவியபடி இருந்தேன்.

அந்தத்தாடிக்காரர் “தம்பி இரண்டு அடி மட்டுமே வாங்கியிருக்கிறாய். நீ அதிர்ஸ்டசாலி. கால் உடைபட்டவன், கையுடைபட்டவன், பல்லுடைந்தவன், விதை வீங்கியவன்,

மூத்திரம் பெய்யமுடியாதவன் எனப் பலரை நான் பார்த்திருக்கிறேன்" எனச் சிரிப்புடன் வார்த்தைகளை எறிந்தார் அந்த வயதானவர்.

"அப்படியா? நீங்கள் ஏனையா இங்கு வந்தீர்கள்? உங்கள் வயதில் இவர்களுக்கு விரோதமாக என்ன செய்தீர்கள்?" அவர்மீது வந்த ஆத்திரத்தை அடக்கியபடி.

"தம்பி, இவர்களுக்கு எதிராக நீ இயங்க வேண்டியதில்லை. ஏன் நினைக்கவேண்டியதில்லை. இவர்களுக்கு எதிராக மனதில் நினைக்கிறாய் என அவர்களுக்குச் சந்தேகம் வந்தாலே போதும். உன்பாடு அதோ கதிதான். நான் துரோகமென இவர்கள் நினைப்பதைச் செய்திருக்கிறேன். இவர்களில் முக்கியமான ஒருவர் எங்களது ஊரில் அரசியல் கூட்டம்போட்டு ஆட்கள் சேர்த்தார்கள். அவர்களிடம் நான் அரசியல் பேசினேன். புரட்சிக்கும் உங்களுக்கும் சம்பந்தமில்லை எனக்கூறி ஹோசிமினது வாழ்க்கை வரலாற்றுப் புத்தகத்தை உங்கள் தலைவரிடம் கொடுக்கச் சொல்லி கொடுத்தேன். ஏற்கனவே தாடியுடன் இருப்பது இவர்களுக்கு என் மேல் சந்தேகத்தை வரவழைத்தது" எனத் தனது நரைத்த தாடியை தடவி விட்டார். "நான் சொன்னதைக் கேட்டு அந்த முக்கியமானவர் 'தலைவருக்கு இதெல்லாம் தெரியும். உனக்கு புரட்சியை நாங்கள் புரியவைக்கிறோம்' எனக்கூறி இங்கு கொண்டு வந்திருக்கிறார்கள்."

"எவ்வளவு காலம்?"

"நல்லூரில் இரண்டு முகாமில் ஒரு மாதமாக இவர்களது சித்திரவதையை பார்த்துக் கொண்டிருக்கிறேன். இப்பொழுது இங்கு என்னைக் கொண்டு வந்திருக்கிறார்கள். ஆனால், பாவம் என்ன வேடிக்கை என்றால், இவர்கள் இவற்றையெல்லாம் உண்மையில் புரட்சியென நம்பி செய்கிறார்கள். ஒரு விதத்தில் இவர்கள் பரிதாபத்திற்கு உரியவர்கள் ஏனென்றால் இவர்களுக்கு மண்டையில் சரக்கில்லை. அதேவேளையில் அபாயம் என்னவெனில் அதனால் சரக்கிருப்பவனை எல்லாம் மண்டையில் போட்டு முடித்துவிட்டுத்தான் ஆறுதலடைவார்கள்"

"உங்களுக்கு எதுவும் செய்யவில்லையா?" சந்தேகத்துடன் கேட்டேன்.

"எனக்கு அடித்தால் செத்துப்போவேன் என அவர்களுக்குத் தெரியும். எனக்கு இதய வருத்தம் உள்ளது. தங்களது செயலை என்னைப் பார்க்க வைப்பதே எனக்குச் செய்யும் சித்திரவதை என நினைக்கிறார்கள். எனக்கு மருந்தெடுக்க அனுமதி

நொயல் நடேசன்

கொடுத்திருக்கிறார்கள். அத்துடன் வீட்டில் இருந்து மனைவி மாதா மாதம் மருந்து கொண்டுவருகிறார்"

"கொஞ்சம் வித்தியாசமாக இருக்கே? உங்கள் வயதை நினைத்து மரணதண்டனையைக் கொடுக்காமல் இருக்கிறார்களோ?"

"அப்படி நினைக்க வேண்டாம். இவர்கள் இலேசானவர்கள் அல்லர். மரணத்திலும் பார்க்க அவர்களது செயலைப் பார்ப்பதே எனக்கு மிகக் கொடூரமான தண்டனை என்பதை அறிந்து வைத்திருக்கிறார்கள். பயங்கரமான சாடிஸ்ருகள். அதனால்தான் என்னை உயிரோடு வைத்திருக்கிறார்கள்." எனக்கூறிய அந்தப் பெரியவர் தனது நீலதுணியாலான மருந்துப் பையில் இருந்து எண்ணையை எடுத்து எனது முதுகில் தடவினார். சிறுவயதில் இருமல் வந்தபோது வாப்பா முதுகில் விக்ஸ் தடவியதுபோல் இருந்தது. என்னையறியாமல் கண்ணீர் வந்தது.

20

துணுக்காய் வதைமுகாம்

சில வாரங்களாக அந்தத் தடுப்பு முகாமில் இருந்தேன். எனக்கு வேறு விசாரணை எதுவும் நடக்கவில்லை. மேலிடத்தில் இருந்து வரும் பதிலுக்காகக் காத்திருக்கிறோம் என்றார்கள்;. இருவருக்கு ஒன்றாகவோ காலுக்கு அல்லது கைக்குத் தனியாகவோ விலங்கிடப்பட்டோ எல்லோரும் இருந்தார்கள். அவர்கள் மத்தியில் விலங்கற்ற நிலையில் உள்ள அதிர்ஸ்டசாலிகளில் ஒருவனாக இருந்தேன். நானும் தாடி வளர்த்த பெரியவரும் எந்தநேரத்திலும் மலசலம் கழிக்கவும், விரும்பிய நேரத்தில் குளிக்கவும் ஓரளவுக்கு சுதந்திரம் இருந்தது. ஐந்துவேளை தொழுவதற்கும் மத சுதந்திரம் அங்கீகரித்திருந்தார்கள்.

இரண்டு வாரங்கள் கைவிலங்குடனும் ஒரே உடையுடனும் இருந்த எனக்கு இது மிகப்பெரிய சுதந்திரமாக இருந்தது. பலதடவை கூண்டில் இருந்து வெளியேறிய பறவை போல் சிறகடித்து குதூகலித்துக் கொண்டாட மனம் துடித்தது. அங்கு சித்திரவதைப்படுகிறவர்களுடன் எனதுணர்வைப் பகிர முடியாது. எனது வாப்பாவாக நானே தத்தெடுத்துக்கொண்ட பெரியவருடன் மட்டுமே எனது மகிழ்ச்சியைப் பகிர்ந்துகொண்டேன். துன்பமான காலத்தில் எண்ணங்களைப் பகிர்ந்து கொள்ள ஒரு துணையைத் தந்ததற்கு அல்லாவிற்கு நன்றி சொன்னேன்.

முதல் இரு வாரமும் விடுதலையாகி வெளியே வர வேண்டும் என நான் ஏங்கவில்லை. உடலில்

அரிப்பெடுத்தால் சொறிவதே முக்கியமான தேவையாக இருந்தது. அதற்காகவே நான் ஏங்கினேன். மனிதத் தேவைகள் எல்லாம் மனதில் ஒப்பீட்டு நோக்கில் பார்க்கப்படுகிறன. தாகத்தில் இருப்பவனுக்கு மற்றைய சுகங்கள் தேவைப்படாது. ஆரம்பத்தில் வாயில் வைக்க முடியாமல் இருந்த உணவுகூட பழகிவிட்டது. பாண், பருப்பு, பயறு மற்றும் கவுப்பி போன்றவை நாளாந்த உணவு. தடுப்புக்காவலில் வைக்கப்பட்டிருந்தவர்களே அவற்றை சமைத்தார்கள். என்னைப் போல் சிறையிருப்பவர்கள் என்பதால் அவர்கள் சமைத்த மரக்கறி உணவைச் சுவைக்க முடிந்தது.

சிறிய தென்னந்தோட்டத்தில் அமைந்துள்ள இந்த இடம் ஒரு ஆரம்ப விசாரணைக் கூடமாகத் தெரிந்தது. யாழ்ப்பாணத்தில் பிடித்தவர்களை இங்குகொண்டு வந்து வாக்குமூலங்களைச் சேகரித்து உளவுத்துறைக்கு அனுப்புவார்கள். பின்பு முடிவுகளுக்குக் காத்திருப்பார்கள்.

எனக்கு நடந்ததுபோல் தொடர்ச்சியாக பலருக்கு விசாரணைகள் நடந்தன.

அவை விசாரணைகள் அல்ல, சித்திரவதைகள் என்பதால் பல தடவை நெஞ்சில் தண்ணீர் அற்று உயிரை விலக்கிய சடலமாக இருந்தேன். இருபது வயதையொட்டிய பால்வடியும் இளைஞர்கள் சித்திரவதைகளைப் பல விதமாக செய்கிறார்கள். அவை எக்காலத்திலும் நான் காணாதவை; கேள்விப்படாதவை. செய்பவர்களுக்கு முகத்தில் மீசை மயிர்கூட ஒழுங்காக வளரவில்லை. விசாரணையின் போது சாத்தானாக உருமாறுகிறார்கள். மற்ற இயக்கத்தவர்களாக இருக்கும் பட்சத்தில் எந்தக் கேள்வியும் இல்லாமல் அவர்களுக்கு தென்னைமட்டையால் அடித்து அவர்கள் உடலைப் புண்படுத்துகிறார்கள். அவர்களை நிர்வாணமாக்கியே விசாரணைகள் நடக்கின்றன. அவர்கள் முதுகுகள் வடிந்த குருதியுறைந்து சிவப்பாகி பின்பு கண்டிய பகுதிகள் பழுப்பாகி இறுதியில் கறுப்பாகும். சிலரது முதுகுகளில் நீண்ட நாட்களுக்கு புண் மாறாது, ஈ மொய்த்தபடி துர்மணத்துடன் இருக்கும். அவர்களை மணமே அவர்கள் அருகில் வருவதை எமக்குத் தந்தியடிக்கும். அத்துடன் அவர்களது உயிர் உடலில் இருப்பதை உலகறியச் செய்யும் ஈனமான அவலக் குரலைக் கேட்டுத் திரும்பினால் காட்சி என் உயிரை ஊசலாட வைக்கும். கண்ணால் முதுகைப் பார்த்தால் அன்றிரவு நித்திரை வராது.. அப்படி வந்தாலும் அங்கே வரும் கெட்டகனவுகளுக்குப் பயந்து முழித்திருந்த நாட்கள் அதிகம் .

மாலை நேரத்தில் விசாரணையை ஆரம்பிக்கும். அந்த நிகழ்வு மனம் வெறுக்கும் நிகழ்வாக பயணிக்கும். முதல் ஓவரிலே

சிக்சர் அடிக்கத் தொடங்கும் ஒரு நாள் கிரிக்கட் ஆட்டம் மாதிரி ஆரம்பிக்கும். அதனைத் தொடர்ந்து பார்ப்பதற்கு மனம் வராது அறைக்குள் சென்றுவிடுவேன்;.

கிடுகிற்காக வெட்டிக் கழித்த மூன்றடி நீளமான காயாத தென்னம்மட்டையால் ஓங்கி அடி விழும்போது அடிவாங்கியவர்கள் முதுகுகள் தோல் உரிந்து இரத்தப் படலமாக மாறும். இரு கைகளால் முதுகை மறைக்க முயல்வார்கள். அடிகள் கைகளிலும் விழும்; கையை எடுத்து முகத்தை பாதுகாப்பார்கள். நிலத்தில் படுத்தவர்களை எழும்பும்படி கட்டளையிட்டால் எழும்பத் தயாராகாதவர்களுக்குக் கால்களில் அடிகள் விழும். அடிப்பதில் ஒரு ஒழுங்கு முறையைக் கடைப்பிடிக்கிறார்கள். அது மேலிடம் சொல்லியதாக இருக்கலாம்!

மேசையில் கையை வைத்து குனிந்தபடி நிற்க விட்டு வயரால் இடுப்புக்கு கீழ் குண்டியிலும் துடையிலும் அடி விழும். இப்படி அடி வாங்கியவர்கள் நிலத்தில் விழுந்து புழுவாக மாறுவார்கள். விழுந்து நிலத்தில் உருளுபவர்களை மீண்டும் எழும்பச் சொல்லி அடிப்பார்கள். அவர்கள் விரும்பியபடி செய்யாதபோது பக்கத்தில் இருந்த விறகுத்தடியால் அடிப்பார்கள். அப்படியான அடிகள் நிரந்தர காயங்களை உருவாக்கும். இந்திய அமைதிப்படைகாலத்தில் உதவியவர்கள் என பல நடுத்தர வயதானவர்களும் விசாரணைக்கு உட்படுவார்கள். அவர்களில் பலரது கால்கள் உடைக்கப்பட்டன. சிலருக்கு தவணைமுறையில் விசாரணை நடந்தது. மயங்கி விழுந்தால் அடுத்த நாளும் விசாரணை செய்வார்கள்;.

ஒரு சம்பவம் இன்னமும் கருங்கல்லில் செதுக்கி எனது நெஞ்சாங்கூட்டில் உள்ளது.

மதிய உணவின் பின் நானும் பெரியவரும் மேல்மாடியில் நின்றபோது அவர்களது விசாரணை தொடங்கியது. பிரகாசமான மாலை நேரம். சூரியக்கதிர்கள், தென்னோலையால் வேய்ந்த விசாரணைக் கொட்டிலின் திறந்த மேற்கு பக்கத்தால் ஒளி பாய்ச்சியதால் அந்த இடம் மேலும் பிரகாசமாகத் தெரிந்தது. மேசையின் முன் கரிய உடலில் வெள்ளை பெனியன் அணிந்து கதிரையில் பசீர் அமர்ந்திருந்தான். மேசையின் முன்பு மாற்று இயக்கத்தவன் ஆறடி உயரமாக விரிந்ததோள்களுடன் மீசையற்று கண்ணாடி அணிந்து நெஞ்சை நிமிர்த்தியபடி வடநாட்டு சினிமா நடிகர்களைப்போல் இருந்தான். அவனது காக்கி அரைக்காற்சட்டையும் நீலச் சேர்ட்டும் பலாத்காரமாக கழற்றப் பட்டு நிர்வாணமாக்கப்பட்டான்.

அவனது முதுகில் பல தென்னைமட்டையடிகள் விழுந்தன. பசீரின் காவலாளியிடம் ஐந்து நிமிடமாக வாங்கிய அடிகளுக்கு அவன் எதுவும் பேசவில்லை. நின்ற இடத்தைவிட்டு அசையவுமில்லை.; வெள்ளை முதுகு சிவந்த கோளமாகியது. அவனது உறுதியான உடலில் பட்டு இறுதியில் தென்னைமட்டை சிதைந்து தும்பாகத்தொங்கியது. அவன் நிமிர்ந்து தோளை முன்தள்ளியபடி அம்மணத்தை உதாசீனம் செய்தபடி இரண்டு கால்களையும் அகட்டி வைத்து வலது கையை பசீரை நோக்கி நீட்டினான்.

"ஒரே அப்பனுக்குப் பிறந்தவன் நான். அம்மாவின் பால் குடித்தவன். தமிழிலும் இந்த மண்ணில் மேலும் உள்ள பாசத்தால் கிடைத்த பல்கலைக்கழகத்தையும் ஒரு வருடத்தில் விட்டுவிட்டு நானும் உங்களைப்போல் போராடத்தானே வந்தனான். ஈழ விடுதலை என்ன உங்களுக்கு மட்டும் தரப்பட்ட கொந்தராத்தா? நாங்கள் குறைந்தவர்கள், நீங்கள் உசத்தியா? அல்லது நீங்கள் மட்டும்தான் போராட வேண்டும் என ஏதாவது சட்டமுள்ளதா? நீ எல்லாம் என்னைப் போலிருந்தால் இந்தப்பக்கம் வந்திருக்கமாட்டாய். ஏன்டா எங்களை சித்திரவதை செய்து கொலை செய்கிறியள்? அப்படியானால் உடனே கொன்று விடுங்கள். மரணதேவதைகளே" எனச்சொல்லியவாறு அடித்தொண்டையில் காறியபோது வந்த இரத்தத்தையும் கோழையையும் கலந்து மேசையில் உமிழ்ந்தான்;.

அதைக் கேட்டு சீறும் பாம்பாக மேசையில் கையைக் குத்திவிட்டு பசீர் எழுந்தான்.

"நீ கடைசியாகக் கேட்டதை மட்டும் நான் செய்ய முடியும். அம்மாவை வடக்கத்தையான்களுக்கு கூட்டிக்கொடுத்த நீங்களா போராட வந்தீர்கள்? உனது சாதித்திமிரையா காட்டுகிறாய்? "என மேசையில் வலது பக்கத்தில் இருந்த இரண்டு அடி நீளமான கொட்டானை வலது கையால் எடுத்து இரண்டு அடி முன்னோக்கி வந்து அவனது நெத்தியை கிரிக்கட்டில் பவுன்சர் போட்ட பந்தை அடிப்பதுபோல் மேல் நோக்கியடித்தான். அவன் திருப்பியதால் அந்த அடி பிடரியில் விழுந்தது. தென்னையில் இருந்து தேங்காய் நிலத்தில் விழுந்தது மாதியான ஓசை கேட்டது. கொட்டான் பசீரது கையை விட்டு விலகி நிலத்தில் சிறிது தூரத்தில் விழுந்தது. அதிர்வில் அடிவாங்கியவனது மூக்குக் கண்ணாடி நிலத்தில் விழுந்தது. சில விநாடிகள் அசையாது நின்றவன் பாரிய கிளைகள் கொண்ட மரத்தைத் தறித்தால் கடைசிக் கொத்தில் காட்டில் விழும்போது எழுப்பும் ஒலியுடன் விழுந்தான். கீழே கிடந்த அவனது கண்ணாடி அவனது கைபட்டு

மீண்டும் தெறித்து விறகுக் கும்பலருகே பறந்தது. மாடியின் மீதிருந்து பார்த்துக்கொண்டிருந்த என்னை அந்தக்காட்சி தலை சுற்றி விழவைத்தது. மாடியில் அமைந்த கைபிடிச் சுவரைப் பிடித்தபடி நான் பெரியவரைப் பார்க்க, பெரியவரும் என்னைப் பார்த்தார்.

பசீர் குனிந்து கொட்டானைக் கையில் எடுத்து இரத்தம் படிந்திருக்கிறதா என தடவிப்பார்த்தான். இரண்டு நிமிடம் தனது இருக்கையில் அமர்ந்தவன் எழுந்து கொட்டானைத் தூர எறிந்தான்.

"என்னவும் சொல்லுங்கடா ஆனால், நீங்கள் போராட வந்தீர்கள் எனச் சொன்னால் எனக்குக் கட்டுப்படுத்த முடியாத கோபம் வந்துவிடுகிறது. அடிவாங்கி சாகிறதுக்கோ இப்படி சொல்கிறீர்கள் பு . . .டை மக்களே?" என உரத்துச் சொல்லி அவனை நோக்கி காறித் துப்பிவிட்டு சமைக்கும் கொட்டில் இருந்த இடத்தை நோக்கி ஆண் சிங்க நடை நடந்தான். சில அடிகள் சென்றதும் திரும்பி மீண்டும் எச்சிலைத் துப்பிவிட்டு "நாயை எழுப்பி மண்டைக்கு பண்டேஜ் கட்டுங்கள்" என ஆயுதத்துடன் அதுவரையும் அசையாது அருகே நின்றவர்களிடம் சொன்னான்.

துப்பாக்கியை வைத்திருந்த ஒருவன் அதை மேசையில் வைத்துவிட்டு தண்ணீரைக் கொண்டுவரச் சென்றான். மற்றவன் அவனை எழுப்பினான். அவன் எழவில்லை. தோளில் கை வைத்து தூக்கி நிமிர்த்தியபோது வெட்டிய வாழைபோல் மீண்டும் நிலத்தில் விழுந்தான். அவனது தலையில் இருந்து வழிந்த இரத்தம் முதுகெல்லாம் பரவி அந்த கொட்டிலின் தரையில் சிறிய ஓடையாக மாலை வெயிலில் பளபளத்தது, கிழக்கே அடுக்கி வைத்திருந்த விறகு அடுக்குக்குள் சென்றது.

இதுவரையும் மேல் மாடியில் இருந்து என்னுடன் விசாரணையை பார்த்துக்கொண்டிருந்த வயதானவர் "தம்பிமாரே, அவனது மூக்கில் சுவாசம் வருகிறதா எனப்பாருங்கள்" என்றதும் அவன் பார்த்தான்.

"இல்லைப் போல இருக்கு"

"அப்ப அவன் செத்திற்றான் போல" என்றார்.

மற்றவன் சிறிய பாத்திரத்தில் தண்ணீரைக் கொண்டுவந்து தலையில் ஊற்றினான். அது தலையில் இருந்த இரத்தக்கறையைக் கழுவி இரத்தம் ஓடிய பகுதியில் ஓடியது.

சில நிமிடங்களில் பசீர் வந்தபோது "செத்திட்டான்" என ஒருவன் கூறினான். அதிக பரபரப்பில்லாமல் "உண்மையா?" என்றபடி அவனது மூக்கருகே கையை வைத்துப் பார்த்துவிட்டு தனது வோக்கி டோக்கியை எடுத்துப் பேசினான். "நாங்கள் அடித்தபோது அவனது தலையில் பட்டுவிட்டது" என்று சொன்னான். அதன் பின்னர் அவன் பேசிய பேச்சுக்கள் புரியவில்லை.

இரண்டு மணிநேரத்தில் ஒரு வெள்ளைவான் வந்தது. அதன் பின்கதவைத் திறந்தவர்கள் ஒரு தார்ப்பாயில் நிர்வாண உடலைத் வைத்து நாலுபேர் தூக்கி ஏற்றினார்கள். இருவர் உள்ளே ஏறி இருக்கையில் வளத்தினார்கள். கால்களின் பெரும்பகுதி வெளியே நீண்டு கொண்டிருந்தது. முயற்சி செய்தும்உள்ளே வைக்க முடியவில்லை. கீழே நின்ற இருவரும் நீளமான அவனது காலை வேலிக்கு அளவாக தென்ஓலைக்கிடுகை மடிப்பது போல் மடக்கி உள்ளே வைத்தனர். இருவரும் பின்பகுதியில் ஏறவும், சாரதியுடன் பசீர் முன்புறம் ஏறினான். வேலை செய்த நான்கு பேரதும் நடவடிக்கைகள் அரிசிக்கடையில் மூடையொன்றை ஏற்றுவது போலிருந்தது. ஆனால் என்ன... வார்த்தைகள் எதுவும் அங்கு பேசப்படவில்லை. மவுனமான நாடகமாக அரங்கேறியது.

அதன்பின் இரண்டு நாட்கள் விசாரணைகள் நடக்கவில்லை. விசாரணைக் கொட்டகை பகலில் காலியாக இருந்தது. இரவில் அங்கு ஒருவன் காவலுக்கு நிற்பான்.

எனது கனவுகளில் தினமும் அடிபட்டு இறந்தவன் நிர்வாணமாக வருவான். சிங்களவன் போராடத் தந்த சுதந்திரத்தைப் பறித்த மரண தேவதைகளே எனக் கூக்குரலெழுப்புவான். உங்களுக்கும் இதுதான் நாளை நடக்குமெனக் கைகொட்டிச் சிரிப்பான். நடனமாடுவான். அவனில் ஏதோ சாத்தான் ஏறியதுபோல் அந்த நடனம் பயங்கரமாக இருக்கும். இறுதியில் கண்ணீர்விட்டு அழுவான். அவன் அழும்போது நான் விழித்து எழுந்துவிடுவேன். ஒருவாரமாக அவன் கனவில் வருவதும் இறுதியில கனவு முறிந்த நான் எழுந்து முழித்தபடி யன்னல் வழியே இரவை வெறித்துப் பார்ப்பதுமாக இருந்தது.

ஒரு நாள் நள்ளிரவில் நிர்வாணமாக அவனைக்கண்டு விழித்தபோது தொட்டால் ஒட்டும் கையில் கரியாக இரவு இருந்தது. யன்னலால் வெளியே நோக்கினேன். வழக்கமாகத் தெரியும் தென்னைமரங்கள் கூடத் தென்படவில்லை. எந்த வெளிச்சமும் இல்லாமல் வானமிருந்தது. வெளியே மழை பெய்வது போன்று தோன்றியது.

திடுதிப்பென மாடிப்படியில் பலர் வருவது கேட்டது. வந்தவர்கள் லைட்டுகளைப் போட்டு என்னுடன் அங்கிருந்த பலரின் கண்களைக்கட்டி, கைவிலங்குகள் மாட்டினார்கள். பெய்யும் மழையில் நனைந்தபடி இழுத்து லொறியில் ஏற்றிக் கொண்டு சென்றனர். இருபது பேருக்கும் குறைவானதால் லொறியில் குந்தியிருந்து போக முடிந்தது.

லொறி அரைமணியோட்டத்தின் பின்பாக ஓரிடத்தில் நின்றது. மழையுடன் காற்று பலமான சத்தத்துடன் வீசியது. பெய்த மழையை மீறி வாயில் உப்புக் கசந்தது.

கடற்கரைக்குக் கொண்டு வந்து விட்டார்களா? சுட்டுக் கொன்று கல்லைக்கட்டி கடலில் மற்றைய இயக்கத்தினரைப் போடுவதாக கேள்விப்பட்டிருக்கிறேன். உடல் மிதக்காது .காணாமல்போனவர் பட்டியல்தான் நீளும். அதுதான் இறுதியில் எங்களுக்குக் காத்திருக்கிறதா?

ஒருவன் எங்களை வரிசையில் நிற்குமாறு கட்டளை இட்டான். கண் கட்டப்பட்ட நாங்கள் எப்படி கட்டளையை நிறைவேற்ற முடியும்? என்ற சிந்தனையில் ஒதுங்கியபோது கையில் பிடித்து சிறிது நேரத்தில் அவர்களே வரிசைப்படுத்தினார்கள்.எம்மைத் தண்ணீரில் நடத்திச் சென்று வள்ளத்தில் ஏற்றினார்கள்.

“டேய் எல்லாரையும் ஏற்றமுடியாது போல் இருக்கு. சோனகத்தெருவில் எடுத்த நகைகளை ஏற்றி விட்டுத்தான் ஆட்கள். மிகுதியானவர்களுக்கு இன்னுமொரு முறை வருகிறோம்” என ஒரு குரல் கேட்டது.

என்னைப் பிடித்து படகில் ஏற்றியபோது தடுமாறினேன்.

“கீழே நகை மூட்டைதான் அதன்மேல் இருங்கள்” என்றான் ஒருவன். மெதுவாக இருந்தபோது மூட்டை பின்பக்கத்தில் அண்டியது. பர்வீன் கல்யாண நகையும் இந்த மூடையில் இருக்குமா? உண்மையில் எங்களைத் துரோகிகளாகத் துரத்துகிறார்களா? அல்லது பணத்தையும் நகைகளையும் கைப்பற்றி, கொள்ளையடிப்பதுதானா இவர்களது நோக்கம்? நோக்கம் என்னவாக இருந்தாலும் விளைவு ஒன்றுதானே?

என்னை எதற்காகப் பிடித்தார்கள்?

எனது பக்கத்தில் இருந்த ஒருவர் “கிளாலிப் பக்கம் போலிருக்கு. எங்களை வன்னிப்பக்கம் கொண்டு செல்கிறார்கள். புதைப்பதற்கோ எரிப்பதற்கோ வசதியான இடம்.” என்றார். அவரது வார்த்தைகள் வயிற்றை மத்தாகக் கடைந்தது.

ஒரு மணி நேரமாக அந்த மோட்டார் படகு பயணம் செய்தது. சிலநேரத்தில் மோட்டார்யந்திரத்தை நிறுத்திவிடுவார்கள் சில நிமிடத்தில் மீண்டும் மோட்டாரை ஸ்ராட் பண்ணினார்கள். மழை விட்டுவிட்டது. நனைந்த உடைகள் உடலின் சூட்டில் காய்ந்தது.

மீண்டும் கரையில் இறக்கி லொறியில் ஏற்றி புதிய இடத்திற்குக் கொண்டு வந்தனர்.

குளிர்காற்று வீசியது. அதில் உப்பில்லை. அதிகாலைப் பொழுது என்பதற்கு அடையாளமாக பறவைகளின் ஒலிகள் கேட்டன. குருவிகள், கிளிகளின் சத்தத்துடன் அருகில் மயில் அகவியது. தூரத்தே சேவல் கூவியது மரங்களிடையே வீசும் காற்றால் இலைகள் அசையும் ஒலி கேட்டது.

கண்களை அவிழ்த்த போது காட்டுப்பகுதியில் அமைந்த முகாமாக அது இருந்தது. பலநூறு பேர் இருக்கும் உயர்ந்த சேமிப்புக் கிடங்கு போன்ற இரண்டு கட்டிடங்கள் தெரிந்தன. அதைச்சுற்றி உள்ள நிலம் விளையாட்டு மைதானம் போல் சுத்தமாக இருந்தது. முள்ளுக்கம்பி வேலிகள் சுற்றி அடைக்கப் பட்டிருந்தன. உயர்ந்த காவற்கோபுரங்கள் சில தெரிந்தன. ஒவ்வொரு திசையிலும் மணல் மூடைகள், மரம் என்பவற்றால் உருவாக்கிய பங்கர்களை இலைகள், குழைகளை வைத்து மூடியிருந்தார்கள். ஒவ்வொரு பங்கர்களிலும் இருவர் இராணுவ உடையுடன் காவல் இருந்தார்கள். அது ஒரு இராணுவ முகாமாகத் தெரிந்தது. சென்றியில் உள்ளவர்களது துப்பாக்கிகளின் முனைகள் வித்தியாசமாக உள்நோக்கியிருந்தன. மிகவும் பாதுகாப்பான சிறை என்பதை உணர்த்தியது. அந்த கட்டிடங்களில் பலரை பலகாலமாக அடைத்து வைத்திருந்தனர் என்பதான தோற்றத்தை அளித்தது.

காலையில் வரிசையாக மலம் கழிக்க அனுமதிக்கப்பட்டோம். பத்துமணிக்கு அரை இறாத்தல் பாண் தேநீருடன் கிடைத்தது. எனக்குப் புரியவில்லை. என்னை விடுதலை செய்வதாகச் சொல்லிவிட்டு ஏன் மீண்டும் இந்தப் பெரிய முகாமிற்கு அனுப்பினார்கள்? யாரிடம் கேட்பது? ஏற்கனவே இருந்தவர்கள் சிலர் மனோவியாதியுற்றவர்களாக – நோக்கமற்று திரிவதும், தமக்குள் பேசுவதுமாக இருந்தார்கள். பெரும்பாலானவர்கள் பேசுவதைத் தவிர்த்தார்கள். அதிக பட்சமாக சிரிப்புடன் விலகினார்கள். உடல் நலமற்றவர்கள், தோல் வியாதிக்காரர்கள் ஒரு மூலையில் முடங்கிக் கிடந்தார்கள். அந்தப்பக்கத்தில் இருந்து முடை வாசனை வந்தது. சாக்குகள், பிளாஸ்டிக் விரிப்புகள் மற்றும் சீமெந்து பைகள் அங்கு விரிக்கப்பட்டுக் கிடந்தன.

அவர்களிடம் கேட்டு என்ன அறிய முடியும்? அவர்களுக்கு அனுதாபப்பட வேண்டிய நிலையில் நான் இருந்தேன். நரகம் என்பது இப்படி இருக்குமா?

பழைய முகாமில் பெரியவரது நட்பு வாப்பாவின் அணைப்பாக என்னை சமநிலையில் வைத்திருந்தது. இங்கு அநாதையாக உணர்ந்தேன். மதிய உணவு மாலையில் வந்தது. அதன் பின்பு வரிசையில் நிற்கப் பண்ணினார்கள். புதிதாக வந்தவர்களுடன் சேர்த்து எனது தலைமயிர் முற்றாக வழிக்கப் பட்டது. தாடியை விட்டுவிட்டார்கள். அரைக்காற் சட்டை வழங்கப்பட்டது.

அதிக நேரம் அந்தக்கட்டிடத்துள் இருக்கவில்லை. அன்று இரவுக்கு முன்பாக என்னைக் கிணறு போன்ற ஒரு குழியில் இறக்கினார்கள். அந்த இடத்தில் சிறிதும் பெரிதுமாக ஆழமான குழிகள் இருந்தன. அதன் மேல் இரும்புக் கதவு போடப்பட்டிருந்து. மூடிய கிணறுபோல் இருந்தவைகளில் நாலு அல்லது ஐந்து மனிதர்கள் பெரிய குழிகளுக்குள் இருந்தார்கள். ஆழமான அந்தக் குழிகளுள் கயிற்று ஏணியால் ஏறி இறங்கவேண்டும். ஒரு நாளைக்கு மதியத்தில் மலம் கழிக்க ஏற விடுவார்கள். சலம் கழிக்க பழைய சாராயப்போத்தல் தந்திருந்தார்கள். உணவு கிணற்றுள் வாளி வருவதுபோல் வரும். என்னோடு அங்கு ஐந்துபேர்; அதில் பெரும்பாலானவர்கள் அதிக காலமாக இருக்கிறார்கள். உடை, உருவ அமைப்பில் ஆதிகால மனிதர்களைப் பார்ப்பதுபோல் இருந்தது.

இந்தக் குழிகளில் சுதந்திரவாடையை உணர்ந்தேன். விடுதலைப்புலிகளின் உளவாளிகள் இருக்கமாட்டார்கள் என்ற காரணத்தால் பேசுவதற்கு அதிக சுதந்திரம் இருந்தது. என்னுடன் குழிக்குள் இருந்தவர்கள்; வித்தியாசமான வயது, தோற்றம் உள்ளவர்கள் அவர்களோடு பேசியபோது அவர்களில் ஒருவர் வேறு இயக்கத்தில் முக்கிய பொறுப்பில் இருந்தவர். அவரிடம் மற்றையவர்கள் எங்கே? இயக்க ஆயுதங்கள் எங்கு புதைத்து வைக்கப்பட்டுள்ளன எனக்கேட்டுத் தலையில் அடித்ததால் சித்தசுவாதீனமடைந்து இருந்தார். அவரது பெயர் அவருக்கு தெரியாதிருந்தது. சிவபெருமான் எனப்பெயரிட்டு சிவாவென உள்ளே இருந்தவர்கள் அழைத்தார்கள். பெரும்பலான நேரம் அவர் உடையணிந்திருக்கவில்லை. ஆரம்பத்தில் மற்றவர்கள் அரைகாற்சட்டையை போட்டுவிட்டார்கள். அவருக்கு சிரங்கு வந்தது. அவரது உடையே அவருக்கு சுமையாக இருந்ததால் வெளியே மலம் கழிக்க செல்லும்போது மட்டும் உடை அணிவார். மற்றபடி பிறந்தமேனியோடு இருப்பார் என்றார்கள். ஒரு

நொயல் நடேசன்

நாள் உடையற்று மலம் கழிப்பதற்காக மேலே ஏறிவிட்டார். அங்கிருந்த காவலாளி கன்னத்தில் அறைந்து மீண்டும் உள்ளே தள்ளிவிட்டார். குழிக்குள் விழுந்தவர் சுவரில் ஒட்டிய பல்லியாக கால், கைகளை விரித்தபடி முகத்தை நிலத்தில் புதைத்திருந்தார். நீண்ட நேரமாக அவர் எழவில்லை.

இது நான் பார்க்கும் இரண்டாவது சாவு என நினைத்தேன்.

இன்னும் எத்தனை மரணங்களைப் பார்க்கப்போகிறேன்?

எனது மரணமும் இங்கே நடந்து விடுமா? எரிப்பார்களா? புதைப்பார்களா? இஸ்லாமியனாக இருந்து எரித்தால் எப்படி ஏற்றுக்கொள்ள முடியும்? கடைசி ஆசையெது எனக்கேட்பார்களா? அப்படிக் கேட்டால் புதைக்கும்படி சொல்லமுடியும். இவர்கள் தமிழ் மக்களையே இப்படித் துன்புறுத்தும்போது எனது விருப்பத்தை மதிப்பார்களா? அதுவும் மதம் சார்ந்த விருப்பத்தை நிறைவேற்றுவார்களா?

இந்த முகாமில் யார் பொறுப்பு எனத் தெரியாதே? வாப்பா, உம்மா எப்படி குடும்பத்தை ஓட்டுகிறார்கள்? சித்தப்பா ஒருவர் கொழும்பில் இருக்கிறார். அவரிடம் போவார்களா? மென்மையாக வளர்ந்த பர்வீன் என்ன செய்வாள்? யார் குடும்பத்தை யார் காப்பாற்ற முடியும்? எல்லாரையும் படைத்தவனே படியளக்கிறான். அல்லாவின் வழி என இருப்பதையே செய்யமுடியும்.

சிவபெருமான் மயங்கிவிட்டாரா இல்லை, இறந்துவிட்டாரா..? என பார்க்க அருகில் சென்றேன். அவரது முதுகில் அசைவு தெரிந்தது. காப்பாற்ற வேண்டும் என நினைத்து "டொக்டருக்கு சொல்லுங்கள்" எனக் கூக்குரலிட்டோம். மேலிருந்து இரண்டு வாளி தண்ணீரை ஊற்றினார்கள். காய்ந்திருந்த தரை முழுவதும் சேறாகியது. சிவபெருமான் மெதுவாக எழுந்தார். சேறு படிந்த மேனியுடன் தாடி, சடைமுடி என்பன அவரை ஒரு சித்தராகக் காட்டியது. எல்லோரும் சிரித்தபடி மீண்டும் ஒரு வாளி தண்ணீர் கேட்டு அவரைக் கழுவிவிட்டு உடையணிந்து மேலே ஏற்றி மலமிருக்கக் கொண்டு சென்றோம்.

பங்கருக்குள் அவ்வாறு இருந்தபோது எதிர்காலத்தில் நம்பிக்கையற்றுப் போயிற்று. எனது வாழ்க்கையின் இறுதி நாட்கள் இவையே; பேசிப் பயனில்லை என மௌனம் காத்தேன். சிவபெருமான் மட்டும் எப்பொழுதும் சிரித்தபடி இருந்தார். விடுதலைப்புலிகளின் தலைவரை முழியன் என்றும் வேறு பல தூசணங்கள் கொண்டும் திட்டியபடி இருந்தார். பிரணவன்

என்ற ஒருவர் அவர்தான் எங்கள் ஐந்துபேரில் வயது குறைந்தவர். திடமான தேகம். கதைத்துச் சிரிப்பார். மன்னாரைச்சேர்நதவர் என்னுடன் காக்கா காக்கா என நெருக்கமாகப் பேசினார்.

"காக்கா, சிவபெருமானுக்கு எவரிடத்திலும் பயமில்லை. மிகத்துணிவுடன் தொடர்ச்சியாக தலைவரைத் திட்டியபடியே இருக்கிறார். எங்களுக்கு அதுகூடச் செய்ய முடியவில்லை." என்றார்.

"தம்பி, நீங்கள் என்ன பிழை செய்தீர்கள்?"

"நான் என்ன பிழை செய்தேன்? என்ற கேள்வியைக் கேட்டபடி இங்கு ஆயிரக்கணக்கானவர்கள் வந்தார்கள். பல வருடங்கள் இங்கு இருந்தவர்களுக்குக்கூட இதற்கு பதில் தெரியாது. பலர் செய்த தவறு என்ன எனத்தெரியாமலே மரணமானார்கள். நான் எதற்காகப் பிறந்தேன் என ஞானிகளும் முனிவர்களும் கேட்பதுபோல் நாம் என்ன தவறு செய்தோம் என்று தத்துவ ரீதியில் கேட்டபடி இருக்கிறோம். நான் மற்ற இயக்கத்தவன்கூட அல்லன். விடுதலைப்புலியாக சேலத்தில் பயிற்சியும் அதன் பின்பு கண்ணிவெடி புதைப்பதற்கு விசேடபயிற்சியும் பெற்றவன். விக்டர் என்ற மன்னார் தளபதியின் கீழ் இருந்தேன். விக்டர் கொலை செய்யப்பட்டது இயக்கத்தால் எனத் தெரிந்ததும் விலகியோடவிருந்தேன். பலர் விலகி மன்னார் மூலமாக இந்தியாவுக்குப் போனார்கள். நான் கொழும்புக்குப் போய் வெளிநாடு செல்வதற்காக மன்னார் ரவுணில் உள்ள வீட்டிற்கு பணம் எடுக்கப்போன போது பிடிக்கப்பட்டேன். உளவுத்துறையிடம் உண்மையைச் சொன்னேன். அவர்கள் இந்தியா சென்ற நூற்றுக்கணக்கானவர்களுக்கு நானே பொறுப்பென என்னை அடித்து சிறையிலடைத்து தண்டித்தார்கள். அதன்பின் இந்திய இராணுவம் வந்தபோது என்னை மீண்டும் உள்ளிழுத்தார்கள். துரதிர்ஸ்டம் என்னை விடவில்லை. வன்னிப்படையணியில் மாத்தையாவின் பாதுகாவலராக நியமிக்கப்பட்டேன். மாத்தையா பிடிபட்டதும் அவரோடு நெருங்கியிருந்த ஏராளமானவர்கள் பிடிபட்டு சித்திரவதை செய்து கொலை செய்யப்பட்டார்கள். நானும் சித்திரவதை செய்யப்பட்டேன். காக்கா, எனக்கு பத்துவிரலிலும் நகங்களில்லை. இதோ தெரிகிறதா?" எனக்காட்டிய போது, எனது கைவிரல்களை ஆவலுடன் பார்த்துக்கொண்டேன்.

"காக்கா, ஏதோ ஒரு காரணத்தால் உயிர் பிழைத்துள்ளேன். சிவபெருமானில் நான் பொறாமைப்படுகிறேன். அவருக்கு உடலில் கடித்தால் நகத்தால் சொறியமுடியும் இல்லையா?"

எனச் சொல்லியபோது பிரணவனது இரண்டு கண்களிலிருந்தும் கண்ணீர்த்துளிகள் உருண்டன.

மிகவும் மெலிந்த திலக் என்பவர் காரைதீவு என்ற கிழக்கு மாகாணத்தைச் சேர்ந்தவர். முப்பது வயது ஆனால், மேலும் வயதான தோற்றத்துடனான மாற்று இயக்கத்தவர். ஆனால், அவர்களால் வலுக்கட்டாயமாக இழுக்கப்பட்டு இந்திய ஆமியால் ஒரு கிழமை மட்டும் ஆயுதப்பயிற்சி அளிக்கப்பட்டவர். தற்பொழுது அவருக்கு இரண்டு கண்களிலும் பார்வை குறைவு. கண்ணாடி போட்டால் தெரியலாம். இங்கு இரவும் பகலும் இருளாக இருப்பதால் கண்ணாடி கிடைத்தும் பிரயோசனமில்லை. அந்த பங்கரில் இருக்கும் மற்றைய மனிதர் தமிழர் விடுதலைக் கூட்டணியின் ஆதரவாளர். அவர் அமிர்தலிங்கம், யோகேஸ்வரன் ஆகியோர் கொலை செயப்பட்டபோது துண்டுப்பிரசுரமடித்தவர். முப்பத்தைந்து வயதான திருமணமான மனிதர். பண்ணாகத்தைச் சேர்ந்த அவர் பெயர் பொன்னம்பலம். இன்னமும் கூட்டணி ஆதரவாளர். முழுநாளும் பேசாது நாளைக் கடத்தினார். அவர்கள் மூவரும் ஒருவிதத்தில் நடைப்பிணமாக வாழ்ந்தார்கள். எந்த பிடிப்போ இல்லாமல் வாழ்பவர்கள் மத்தியில் பிரணவன் மட்டும் அந்த இடத்தில் இரண்டு மணிநேரம் உடற்பயிற்சியுடன் நடந்தபடியிருப்பார். அவரை நானும் பின்பற்றினேன். வெளியாலே விடுகிறார்களே இல்லை கொலைசெய்கிறார்களோ இருக்கும் வரையில் உடல் உறுதியாக வாழ வேண்டும் என்ற வைராக்கியத்தை உருவாக்கிக் கொண்டேன்.

“முதல் முறை நான் பிடிபட்டதும் கொலை செய்யப்படுவேன் என நினைத்தேன். இந்தியன் ஆமியிடம் பல தடவை அரும்பொட்டில் தப்பினேன். மாத்தையாவின் உதவியாளர் நூற்றம்பதுக்கு மேல் இறந்தும் நான் தப்பியதால் இம்முறையும் நான் மீண்டும் உயிர்வாழ்வேன். அதற்காக நான் எத்தனை நாட்களும் இருக்கத் தயார். எனக்கு ஊரில் ஒரு காதலியும் இருக்கிறாள். அவளுக்கு என்ன நடந்தது எனத் தெரியாது. அவளைப் பார்க்கவேண்டும். அவளுக்குத் திருமணமாகாமல் இருந்தால் அவளை மணம் செய்வேன். இல்லையெனில் அவளைப் பார்த்தாலே போதும். அவளின் மீது உள்ள காதலே என் உயிர்காக்கும் மருந்து” என்று வெட்கத்துடன் தலை தாழ்த்தினான் பிரணவன்.

அவனது காதலை நினைத்து ஆச்சரியப்பட்டதுடன், நாற்பது வயதாகிய எனக்குக் காதலோ, பெண்தொடர்போ இல்லாது குடும்பத்தை நினைத்து வாழ்வைக் கரைத்ததை நொந்துகொண்டேன். ஆனால், பிரணவன் பேச்சில் தெரிந்த

உறுதி, என்னையும் திடமாக்கியது. சேலத்தில் அவன் பயின்ற உடற்பயிற்சிகளை எனக்கும் சொல்லித்தந்தான். இரவில் இருவரும் அதிக நேரம் உடற்பயிற்சி செய்தோம்.

ஒரு நாள் இரவு மழை பல மணி நேரமாக பெய்தது. வானமே பிய்த்துக்கொண்டு எங்கள் குழிக்குள் இறங்குவதுபோல் இரைந்தபடி இருந்தது. வெள்ளம் குழிக்குள் வந்து இடுப்பளவுக்கு வந்துவிட்டது. நான் பயந்து விட்டேன். எவரும் எட்டிப்பார்க்கவிலை. குளிரில் விறைத்து நடுங்கியபோது நீரில் மூழ்கி அல்லது நாளை நோய் வந்து இறந்துவிடுவேன் என நினைத்தேன். ஒருவரும் பேசவில்லை. சிவபெருமான கூட மவுனம் காத்தார் மழை எப்போது விடும் எனக் காத்திருந்தோம் தண்ணீர் மணம் ஆரம்பத்தில் மூக்கைத் துளைத்தது . பின் பழகிவிட்டது. எங்கள் குழிகளுக்கும் மலக்குழிகளுக்கும் அதிக தூரமில்லை.

“வெள்ளத்தில் அள்ளுப்பட்டு காட்டிலிருந்து பாம்பு ஏதாவது வந்தால் தவிர பயப்படத் தேவையில்லை” அது பிரணவன் குரல். கரிய இருட்டில் எதுவும் தெரியவில்லை. இடையில் வந்த மின்னல், மட்டும் எங்களை இனம்காட்டியது. அதைத் தொடர்ந்து இடி முழக்கம் வானம் பிளந்து நீர்கொட்டுவது போல் பயமுறுத்தியது. கைகால்கள் விறைத்து சூம்பிவிட்டன. இப்பொழுது சிவபெருமான் வழக்கம்போல் தலைவரை திட்டத் தொடங்கியது எங்களுக்கு ஒருவித சந்தோசத்தைக் கொடுத்தது. பித்துப்பிடித்த மனிதனாக அவர் இருந்ததால் காவலாளிகள் கேட்டாலும் பொருட்படுத்துவதில்லை. அவரால் திட்டியபடி உயிர் வாழமுடிந்தது .

“கழுத்துவரை வந்தால் மட்டும் உங்களை மேலே எடுப்பார்கள். மற்றப்படி நீங்கள் சாகமாட்டீர்கள் என அவர்களுக்குத் தெரியும்.” பிரணவனது மொழிகள் அன்று எனக்கு மன ஆறுதலாக இருந்தன. அடுத்தநாள் நண்பகலில் அவ்வளவு வெள்ளமும் வடிந்துவிட்டது. எப்படி என ஆச்சரியம் அடைந்தேன்.

“இந்தக் குழிகளில் வடிகால்கள் உள்ளன. அவற்றைத் திறக்காமல் வைத்திருப்பதுவும் சித்திரவதையில் அடங்கியது.” சிரித்தான் பிரணவன் பாம்பின் கால் பாம்பறியும் என்பதுபோல்.

எனது பங்கர் வாழ்வு அதிக காலம் நீடிக்கவில்லை. ஒரு மாதத்தின் பின்பு அதிகாலையில் பங்கரில் இருந்து என்னை வெளியே கொண்டு சென்றனர். அங்குள்ளவர்களைப் பிரிந்துசெல்வது துயரமாக இருந்தது. ஆனால், என்னோடு இருந்தவர்கள் என்னை ஏதோ கொலைக்களத்திற்கு கொண்டு

செல்வதாக நினைத்துக் கண்ணீர் உகுத்தார்கள். சிவபெருமான்கூட திட்டுவதை நிறுத்தி என்னைப்பார்த்தார். அவரது முகத்திலும் என் மீதான பரிதாபம் தெரிந்தது.

மேலே வந்ததும் எனக்கு பிரிவதில் இருந்த துயரம் தொலைந்து பயம் வந்தது. நீங்கள் கிளிநொச்சி போகிறீர்கள் என்றார்கள். ஏற்கனவே பிரணவன் மூலம் தெரிந்திருந்தாலும் அப்பொழுது இது என்ன இடம் எனக் கேட்டேன். தயங்கியபடி ஒருவர் “இது துணுக்காய்” என்றார்.

விலங்கில்லாமல் துப்பாக்கிகளுடன் இருவர் என்னை ஒரு ஜீப்பில் ஏற்றி ஒரு வீட்டிற்குக் கொண்டு வந்தார்கள். புதிய உடைகளுடன் துவாயும் லைஃபோய் சவர்காரமும் தந்து குளிக்கும்படி கட்டளை இட்டார்கள். அந்தக் குளிப்பின் ஆனந்தத்தை சொல்லமுடியாது. பிடிபட்டு இரு மாதத்தின் பின்பு குளிப்பது இதுவே முதல் தடவை. அதுவும் சவர்க்காரம் பூசி கிணத்தில் குளிப்பது ஆனந்தந்தைக் கொடுத்தது. மழையில் நனைந்து வெள்ளத்தில் கழுவிய உடலுக்கு கிளிநொச்சி மழையால் நிரம்பிய கிணற்றுத் தண்ணீர் அமிர்தமாக இருந்தது. பல வாளிகள் அள்ளிக் குளித்தேன். கொலை செய்வதற்கு முன்பு என்னைக குளிக்கச் சொல்வார்களா? அப்படியானால் அங்கே முடித்திருக்கலாமே? லைஃபோய், பெட்ரோல் என இங்கு விரயம் செய்யவேண்டும்? என பல எண்ணங்கள் மனத்தில் அலைமோதின.

உடைமாற்றி வந்ததும் என்னைக் கொண்டு வந்தவர்களால் பாணும் சூடாக பருப்புமென காலை உணவு பரிமாறப்பட்டது. என்னால் நம்பமுடியவில்லை. யாழ்ப்பாணத்தில் கிராமங்களில் உள்ள கோவில் வேள்விக்கு கிடாய் தயாராக்குவது போல் என்னைக் கவனிக்கிறார்களா? என்னிடம் எதுவும் தவறு இல்லை எனத்தெரிந்து கொண்டார்களா?

பத்துமணிக்கு கிளிநொச்சி வந்துவிட்டேன். இப்பொழுது மதியமாகிவிட்டது. எவரும் வரவில்லையே? யோசித்தபடி இருந்தேன். அந்த வீட்டில் இயக்கப்பாடல்கள் ரேடியோவில் ஒலித்தன.

ஆறடி உயரமான சிவப்பு நிறமான மீசைவைத்த ஒருவர் பின்கதவைத் திறந்தபடி பச்சை இராணுவ உடையுடன் என்னை நோக்கி வந்தார். அவரது இடுப்பில் பிஸ்ரல் வெளித்தெரிந்தபடி இருந்தது. அவர் நிச்சயம் முக்கியமானவராக இருக்க வேண்டும் என நினைத்து எழுந்தேன்.

“இருங்கள். எப்படி பங்கர் வாழ்க்கை?” எனச் சிரித்தார்.

என்ன பதில் கூறுவது என மௌனமாக நின்றேன்.

“நாங்களும் காட்டு பங்கருக்குள் பல நாட்களாகப் பட்டினியாக இருந்திருக்கிறோம். நாங்கள் படாத கஸ்டத்தை மற்றவருக்குக் கொடுக்கவில்லை. எங்களுக்குத் தெரிந்த சுவையை மற்றவர்களுக்கு பரிமாறுகிறோம். எங்களைப்போல் மற்றவர்களையும் சமமாக நடத்துவது எங்கள் தலைவரின் கொள்கை” எனச் சிரித்துவிட்டு, “இப்பொழுது உங்களுக்கு விடுதலை தந்து வீடு அனுப்புகிறோம்.” என்றார்.

“உண்மையாகவா?”

“உண்மையாக. ஆனால், உங்களிடம் மிகச் சிறிய பிரதியுபகாரத்தை எதிர்பார்க்கிறோம். உங்களை மீண்டும் கடல் மோட்டார் இயந்திரங்களை விற்கும் தொழில் செய்வதற்கு அனுமதிக்கிறோம். ஆனால் நீர்கொழும்பில் இருந்து, நாங்கள் சொல்லும் ஒருவருடன் இணைந்து செய்யவேண்டும். முக்கியமாக எங்களது தென் இலங்கையின் விடயங்களுக்கு உதவவேண்டும். இதற்கு சம்மதமானால் இன்றே விடுதலை அல்லது வாழ்நாள் முழுவதும் பங்கர்தான்.”

நம்பமுடியவில்லை. இந்த மனிதர் புலனாய்வுத்துறையில் முக்கியமானவர் என்பதை ஏற்கனவே ஊகித்துவிட்டேன். அந்தமனிதரை நம்புவதைத்தவிர வேறு வழியில்லை.

“எனது குடும்பத்தை பார்க்கலாமா?”

“தாராளமாக, எல்லா உதவியும் செய்யலாம். கல்யாணம் செய்து குடும்பம்கூட நடத்தலாம். ஆனால், எங்கள் கண்காணிப்பு தொடர்ச்சியாக இருக்கும்.”

“சரி, ஒத்துக்கொள்கிறேன்”

“உங்களது பணம் சரியாக இருக்கிறதா எனக் கணக்குப் பார்த்துக்கொள்ளுங்கள்” என எனது பெட்டியை கொண்டுவந்து தந்தார்கள். அதில் எனது உடுப்புகள் மட்டுமல்ல பணமும் அப்படியே இருந்தன.

“ஏதாவது பணம் தேவையெனில் பெட்டியில் உள்ள விலாசத்தில் உள்ள சிங்களவரிடம் கேட்கவும்”

அதன் பின்பு மன்னாருக்கும் அங்கிருந்து நீர்கொழும்புக்கும் போட்டில் கொண்டு வந்தார்கள். கொழும்பில் நடந்த பல சம்பவங்களுக்கு நாங்கள் உதவி செய்தோம். பர்ணாந்து அண்ணை நீர்கொழும்புக்கு வரும் உல்லாசப் பிரயாணிகளை கடலில் ஏற்றிச்சென்று மீன்பிடிக்கவும், சினோர்கிலிங் செய்பவர். அவரது

மூலமாக கடைசியாக நாங்கள் உதவியது கட்டுநாயக்காவில் நடந்த அவர்களின் தாக்குதலுக்கு. எங்களால்தான் இந்த யுத்த நிறுத்தமே வந்தது. தற்பொழுது யுத்த நிறுத்தம் அமுலில் இருப்பது நிம்மதியாக இருக்கிறது. பர்ணாந்து அண்ணைக்கு மச்சான் இராணுவ தலைமையகத்தில் இருப்பதால் கொஞ்சம் பயமற்று இருக்கிறோம். ஆனால், எதுவும் சொல்ல முடியாது. யாருக்காவது எனது கதை சொல்லவேண்டும் என்பதால் சதாசிவண்ணை உங்களிடம் சொல்லிவிட்டேன்"

அத்துடன் அந்த டயரி எழுத்துகள் முடிந்திருந்தன. இவ்வளவு பெரிய கதை எழுதி அந்த டயரியின் பல பக்கங்கள் முடிந்துவிட்டன. இறுதிப்பகுதி கடைசிப் பகுதி அவசரமாக எழுதியது போல் அசோகனுக்கு இருந்தது. இயக்கத்தைப் பெரியப்பா வெறுத்ததன் காரணங்கள் அதிர்ச்சியைக் கொடுத்தன. டயரியை வைத்துவிட்டு கம்பியூட்டரைப் பார்த்தான். இலங்கையில் புதிய ஜனாதிபதியாக மகிந்த ராஜபக்ச பதவியேற்றதாக தமிழ்நெட் இணையத்தில்செய்தி வெளியாகி இருந்தது.

21

மெல்பனில் கைதுகள்

அசோகனின் திறந்திருந்த அறையின் கதவில் கையால் தட்டிவிட்டு "என்ன இது" எனக் கையில் இருந்த பத்திரிகையை நீட்டியபடி அடித்தொண்டையில், கரகரத்த குரலில் லில்லி பேசியது அவனுக்கு வேடிக்கையாக இருந்தது. கம்பியூட்டரிலிருந்து முகத்தை எடுத்து வியப்புடன் அவளை ஏறிட்டுப் பார்த்தான்.

எப்பொழுதும் வெண்ணையில் குழைத்து வழுக்கிய வார்த்தைகளுடன் சிரித்தபடி பேசும் இவளுக்கு இன்று என்ன நடந்தது? அடித்தொண்டைக்குரல் பொருத்தமாயில்லையே? இது இவளது வழக்கமான குரல் அல்லவே? ஏன் இப்படி பேசுகிறாள்? என்ன நடந்தது? தொண்டையில் கரகரப்போ? அல்லது சுகவீனமோ? ஏதோ நடந்திருக்கவேண்டும்.

இவளுக்கு இரண்டு சிறிய குழந்தைகள். கணவன் அரசாங்கத்தில் வேலை. ஆனால், அடிக்கடி ஏதாவது நோயெனக் கூறி தனது கவனத்தை இழுத்தபடியிருப்பவன் எனச் சொல்லியிருந்தாள். குழந்தைக்கோ அல்லது கணவனுக்கோ ஏதாவது பிரச்சினையாக இருக்கவேண்டும். அவள் கதவைத் தட்டிய வேகம், விழிகளின் பரபரப்பு, இமைகளின் வேகமான துடிப்பு என்பன நல்ல அறிகுறிகள் அல்ல. ஏதோ விபரீதமாக இருக்கவேண்டுமென நினைத்தான்.

லில்லி இரண்டடி உள்ளே எட்டி வைத்து அறைக்குள் வந்தாள். மேசையருகே நின்று அன்றைய பத்திரிகையை அவனது கையில் திணித்தாள்.

"என்ன லில்லி" இன்று ஏதாவது வீட்டில் பிரச்சினையா?" அவளை ஏறிட்டுப் பார்த்துக்கொண்டு பத்திரிகையை வாங்கினான்.

இரண்டு கால்களையும் பரப்பி உடலை சமநிலைப்படுத்தி நின்றாள். ஒரு கையை இடுப்பில் வைத்துத் தோளை சிறிது முன்னால் தள்ளியபடி "பத்திரிகையைப் படி" என்றாள்.

கண்டிப்பான ஆசிரியையின் கடுமை அவளது நடத்தையில் இருந்தது. குரலில் தெரிந்த அவசரத்தையும் கடுமையையும் அலட்சியம் செய்யாது பத்திரிகையை விரித்தான். அவனுக்கு இதயத்தின் வேகம் அதிகமாகி இரத்த அழுத்தம் கூடியது.

தமிழர் ஒருங்கிணைப்புக்குழுவில் இருந்து மூவர் கைதாகியதாக அவர்களின் படங்கள் வந்திருந்தன. விவரங்கள் தெளிவாக எழுதப்பட்டிருந்தன. பத்திரிகையில் படங்களாக பிரசுரிக்கப்பட்டவர்கள் ஏற்கனவே அறிமுகமானவர்கள்.

அவனது உள்ளுணர்வுகளில் ஏற்பட்ட தொடரான மாற்றம் முகத்தில் பிரதிபலித்தது.

"உனக்கு இவர்களைத் தெரியுமா?" என்றாள்.

"எனக்கு அறிமுகமானவர்கள். ஆனால் நண்பர்கள் அல்லர்" தலையை நிமிர்த்தாமல் தொடர்ந்து படித்தான்.

இரண்டு கைகளையும் மேசையில் வைத்து அவனை நோக்கிக் குனிந்தாள். அவனது தலையில் இலேசாகத் தட்டினாள்.

"இவர்களுக்கு நான்தானே இந்த வங்கியில் அக்கவுண்டுகளைத் தொடங்கினேன். இவர்களை பல தடவை தொலைபேசியில் தொடர்புகொண்டேன். இவர்கள் பயங்கரவாதிகள் என்னும் போது பயத்தில் மார்புக்கூட்டில் இருந்து இதயம் வெளிவந்திருமோ எனப் பயமாக இருக்கு. அவ்வளவு பலமாக அடித்தது. நெஞ்சில் பல நிமிடம் கையை வைத்திருந்தேன். இந்தப் பயங்கரவாதிகள் கைகளில் எத்தனை அப்பாவிகளது இரத்தம் நனைந்திருக்கும்? அவர்களுடன் எனது கையைக் குலுக்கியிருக்கிறேனே!" லில்லி கைகளை ஒன்றோடு உராய்ந்தபடி பரபரத்தாள்.

சில கணத்தில் "எனது கையில் இரத்தவாடை வருமா?" என வலது கையை எடுத்து முகத்தருகே வைத்தாள்.

"உனது சமூகத்தில் இருப்பவர்கள் எல்லோரும் உன்னைப் போல் நல்லவர்கள் என நினைத்தேன். இவர்கள் அங்கு கொலை,

கொள்ளை செய்துவிட்டு தப்பியிருப்பார்களா? இவர்களைவிட எத்தனை பேர் நமக்குத் தெரியாமல் இருப்பார்களோ?" என்றபோது வட்டமான மஞ்சள் முகத்தில் அவளது சிறிய கண்கள் உருண்டபடி செவ்வரிகள் கோலம் காட்டின. இமைகள்கூட அடிபட்ட பறவையின் சிறகாகத்துடித்தன. கைகளை அசைத்து படபடத்தாள்.

அசோகன் கதிரையில் இருந்து எழுந்தான். "லில்லி கொஞ்சம் அமைதியாக இரு. இவர்கள் பயங்கரவாதிகள் எனப்பத்திரிகை சொல்லவில்லை. பயங்கரவாதத்திற்குப் பணம் அனுப்பியதாகத்தான் குற்றம் சுமத்தப்பட்டுள்ளது. அதுகூட இன்னும் நிரூபிக்கப்படவில்லை. அவர்கள் குற்றமற்றவர்கள் என வெளியே வருவதற்கும் சாத்தியமுண்டு. இலங்கைத் தமிழர்கள் நாங்கள் எல்லாம் அரசாங்கத்திற்கு பயந்து வெளிநாட்டுக்கு வந்தவர்கள். அதனால், அரசாங்கத்துடன் சண்டை பிடிப்பவர்களுக்கு உதவி செய்ய எமது சமூகத்தில் பலர் விரும்புகிறார்கள். அவர்கள் பார்வையில் நியாயமானது கூட. பிளீஸ் அமைதியாகு"

லில்லியின் முகம் பழைய நிலைக்குத் திரும்பாவிடிலும் கண்ணிமைகள் துடிப்பதை நிறுத்தின. கைகள் அமைதியடைந்தன. அவள் தன்னிலையடையத் தொடங்குகிறாள் போலத் தெரிந்தது.

மேசையில் முன்னோக்கி உடலை சாய்ந்தபடி "உனக்கு இவர்கள் மேல் சந்தேகம் வரவில்லையா? நீதானே எல்லாவற்றையும் துருவி ஆராயும் எங்களது ஜேம்ஸ்பொண்ட் என மனேஜர் சொன்னார். நிச்சயமாக இது பற்றி உனக்குத் தெரிந்திருக்க வேண்டும்."

"லில்லி தெரிந்திருந்தாலும் நான் ஒருவருக்கு சொல்லமுடியாது. ஏன் மனேஜருக்குக்கூட இதை அறிவிக்க முடியாது."

குறும்பாக தலையை அசைத்துப் புன்னகைத்தபடி வழமையான நிலைக்கு வந்திருந்தாள்.

"ஆரம்பத்தில் நீ அனுப்பியதாகத்தானே வந்தார்கள். இன்சூரன்ஸ் பகுதியில் இருந்த என்னை மனேஜர் உனது நண்பர்கள் என்று சொல்லியே அவர்களிடம் அறிமுகப்படுத்தினார். நானும் இவர்கள் உன்னைப் போன்றவர்கள் என நினைத்தேன்."

"அவர்கள் ஒரு கூட்டத்தில் சந்தித்து வங்கி வைப்பைப் பற்றிப் பேசியபோது மற்ற வங்கிகளுக்கு ஏன் அனுப்புவான் என நினைத்து இங்கு அனுப்பினேன்"

"நீ அனுப்பியதால் பயங்கரவாதிகள் கையை நான் குலுக்க வேண்டியிருந்தது. அவர்களது கையில் வெடிமருந்து

நொயல் நடேசன்

இருந்திருக்கும் இல்லையா? எல்லாம் உன்னால்" என கையை மீண்டும் மூக்கருகே கொண்டு சென்று முகர்ந்தாள்.

"ரிலாக்ஸ், லில்லி, ரிலாக்ஸ் கவலைப்பட ஒன்றுமில்லை" அழுத்தமாகச் சொன்னான் அசோகன்.

"உனக்குத் தெரியாது. எனது தாய், சித்திமார் என ஐந்து பெண்களைக்கொண்ட குடும்பம் வியட்கொங் கெரில்லாக்களுக்கு பயந்து வள்ளத்தில் ஏறி வந்தபோது, அவர்கள் அந்த வள்ளத்தை சுட்டார்கள். ஆட்களுக்கு சூடுபடவில்லை. ஆனால், வள்ளம் கடலில் மூழ்கியது. இரவானதால் சுட்டவர்கள் தொடர்ந்து கடலுக்குள் வரவில்லை. எங்களது முழுக்குடும்பமும் ஒரு பழைய ரயரைப் பிடித்தபடி இரண்டு நாட்கள் கடலில் தத்தளித்தது. ஒரு பிளாஸ்ரிக் கான் தண்ணியுடன் நாளைக் கழித்தபோது மீன்பிடி படகொன்றால் காப்பாற்றப்பட்டு மலேசியாவில் அகதிமுகாமில் பல வருடங்கள் இருந்தே அவுஸ்திரேலியா வந்தார்கள். சிறுவயதில் அவர்களது கதையைக்கேட்டு வளர்ந்த எனக்கு கெரில்லாக்கள் கமியூனிஸ்டுகள் எல்லோரும் பயங்கரவாதிகளே. சாதாரண அப்பாவி மக்களை தங்கள் அரசியலுக்குக் கொலை செய்பவர்கள். என்னைப் பொறுத்தவரை அவர்கள் மனிதர்களே இல்லை"

"லில்லி, எனக்கு நடந்தது உனது குடும்பத்தவரது அனுபவத்திலும் பார்க்கக் கொடுமையானது. உனக்கு பெற்றோர்கள் உயிருடன் இருக்கிறார்கள். ஆனால், எனது பெற்றோர் இருவரும் ஒரே நேரத்தில் கொலை செய்யப்பட்டார்கள். அம்மாவின் சடலத்தைக் கண்டேன். அப்பாவைக் காணவேயில்லை"

"உண்மையாகவா? என்னை மன்னிக்கவும், அசோக். உன்னை எனது தம்பி மாதிரி நினைக்கிறேன்" என அருகில் வந்து தோளில் தடவினாள். பழைய லில்லியாக மாறியிருந்தாள்.

"ஒவ்வொருவர் வாழ்க்கையிலும் சோகங்கள் குகையில் வாழும் வௌவால்கள் போன்றன. யாராவது சென்று அவற்றைக் கலைத்தாலே வெளிவரும். அதுவரையும் மற்றவர்களுக்குத் தெரியாது. பெரும்பாலானவர்கள் சோகங்களை இருட்டில் வைத்திருக்கவே விரும்புகிறார்கள். நீயும் கலக்கமடைந்து என்னையும் கலக்கி விட்டாய். இருவரும் வெளியே போய் கோப்பி அருந்திவிட்டு வருவோம்."

"காலை பத்துமணியாகவில்லை. நாம் இன்னும் எந்த வேலையும் செய்யவில்லை... எப்படி வெளியே போகலாம்?"

"இவர்களது கணக்குகள் விரைவில் முடக்கப்படும். அதை மனேஜரிடம் சொல்லவேண்டும். இப்பொழுது எனது மனம் குழம்பிவிட்டது. வெளியாலே போய் வருவோம்" என அவளை இழுத்தான்.

"அசோக் உனக்கு கேர்ள்பிரண்ட் இருக்கா?"

"இன்னும் சரியாகவில்லை அப்படியானால் உனக்கு சொல்வேன்."

"நீ பத்து வருடம் முன்பாகப் பிறந்திருக்கக்கூடாதா என யோசிக்கிறேன்"

"எனக்கு உடம்பில் கொஞ்சம் கொழுப்பிருக்கவேண்டும். லில்லி உனக்கு அது இல்லை."

அசோக்கின் முதுகில் இறுக்கி குத்தினாள். நிலை தடுமாறிய அசோக் அப்பொழுது எதிரேவந்த மனேஜரிடம் மோத வேண்டியிருந்தது.

"சொரி எல்லாம் லில்லியால்தான். நாங்கள் இருவரும் உங்களிடம் பத்து நிமிடத்தில் வருகிறோம்" என்றான். மனேஜருக்கு புரியவில்லை. லில்லி மனேஜருக்கு அடுத்த இடத்தில் உள்ள சீனியராக இருப்பதால் ஏதாவது முக்கியமாகத்தான் இருக்கும் எனத்தலையை ஆட்டினார்.

O

"நாங்கள் கன்பராவுக்கு செல்லவேண்டும். தயாராக இரு" என்றான் ரோனி, ஜெனியிடம் ஒருநாள்.

"எப்பொழுது?" ஆவலுடன் ஜெனி கேட்டாள்

"நாளைக் காலையில் போகிறோம்"

மேலதிகமாக எதுவும் சொல்லாது எதுவித அறிவிப்புமின்றி சென்றவன் அடுத்த நாள் சொன்னபடி மெல்பன் விமான நிலையத்தில் சந்தித்தான். விமானத்தில் கன்பரா சென்று அங்குள்ள தலைமை அலுவலகத்தில் சில கோப்புகளைப் பெற்றுக்கொண்டு மீண்டும் இருவரும் விமான நிலையத்திற்கு வந்தனர்.

"என்ன நடக்கிறது ரொனி? நீயே வந்து இவற்றைப் பெற்றிருக்கலாமே. நான் பிரயோசனமாக அங்கு ஏதாவது

செய்திருக்க முடியும் அல்லவா?" எனப் பொறுமையிழந்தபடி ஜெனி

"கொஞ்சம் பொறு." கழுத்துப் பட்டியை சரி செய்தபடி கன்பரா விமான நிலையத்தில் உள்ள பிரதான கொன்பரன்ஸ் அறைக்குள் சென்றனர். அங்கு புதுடில்லியில் சந்தித்த வில்கின்சன் பிரதான இருக்கையில் இருந்தார். அவரது இரு பக்கமும் இலங்கையைச் சேர்ந்த இருவர் இருந்தனர். இலங்கைக்குப் போனதால் இலங்கையினரை இந்தியர்களிடமிருந்து பிரித்தறியும் அறிவைப் பெற்றிருந்தாள். அதில் பெருமிதமடைந்தாள் ஜெனி.

இடது பக்கமிருந்த ஒருவரை மகிந்த தயாரத்தின என வில்கின்சன் அவளுக்கு அறிமுகப்படுத்தினர் "இவர் இலங்கையின் இராணுவ உளவுப்பிரிவைச் சேர்ந்தவர். அவுஸ்திரேலியாவில் இருந்து வேலை செய்யப் போகிறார். எங்களது அரசாங்கம் இவருக்கு எல்லா உதவிகளையும் செய்யும்படி கேட்டிருக்கிறது. ரோகிண இலங்கையில் பிறந்தாலும் அவுஸ்திரேலியர். இலங்கை அரசில் வேலை செய்யப்போகிறார்" என் மற்றவரை அறிமுகப்படுத்தினார்.

"எனது பெயர் மகிந்த தயாரத்தின" எழுந்து ஜெனியிடமும் ரோனியிடமும் கைகுலுக்கினார். ஆறடி உயரமான அவரது முகத்தில் வலது தாடையருகே சிறிய தளும்பு இருந்தது. பார்ப்பதற்கு முகத்தில் முதிர்ச்சியுடன் இருந்தார். மற்றையவர் தாடி வளர்த்த குட்டையானவர். ரோகண குலரத்தின எனக்கூறி புன்னகைத்தார்.

ஜெனி இதை எதிர்பார்க்கவில்லை. இலங்கை உள்நாட்டுப் போரில், அவுஸ்திரேலிய அரசாங்கம் எதுவித ஈடுபாடுமற்று அகதிகள் விடயத்தில் மட்டும் கவலை கொண்டிருந்தது. இப்பொழுது மனம் மாறியிருக்கிறது என்றால் இதற்கு அமெரிக்கர்களின் தூண்டுதல் இருக்கவேண்டும். அவர்களது அரசியல் திசை திரும்புகிறதா? இல்லை சுனாமியின் பின்பு இலங்கை சென்று நான் எழுதிய அறிக்கை வேலை செய்கிறதா? அரசாங்கங்கள் பாரிய சரக்குக் கப்பல் போன்றவை. அவர்களது கொள்கைகள் இலகுவில் திரும்பாது. தொடர்ச்சியாக கடினமாக வேலை செய்தே மாற்றவேண்டும் என்பதை அறிந்திருந்தாள்.

"ஜெனிதான் இதுவரையும் இலங்கை விடயங்களில் ஈடுபட்டிருப்பது. உங்களது தொடர்புகளை ஜெனி மூலமாகவே வைத்துக்கொள்ளலாம்." என்றார் வில்கின்சன்.

ஜெனி எதுவும் புரியாமல் விழித்தாள்.

கானல் தேசம்

"நமது அரசாங்கம் இதுவரையுமான நிலையில் இருந்து மாறி பயங்கரவாத விடயத்தில் இலங்கை அரசுக்கு ஒத்துழைப்பைக் கொடுக்க விரும்புகிறது. அதற்காக இலங்கையில் அரசாங்கத்துடன் சேர்ந்து கடமையாற்ற எமது வெளிநாட்டு சேவையில் உள்ள ஒருவரை அங்கு அனுப்புகிறோம். அத்துடன் மகிந்த தயாரத்தின இங்கு உள்ள விடயங்களை – விசேடமாக இங்கு பணம் சேர்ப்பவர்கள் பற்றிய தகவலை சேகரிப்பதில் உதவுவார். இதன் முதல்படியாக சுனாமிக்கென தமிழ் மக்கள் மத்தியில் சேகரித்த பணத்தை மலேசியாவில் வைப்புச் செய்து ஆயுத கொள்வனவுக்கு பாவித்தது தொடர்பாக இங்கு சிலரைக் கைது செய்திருக்கிறோம். இதுவரையும் நாங்கள் வைத்திருந்த தொடர்புகளை இலங்கை அரசாங்கத்துடன் பகிர்வதற்கான சந்தர்ப்பம் வந்திருக்கிறது. சிறப்பாக தென் கிழக்காசியாவின் எங்களது கடல் வேவு விமானங்கள் எடுத்த படங்களையும் செய்திகளையும் இலங்கையுடன் பகிர்வதால் ஆயுதக் கடத்தலை குறைக்க முடியும் என்ற முடிவுக்கு வந்துள்ளோம்." என்ற வில்கின்சன் பேச்சுடன் அந்த குறுகிய சந்திப்பு முடிந்தது.

விமான நிலையத்தில் உள்ள கொன்பரன்ஸ் மண்டபங்கள் பத்திரிகை நிருபர்களின் கண்களில் மண்ணைத்தூவி விட்டு ஒரே இடத்தில் சந்திக்க வசதியானவை.

○

மகிந்த தயாரத்தின அவுஸ்திரேலியாவுக்கு வந்ததும் நடந்த விடயங்களை எண்ணிப்பார்த்தான். கன்பராவிற்கு வந்து ஒரு மாதமாகிவிட்டது. நான் அந்த ஜீப் வண்டியில் சிதறி இறந்திருக்க வேண்டும். நான் அதில் வருவேன் என மிகவும் குறிப்பாக அவர்களுக்குத் தகவல் கிடைத்துள்ளது. எனக்கு மட்டுமா எனது குடும்பத்திற்கும் குறி வைத்திருக்கிறார்கள். கண்ட கனவை நம்பி மனைவியையும் பிள்ளைகளையும் பிரித்து இரயிலில் அனுப்பியது நன்மையாக முடிந்தது. சோமரத்தின, அந்தக் குண்டுதாரி மோட்டார் சைக்கிளில் வந்து மோதி தாக்கியதும் அந்த இடத்தில் இறந்து போனார். பாவம், அவரது இரண்டு சிறிய குழந்தைகள் தகப்பன் இல்லாமல் வளரவேண்டும். என்னுடன் பழகியவர்கள் எத்தனைபேர் இப்படி இறந்திருக்கிறார்கள்? அன்று முல்லைத்தீவில் லியனகேயுடன் இறந்திருக்கவேண்டும். உயர் தப்பினேன். அதேபோல சோமரத்ன இறக்க நான் கனவினால் தப்பினேன்.

அந்தக்கனவு நினைத்துப் பார்க்க வினோதமானது.

கொழும்புக்கு வருவதற்கு முதல் நாள் இரவு சாராயத்தை

அதிகமாக அருந்தியதால் அறையின் உள்ளே படுக்காமல் வீட்டின் கூடத்தில் மெத்தையை போட்டுப் படுத்தேன். நாளைக்கு கொழும்பு செல்ல வேண்டும். இரண்டு நாட்களில் நாட்டைவிட்டு செல்கிறோம். எவ்வளவு நாட்கள் அங்கிருப்போமோ என்ற நினைவில் நடு இரவு வரையும் விழித்திருந்தேன். எத்தனை மணிக்கு நித்திரை வந்தது என்பது தெரியவில்லை.

தலதா மாளிகையருகே வெயில் எரித்தது. மரங்களின் நிழலின் கீழ் கடைக்காரர்கள் நின்றார்கள். பெரும்பாலானவர்கள் பக்தர்களுக்கு பூக்கடைகளையும் உல்லாசப்பிரயாணிகளுக்கு விற்பதற்காக சுவனியர்களையும் வைத்திருந்தார்கள். அன்று அவர்களும் சோர்ந்து அங்கு மௌனமாக நின்றார்கள். அந்தச் சூழல் உல்லாசப்பிரயாணிகளோ வழமையாக வரும் பக்தர்களோ அற்று வெறுமையாக இருந்தது. வாகன நடமாட்டம் எதுவுமில்லை.

வாவியருகே நின்ற நான் ஒரு பறவையைப் பார்த்தேன். கறுப்பு வெள்ளை கலந்த தாரா போன்ற பறவை வாவியின் கரையில் இருந்து ஏறிவந்து பாதையோரத்தில் உள்ள மரத்தருகே நின்றது. தலதா மாளிகையின் அருகே ஒரு பூக்கடையின் முன்பாக நின்று அந்தத் தாராவை வேடிக்கை பார்த்தேன். அந்தத் தாரா பறக்கவில்லை. அடிபட்டு ஊனமடைந்து விட்டதா? அல்லது சிறகுகளுக்கு ஏதாவது காயமோ எனப் பார்ப்போமென அதன் அருகே சென்றபோது அந்தப் பறவை பறந்து அந்தப்பகுதியில் இருந்து மறைந்துவிட்டது.

எங்கு பறந்தது? என அருகே இருந்த மரங்களின் கிளைகளைச் சுற்றிப்பார்த்தேன். அது நின்ற இடத்தின் அருகில் இருந்த மரத்தின் மறைவிலிருந்து மத்திய வயதான மீசை வைத்த இரண்டு பெரிய கண்கள் கொண்ட குள்ளமான மனிதன் தோன்றினான். இராணுவ அங்கியணிந்தபடி கையில் மாடுகள் மீது சுருக்கு போட பாவிக்கும் வடக்கயிற்றைக் கொண்டுவருவதை அவதானித்து அந்த இடத்தைவிட்டு நகர்ந்தேன். கண்டி வாவியின் கரையில் நடந்தபோது பூட்ஸ் காலடிச் சத்தம் கேட்டது. திரும்பிப் பார்த்தேன். அதேமனிதன் இப்பொழுது வேகமாக வந்தான். அந்த வேகத்தில் என்னை நெருங்கி விடுவான் போலிருந்தது. கையில் இருந்த அந்த கயிற்றின் ஒரு சுருக்கு அவன் கழுத்து மீது மாலையாக இருந்தது. மிகுதியான வடங்களை கைகளில் வைத்திருந்தான். இவன் தனக்கு சுருக்குப் போடுகிறானா, இல்லை எனக்குப் போடத் துரத்துகிறானா என்ற கேள்விக்குறியுடன் வேகமாக குயின்ஸ் ஹோட்டல் எதிரில் வாவியோரத்துக்கு வந்து திரும்பிப்பார்த்தேன்.

அவன் இப்பொழுது ஓடிவந்தான். நான் யாரையாவது உதவிக்கு அழைக்க முடியுமா எனப்பார்த்தேன். கண்ணுக்கெட்டிய தூரம் வரை எவருமில்லை. கடைகள், பாதைகள் எல்லாம் வெறிச்சோடியிருந்தன. இது என்ன? விசித்திரமாக இருக்கிறதே? மக்களுக்கு என்ன நடந்தது? வேறு வழியில்லை. பஸ் நிலையம் நோக்கி அல்லது கண்டி வைத்தியசாலை பக்கம் ஓடினால் அங்கு மக்கள் இருப்பார்கள். நான் ஓடத்தொடங்கியபோது அவன் என் பின்னால் ஓடிவந்தான். அந்த சுருக்குக்கயிற்றை என்னை நோக்கி மாடு பிடிப்பவர்கள் போல்வேகமாக வலது கையால் வீசினான். நல்ல காலம் அதில் என் கழுத்து சிக்கவில்லை.எனக்கு சிறிது தூரத்தில் விழுந்தது. கையிற்றை மீண்டும் கையில் எடுத்து வேகமாக ஓடிவந்தான். நானும் ஓடினேன். அவன் என்னருகே நெருங்கி விட்டான். எனக்கு ஓடியதில் மூச்சு வாங்கியது. இனி ஓட முடியாதா?

வேகமாக ஓட சக்தியற்று காற்றிழந்த வாகனத்தின் சக்கரம் போலானேன். ஓடமுடியவில்லை. திரும்பியபோது மிகவும் குறைந்த இடைவெளியே இருவருக்குமிடையில் இருந்தது.

இனி ஓட இயலாது எனத் தீர்மானித்து இடதுபக்கம் திரும்பி வாவியுள் குதித்து நீந்தி அடுத்தகரைக்குப் போவோமென வாவிக்கட்டில் ஏறினேன். ஒரு கை தோளில் தொட்டது. பயத்துடன் திரும்பியபோது "மகிந்த என்ன செய்கிறாய்?" எனக்கேட்டது.

ஒரு கணம் அது தியானத்தில் மோனச்சிரிப்புடன் இருந்த புத்த பகவான்போல் இருந்தது. மறுகணம் அது புஞ்சி தாத்தா மகிந்தானந்தர் போலத் தெரிந்தது. திரும்பிப்பார்த்தேன். சுருக்குக் கயிறை வைத்திருந்த அந்த முழிக்கண்ணனைக் காணவில்லை. உயிரைப் பாதுகாத்த மகிந்தானந்தரை "புஞ்சி தாத்தா" என இறுக்கமாக கட்டியணைத்தேன்.

"நான் புஞ்சி தாத்தாவில்லை. அஸ்கிரிய மடத்தில் வசிக்கும் சாது. அங்குதான் போய்க் கொண்டிருக்கிறேன். மகனே ஏன் இந்த வயதில் தற்கொலைக்கு ஓடுகிறாய்? உனது பிரச்சினை என்ன?"

வெட்கத்துடன் எழுந்தான். உடல் வியர்த்திருந்தது. தாகமாக இருந்ததால் அருகில் கிளாசில் உள்ள தண்ணீரைக் குடித்துவிட்டு எழுந்து பார்த்தால் நேரம் அதிகாலை நான்குமணியை ஹோலின் கடிகாரம் காட்டியது. யன்னலூடாக காரிருள் திரையில் பொத்தல்களாகத் தெருவிளக்குகள் தெரிந்தன. தூரத்தில் கந்தானை மலையில் உள்ள ஹோட்டல் விளக்குகள் ஒளிர்ந்தன.

உள்ளே இருபுறத்திலும் பிள்ளைகள் படுத்திருக்க செரின் ஆழ்ந்த தூக்கத்திலிருந்தாள்.

தலையிடித்தது. அதிகமாகக் குடித்துவிட்டேன். அதுவும் தண்ணீர் கலக்கவில்லை என நினைத்தபோது மீண்டும் அந்த விசித்திரக்கனவு அவனைக் குடைந்தது.

இந்தக்கனவு எனக்கு ஒரு எச்சரிக்கையா? புதுமையான கனவாகவும் அர்த்தமற்றதாகவும் இருந்த போதிலும் குடும்பத்தினர் எல்லோரும் ஒன்றாக போவதைத் தவிர்க்கவேண்டும். தொடர்ச்சியாக குண்டுகள் கொழும்பில் வெடிக்கிறது. கண்டி அமைதியான இடம் என்பதால் எக்காலத்திலும் குடும்பத்தைப் பற்றி பயப்படவில்லை. போகும் பாதையோ கொழும்பையோ நம்பமுடியாது.

செரினையும் பிள்ளைகளையும் இரத்மலானையில் இரு நாட்கள் அவளது பெற்றோர்களோடு நிற்கும்படி அதிகாலையில் இரயிலில் அனுப்பினான். இராணுவ தலைமை அலுவகத்திற்குப் போகவேண்டியதால் ஜீப்போடு வந்த சோமரத்தினாவை கொழும்புக்கு ஏர்போட் ஹோட்டலுக்கு வரும்படி சொல்லிவிட்டு, பஸ்சில் குருநாகல் சென்று அங்கிருந்து கொழும்பு தலைமையலுவகத்திற்று சென்று பின் மாலையில் ஏர்போட் ஹோட்டலுக்குச் சென்றான்.

மாலையில் கண்டியில் இருந்து இருவருடன் கொழும்பு சென்ற அவனது ஜீப்வண்டி மோட்டார் சைக்கிள் குண்டுதாரியால் கொழும்பில் தகர்க்கப்பட்டதாக தகவல் அறிந்தான். எனக்காக வைக்கப்பட்ட அந்த இலக்கில் நான் தப்பிவிட்டேன். ஆனால், பாவம் சோமரத்தின வழியில் அவர் ஏற்றிச் சென்ற நண்பருடன் பலியாகிவிட்டார்.

கனவுகளை நம்பாத நான் எப்படி இதை நம்பினேன்?

பொலன்னறுவையில் லியனகே சொன்ன சம்பவம் நினைவுக்கு வந்தது.

ஒரு விடுமுறையின்போது லியனகேயின் வீட்டிற்குப் போயிருந் தான். மண்சுவரால் கட்டப்பட்டு வைக்கோலால் வேய்ந்த சிறிய வீடு. பக்கத்தில் தகரத்தால் கூரையிட்ட சமையலறை. அவர்களது இரண்டு ஏக்கர் நெல் வயலின் நடுவே அவையிருந்தன.

“நான் பிள்ளைகளுடன் சமையலறையுள் படுக்கிறேன். வீட்டுக்குள் நீங்கள் இருவரும் படுங்கள்” லியனகேயின் மனைவி சீதா பல முறை கேட்டும் மறுத்துவிட்டு மகிந்த முற்றத்தில் படுக்கத் தயாரானபோது லியனகேயும் வந்தான். லியனகேயின்

மனைவி சீதா வந்து "மாத்தையா இந்தப் பகுதியில் புலி உலாவுகிறது. கவனமாக இருங்கள்" என லைட்டையும் வேட்டைத் துப்பாக்கியையும் கொடுத்தாள்.

"நங்கி, இரண்டு பேரும் புலிவேட்டைதானே ஆடுகிறோம். புலி முந்தினால் நாங்கள் அவுட். நாங்கள் முந்தினால் புலி அவுட்."

"அதில்லை மாத்தையா. உண்மையான நாலுகால் புலியைப்பற்றி சொன்னேன்" என்றாள் சீதா.

"கர்மவிதிப்படி நடப்பது நடக்கும்" என்றான் லியனகே.

"இப்படித் தான் இவர்" என சீதா குறைப்பட்டாள்.

"மச்சான் நான் ஒரு கதை சொல்லுகிறேன். மாங்குளம் கேம்பில் இருந்த பீரிஸ் என்பவன் எங்கள் அடுத்த ஊர். மிகவும் பயந்தவன். இரவில் புலிகள் கேம்பைத் தாக்குவதாக கனாக்கண்டு நடுங்கியபடி இருந்தான். அவன் எப்பொழுதும் பயிற்சிக்கு வருவதில்லை. சாப்பிடுவது குறைவு. உடல் மெலிந்து குச்சியாகி விட்டான். இவனைத் தொடர்ந்து வைத்திருப்பது மற்றவர்களுக்கு நல்லதல்ல. இவனது பயம் மற்றவர்களுக்கும் தொற்றிவிடும் என்று கருதி ஆறு கிழமை மருத்துவ விடுப்பு கொடுத்து அனுப்பிவிட்டார்கள்.

ஒரு மாதம் வீட்டில் இருந்தபோது இரவில் வயல் காவலுக்குச்சென்று, யாரோ பன்றிக்கு வைத்த கட்டு வெடியில் சிக்கி இறந்துவிட்டான். புலிகளோடு சண்டையில் வீரனாக போரில் இறந்திருந்தால் அவனுக்கு மதிப்பும், குடும்பத்திற்குப் பணம் கிடைத்திருக்கும். மரணத்தை வெல்லமுடியாது என புத்தசாது 2500 வருடங்கள் முன்பே சொன்னதை நாம் என்றும் புரிந்துகொள்ளவில்லை என்றான்"

லியனகேயையும் சோமரத்தினாவையும் நினைத்தான். இரண்டு குழந்தைகளுடன் காட்டுப்பகுதியில் வாழும் சீதாவும் குழந்தைகளும் மனதில் வந்து போனார்கள். இன்னும் எத்தனை சீதாக்கள் இந்தப் போரில் உருவாகுவார்களோ?

அடுத்த கிழமை அவுஸ்திரேலியர்களுடன் தொடர்பில் உள்ள சில ஆயுத வியாபாரிகளை கம்போடியாவிலும் தாய்லந்திலும் சந்திப்பதற்கான பயணம் போகவேண்டியிருந்தது. ஜகர்த்தாவில் இருந்து ஆயுதங்கள் தென்தாய்லாந்துக்கு வருவதாகவும் அங்கிருந்து விடுதலைப்புலிகளின் கப்பலில் எடுத்துச் செல்லப்பட இருப்பதாகவும் செய்தியை அவுஸ்திரேலியர்கள் கொடுத்திருந்தார்கள். அந்தக் கப்பல் எப்பொழுது புறப்படும்,

நொயல் நடேசன்

என்ன வகையான ஆயுதங்கள் எடுத்துச் செல்லப்படுகின்றன என்பதை அங்கு சென்றுதான் பெறவேண்டும். ஆயுதத்தை விற்றவர்களிடம் பணத்தைக் கொடுத்து, அந்த விபரங்களைப் பெறமுடியும் எனச் சொல்லியிருந்தார்கள். இதுவரையும் கண்டும் காணாமல் இருந்த அமெரிக்கர்கள், அவுஸ்திரேலியர்கள் இப்படித் தகவல்கள் எமக்குத் தந்துவும் நோக்கமென்ன? இதற்கு பதிலாக எதை விரும்புவார்கள் என்பது அவனது சிந்தனையாக இருந்தது.

மகிந்த தயாரத்தின, இரத்தின வியாபாரியாக தாய்லாந்து சென்று வியாபாரம் தொடங்குவதற்காக பாங்கொக்கில் பணம் வைப்பு செய்யப்பட்டுள்ளது. செரினுக்கு இராணுவத்திற்காகத் தொடர்ந்து வேலை செய்வது தெரியாது. ஏதாவது பகுதி நேர வேலை செய்வதாகச் சொல்ல வேண்டும் என எண்ணியபடியே படுத்திருந்தான். அருகே எதுவித சலனமும் அற்று செரின் தூங்கியபடியிருந்தாள் என்பதை மெதுவான குறட்டைச்சத்தம் உறுதி செய்தது.

○

அவுஸ்திரேலியாவில் மூன்று தமிழர் ஒருங்கிணைப்புக் குழுவைச் சேர்ந்தவர்கள் கைதாகியதால் விடுதலைப் புலிகளுக்கு ஆதரவான நிகழ்வுகள் மட்டுமல்ல, பணச்சேகரிப்பும் குறைந்தது. கைதானவர்களை வெளியே எடுப்பதற்கான முயற்சியில் தமிழ்ச்சமூகத்தினது பணமும், முயற்சிகளும் சென்றதால் விடுதலைப் போராட்டம் பற்றிய விடயங்கள் பின்தள்ளப்பட்டன. அவுஸ்திரேலியாவுடன் அமெரிக்கா மற்றும் கனடா போன்ற நாடுகளிலும் பலர் பணம் கையாளுதல், ஆயுதக்கடத்தல் முதலான விடயங்களில் கைதாகினார்கள்.

பிரான்சிய பத்திரிகையில் பிரான்சியத் தமிழர்களுக்கு இரட்டைவரி என்ற தலையங்கத்தில் செய்தி வெளிவந்திருந்தது. இதனால் பிரான்சின் நீதி நிர்வாக அமைப்பு சினம் கொண்டு அங்குள்ள முக்கியமான விடுதலைப்புலி ஆதரவாளர்களைக் கைது செய்தது. பெரும்பாலான தமிழர்கள் பெயருக்கும் புகழுக்குமாக விடுதலைப்புலிகளின் அரசியலில் ஈடுபட்டதால் கைது என்ற செய்திகேட்ட மற்றோர், மரணமடைந்த நாயிலிருந்து வெளியே குடிபெயர்ந்த தெள்ளாகினார்...

இதனை வைத்து இலங்கை அரசாங்கத்தின் போர்க்கால நடவடிக்கைக்கு ஆதரவாக மேற்கு நாடுகள் செயற்பட்டதாகக் கருத முடியாது. அவர்கள் பலங்கொண்ட பயங்கரவாத இயக்கம். இந்து சமுத்திரத்தின் முக்கிய பகுதியில் உருவாகுவதை விரும்பவில்லை. இலங்கை ஒரு சோமாலியாவாக மாறினால்

அங்கு பலங்கொண்ட பயங்கரவாதிகள், கடற்கொள்ளையர்கள் உருவாகமுடியும் என்று மேற்கு நாட்டு உளவு நிறுவனங்கள் எண்ணின.

விடுதலைப்புலிகளின் ஆயுதங்களுக்காக தென்கிழக்கு ஆசிய நாடுகளுக்குப் பணம் போவது குறைந்தது. தனிப்பட்டவர்களது கணக்கில் பெரிய தொகையில் பணம் இருப்பது தெரிந்தாலும் அது பற்றிய கவலை உளவுத்துறைக்கில்லை. அது வருமானவரி திணைக்களத்திற்கே உரியது.

உளவுத்துறையின் பெரும்பாலான கவனம் மத்திய கிழக்கில் உள்ள இஸ்லாமியத் தீவிரவாதத்தின் மேலாகத் திரும்பியதால் ஜெனியின் பொறுப்புகள் குறைந்தன. ரோனியை மத்திய கிழக்கிற்கான பகுதிக்கு இடமாற்றம் செய்து எகிப்து, கட்டார் போன்ற நாடுகளுக்கு கல்விச்சுற்றுலா அனுப்பிய போது "என்னோடு வருகிறாயா?" எனக்கேட்டான் ரோனி. ஜெனி அதை மறுத்துவிட்டாள்.

"இனிமேல் இலங்கை விடயத்தில் அதிகம் சுவையிராது; உனது காதலனை திருமணம் செய். போர் விரைவில் முடிந்துவிடும்." என்றான்.

கொழும்பில் உள்ள அவுஸ்திரேலியத் தூதரகத்தில் உளவுப் பிரிவுக்குப் பொறுப்பாக இருந்த போலின் கர்ப்பமாகி மகப்பேற்று விடுமுறையில் வந்திருந்தாள். அந்த இடத்தை தற்காலிகமாக நிரப்ப வேண்டிய தேவை ஏற்பட்டது. இலங்கை அரசியல் விடயம் தெரிந்த ஒருவர் தேவை எனக் கேட்டதால் அந்தப் பதவிக்கு ஜெனிக்கு அழைப்பு வந்தது.

ஜெனி இலங்கைக்குப் போக விரும்பினாள். அதை எப்படி அசோகனுக்கு சொல்வது என்பதே அவளது தலையாய பிரச்சினையாக இருந்தது. இலங்கையில் அவளுக்கு வேலை கிடைத்திருக்கும் என்பதை எப்படி நம்புவான்? நான் என்னைப் பற்றிய முழு விபரத்தையும் சொல்லி அவனிடம் மன்னிப்பு கேட்போமா? அதை எப்படி எடுத்துக் கொள்வான்? தன்னை ஏமாற்றினேன் எனச் சொல்வான். தங்கையின் நிலையின் மனவலியோடு இருப்பவனுக்கு தற்போதைய தருணம் உண்மை சொல்வதற்கு ஏற்றது அல்ல என்ற முடிவை எடுத்தாள்.

எப்படிச் சமாளிப்பது?

சுனாமி காலத்தில் சந்தித்த அவுஸ்திரேலிய உதவிக் குழுவினர் என்னை அழைத்ததாக சொல்வோம். ஆனால், அதை எப்படிச் சொல்வது?

நொயல் நடேசன்

பொய்யைச் சொல்லும்போது தூய பொய் சொல்லக்கூடாது. அதனைச் சுற்றி உண்மை, நியாயம் என்பன இருந்தால்தான் அந்தப்பொய் எடுபடுமென அவளது பயிற்சி கூறியது.

இப்படிச் சொல்வோம் என முடிவெடுத்தாள்:

"என்னைத் திருமணம் செய்தால் நான் இங்கிருக்கிறேன். இல்லையெனில் இலங்கைக்கு உதவி செய்யும் நிறுவனத்துடன் ஒரு வருடத்துக்கு பணியாற்றப் போகிறேன்."

அத்துடன் அவனுக்குக் கூறும் செய்தியில் இனிப்பாகத் தடவி – உனது தங்கையைப் பற்றியும் என்னால் விசாரிக்க முடியும் என்று சொல்லிப் பார்ப்போம். அதைவிடப் பலமானது என இத்தருணத்தில் வேறெதுவும் தோன்றவில்லை.

அது ஒரு திங்கட்கிழமை. அசோகனது வங்கிக்குச் சென்றாள். வாசலில் நின்றுகொண்டு, அசோகனை கைத்தொலைபேசியில் அழைத்தாள். கீழே இருவரும் சந்திக்கும் நேரத்தில் லில்லி வாசலுக்கு வந்தாள்.

"யார் இந்த அழகி. உனது காதலியா?" என்றாள் லில்லி, வெளிப்படையாக.

"லில்லி, இல்லை எனது தோழி. ஜெனிபர்" என அறிமுகப் படுத்தினான்.

"ஏன் பொய் சொல்கிறாய்? எப்பொழுது திருமணம் செய்வாய் எனக் கேட்க வந்தேன். இவனுக்குக் கொஞ்சம் புத்தி சொல் லில்லி" லில்லியின் முகத்தருகே ஜெனி கையை கொண்டு கெஞ்சலான குரலில்.

"கமோன் அசோக் இப்பவே இங்கே சொல்" என சத்தமிட்டு சிரித்தாள் லில்லி

"பெண்களே நான் போகிறேன்" என வெளியே உள்ள கஃபேயை நோக்கி நடந்தான் அசோகன்.

ஜெனி, அவனைப் பின் தொடர்ந்து வந்தாள். "நீ என்னைத் திருமணம் முடிக்காவிடில் நான் வெளிநாடு போகப் போகிறேன். இங்கிருந்து உன்னை நினைத்து இரவில் கனவு கண்டு பகலில் கொட்டாவி விட முடியாது." தோளில் இழுத்தாள்

"அதுதான் உனது விருப்பமென்றால் போ"என அவளது கையைத் தட்டிவிட்டான்

"எனக்கு வெளிநாட்டில் தொழில் கிடைத்திருக்கிறது"

“அப்படியா? உண்மையா?” எனச் சிரித்தான்.

“நீ திருமணத்திற்கு ஓமென்றால் நான் வேலைக்குப் போகாது நிற்பேன்”

“திருமணம் நீ நினைத்த உடன் செய்ய முடியுமா?”

“எவ்வளவு காலம் செல்லும்?”

பெரியப்பா, பெரியம்மா என்னை மட்டும் நம்பி வாழ்கிறார்கள். நான் அவர்களால் உயிர் கொடுக்கப்பட்டவன் என்பது உனக்குத் தெரியும். கார்த்திகா காணாமல் போன நிலையில் எனது கல்யாணத்தைப் பற்றி அவர்களிடம் எப்படிப் பேச முடியும்? எங்களூரில் சண்டை முடிந்தால் உன்னைக்கூட்டிச் சென்று அவர்களிடம் காட்டமுடியும்”

“அதுவரையும் நான் என்ன செய்வது? குறைந்த பட்சம் இருவரும் ஒன்றாக ஒரே வீட்டில் இருப்பதற்குக் கூட சம்மதிக்காது இருக்கிறாயே? எனக்கு வாடகையாவது மிஞ்சும்.” என்றாள் பொய்க் கோபத்துடன்.

அசோகன் சிரித்தான்.

“எனக்கு இலங்கையில் ஒரு வேலை கிடைத்திருக்கிறது.”

“உண்மையாகத்தான் சொல்கிறாயா?” அவன் முகத்தில் கலவரம் தெரிந்தது.

“சுனாமி காலத்தில் என்னைச் சந்தித்தவாகள் என்னிடம் அவுஸ்திரேலிய தூதராலயத்துடன் தொடர்பாளராக ஒரு வருடம் வேலை செய்யக் கேட்டிருக்கிறார்கள்”

“உண்மையாகவா? நீ பொய் சொல்லவில்லையே?” நம்பாதது முகத்தில் தெரிந்தது.

“நான் போய் உனது தங்கைபற்றிய விடயங்களையும் கவனிக்கப்போகிறேன்”

“உண்மையாகவா?”

“இந்த சனிக்கிழமை எனக்கு ரிக்கட் ஒதுக்கியிருக்கிறது. இன்று இரவு உனது இடத்திற்கு வரவா?”

“எதற்கு?”

“கொண்டாடத்தான்.”

“இல்லை. நாங்கள் கால்ரன் கஃபேயில் சந்திப்போம். மேசையொன்றைப் பதிவு செய்” என்றான்.

“லில்லிக்கு ஏதாவது எங்களைப்பற்றிச் சொன்னாயா? அதெப்படி உன்னோடு அந்நியோன்னியமாக நடக்கிறாள்?” எனச் சிணுங்கினாள்.

“இப்ப உனது பிரச்சினை என்ன?”

முகத்தத் திருப்பியபடி “ம் தெரியவேண்டும்” என்றாள்.

“இரவு சொல்கிறேன். வேலைக்கு போகவேண்டும்” என்றதும் கட்டியணைத்து உதட்டில் முத்தமிட்டு விட்டு கஃபேயில் இருந்த ரிசுப்பேப்பரை எடுத்துக் கொடுத்தாள்.

“உனது உதட்டில் உள்ள உதட்டுச் சாயத்தைத் துடைத்துவிடு”

இவள் பெரிய புதிராகத் தோன்றுகிறாளே. இலங்கை போவதாகச் சொல்வது உண்மையா? தனக்குள் கேட்டபடி மீண்டும் வங்கியுள் சென்றான் அசோகன்.

22

விடைகொடு செல்வி

காலையில் நாலு மணிக்கு எழுந்து கிட்டத்தட்ட பத்து கிலோ மீட்டர்கள் இயந்திரத் துப்பாக்கியை தோளில் காவியபடி செல்வியும் கார்த்திகாவும் ஓடினார்கள். காலைக் கருக்கலில் ஓட்டத்தின் காலடி ஓசையால் உறக்கத்தில் இருந்து விழித்துக் கொண்ட காட்டுப்பறவைகள் அவர்களைக் கோபத்தில் ஏசியபடி வானத்தில் அங்குமிங்கும் பறந்தன. காரியத்தில் கண்ணான சில பறவைகள், நிலத்திற்கு வந்து உணவைத் தேடின. நீர்ப்பறவைகள் அருகில் உள்ள குளத்தை நோக்கிப் பறந்தன. நிலத்தில் புழுவைத் தேடியமர்ந்த பறவைகள் மத்தியில் எமக்கு எந்தப் பிரச்சினையும் இல்லையென மயில்கள் மரங்களில் இருந்து மெதுவாக கீழிறங்கி வந்தன. ஆண்மயில்கள் அந்தக்காலை நேரம் காதலுக்குத் தோதாக இருக்குமென்ற எண்ணத்தில் தோகை விரித்தன. அவர்களைச் சுற்றியபடி பெண்மயில்கள், இவைகளுக்கு இதைவிட்டால் வேலையில்லை என்ற அலட்சியத்துடன் தளர்நடை நடந்தன.

மைதானத்தில் ஓடியவர்களை நாய்கள் குலைத்தபடி சிறிது தூரம் கலைத்தன. ஒரு சிவப்பு நாயைத் தவிர மற்றவை மீண்டும் கிராமத்துக்குச் சென்றுவிட்டன. சிவப்பு நாய் இந்த முகாமுக்கு குடிவரும் நோக்கத்தில் செல்வியிடம் சொந்தம் கொண்டாடி அவள் பின்னால் ஓடியது. செல்வி துரத்தியபோது கார்த்திகா அவளைத் தடுத்தாள். அந்த நாய் இருவரையும் தொடர்ந்து பின்னால் ஓடியது.

நொயல் நடேசன்

இயக்கத்தின் எந்தப்பிரிவாக இருந்தாலும் உடற்பயிற்சி முக்கியமாக இருந்தது. ஓட்டத்தில் கார்த்திகா எப்பொழுதும் செல்வியை முந்திவிடுவாள். ஆனால், செல்வியிடம் சமயோசிதமான புத்தியும் பேச்சுத்திறனுமுள்ளது. யாழ்ப்பாணத்தில் மானிப்பாய் செல்வியின் ஊர். உடுவில் பெண்கள் கல்லூரியில் படித்தவள். அவளது ஆங்கிலத்தில் கார்த்திகாவுக்கு பொறாமையுள்ளது. இரு மணிநேரப் பயிற்சியை முடித்துவிட்டு சோப் துணிகளுடன் குளிப்பதற்காகத் தயாரானபோது முகாமின் பொறுப்பாளரிட மிருந்து அந்தத் தகவல் வந்தது.

"உங்கள் இருவரையும் உளவுத்துறையினர் சந்திக்க விரும்புகிறார்கள்" என்றபோது செல்வியும் கார்த்திகாவும் திடுக்கிட்டார்கள். உள்ளத்தில் ஏற்பட்ட அதிர்வை மறைக்க முடியவில்லை. இருவரும் ஒருவரை ஒருவர் பார்த்தனர். அந்த நான்கு கண்களும் வலையில் சிக்கிய முயல்களின் கண்களாக மாறின.

அது ஒருகணம்தான். அடுத்த கணத்தில் செல்வி, தாக்குதலுக்கு தயாராக உடல் விறைத்த புலியாகி கார்த்திகாவின் மௌனமாக கையைத் தொட்டு கண்களால் தைரியம் சொன்னாள்.

எதற்கும் தயாராகவே இயக்கத்திற்கு வந்தோம் என்று சொன்னாலும் இவர்கள் சேர்ந்த இரண்டு வருடங்கள் போரற்றுக் கழிந்துவிட்டது. இயக்கத்தவர்களது திருமணங்கள், குழந்தைகள், நாடகங்கள், பாடல்கள் எனக்கழிந்ததால் போரில் இருந்து விலகிய புறத்தோற்றம் பலரது அகத்திலும் முளைவிட்டுச் செடியாக படர்ந்து வளர்ந்திருந்தது. மூத்தவர்களது உடலில் சிறிது கொழுப்பும், புதியவர்கள் நெஞ்சில் பயமும் அவர்களையறியாமல் படிந்துவிட்டன.

பிரசாரத்துறைக்காக இயக்கத்தின் சார்பில் ஊரெல்லாம் சென்று "சிங்கள இராணுவம் எங்களை அழிக்கத் தருணம் பார்த்துக் காத்திருக்கு. இந்தப் போர் நிறுத்தம் எம்மைத் தயார்படுத்த ஏற்பட்ட அவகாசம்" என்று சொல்லி ஆட்களைப் பிடித்த போதிலும் மனதின் ஓரத்தில் போர் மூளாமல் விடுமா? இனிமேல் அமைதி ஏற்படுமா? என்ற எதிர்பார்ப்பு இருந்தது. சமாதானம் மீதான விருப்பம் ஓதுக்குப் புறமான பழைய கட்டிடத்தில் விழுந்த ஆலம் விதைபோல் இயக்கத்தில் பலரிடத்தில் முளைவிட்டது.

வாழ்வதற்காகத்தானே போராட்டம்? நாங்கள் அழியத் தயாரானாலும் குறைந்த பட்டசம் அடுத்த தலைமுறைக்காவது சமாதானத்தைக் கொடுப்பதற்காகவே இந்த இயக்கத்தில் சேர்ந்தோம். அது வரும்போது வரவேற்கவேண்டாமா? பலரது

மனதில் நியாயமான கேள்விகள். தர்க்கமான சிந்தனைகள் முளைத்தன; மவுனமாக பரிமாறப்பட்டது.

சுனாமி அழிவின் பின்பு அரசாங்கம் வடகிழக்கு மாகாணங்களில் நிவாரணப்பணியை விடுதலைப் புலிகளின் கீழ் உருவாக்க முன்வந்தது. இது இயக்கத்தின் கீழ்மட்டத்தில் நம்பிக்கைச் செடியை முளைக்க வைத்தது. வெளிநாடுகளில் இருந்து யாத்திரையாக வந்த தமிழர்கள் அதனை மரமாக்கி வலுவாக்கினார்கள். நோர்வே நாட்டின் மத்தியஸ்தமும் அரசாங்கத்தின் நிவாரண உதவிகளும் வளர்ந்த மரத்திற்குத் தண்ணீருடன் உரமாகியது.

சாதாரண மக்கள் மனதில் போர் நிறுத்தம் என்பது இனிமேல் யுத்தமில்லை என்ற நினைப்பை ஆழமாக விதைத்து விட்டது. பலர் போர்நிறுத்தம் ஏற்பட்டு சமாதானம் வந்துவிட்டது. ஏன் பிள்ளைகளை கொண்டு செல்கிறீர்கள் எனக்கேட்டார்கள். அதற்கு பதில் கொடுப்பதே அரசியல் பிரிவினருக்கு சிரமமாக இருந்தது. போர், ஆயுதம், மரணங்களை விட்டு விலகியே இருக்க சாதாரண மக்கள் விரும்பினார்கள். எவ்வளவு காலம் போர் என்ற கூர் முனையில் வாழ்வது? அது மனித சுபாவம்தானே?

இருவரில் முதலில் தன்னியல் அடைந்தவள் செல்வி "எப்போது?" என்றாள் செய்தி காவிவந்த பெண்ணிடம்.

"மாலை நாலுமணிக்குத் தயாராக இருக்கட்டுமாம். உங்களுக்கு வாகனம் வரும்."

அதன் பின்பு எதிலும் மனம் செல்லவில்லை. குளித்தோமென பெயருக்கு சில வாளிகளை அள்ளி உடலில் ஊற்றினார்கள். உறை உரித்த லைஃவ்போய் சோப் கையில் எடுக்கப்படாமல் கிணற்றுக் கல்லில் வைக்கப்பட்டிருந்தது. சீருடையுடன் காலை உணவுக்காக சமையல் பகுதிக்குச் சென்றபோது திறந்த அலுமனிய சருவத்தில் சல்லடைத் துணிகட்டி அவித்த புட்டை கொட்டிக் கொண்டிருந்தார்கள். ஆவி பறந்துகொண்டிருந்தது. பூசணிக்காய் கொதித்து அந்தப்பகுதியை வாசனையால் நிறைத்தது. வழக்கமாக கவுப்பியோ கொண்டைக்கடலையோ இந்த நேரத்தில் அவிக்கப் பட்டு இருக்கும். இன்று புட்டு என்பதால் நேரமாகிவிட்டது. கொட்டிய புட்டில் இருந்து வாசம் எழுந்தபோது அம்மா அவிக்கும் புட்டு கார்த்திகாவிற்கு நினைவுக்கு வந்தது.

வவுனியாவில் படித்த காலத்தில், அம்மா சின்னவெங்காயத் துடன் முட்டையைப் பொரித்து நல்லெண்ணை சொட்டச் சொட்ட பாடசாலைக்குப் போவதற்கு முன்பாக சாப்பிடச் சொன்னாலும், கடைசிவரையும் புத்தகம், கொப்பி, பென்சில்

எனத்தேடுவதில் நேரத்தை செலவிட்டு, வீடு முழுவதும் திரிவேன். அல்லாவிடில் சீப்போ, கிளிப்போ தேடியபடி இருப்பேன். அதைப் பொறுக்காமல் அம்மா எனக்குக் கோப்பையில் கொண்டு திரிந்தபடி வாய்க்குள் ஊட்டும்போது அதை அசோகன் அண்ணா என்னையும் அம்மாவையும் பார்த்துச் சிரிப்பான். மிகுதியை அவனது வாய்க்குள் அம்மா திணிக்கும்போது—காணும் பெரியம்மா, காணும் பெரியம்மா என வாயைத்துடைப்பான். 'அவள் பெட்டை கொஞ்சம் சாப்பிடாவிட்டாலும் பரவாயில்லை. நீ ஆம்பிளை பிள்ளை, சாப்பிடு' என அவனது வாயில் மீண்டும் திணிப்பதும் தினமும் நடப்பவை.

வேலைக்குத் தயாரான அப்பா "ஆரோக்கியமான பிள்ளைகள் எப்படியும் சாப்பிடும். நீ விடு. நான் போற வழியில் பிள்ளைகளை இறக்கி விடுகிறேன்." என அண்ணாவை பின்னால் கரியரிலும் என்னை பாரிலும் ஏற்றிக்கொண்டு பாடசாலை செல்வார். ஒரு விதத்தில் அண்ணாவை வேற்றுப் பிள்ளையாகப் புறக்கணிக்காமல் சொந்தப்பிள்ளையாக நடத்தியது எவ்வளவு நல்லதாகப் போய் விட்டது. எனக்கு எதுவும் நடந்தால், அப்பா அம்மாவை அவன் கைவிடமாட்டான். பெட்டைப் பிள்ளையாக நான் செய்யவேண்டியதை அவன் செய்வான் என்ன ஆறுதல் அடைந்தாள்.

"என்னடி யோசிக்கிறாய்" தோளில் தட்டிய செல்வி அவளை இந்த உலகிற்குக் கொண்டுவந்தாள்.

சாப்பாடு தயாராவதற்கு கொஞ்ச நேரமாகும்போல் தெரிகிறது. நான் தகவல் பிரிவுக்குச் சென்று வருகிறேன். நீ வருகிறாயா? எனக் கார்த்திகா கேட்டாள்.

இருவரும் மோட்டார் சைக்கிளில் சென்றார்கள்.

புதிதாகத் தேர்தல் வந்து முடிந்திருக்கிறது. அதன் விளைவாக புதிய ஜனாதிபதி வந்திருக்கிறார். அந்தத் தகவல் எவ்வளவு முக்கியத்துவமானது என்பது அப்பொழுது அவர்களுக்குத் தெரியவில்லை.

அன்று மாலை நாலு மணிக்கு சொல்லி வைத்ததுபோல் வெள்ளை பிராடோ ஜீப் வந்தது. அறிமுகமற்ற சாரதி சுருக்கமாக இருவரையும் வரச்சொன்ன தகவல் தவிர்ந்து வேறு எதுவும் பேசவில்லை. வாகனத்தின் பின்பகுதியில் ஏறியதும் அது இரண்டரை மணிநேரம் புதுக்குடியிருப்பை நோக்கி ஓடியது. பாதுகாப்புக் காரணங்களுக்காக பல கிராமங்கள் ஊடாகவும் காட்டுப்பாதையூடாகவும் பயணம் நடந்தது.

இப்படிப் போவதைவிட எங்களுக்குத் தகவல் அறிவித்து நேரடியாக வரச்சொல்லியிருந்தால் மோட்டார் சைக்கிளில் அரைவாசி நேரத்தில் அங்குச் சென்றிருக்க முடியும் என நினைத்தாள் கார்த்திகா. ஆனால், அதைப்பற்றி எதுவும் செல்வியிடம் பேசவில்லை. முக்கியமான இடத்திற்கு முக்கியமானவர்களை சந்திக்கப் போவதற்கு இரவு நேரமே தகுந்தது என்பதை ஏற்கனவே செல்வி சொல்லியிருந்ததால் பேசுவதற்கு எதுவுமிருக்கவில்லை.

வாய் பேசாமல் இருந்தாலும் மனம் அலைக்கழியாது இருக்குமா? பல திசையில் சஞ்சரித்தது.

எதற்காக அழைக்கவேண்டும்? போருக்கு பயிற்சி நடக்கிறது. அதில் எங்களைச் சேர்த்து விட்டிருக்கலாம். மக்கள் மத்தியில் ஆட்சேர்ப்பிலும் தகவல் பகுதியில் வேலை செய்தவர்களான எங்களை புலனாய்வுப்பகுதியில் சேர்க்க மாட்டார்கள். மக்கள் எங்களை அடையாளம் கண்டுகொள்வார்கள். நிர்வாகப் பொறுப்புகளைத் தருவதற்கு எமக்கு போர் அனுபவம் இல்லை. அதைவிட போரிட்டவர்கள் எம்மை மதிக்கமாட்டார்கள். எங்களிலும் சீனியரான ஆட்கள் இருக்கிறார்கள். தண்டிப்பதற்கு நாங்கள் எந்தத் தவறும் செய்யவில்லை. அதற்கு இப்படி ஜீப்பில் ஏற்றிக்கொண்டு போகமாட்டார்கள். வேறு காரணம் இருக்கவேண்டும். எதுவாக இருக்கும்? செல்வியுடன் பேச நினைத்து வாயை அசைக்க அவள் தனது பூட்ஸ் காலால் மிதித்தாள். இவள் என்னை மிதிக்கிறாள். வாயாடியான அவளால் இவ்வளவு நேரம் வாயை மூடியபடி இருக்கமுடிகிறதா?

செல்வி பையில் இருந்த பட்டாணிக்கடலைப் பையைக் கொடுத்துவிட்டு தானும் அதில் சிலதை வாயில் போட்டாள்.

இவளால் கோழி மாதிரி கொறிக்காது இருக்கமுடியாது. பேசாதபோது தின்னவேண்டும். ஆனால், கொஞ்சமாவது கொழுப்பிருக்கா? வயிறுகூட சாரைப்பாம்பு போல் இருக்கிறது. எப்படி இவளது உடம்பில் எதுவும் ஒட்டாது இருக்கிறது? இதேமாதிரித்தான் அப்பா எக்காலத்திலும் ஒரேமாதிரி. அம்மா வயதாக உடல் பெருத்துவருவதால் கொஞ்சம் பொறாமை கலந்த குரலில் அப்பாவைப் பார்த்து அடிக்கடி 'மனுசனது உடல்வாசி. தின்னுவது கொஞ்சமாவது உடலில் ஒட்டுவதில்லை' எனச் சொல்வதுபோல.

புதுக்குடியிருப்பை அடைந்தபோது மணி ஏழாகிவிட்டது. மரங்கள் நிறைந்த காடு போன்ற பகுதியைக் கடந்து ஊர்மனை தாண்டி, தோப்பாக இருந்த பகுதியில் வாகனம் நின்றது. மணல்

பிரதேசத்தில் சிறிது நடந்தபோது நட்சத்திர வெளிச்சத்தில் ஒரு ஓட்டு வீடு தெரிந்தது. அருகில் வரும் வரையும் அந்த வீடு தெரியவில்லை. பெரிய மரங்கள் அடர்த்தியாக வளர்ந்து மறைத்து இருந்தன. வாசலுக்கு வந்த போதும் வெளிச்சமிருக்கவில்லை. சாரதி காட்டிய பாதையில் இருளாக இருந்தது. அவன் பின்தங்கிவிட, அவன் காட்டிய டார்ச் லைட்டின் வெளிச்சத்தில் இடுப்புயரத் திற்கு சுவர் கட்டியிருந்த வராந்தாவைக் கடந்து ஹோலின் ஊடாக உள்ளே சென்றபோது இருபக்கமும் அறைகளிருந்தன. அதையும் டார்ச்சின் ஒளியில் கடந்தபோது பின்கதவு வந்தது. அதைக் கையால் தள்ளித் திறந்தார்கள். வீட்டின் பின்பகுதியில் மீண்டும் நட்சத்திரங்கள் மரங்களிடையே தெரிந்தன. புல் முளைக்காத மணலின் மேல் காலடி புதைத்தபடி தயங்கித் தயங்கி இருட்டில் சுவரைத் தொட்டபடி இடது புறத்தில் மெதுவான ஒளிக் கற்றை மெதுவாகக் கசிந்த பகுதியை நோக்கித் திரும்பிச் சென்றபோது சாய்வான பாதையில் உள்ளிறங்கும் சுரங்கம்போல் அந்தப் பாதையிருந்தது.

அந்தப் பாதையில் சிறிது தூரம்நடந்தபோது மீண்டும் ஒரு அறைபோன்ற இடம். அங்கு ஒற்றை லைட் பிரகாசமாக எரிந்தது. அந்த ஒளியில் இருவர் தெரிந்தனர். ஒருவர் சிவப்பு நிறத்தில் உயரமாக மீசையுடன் இராணுவ உடுப்பில் சுவரில் சாய்ந்தபடி நின்றார். மற்றவர் ஏற்கனவே இருவருக்கும் அறிமுகமான சாந்தன் அறையின் நடுவில் நின்றார். வெறுமையான அங்கு இரண்டு மரநிற பிளாஸ்டிக் கதிரைகள் மட்டும் இருந்தன. சாந்தனது முகத்தில் மெதுவான சிரிப்பு இழையோடியது. உயரமானவர் முகத்தில் எதுவிதமான சலனமில்லை. புதிதாகக் கண் திறந்த சிலைபோல் சலனமற்று இருந்தார் ஆனால், அவரது கண்கள் கத்தியாக இருவரையும் துளைத்தபடி இருந்தன. அவர் சைகை யால் இருவரையும் அங்கிருந்த கதிரையில் இருக்கச் சொன்னார். இருவரும் அமரவில்லை.

உயரமானவர் தலையை ஆட்டிவிட்டு நேரடியாக விடயத் திற்கு வந்தார். "எங்களுக்கு ஒரு ஒப்பரேசனுக்கு கொழும்பில் ஆள் தேவையாக இருக்கிறது"

இருவரும் கையுயர்த்தினர்.

"இது மிகவும் சிக்கலானது. பலரோடு பேசிப்பழகவேண்டும். ஆங்கிலம் தெரியவேண்டும். நாகரிகமாக பேசிப் பழகவேண்டும். வித்தியாசமான உடைகளை அணிய வேண்டும்."

மீண்டும் இருவரும் கையுயர்த்தினர்.

"சிங்களம் படித்து, கொழும்பில் ஆணுடன் கணவன் மனைவியாக சீவிக்கவேண்டும்"

அதற்கும் இருவரும் சம்மதித்தார்கள்.

"இருவரில் யாருக்கு ஏற்கனவே போய்ஃபிரண்ட் இருந்தது?" மிகவும் அழுத்தமாக அடித்தொண்டையில் இருந்து வந்தது.

அந்தக் கேள்வியால் நெஞ்சில் கையைக் கட்டியபடி நின்ற இருவரும் அதிர்ந்தனர். செல்வி தயக்கத்துடன் கையை நெஞ்சுக்கு, பின்பு தோளுக்கு, இறுதியாக தலைக்குமேல் படிப்படியாக உயர்த்தினாள்.

"இந்த வேலை செல்விக்குத்தான் பொருத்தம். செல்வி உன்னை நீ வந்த ஜீப்பில் விசேட பயிற்சி முகாமிற்குக் கொண்டு செல்வார்கள். சாந்தன் நீயே கார்த்திகாவைக் கொண்டு போய் கிளிநொச்சியில் விடு" என முடிவாகச் சொல்லிவிட்டு அந்த இடத்தைவிட்டு நகர்ந்தான்.

செல்வி திரும்பி கார்த்திகாவைப் பார்த்தாள். அவளைப் பார்த்ததும் கார்த்திகாவின் கண்கள் குளமாக்கின. இதுதான் இவளைப் பார்க்கும் கடைசிச் சந்தர்ப்பமா? இரண்டு வருடமாக அக்கா தங்கை போல் பழகிவிட்டோம். யுத்தமென்றால் இருவரும் ஒன்றாகக் களத்திற்கு செல்லத் தயாராக இருந்தோம். இப்பொழுது பிரிக்கப்பட்டுவிட்டோமே!. இந்தப்பிரிவு நிரந்தரமானது.

கொழும்பில் இவளது வேலை என்னவாக இருக்கும்? கரும்புலியாக தற்கொலைத் தாக்குதலுக்கு செல்கிறாளா? திரும்பி வரமுடியாத திசையில் செல்கிறாள்.

செல்வி மெல்லிய தேகமும் பெரிய கண்களும் கொண்டவள். வெளிர் நிறமானவள். இந்த உடல் தசையும் எலும்புமாக வேறு வேறாகச் சிதறப்போகிறதா? எனக்கு சிறிய மார்பு என அவளுக்குக் குறை. அவள் எனது மார்பைப் பார்த்து பொறாமை யாகச் சொல்வாள். 'நீ உன் நிறத்தைத் தந்தால் என் மார்பைத் தந்துவிடுகிறேன். அம்மாவின் சீதன வழியாக எனக்கு வந்தது. இயக்கத்தில் இருக்கிற எனக்கு அதை விரும்பும் காதலன் இல்லை. குழந்தைக்கும் பிரயோசனமில்லை. எப்போதாவது குண்டு பட்டு துளைபடும் உறுப்புத்தானே' என்பேன்.

அந்தரங்கமான விடயங்களை அவளோடு பேசலாம். ஆனால், அவள் ஏற்கனவே ஆறு மாதங்கள் புலனாய்வுத்துறையில் இருந்தவள் என்பதால் இயக்க விடயங்களைப் பேசமாட்டேன்.

அவளது மெல்லிய உடல் சிதறுவதை என்னால் நினைத்துப் பார்க்க முடியவில்லை. அழுகை வந்தது. வசதியான குடும்பத்தில் பிறந்து வளர்ந்தவள். பாடசாலைக் காலத்தில் காதலித்தவன் பழகிவிட்டு கனடா சென்றதும் இவளை மறந்துவிட்டான்.

அந்தத் துக்கத்தில் மனம் குமைந்தவளுக்கு விடுதலை இயக்கம் வடிகாலாக அமைந்தது. உண்மையில் யாழ்ப்பாணத்தில் இருந்து சில நாட்கள் நடந்து, ஊர்களில் தங்கியிருந்து, கிளாலியால் படகேறி போராட வந்தவள். சமாதான ஒப்பந்தம் அமுலான காலத்தில் யாழ்ப்பாணத்தில் இருந்து செல்வியைப்போல் சேர்ந்தவர்கள் அதிகமில்லை. இயக்கத்தில் இருந்து பல காரணங்களைச் சொல்லி வெளியேறியவர்கள் தான் அதிகம். வெளிநாடுகளுக்கும் இந்தியாவுக்கும் என தப்பிப்போன காலத்தில் யாழப்பாணத்தில் இருந்து போர் நிறுத்த காலத்தில் வந்தவர்களை விரல் விட்டு எண்ணமுடியும். இயக்கம்கூட யாழ்ப்பாணத்தவர்களை குறைகூறுவதைக் கேட்டிருக்கிறேன். குடும்ப நிலவரம், இயக்கத்தின் வற்புறுத்தல் என்பனவே வன்னி மக்களிலிருந்து பலரைச் சேர்த்தது. அவர்களோடு ஒப்பிட்டுப் பார்த்ததில் செல்வியைப் பிடித்துவிட்டது. எனக்கு அவள் தன்னிகரற்ற தியாகியாகத் தெரிந்தாள். அவளோடு நானாகவே வலிந்து சேர்ந்து கொண்டேன். அவளருகே இருந்த நேரங்கள் எனக்கு சந்தோசத்தை கொடுத்த தருணங்கள்.

"என்ன கார்த்திகா? இப்படி நிற்க ஏலாது" என்றான் சாந்தன் வாசலுக்கு வந்தபடி.

செல்வி அசையாது நின்றாள். இட்ட பணிக்குத் தயாராகி விட்டாள் என்பது அவளது உடல் விறைப்பிலும் கண்ணிலும் தெரிந்தது.

"ஒரு நிமிடம்"

செல்வியை அணைத்து இரண்டு கன்னத்திலும் முத்தமிட்டாள். அவளது உடலைத் தழுவியபோது இரும்புச் சிலையைத் தழுவியதுபோல் உடல் இறுக்கத்தையும் குளிர்ச்சியை உணர்ந்தாள் கார்த்திகா

மனதில் மட்டுமல்ல உடலிலும் உறுதியானவள் செல்வி.

"இரண்டு வருடமாகப் பழகினோம். இப்பொழுது பிரிகிறோம்" என்று கார்த்திகா சொல்லி கையைத்தொட்டு கண்கலங்கியபடி பிரிந்தாள்.

சாந்தன் மோட்டார் சைக்கிளை எடுத்துக்கொண்டு வீட்டின் வாசலுக்கு வந்தான். சாந்தனோடு மோட்டார் சைக்கிளில் செல்வோம் என கார்த்திகா எதிர்பார்க்கவில்லை. இயக்க வாழ்வில் எதிர்பாராத தருணங்கள் வரும்போது அதற்கேற்ப இசைவாகி வாழ்ந்திருக்கிறாள்.

இருளான ஒற்றையடிப் புழுதியான பாதையில் சிறிது நேரம் மோட்டார் சைக்கிள் ஓடிக்கொண்டிருந்தபோது வோக்கி

டோக்கி அழைத்தது. மோட்டார் சைக்கிளை நிறுத்திவிட்டு அதை எடுத்துப் பேசினான். கார்த்திகா நாகரிகமாக இறங்கி சிறிது தூரத்தில் ஒதுங்கி நின்றாள். ஆனால், வார்த்தைகள் அவளுக்குக் கேட்டன, மைக்கில் போட்டதுபோல!

மிகவும் சுருக்கமான அழைப்பு. குரல் ஏற்கனவே கேட்டதாக இருந்தது. ஆனால், மனதில் நினைவுக்கு வரவில்லை.

"கிளிநொச்சிக்குப்போகும் வழியில் ஊடுருவித்தாக்கும் அரசபடையின் கிளைமோர் ஒன்று வெடித்திருக்கிறது. அந்தப்பிரதேசத்தால் தற்பொழுது செல்வது அபாயமானது. நமது வீடுகளில் ஒன்றில் தங்கிச் செல்" என்ற அந்தக் குரலுக்கு, "அப்படியா? சரி" என்று சாந்தன் தொடர்பைத் துண்டித்தான்.

அவன் இடுப்பில் இருந்து பிஸ்டலை வெளியே எடுத்துப் பார்த்தது அந்த மோட்டார் சைக்கிள் ஒளியில் தெரிந்தது. கார்த்திகாவை நோக்கி வந்து "கிளிநொச்சி போகும் பாதையில் கிளைமோர் வெடித்ததால் விடுதலைப்புலிகள் அந்த இடத்தை நோக்கி ஆயுதங்களுடன் போய்க் கொண்டிருக்கிறார்கள். எங்களை இரவு தங்கிவிட்டுச் செல்ல உத்தரவு வந்துள்ளது" என்றான்.

முன்னெப்போதும் ஆணின் நெருக்கத்தை சந்தித்திராத கார்த்திகாவுக்கு குண்டு குழிகளில் விழுந்தபடி சாந்தனோடு மோட்டார் சைக்கிளில் சவாரி வந்தது அந்தரமாக இருந்தது. காதல், திருமணம், தாய்மை, அண்ணன், பெற்றோர் என உலகத்தின் பற்றுத் துறந்திருந்தாலும் ஆணின் ஸ்பரிசம் அவளையறியாது ஒற்றைப் பனைமரத்தில் விழும் மின்னலைப்போலத் தாக்கியது. உடலில் தேக்கி வைக்கப்பட்டிருக்கும் இயற்கையின் உணர்வுகள் அழிக்கவோ மறைக்கவோ முடியாதவை. ஆரம்பத்தில் அவனது உடல் பட்ட இடங்கள் ஏதோ அதிர்வை அளிப்பதாக இருந்தன. பின்பு படாத போதிலும் அதிலும் பார்க்க உணர்வு மிகையாகத் தாக்கி இதயத்துடிப்பை அதிகமாக்கியது. அந்த அரைமணி நேரம் அவளுக்குப் பல யுகங்களாகத் தோன்றியது.

வோக்கி டோக்கியில் அழைப்பு வந்தபோது, வாகனத்தை அருகில் உள்ள பாலை மரத்தருகே நிறுத்தியதும், அவனை விலக முடிந்ததால் மன ஆறுதலுற்றிருந்தாள். இதயம் பழைய நிலைக்கு வந்து உடலும் உள்ளமும் தன்வயமாதல் நடந்தது. இரவு தங்கிப் போகும்படி கேட்ட அந்தக் குரலுக்கு நன்றி சொல்லவேண்டும் போல் இருந்தது.

இன்றிரவு முகாமுக்குப் போனால் என்ன சொல்லுவது? மற்றவர்கள் செல்வி எங்கே என்றால் அவளுக்குப் புதிய வேலை

ஒன்று கொடுத்துவிட்டார்கள். அவளைத் தேர்ந்தெடுத்தவர்கள், என்னை நிராகரித்து விட்டார்கள் என எப்படிச் சொல்வது? என மனதில் புழுங்கியபடி வந்தவளுக்கு இரவு அங்கு போகவில்லை என்பதால் பதிலை எப்படிச் சொல்லலாம் என சிந்திக்க அவகாசம் இருக்கும் என நினைத்தாள்.

மோட்டார் சைக்கிளின் லைட்டை அணைத்துவிட்டு கையில் இருந்த சிறிய லைட்டின் ஒளியில் மோட்டார் சைக்கிளைத் தள்ளியபடி அமைதியாக வந்தான். அவள், அவனை மௌனமாக சில நிமிடம் பின் தொடர்ந்தாள்.

"நான் கொஞ்சநேரம் தள்ளட்டுமா?"

"நான் இதற்கும் ரெயினிங் எடுத்திருக்கிறேன்"

"நானும்தான் இரண்டு வருடங்கள்"

"அப்படியா?" எனச் சிரித்துவிட்டு "முல்லைத்தீவு ஆர்மிக்கேம்பை அடிக்க முன்பு இயக்கத்தில் சேர்ந்தேன். இரண்டு வருடத்தில் தலைவரின் பாதுகாப்புப் பிரிவில் இணைந்தேன். இப்பொழுது புலனாய்வுத்துறையில் இருக்கிறேன் – பத்து வருடங்கள் இயக்கத்தில்"

எதிரே மரங்கள் மத்தியில் ஒரு ஓட்டு வீடு தெரிந்தது. வெளியே மோட்டார் சைக்கிளை நிறுத்திவிட்டுப் பின்புறம் சென்று திரும்பி உட்புறமாக வந்து அந்த வீட்டின் கதவைத் திறந்தான். உள்ளே இருளாக இருந்தது. டார்ச் லைட்டை அடித்தபோது ஹோலில் அரைப்பகுதி இடுப்புயரத்தில் ஏதோ வைத்து கன்வஸ் படங்கால் மூடப்பட்டிருந்தது.காட்போட் பெட்டிகள் கிடந்தன. அந்த இடத்தில் பெற்றோல் நாற்றம் மூக்கைத் துளைத்தது.

"இது கடற்படையினரது எஞ்சின் மற்றும் உபரி இயந்திரப் பகுதிகளை சேமித்து வைக்குமிடம். ஆட்கள் இருப்பதில்லை. சிறிது நேரம் யன்னல் கதவைத் திறந்து வைத்தால் மணம் போகும். படுப்பதற்கு ஹோலைப்பாவிக்க முடியும். இன்றைக்கு சாப்பாடு இல்லாமல் வெறும் வயிற்றுடன் படுக்கவேண்டும்" எனக்கூறிக்கொண்டு யன்னல்களைத் திறந்துவிட்டு மூலையில் இருந்த கார்ட்போட் பெட்டிகளைக் கிழித்தான் சாந்தன்.

"என்னிடம் பட்டாணிக் கடலையிருக்கிறது. செல்விக்கு எப்பொழுதும் கொறித்தபடியே இருக்க வேண்டும். அதனால் இரண்டு பையில்போட்டு வந்தவள் என்னிடம் ஒரு பையைத் தந்தாள்."

“அப்ப சமாளிக்க முடியும். என்னிடம் தண்ணியிருக்கு. படுக்கை வசதியில்லை. நான் மரங்கள் மீது படுத்து நாள் கணக்கில் தூங்கியிருக்கிறேன்” மோட்டார் சைக்கிளின் பையில் இருந்து எடுத்து வந்த துணியை அந்த ஹோலின் ஒரு கரையில் போட்டான்.

கடலையைப் பகிர்ந்து கொடுத்தாள். தண்ணீரை அருந்தி விட்டுத் தரையில் விரித்த துணியின் மீது கார்த்திகாவைப் படுக்கச் சொல்லிவிட்டு மறுகரையில் காட்போட்டுகளின் மேல் சாந்தன் படுத்தான்;.

அவளது கடிகாரம் ஒன்பது மணியைக் காட்டியது. எங்கும் எதுவித ஓசையும் அற்ற இருட்டு இந்த இடத்தில் போர்வையாக மூடியிருந்தது. சாந்தன் சொல்லியதுபோல் பெற்றோல் மணம் குறைந்துவிட்டது சுற்று வட்டாரத்தில் எப்படியும் மக்கள் இருக்க வேண்டுமே? எல்லோரும் எப்படி அமைதியானார்கள்? சிறு குழந்தைகள் கூட இந்தப்பகுதியில் அழுவதை நிறுத்திவிட்டனவா? எமது காட்டின் மத்தியில் உள்ள முகாமருகில் ஜன நடமாட்டம் இல்லாத போதிலும் நாய்களின் ஊளைகள் கேட்குமே?

கார்த்திகா திரும்பி சுவரை நோக்கிப் படுத்தாள். இடுப்புப் பொக்கற்றில் சிந்திய கடலைகள் இடுப்பில் அண்டியது. அவற்றை எடுத்து வாயில் வைத்து கொறித்தபோது சத்தம் அந்த இடத்தின் அமைதியைக் குலைத்தது.

“இன்னும் அந்தக் கடலையைக் கொறிக்கிறாயா? அதிகமாக வைத்திருக்கிறாயா?” இருட்டில் சாந்தனின் குரல் வந்தது.

“எனது பக்கட்டில் சிந்திக் கிடந்தவை. எல்லாம் வாய்க்குள் போய்விட்டது”

“இதுவரையும் எந்தப்பெண்ணையும் தொடவில்லை. குறைந்தபட்சம் பெண்ணின் எச்சில் எப்படி இருக்கிறது எனப்பார்க்க விரும்புகிறேன்”

கார்த்திகாவிடமிருந்து எதுவித பதிலும் வரவில்லை.

“நான் இயக்க கட்டுப்பாட்டுடன் இருந்தேன். 2002இல் தலைவர் என்னைத் திருமணம் செய்ய வற்புறுத்திய போது பார்ப்போம் எனச் சொன்னேன். பின்பு இந்தியாவிற்கு இயக்க அலுவலாகச் சென்றதும் அந்த விடயம் மனதை விட்டுப் போய் விட்டது. அப்பொழுதுதான் உனது அண்ணனையும் கண்டேன்.”

மீண்டும் சாந்தன் “நான் பேசிக்கொண்டிருக்கிறேன். நீ அமைதியாக இருக்கிறாய். தூங்கிவிட்டாயா?”

"என்னத்தைப் பேச? எனக்கு இயக்கத்தில் பயிற்சியைத் தவிர வேறு அறிவோ அனுபவமோ இல்லை. படிக்கும்போது ரீச்சராக வர நினைத்திருந்தேன். அம்மா அவுஸ்திரேலியாவுக்கு அண்ணனிடம் அனுப்ப நினைத்திருந்தார். எதுவும் சரிவரவில்லை. குறைந்த பட்சம் செல்விக்கு கிடைத்த உயிராயுதமாக மாறும் சந்தர்ப்பம்கூட எனக்குக் கிடைக்கவில்லை"

"அதற்குக் கவலைப்படுகிறாயா?"

"பின்ன என்ன? ஏதோ ஒரு விதமாக உயிர் போவது நிச்சயம் என எண்ணும்போது இனத்திற்காக உயிர் போவது நல்லதுதானே?"

"உனது சிந்தனை இயக்கத்திற்குப் பொருத்தமாக இருக்கு. உனக்கு நிச்சயமாக சந்தர்ப்பம் வரும். இப்பொழுது கடலை தரமாட்டாயா"

கைகளை நீட்டிக் கொடுத்தாள்.

"கடலை உருசையாகத்தான் இருக்கு"

'வேறு இருக்கா"

"வாயில் உடைந்து மாவாக இருக்கு. பரவாயில்லையா"

"அது கூட ருசியாக இருக்கும்"

நீட்டி கையில் வைத்தாள்.

"என்ன இப்படி இருக்கு? சூடான களியாக"

"எனது வயிற்றுக்குள் போனதை கக்கி எடுத்தால் எப்படி யிருக்கும்?"

"தாய்ப்பறவை குஞ்சுக்கு ஊட்டுவதுபோல் எனக்கு உணவு ஊட்டுகிறாய். இதற்கு என்ன கைமாறு செய்வேன். உன்கையை நீட்டு. இயக்கத்தின் கட்டளையை மீறி இந்தக் கையை மட்டும் தொட்டபடி இன்று உறங்குகிறேன். மிகுதி இயக்க அனுமதியுடன்தான்."

அன்றிரவு முழுவதும் இருவரும் தூங்காமல் படுத்திருந்தனர்.

23

தற்கொடைப்போராளி

கிழக்கில் தொடங்கிய போர்மேகங்கள் வன்னியை ஆக்கிரமித்தன. வன்னியில் பலமுனை களில் போர் தொடங்கியிருந்தது. இரண்டுவருடத்தில் நினைத்திராத பல விடயங்கள் நடந்துவிட்டது.

அசோகனிற்கு வவுனியாவில் இருந்து பெரியம்மாவின் தொலைபேசி அழைப்பு வந்தது. அதில் பேசுவதற்குப் பதிலாக அழுதார் "எனது மகளை சண்டைக்கு மன்னாருக்கு அனுப்பி விட்டார்கள். உயிரோடு வருவாளா? பிணமாகக் காணமுடியுமா? அல்லது கால், கை இழந்து வருவாளா? எதுவாவது மிஞ்சுமா? தொட்டு அழுவதற்கு ஏதாவது கிடைக்குமா?

பதினெட்டு வருடங்கள் கண்ணுக்குள் மணியாக வைத்து வளர்த்தேன். என்ர விதி இப்படியாகி விட்டது. அவளை ஓடுகாலியாக ஓடவைத்தது. ஆண்களையெல்லாம் கிளிநொச்சி, முல்லைத்தீவென பாதுகாப்பாக வைத்துக்கொண்டு, புதுக்க எடுத்த பெட்டையளை மாத்திரம் மன்னாருக்கு அனுப்புகிறார்களாம். இது என்ன கொடுமை? அதுகளுக்கு என்ன தெரியும்? முதல் முறையாக சண்டைக்குச் செல்லும்போது பயம் வராதா? போதாக்குறைக்கு துலைவான்கள் அதுகளுக்கு ஒண்டும் அனுப்பிறதில்லையாம். ஆயுதமும் இல்லை. சாப்பாடும் காணாதென வவுனியாவிற்குத் தப்பிவந்த சனங்கள் சொல்லுது" எனச் சொல்லி அழுதார்.

நொயல் நடேசன்   349

அசோகனுக்கு எதுவும் செய்ய முடியவில்லை. அவனுக்கும் கண்ணீர் பெருகி குரல் தடுமாறியது. கண்ணீரைத் துடைத்தபடி தொலைபேசியின் அடுத்த முனையில் இருக்கும் பெரியம்மாவிற்கு ஆறுதல் சொல்ல வேண்டிய கட்டாயத்தால் தனது உணர்வுகளை கட்டிற்குள் கொண்டுவர முயன்றான்.

பெரியம்மாவின் அழுகை வடபகுதித் தமிழ்மக்களின் பொதுவான அழுகையெனப் புரிந்தாலும், அவனுக்கு கார்த்திகா மீதுதான் எரிச்சல் வந்தது.

இவள் தனது மூளையைப் பாவித்திருக்கலாம். பெருந்தொகை யான பணத்தைக் கொடுத்தாவது கார்த்திகாவை மீட்கலாமென நினைத்தது எவ்வளவுக்கு சரி வந்திருக்குமோ தெரியாது. ஆனால், அவள் பிடிவாதமாக இயக்கத்தில் இருக்கிறேன் எனச் சொன்னதனால் என்ன செய்யமுடியும்? தன்னை அழிப்பது அவளது நோக்கமா? இயக்கத்தின் நோக்கத்திற்கு விசுவாசமாக நடப்பேன் என நினைக்கிறாள். ஆனால், இயக்கம் தெரிந்து கொண்டு போரைத் தொடக்கி தோல்வியைத் தழுவுகிறதே! மக்களுக்கோ அல்லது இயக்கத்தில் தன்னை நம்பியவர்களுக்கு விசுவாசமாக நடந்ததா? இல்லை என்பது அரசியல் அறிவில்லாத பெரியம்மாவிற்கும் புரிகிறது. அது இவளுக்குப் புரியவில்லையே? ஆறுதல் வார்த்தைகள் எதுவும் அவனிடம் இல்லையென்பதால் பெரியம்மாவின் கவலை தோய்ந்த சொற்களையும் அழுகையையும் மௌனமாகக் கேட்பதைத்தவிர வேறு எதுவும் செய்யமுடியவில்லை.

இடையில் பெரியப்பாவை பற்றிக் கேட்டு அழுகையைத் திசை திருப்பியபோது “அவர் அடித்துப்போட்ட நாய்போல் உள்ளமும் உடலும் புண்பட்டு கட்டிலோடு ஒட்டியபடி கிடக்கிறார். அவரது இயக்கம் குறைந்து வருகிறது. அவரது மலம் சலம் எடுப்பது, உணவூட்டுவது, கால் கைக்கு தைலம் போடுவது எனது முழுநேர வேலையாகிவிட்டது. அதற்குள் பெரிய விடயம் ஒன்றும் நடந்துவிட்டது. அதை போனில் அதிகம் பேசமுடியாது”என திடீரென எச்சரிக்கை நிறைந்த குரலில் சொன்னார்.

அது வயிற்றைக் கலக்கும் மேலும் ஒரு விடயம்.

“கார்த்திகாவினது தோழி ஒருத்தி தற்கொடைப் போராளியாக கொழும்பில் இறப்பதற்கு முன்பாக கார்த்திகாவிற்கு ஒரு கடிதம் எங்களது வீட்டு முகவரிக்கு எழுதியிருக்கிறாள். அந்தக் கடிதம் வந்த பின்பு சில நாட்களில் பெரியப்பாவுக்கும் பெரிய பிரச்சினை வந்தது. அதை போனில் பேசாது அந்தக்

கடிதத்தையும் பெரியப்பாவுக்கு நடந்ததையும் நான் எழுதி அனுப்புகிறேன். இதையும் பெரியப்பா தனது டயறியோடு ஆவணமாக வைத்திருக்கும்படி சொன்னார். நாட்டில் நடக்கும் சண்டையில் உனக்கு அவை வந்து சேருமோ எனத் தெரியாது" எனக்கூறிவிட்டு தொடர்பைத் துண்டித்தார் பெரியம்மா.

சரியாக இரண்டு கிழமையில் வீட்டில் இருந்து கடிதம் வந்தது. அதில் எழுதப்பட்டு இருந்த விடயங்கள் அவனுக்கு தன் உடலின் உறுப்புகளை யாரோ பலதிசையில் இழுப்பதுபோல் இருந்தது.

வத்தளையில் இருந்து விலாசமிடப்பட்டு செல்வி என்பவளால் எழுதப்பட்டிருந்தது.

"அன்பின் கார்த்திகா இந்தக்கடிதம் உனக்குக் கிடைக்குமோ அல்லது கடிதம் கிடைக்கும் காலத்தில் நீ உயிரோடு இருப்பாயோ தெரியாது. எனக்கு அடுத்து தற்கொடைப் போராளியாக உன்னைப் பாவிப்பார்கள் என்பதால் உன்னையாவது தப்பவைக்கும் நோக்கத்தில் எழுதுகிறேன். அந்த முயற்சியில் இருந்து நீ தப்பாவிட்டாலும் உனது அப்பாவுக்கு இந்தக் கடிதம் கிடைத்தால் அவர் மூலம் யாரிடமாவது இது சென்று சேரும். அநியாயத்தைப் பற்றி ஒரு பதிவாக மாறும் என்பது எனது கடைசி ஆசை என்பதால் உனக்கு இதை எழுதி உனது வீட்டிற்கு அனுப்புகிறேன்.

எனக்கு உனது சிந்தனை புரிகிறது. படபட என கவிழ்க்கப்பட்ட கூடை நெல்லிக்காயாக வார்த்தைகளைச் சிதறும் செல்வியா இப்படி சுற்றி வளைத்து எழுதுகிறாள் என நினைக்கிறாயா? அப்படியான சூழ்நிலையில் நான் தள்ளப்பட்டிருக்கிறேன். வாழ்வதற்கு நாட்கள் அதிகமில்லாத போதும், விளக்கமாக எழுதவேண்டும் என நினைக்கிறேன்.

போர் நிறுத்தகாலத்தில் நாம் பார்த்திருக்க பல திருமணங்கள் வன்னி மண்ணில் நடந்தன. அவை எல்லாம் இயக்கத்தின் கட்டளையில் நடந்தன. காலிழந்தவர்கள், கையிழந்தவர்கள் மற்றும் கண், முதுகு என ஊனமடைந்தவர்கள் பலர் இந்தத் திருமணபந்தங்களில் தங்களை இணைத்துக்கொண்டார்கள். இதுவரையில் தமிழ்ச் சமூகத்தில் இருந்த யாழ்ப்பாணம், வன்னி, மலையகம் என்ற பிரதேச வேறுபாடுகளும் மறைந்தன. போராளிகள் சாதிகள் கடந்ததுடன் சைவம், வேதம் என்ற மதரீதியான பாகுபாடுகளை மறந்து திருமண பந்தத்தில் தங்களைப் பிணைத்த ஒரு சமத்துவமான காலமது. குறிப்பிட்ட இருவரை, ஒருவரை ஒருவர் திருமணம் செய்யவேண்டும் என்ற முடிவை

யார் எடுத்தார்கள் என திடமாகக் கூறமுடியாது. எனினும் மேல்பதவி வகித்தவர்கள் மற்றும் பிரதேசப் பொறுப்பாளர்களாக இருந்தவர்களே அந்த முடிவை எடுத்திருக்க வேண்டும். எல்லாத் திருமணங்களும் ஆடம்பரமற்று நடந்தன. அதைப்பார்த்து சந்தோசமடைந்து போராளிகள் சமூகத்தின் முன்னுதாரணமாகத் திகழ்வதாக எமக்கிடையே பேசுவோம். அவை உனக்கு நினைவில் இருக்கும்.

அவைகளுக்கு விதிவிலக்காக எனக்கும் விக்கினேசுக்கும் வித்தியாசமான முறையில் திருமணம் நடந்தது. புலனாய்வுத் துறையின் பொறுப்பில், தலைவர் முன்னிலையில் அந்தத் திருமணம் நடந்து அவருடன் உணவுண்டோம். எனது திருமணத்தின் முக்கியத்துவம் புரிந்தும், புரியாமல் இருந்த போதும் மனதில் மகிழ்ந்தேன். அந்தத் திருமணம் எக்காலத்திலும் சந்திக்காத ஒரு ஆணுடன் நடந்தது. அவன் எப்படி நடப்பான், எப்படிப் பேசுவான், நல்லவனா, முரடனா என்ற ஆயிரம் கேள்விகள் மனதை மொய்த்தன. உயிருக்குப் பயமற்ற போதிலும், இரவில் பக்கத்தில் படுப்பவனைப் பற்றிய பயம் உள்ளே இருந்து. அந்தப்பயம் எனது வயிற்றில் தேளாகக் கடித்து இரத்தத்தை உறையவைத்தது. இயக்கத்தின் முக்கியமான இருவர் முன்பாக நடக்கும் திருமணம் எனது அதிர்ஸ்டம் என இனம்புரியாத மகிழ்ச்சியிருந்தது என்பதை மறைக்காமல் சொல்லவேண்டும். வன்னியில் சில நாளில் மழையும் வெய்யிலும் ஒரே நேரத்தில் இருப்பதுபோல் எனது உணர்வுகள் மாறி மாறி என்மனவானில் தோன்றி மறைந்தன. எனது உணர்வுகள் யாருடனும் பகிர்ந்து கொள்ள முடியாத மிகவும் அந்தரமானவை. தனியான தீவில் சிறை வைத்தது போன்ற நாட்கள் அவை. எனது வாய் உனக்குத் தெரியாதா? அதை அடக்குவது எவ்வளவு கடினமானது?

அவர்களுக்கு நான் முதலாவது கரும்புலியுமல்ல கடைசியுமல்ல. அவர்கள், விவசாயி மண்ணைக் கொத்தி பயிரைத் தனது தேவைக்காகப் பயிரிடுவது போல் இதைச் செய்தார்கள். சிந்தாமல் சிதறாமல் வீடு வரும் அறுவடையொன்றே அவர்களது நோக்கம். கொத்தும்போது மண்ணுக்கு வலியோ வெட்டும்போது பயிருக்கு நோவோ என விவசாயி பார்ப்பானா? அவர்களில் நான் குறை கூறவில்லை. எனது உயிரையே சமூகத்திற்காக அர்ப்பணிக்க இருபது கிலோமீட்டர்கள், பல நாட்கள் நடந்து, இரவு நேரத்தில் கிளாலி கடலில் கட்டுமரம் போன்ற ஒன்றில் ஏறி, இனம் தெரியாதவர்களது ட்ரக்ரரில் பரந்தனிலிருந்த இயக்கத்திடம் வந்து சேர்ந்தேன். என்னை ஏதோ ஒரு சக்தி ஒன்று அப்படி செய்யத் தூண்டியது. இப்பொழுது அதை எண்ணினால் எங்கள் ஊரில் குறி சொல்லும் செண்பகம் சாமியேறியபோது

ஆடிய பேயாட்டம் போன்றதாகவே தோன்றுகிறது. நானும் இயக்கத்தின் பரப்புரையால் மூளைச் சலவை செய்யப்பட்டதாக நினைக்கிறேன். அப்படியாக உயிரைக் கொடுக்கத் துணிந்த எனக்கு இவைகள் பெரிதல்ல. ஆனால், இதை விரிவாக உனக்கு எழுதுவது உன்மேல் உள்ள நட்பினால்தான்.

காரணத்தை அறியத் தொடர்ந்து படி.

அந்த முல்லைத்தீவு நிலத்தின் கீழ் உள்ள சிறிய அறையில் ஒரு மழைக்கால இரவில் இரண்டு லைட்டுகள் மட்டுமே எமது திருமணத்திற்கு சாட்சியாக இருந்தன. இருவருக்கும் மாலை மாற்றப்பட்டு, ஒரு படம் மட்டும் எடுக்கப்பட்டு நடந்த சிக்கனமான திருமணம். மாப்பிளை வீட்டார், பொம்பிளை வீட்டாரென எவரையும் அழைக்காத இரகசியத்திருமணம். செலவற்றதும் கூட. அன்றிரவு இருவரும் அவர்களுடன் உணவருந்தினோம்.

எம் இருவருக்கும் வெளிநாட்டுத் தமிழர் ஒருவரால் ஆங்கிலமும், சிங்களவர்களால் சிங்களமும் மூன்று மாதம் புதுக்குடியிருப்பில் வைத்து பயிற்றுவிக்கப்பட்டது. அக்காலத்தில் இருவரும் விலத்தியிருக்க வேண்டுமென்பது இயக்கத்தின் கட்டளை. கொழும்புக்கு போனபின்பே நாங்கள் கணவன் மனைவியாக உடலுறவில் ஈடுபடலாமென எனக்கு விக்கினேசால் சொல்லப்பட்டது. எந்த ஆணையும் பாடசாலைக் காலத்தின் பின் நினைக்காத எனக்கு அவனில் எந்த ஈர்ப்பும் இல்லை. அந்தக் கட்டளை எனக்கு ஒரு விதத்தில் ஆறுதலாக இருந்தது. பின்னர் இருவரும் திருகோணமலைக்கு அனுப்பப்பட்டு அங்கு உள்ள கொம்மியூனிகேசன் நிலையமொன்றில் சில மாதங்கள் வேலை செய்தோம். அங்கிருந்து வத்தளைக்குச் சென்றோம்.

நாம் எதற்காக இப்படி இடம் மாறுகிறோம் என்று விக்கினேசிடம் கேட்டால், "இயக்க இரகசியம்" என்பான். ஆரம்பத்தில் கேட்டு அலுத்துப்போய் பின்னர் அதை நான் கேட்பதில்லை. ஆனால், வத்தளையில் எங்கள் கணவன் மனைவி உறவு தொடங்கியது.

அவனது தோற்றம், நடைமுறை எல்லாம் எனக்கு ஆரம்பத்தில் தண்ணீரும் எண்ணையும்போல் இருந்தாலும் அவை போகப்போக பழகிவிட்டன. வத்தளை போகும் வரையில் அவனது நடத்தையில் குறையாக எதுவும் சொல்ல முடியவில்லை. நட்புடன் நடந்தான். தனது தந்தை தோட்டத்தில் வேலை செய்யும் விவசாயி எனவும் தந்தையுடன் சிறுவயதில் தோட்டம் செய்ததாகவும் சொன்னான். அவனது நடத்தை, பேச்சுகள் நேரடியாகவும் கொஞ்சம் முரட்டுத்தன்மையாகவும் இருக்கிறது என நினைத்தேன்.

கனடாவிற்கு செல்வதற்காகத் தற்காலிகமாக குடியிருப்பதாகச் சொல்லி வத்தளையில் ஒரு சிங்கள வீட்டில் இருந்தோம். அங்கு ஒரு படுக்கை அறையுடன் ஒட்டியதாக சமையலறை இருந்தது. அந்த வீட்டுகாரர்கள் எனது பெற்றோர் போன்ற மத்திம வயதானவர்கள். அவர்களது பிள்ளைகள் அவுஸ்திரேலியாவில் படிப்பதாகக் கூறினார்கள். அந்தப் பெண்ணின் சகோதரர் இராணுவத்தில் இருப்பவர். அவரைக் கண்டு நான் ஒரு முறை பயந்து மலகூடத்தில் ஒரு நாள் முழுவதும் ஒளிந்துகொண்டேன். கணவனுக்கு அதிகமாகவும் மனைவிக்கு கொஞ்சமும் தமிழ் தெரிந்ததால் பழகுவது சுலபமாக இருந்தது. எங்களை நன்றாகக் கவனித்தார்கள். அவர்களுக்கும் அயலவர்களுக்கும் அதிக தொடர்பு இல்லை. உல்லாசப் பிரயாணிகளை கடலுக்கு மீன்பிடிக்க அழைத்துச் சென்றார்கள். தற்பொழுது நீர்கொழும்பில் ஆட்களை வைத்து வெளிநாட்டவர்களுக்கு ஊர் சுற்றிக்காட்டும் தொழில் நடத்துவதாக அறிந்தேன். நடத்தைகளை வைத்து இவர்களுக்கும் இயக்கத்திற்கும் தொடர்பு இருப்பதாக சந்தேகிக்கிறேன்.

வன்னியில் அதிகாலையில் எழுந்து உடற்பயிற்சி செய்வது போல ஒவ்வொரு இரவுகளிலும் உடலுறவு கொண்டோம். இறுதியில் வேர்த்துக் களைத்து அவன் குறட்டை விட்டு உறங்கினால், நான் அந்த வீட்டின்ஓட்டுக் கூரையில் உள்ள சிலாகைகளை எண்ணியபடி பல மணிநேரம் படுத்திருப்பேன். அந்த சிலாகைகளின் எண்ணிக்கை ஒவ்வொரு நாளும் வேறுபடும். அது எப்படி என்ற காரணம் இன்னமும் தெரியவில்லை.

சமைத்தல் துணி துவைத்தல் போல் கலவியும் சந்தோசமற்ற தினசரி கடமையாக இருந்தது. அக்காலத்தில் விக்கினேஸ் என்னை உடனே கர்ப்பமாக்க வேண்டும் எனச் சொல்லியபடி தொடர்ச்சியாக இயங்கினான். ஆழமாக உழுதால் பயிர் அதிகமாக விளையும் என்ற விவசாய சிந்தனை அவனிடமிருந்தது. அவனில் ஆரம்பத்தில் பரிதாபப்பட்டேன். தோட்டத்தில் கத்தரி, தக்காளி பயிர் செய்யும் வேலையாக அவனும் நினைத்து நடந்தான். ஆனால், ஏதோ காரணத்தால் அவன் நினைத்தது நடக்கவில்லை. இதனை எதிர்கொள்ள முடியாமல் விக்கினேசின் நடத்தை மாறியது. வெறுப்பும் விரக்தியுமடைந்தான்.

“ஆறு மாதமாகிவிட்டது. இன்னும் அப்படியே இருக்கிறாய்! என்னடி நீ மலடா?” என ஏசத்தொடங்கினான். அத்துடன் அவனது உடலுறவுகள் மிகவும் மிருகத்தனமான வன்முறையாக மாறி எனக்குத் தண்டனையாகவும் இருந்தது.

எனக்கு அதனால் வலி, அவமானம், விரக்தியால் அவனிடத்தில் ஆத்திரம் கொண்டேன்.

ஒரு நாள் என்னைக் குற்றம் சாட்டியபோது, உனது சாமானில் ஏதாவது பிழை இருக்கலாம் என நான் திருப்பிச் சொன்னதும் ஆத்திரத்தில் அவன் இரண்டு நாட்கள் வீட்டுக்கு வரவில்லை. மூன்றாம் நாள் வந்தான். அதுவரையில் இருந்ததைவிட உடலுறவிற்குபலவந்தப்படுத்தினான். காட்டுமிராண்டியாக நடந்தான். அவனது ஆண்மையை நான் கேள்வி கேட்டதால் அதை இப்படி நிரூபிக்க முனைகிறான் என நான் நினைத்து அப்படி பேசியதற்கு மன்னிப்புக்கேட்டேன். அப்போது சமாதானம் அடைந்ததுபோலத் தெரிந்தாலும் அவனது நடத்தையில் மாற்றம் ஏற்படவில்லை. அவனது வன்முறையான நடத்தையைத் தொடர்ந்தான். கண்ணீர் விட்டு அழுதேன். அதற்கு அவன் மசியவில்லை.

ஒரு நாள் இரவில் என்னை பலவந்தப்படுத்தினான். நான் அதை எதிர்த்தபோது "இது இயக்கத்தின் கட்டளை. உன்னை கர்ப்பிணியாக்கி, தற்கொடைப்போராளியாக முக்கியமான ஒருவரை இலக்கு வைப்பதே இயக்கத்தின் நோக்கம். உன்னை இன்னும் இரண்டு மாதம் பார்த்துவிட்டு நீ கர்ப்பிணியாகாவிட்டால் உனது தோழி கார்த்திகாவை இந்த ஒப்பரேசனுக்குப் பாவிக்கவிருப்பதாக இயக்கம் செய்தி அனுப்பியுள்ளது"

இதைச் சொல்லும்போது அவன் உடல் விறைத்திருந்தது. இருளைப் போர்த்த நிறத்தில் உடல் முழுவதும் மயிருடனும் முன்துருத்திய மேல்வாய்ப் பல்லுடனும் இரையை நோக்கித்தா வும் வனவிலங்காகத் தோன்றினான். வேட்டையாடும் புலியின் வன்மம் அவனது முகத்தில் தெரிந்தது. நான் அந்த வார்த்தையைக் கேட்டபோது பயந்து நடுங்கி படுக்கையில் இரண்டு கால்களுக்கிடையே எனது கையை வைத்தபடி தாயின் கர்ப்பத்தில் குழந்தைபோல் படுத்து அழுதேன். இயக்கத்தில் சேர்ந்தபின் அன்றுதான் அம்மாவைத் தேடினேன். எனது குடும்பத்தை நினைத்தேன். சிறுவயது நட்பைத் தேடினேன். உனக்காக ஏங்கினேன். முகம் தெரியாத யாருடைய மடியிலாவது ஒரு வினாடியாவது தலைவைக்க இடம் கிடைக்குமா என ஏங்கினேன்.

அப்பொழுது அவன் வந்து "நாங்கள் என்ன சந்தோசமாக இருக்கவோ திருமணம் செய்தனாங்க?" என்றான்.

அவன் சொன்ன விடயத்தை எனக்கு ஊகிக்க முடிந்தாலும், அவனை நம்பிய அளவுக்கு இயக்கம் என்னை நம்பவில்லை என்பதும் நான் கர்ப்பமடையாதபோது உன்னை தற்கொடைப் போராளியாக்கக் காத்திருப்பதும் உடலை நடுங்க வைத்தது. அதைச் செய்ய நாம் தயாராக வந்தோம் என நினைத்து உடலையும் மனதையும் சுதாரித்தபோது அவன் என்னை ஒரு வேலைக்காரியை விடக்கேவலமாக நடத்தினான் என்பது கோபத்தையும் மனச்சோர்வையும் கொடுத்தது. இயக்கத்திலும் அவனிலும் வந்த ஆத்திரத்தை எப்படி வெளிக்காட்டுவது எனத்தெரியவில்லை. இயக்கத்தை விட்டு ஓடமுடியாது. ஓடினாலும் எங்கு ஓடுவது? யாரிடம் செல்ல முடியும்? அந்த வீட்டுக்காரரையும் நம்ப முடியாது. உலகத்தில் நான் மட்டும் தனித்து விடப்பட்டதாக உணர்ந்தேன்.

அன்று விக்கினேஸ் கொழும்புக்குச் சென்று, இரவு தாமதித்து வந்தபோது சுவர்ப் பக்கமாகத் திரும்பி கட்டிலில் படுத்திருந்தேன். அவன் கட்டிலில் படுத்ததும் என்னைத் தன்பக்கம் இழுத்து முத்தம் கொடுக்க முயற்சித்தான். இரண்டு உதடுகளையும் உள்நோக்கி இறுகக் கடித்தபடி, அவனைத் தள்ளிவிட்டு இருவருக்குமிடையில் தலையணையை எடுத்து வைத்துவிட்டேன். அவன் எழுந்து கால்பக்கம் சென்று கைகளால் எனது நைட்டியை உயர்த்தியபோது நைட்டியோடு சேர்த்து கால்கள் இரண்டையும் இறுக்கியபடி படுத்தேன். தனது முழங்காலில் நின்றுகொண்டு நைட்டியை இரண்டாக இழுத்து கிழித்தான். அதனையும் தடுக்கப்போராடினேன்.

ஆத்திரம் கொண்டு, என்முகத்தருகே குனிந்து "எடி வேசை. பிளக்போர்ட் மாதிரி நெஞ்சை வைத்துக்கொண்டு, பாவனை காட்டுகிறாயா? நான் உனது பழைய காதலன்போல் இல்லையா? அவன் வெள்ளை நிறமா? இல்லை சாதியில் கூடவா? அவன்ர சாமான் எதில திறம்?" என்று சொல்லித் தனது விறைத்திருந்த ஆணுறுப்பைக் காட்டிவிட்டு கன்னத்தில் ஓங்கி அடித்தான். இதை எதிர்பார்க்காத நான் கோபத்தில் எனது காலை உயர்த்தி முழங்கால் பகுதியை வில்போல் வளைத்து முழு உடல் பலத்தையும் தேக்கி அவனது அடி வயிற்றில் உதைத்தேன். அந்தத் தாக்குதலை அவன் எதிர்பார்க்காததால் அடிபட்ட பந்தாக சுவரோடு போய் விழுந்தான். சில நிமிடம் அசையாமல் கிடந்தான். நான் குப்பற தலையணையில் முகம்புதைத்து அழுதபோது மீண்டும் திரும்பி வந்து முதுகில் காலால் உதைந்தான். அதை நான் எழுந்து நின்று கைகளால் தடுத்தேன். கட்டிலில் இருந்து விழுந்து நிலத்தில் கட்டிப்புரண்டு இருவருக்கிடையே நடந்த

மல்யுத்தத்தில் ஓசைகள் வந்தது. அதைக்கேட்டு வீட்டுக்காரர் கதவைத் தட்டியதும் எமது சண்டை நின்றது. அதற்குப் பின்பு நாங்கள் ஒரே வீட்டில் எலியும் பூனையுமாகினோம் அதைக் கண்ட எங்களது வீட்டுக்கார அம்மாவும் கணவரும் நோர்வேயாகி சமாதானப்படுத்த முயன்றார்கள்.

சம்பவம் நடந்த இரண்டு கிழமைகளில் உளவுத்துறையில் இருந்து என்னை தொலைபேசியில் அழைத்தார்கள். இதுவே என்னிடம் அவர்கள் கொண்ட முதல் தொடர்பு.

"என்ன நடந்தது? என்ன பிரச்சினை? உங்கள் பிரச்சினை தலைவருக்குத் தெரிந்துவிட்டது."

"அவன் என்னை தகாத வார்த்தைகளால் பேசுகிறான் சாதி, நிறம் என நான் இதுவரை நினைக்காத, கேட்காத விடயங்களைப் பேசுகிறான்"

"தலைவர் உங்கள் மீது நம்பிக்கைவைத்து முக்கிய விடயத்திற்காக அனுப்பினார். எம்மைப் பொறுத்தவரை அதுவே இலக்கு. செல்வி நீர்தான் எம்மைப் பொறுத்தவரை கரும்புலியாகிறீர். நீர் விரும்பியே நிபந்தனைகளை ஏற்றுக் கொண்டு இந்த வேலைக்கு வந்தீர். விக்கினேஸ் எங்களுக்கு பொருட்டல்ல. சந்தேகம் வராமலிருக்க ஒரு ஆண் உங்களருகே இருக்கவேண்டும். எந்த ஆணும் எங்களுக்குச் சரி. உங்களுக்கு அவனைப் பிடிக்காதபோது வேறு யாராவது ஒருவரை அனுப்பட்டுமா?"

"உங்கள் நம்பிக்கைக்கு எப்பொழுதும் பங்கம் வராது. நானாக இயக்கத்திற்கு வந்து சேர்ந்தேன். அதேபோல் நானாக கையை உயர்த்தி இந்த ஓப்பரேசனுக்கு வந்தேன். நீங்கள் எதற்காக அனுப்பினீர்களோ அது நடந்துவிட்டது என நினைக்கிறேன். இந்த கிழமைதான் அதற்கான அறிகுறி தெரிகிறது. இப்பொழுது நான் கர்ப்பிணி என நினைக்கிறேன்"

"அப்படியாயின் விக்கினேஸ் பற்றி இனிமேல் கவலைப்படத் தேவையில்லை. கொஞ்சக்காலம் அயலவர்களுக்காகவும் டொக்டருக்காகவும் அவன் வீட்டில் இருக்கட்டும். பின்பு நாங்களே அவனை வன்னிக்கு அழைக்கிறோம். அதன் பின்பு உங்கள் கணவர் கனடா சென்றுவிட்டதாக நீங்கள் கேட்பவர்களிடம் சொல்லிக்கொள்ளலாம். தொடர்ச்சியாக உங்களை டொக்டரிடம் காண்பித்து செக் பண்ணவும். அதற்கு உங்கள் வீட்டில் உள்ள அம்மாவையே கூட்டிச் செல்லவும். தற்பொழுது வத்தளையில் டொக்டரை பார்க்கவும். மூன்று மாதத்தில் கொழும்பு ஆஸ்பத்திரிக்குப் போகவேண்டும்" என்றபோது

'மூன்று மாதத்தில்' 'என்ற சொற்கள் மட்டும் அழுத்தமாக, ஈரமற்ற கட்டளையாக வந்தன.

அவர்களது திட்டத்தைக் கேட்டபின் பலமுறை தற்கொலை செய்ய நினைத்தேன். ஆரம்பத்தில் தலைவர் முகம் நிழலாடியது. அதன்பின் நான் இல்லையென்றால் உன்னை கரும்புலியாக்குவார்கள் என்பதும் நினைவுக்கு வந்தது.

எனது நடவடிக்கைகள் வெற்றியாகவோ, தோல்வியாகவோ முடியலாம். பல விடயங்கள் எனது கட்டுப்பாட்டில் இல்லை. பெரும்பாலான ஏற்பாடுகள் வன்னியிலிருந்து பணிக்கப்படுகிறது. எனது செய்கையிலே உனது உயிர் தங்கியிருக்கிறது. எமது இரண்டு வருட நட்பின் முடிவு இப்படி இருக்குமென நாம் நினைத்துப் பார்த்திருப்போமா? நான் எப்படியும் இந்த இலக்கை வெற்றிகரமாக அழித்தால்தான் நீ உயிருடன் வாழ சந்தர்ப்பம் கிடைக்கும். ஆனால், நீ உயிர் வாழ்வதைப் பார்க்க நான் உயிரோடு இருக்கமாட்டேன். மற்றைய ஒப்பரேசன் போல் இதில் ஊனமாகக்கூட இருக்க மாட்டேன். சிதறிவிடுவேன். நான் இந்த முயற்சியை இப்பொழுது இயக்கத்திற்காக செய்வதிலும் பார்க்க உனக்காகவே செய்கிறேன். ஒரு நாள் ஆசையாக,எனது தோல் நிறத்தைக் கேட்டாய்ஆனால் நான் உனக்கு எனது உயிரைத் தருகிறேன்.

கார்த்திகா, உனக்கு என்னைப்போலன்று ஒரு மாற்றுவழி உள்ளது. தயவு செய்து நீ உயிர் பிழைத்திருந்தால் வெளிநாட்டுக்கு உன் அண்ணனிடம் போய்விடு. அதன் பிறகு உனக்குத் திருமணமாகி பெண்குழந்தை பிறந்தால் அந்தக் குழந்தைக்கு எனது பெயரை வைப்பாயா? செல்வி என உன் வாயால் கூப்பிடுவதை இப்பொழுது நினைத்துக் கொள்கிறேன். சரி ஆணாக இருந்தால் செல்வன் எனப் பெயரை இடு. அதையே எனது கனவாக எண்ணுகிறேன்.

அன்புடன் விடைபெறும்

உன் தோழி செல்வி.

அதன்பின் இராணுவ அதிகாரிக்கு நடந்த குண்டு விபத்தைப் பற்றி பெரியம்மா தனது கடிதத்தில் சொல்லியிருந்தார். பெரியம்மாவின் கடிதம் சுருக்கமாக இருந்தது.

பெரியப்பாவை இராணுவத்தினர் வந்து விசாரித்தார்கள். ஏற்கனவே வத்தளையில் ஒரு வீட்டிற்குப் போனார்கள். அங்கு பெரியப்பாவும் வந்து போயிருக்கிறாரென அயலவர்கள் சொல்லி யிருக்கிறார்கள்.

பெரியப்பா அந்த வீட்டுக்கு சில வருடங்கள் முன்பாக முதலாளியின் பணத்தைக் கொடுக்கப் போனதையும் அங்கு சோனகத்தெருவில் முன்பு இருந்த நியாசைக் கண்டதையும் சொல்லியிருக்கிறார். அப்பா நோயாகக் கிடந்த நிலைமையைப் பார்த்துவிட்டு மேற்கொண்டு எதுவும் விசாரிக்காமல் சென்றார்கள்.

அப்பா வத்தளையில் இருந்த இருவர் தொடர்பாகக் கேட்டபோது அந்த இருவரும் அவர்களது வீட்டில் பிரதான இராணுவ அதிகாரியைக் குண்டு வைத்துத் தாக்கிய தற்கொலைப் பயங்கரவாதிகளுக்குத் தங்க இடம் கொடுத்தது, இந்தியாவில் இருந்து கடத்திய போதைப்பொருட்களை கொழும்பில் விநியோகித்தது, வெடிமருந்துகள் இலங்கையுள்ளே கொண்டுவர உதவியது, தென்னிலங்கையில் இருந்து வாகனங்களை வன்னிக்குக் கடத்தி அனுப்பியது எனப் பல குற்றங்களை அடுக்கிக் கொண்டு சென்றார்கள்.

"அவர்கள் எங்கு இப்பொழுது? சிறையிலா?" எனக் கேட்டபோது

ஆங்கிலப்பத்திரிகையின் ஒரு துண்டைக் காட்டினார்கள். அதில் 'வத்தளையில் பயங்கரவாதிகள் சேமித்து வைத்திருந்த குண்டுகள் வெடித்ததால் அங்கிருந்த வீடு முற்றாக உடைந்தது. ஒரு பெண் உட்பட இரண்டு பேர் இறந்துவிட்டார்கள். இதில் சம்பந்தப்பட்ட மூன்றாவது நபர் வெளிநாடு சென்றிருக்கலாம் என பொலிசார் தெரிவித்தனர். தற்பொழுது பொலிசார் புலன்விசாரணை தொடர்கிறது" என அதில் இருந்ததாக பெரியப்பா கூறினார்.

கார்த்திகாவின் தோழியின் கடிதம் என்ன நடந்திருக்கலாம் என்பதை உனக்குப்புரிய வைக்கும்.

அன்புடன் உனது அம்மா.

❍

2009 மார்ச்சில் ஞாயிற்றுக்கிழமை மாலையில் தனது தொலைநோக்கியால் பறவைகளை வேவு பார்த்தபடி நின்றபோது தொலைபேசி ஒலித்தது. ஞாயிற்றுக்கிழமைகளில் அழைப்பது ஜெனியாகத்தான் இருக்கும். அவள் இலங்கை போகமுன்பு இத்தாலியன் உணவகத்தில் உணவருந்திவிட்டு ஃபிளட்டுக்கு வந்து இரவு தங்கிப்போனது இன்னமும் மனதை விட்டுப்போகவில்லை. இரண்டாவது முறையாக அவளோடு இருந்தது வித்தியாசமான அனுபவம். அந்த பாலைவனக் கொட்டகையில் வைன் போதையில் நடந்துகொண்டதற்கு மாறாக நேசித்த பெண்ணோடு

சேர்ந்தது என்பது ஒரு புதிய அனுபவம். என்னில் என்ன இருக்கிறது என இவ்வளவு வேட்கையுடன் வருகிறாள்? இவளது அழகிற்குப் பலர் வரிசையில் நிற்பார்களே? என நினைத்தபடி தொலைபேசியை எடுத்தபோது அதில் பெரியம்மாவின் குரல் வந்தது.

அதில் வந்த செய்தி உண்மையில் ஆனந்தமானது.

கார்த்திகா பிழைத்திருப்பதாகவும் ஒரு ஆண் குழந்தையுடன் செட்டிகுளம் முகாமில் இருப்பதாகவும் சொன்னாள்.

கார்த்திகாவை சந்தித்தபோது அவளது கதையை அப்படியே சொன்னாள்.

சாந்தன், இயக்கத்தின் புலனாய்வும் பொறுப்பாளரிடம் திருமணத்திற்கு அனுமதி கேட்டபோது எந்தப்போரிலும் பங்குபற்றாத கார்த்திகாவை திருமணம் செய்வதற்கு தலைவர் மறுத்துவிட்டார். வேறு பெண்ணை மணப்பதானால் சம்மதம் என்றார் எனப் பதில் வந்தது.

“அண்ணே உங்களை நம்பியிருந்தேன். நீங்கள் கைவிட்டு விட்டீர்கள்”

“அன்றைக்கு அவளைக் கர்ப்பிணியாக்க அந்த இரவில் உனக்கு ஒரு சந்தர்ப்பம் தந்தேன். அப்படியாக நடந்திருந்தால் பெரியவரிடம் அனுமதி பெற்றிருப்பேன். உனது தெய்வீகக் காதலால் அதைத் தவறவிட்டாய். அன்று அந்தக் கட்டளையை மீறியதற்கு உன்னை அவர் தண்டிக்காமல் விட்டது பெரிய விடயம். நீ என்றதால் தப்பியிருக்கிறாய். உன்மேல் விசாரணை செய்ய நானே விரும்பியபோது தலைவர் அதைத்தடுத்தார்.

மேலிடம் சொல்லிய தகவலை, சாந்தன் எனக்கு அனுப்பியபோது யுத்தம் தொடங்கிவிட்டது. மன்னாருக்கு நான் அனுப்பப்பட்டேன். ஆரம்பத்தில் மற்றைய பெண் போராளிகளோடும் மக்களோடும் சேர்ந்து அகழிகளை வெட்டுவதும், பாதுகாப்பு அரண்களை உருவாக்குவதுமான வேலையில் ஈடுபட்டோம். யுத்தம் தொடங்கியதும் முன்னரண் களில் இருந்து யுத்தம் செய்வது கோடை காலத்தில் இலகுவாக இருந்தது. ஆனால், மழைக்காலம் தொடங்கியதும் சேறும் சகதியுமாக நாங்கள் வெட்டிய அகழிகள் எங்களுக்குப் புதைகுழி களாக மாறிவிட்டன. வைத்த கால்களை சேற்றில் இருந்து எடுத்து நடப்பதே கடினமாகியது. இதில் ஓடுவதோ, பதுங்குவதோ, தாக்குவதோ மிகச் சிரமமாகியது. அந்த நீர் நிறைந்த அகழிகளில் இருந்தபடி போர் புரிவது சூரியனைத்தேடி சிட்டுக்குருவி

பறப்பதுபோலானது. நாங்கள் இராணுவ வேட்டைக்குக் காத்திருக்கும் பறக்கமுடியாத வாத்துகளானோம்.

உணவு விநியோகம் குறைந்ததுடன் ஆயுத விநியோகமும் குறைந்தது. அரைவயிறு கால்வயிறு மட்டுமல்ல பட்டினியுடன் போர் புரிந்தபோது எமக்கு வந்த உத்தரவு எம்மைக் கொல்லாமல் கொல்ல வைத்தது.

அது என்ன தெரியுமா?

ஆயுத வினியோகம் சிரமமாக இருப்பதால் துப்பாக்கிக் குண்டுகளை விரயமாக்காமல் பாவிக்கும்படி உத்தரவு வந்தது. அதன் பொருள் எதிரி கண்ணுக்கு நிச்சயமாகத் தெரிந்தால் மட்டுமே சுடச் சொல்வதாகும். எதிரியைத் தாக்கவோ எம்மைப் பாதுகாக்கவோ முயலாமல் ஆயுதங்களையும் சன்னங்களையும் பாதுகாக்க முன்னுரிமை கொடுத்தோம்.

மழைக்காலம் எங்களுக்கு மட்டும் பிரச்சினையில்லை. எம்மைப் போலவே மாரிகால பிரச்சினைகள் இராணுவத்திற்கும் இருந்தது. அவர்களால் முன்னேறி வரமுடியவில்லை. அவர்களது பெரிய போர்த் தளபாடங்கள் அகழிகளையும் வயல்களையும் தாண்டிவருவது கடினமாக இருந்தது. ஆனால், அந்தக்காலத்தில் அவர்களது ஊடுருவும் படைகள் எங்கள் பின்னரங்குகளில் வந்து கிளைமோர் மற்றும் அதிரடித்தாக்குதல்களில் ஈடுபட்டன. எமது முக்கிய தலைவர் ஒருவர் மரணமடைந்ததும் ஆயுத விநியோகம் முற்றாகத் தடைப்பட்டது. மக்களும் சாரிசாரியாக வசிப்பிடங்களை விட்டு வெளியேறும் நிலைவந்ததும் ஆயுதம் மட்டுமல்லாது உணவும் அற்று பட்டினியாக இருந்தோம். இறுதியில் வேறு வழியற்று நாங்களும் பின்வாங்கினோம். இடுப்பளவு தண்ணியில் பல நாட்கள் அகழியில் நின்றோம். தோல் நோய் உடலெங்கும் பரவியது. காலில் பூட்ஸ் போடமுடியாது எனக்குக் கால் வீங்கிவிட்டது.

காட்டுவிலங்குகள் குகையிலோ, மரத்தின் கீழோ பாதுகாப்பிற்கு ஒதுங்கும். ஆனால், நாம் அதுகூடச் செய்ய முடியாத அந்த ஆறு மாதங்களும் வாழ்க்கையில் மறக்க முடியாதவை. பல நாட்கள் வெறுங்காலால் நடந்தோம். இறுதியில் என்னால் நடக்க முடியாததுடன் நெஞ்சில் சளிப்பிடித்து சன்னியாகியது. இயக்கம் என்னைக் கைவிட்டுவிட்டது. பொதுஜனங்களது ட்ரக்ரரில் ஏற்றி கிளிநொச்சி வைத்தியசாலைக்கு கொண்டு வந்தார்கள். கட்டிலோடு ஒட்டியபடி ஒரு மாதமாக ஓணான், பல்லி, கரப்பான் போன்று பிராணிகளாகினேன். நான் குணமாவதற்கு ஒரு மாதம் ஆகியது. அக்காலத்தில் நோயானவர்கள், காயமடைந்தவர்கள்

இயக்கத்திற்கு பாரமாகியதால் உறவினர்களே அவர்களைக் கவனிப்பார்கள். எனக்கு எவருமில்லாததால் வைத்தியசாலையில் அநாதையாகினேன்.

இயக்கம் என்னை மறந்துவிட்டது என நினைத்திருந்தபோது தற்செயலாக வந்த சாந்தன் என்னைக் கண்டு அங்குள்ள இயக்கத்தில் காயமடைந்தவர்களை பராமரிக்கும் வேலையை இயக்க அனுமதியுடன் வாங்கித்தந்தார்.

இயக்கத்திற்காக சண்டையிட்ட ஆறுமாதத்தைவிட காயம் பட்டவர்களுக்கு உதவும் காலம் எனக்கு ஆறுதலாக இருந்தது. இக்காலத்தில் என்னுடன் சாந்தன் தங்கிப்போவது உண்டு. அப்பொழுது போர் அழிவுகளுடன் எமது ஈழக்கனவு கண்முன் சிதைவதைச் சொல்லி சாந்தன் அழுவதும் நான் அவரைத் தேற்றுவதுமாக இருந்தோம். ஒருவரை ஒருவர் தேற்றிய காலத்தில் நாங்கள் இருவரும் ஒன்றாகினோம். அப்பொழுது எங்களுக்கு எந்தக் குற்ற உணர்வும் இருக்கவில்லை. உயிர் பிழைத்து வாழுவோம் என்ற எண்ணம் எமது மனதில் இல்லை.

எப்படியும் இராணுவத்திடம் அகப்பட்டு மரணிப்போம் என்பதில் உறுதியாகத் தெரிந்த காலம். மரணத்தை எதிர்பார்த்து நாளும் கிழமையும் இன்றையோ நாளையோ இறப்பு என ஒவ்வொரு நாட்களாகக் கடந்து சென்றோம். அவை சாதாரணமான நாட்களாக 24 மணித்தியாலங்களாக இருக்கவில்லை. யுக யுகங் களாகக் கடந்தது. மரணத்தில் எதிர்பார்த்துக் காத்திருந்தபோது நாங்கள் மட்டுமல்ல பெரியவர்களாலே இயக்கத்தினது கட்டுப்பாடு, நோக்கம் எல்லாம் மீறப்படுவது தெரிந்தது.

இறக்கும் தறுவாயில் தற்காலிகமாக வாழ்வின் இன்பங்களை ஏன் அனுபவிக்கக்கூடாது என்ற எண்ணம் வந்தது. வைத்தியசாலையில் வேலைசெய்த எனக்கு, கருத்தடைக்கான வழிகள் தெரிந்தாலும் அதைச் செய்யவில்லை. எனக்கு குழந்தை உண்டாகியது.

இராணுவத்தினர் கிளிநொச்சியை அணுகியபோது எனக்கு ஏற்பட்ட மனப்போராட்டங்கள் முடிவடைந்து, வயிற்றில் உள்ள குழந்தைதான் முக்கியமாகத் தெரிந்தது. எனது தவறுகளுக்கு நான் துன்பப்படலாம். ஆனால், எந்த ஒரு தவறும் செய்யாத உயிரை அழிக்க மனம் இடம் தரவில்லை.தொடர்ச்சியாக இயக்கத்துடன் சென்றால் அழிவு நிச்சயம். எனது வயிற்றைப் பார்த்து இராணுவம் கொல்லாமல் விடலாம் என்ற நம்பிக்கையை மனதிலும், நிறைமாதக் குழந்தையை வயிற்றிலும் தாங்கியபடி நானும் ஒரு சிலருடன் சேர்ந்து வைத்தியசாலையில் இருந்து

இராணுவத்தினர் இருந்த திசையில் சென்றபோது அவர்களிடம் பிடிபட்டு அகதி முகாமிற்கு அனுப்பப்பட்டோம்.

அகதிமுகாமில் என்னை எவரும் அடையாளம் காணவில்லை. கணவன் இறந்ததாகச் சொல்லியதால் எனக்கு மக்களது ஆதரவும் கிடைத்தது. அங்கிருந்து யாரைத் தொடர்புகொள்வது என நினைத்தபோது ஒரே வழியாக ஃபாதர் மட்டுமே நினைவுக்கு வந்தார். அவர் மூலம் அம்மாவின் தொடர்பு கிடைத்தது. ஆனாலும் முகாமை விட்டுப் போகமுடியாது.

இந்தக்கதையை அம்மாவிடமிருந்த கேட்டபோது கார்த்திகா உயிர் பிழைத்தது மனதிற்கு ஆறுதலாக இருந்தது. இதுவரையிலும் கார்த்திகாவிற்கு என்னால் உதவி எதுவும் செய்ய முடியாத ஆற்றாமை இருந்தது. இப்பொழுது ஏதாவது செய்யமுடியும் என மனதில் தோன்றியது.

“பெரியம்மா, நான் ஏதாவது முயற்சித்துப் பார்க்கிறேன். எனது பதிலை எதிர்பாருங்கள்” என்று சொன்ன அசோகன், தாமதமின்றி கொழும்பில் நிற்கும் ஜெனிக்கு தொலைபேசி எடுத்தான்.

“நீ எனக்கு செய்த வாக்குறுதிக்கு நேரம் வந்துவிட்டது.” அழுத்தமாக அசோகன்

“அதென்ன புதிர் போடுகிறாய்? விபரமாகச் சொல் அசோக்”

“கார்த்திகா, செட்டிகுளம் அகதி முகாமில் இருபபதாக பெரியம்மா சொன்னா. அவளை எப்படியாவது சந்திக்க வேண்டும். நான் கொழும்பு வருகிறேன். அவளை அவுஸ்திரேலியாவுக்கு ஸ்பொன்சர் செய்ய முடியாதபோது அவர்களை கொழும்பிற்குக் கொண்டு வருவதற்கு ஏற்பாடு செய்யவேண்டும்.”ஆவலாக தனது திட்டத்தை அசோகன் விபரித்தான்

ஜெனியின் மூளையில் அபாயச்சங்கு ஒலித்தது. இவன் வந்தால் உளவுத்துறைக்கு வேலைசெய்யும் விடயங்கள் தெரிந்து விடும். அதன்பின்பு இவனை சமாதானப்படுத்த முடியாது. எப்படியாவது இவனை வராது தடுக்கவேண்டும் என நினைத்தபடி “அசோக் இப்பொழுது நீ வரவேண்டாம். உனது ஸ்பொன்சர் வேலைக்கான பத்திரங்களை அனுப்பு. இங்கு நான் தூதராலயத்தில் வேலை செய்வதால் கார்த்திகாவைப்போய் சந்திக்கமுடியும். எல்லாம் சரியாக வந்தால் நான் சொல்லும்போது நீ வந்து அவளைக் கூட்டிக்கொண்டு வரலாம்.”

“உண்மையாகவா” ஆவலுடன்

"உண்மையாக... ஆனால், நீ அதற்குத் தயாராக வரவேண்டும்."

"எதற்கு?"

"கல்யாணம்தான் அதைவிட என்ன கேட்கப்போகிறேன்"

"ஏன் அலைகிறாய்? நான் எங்கு போய்விடுவேன்?"

"உன்னை நம்ப ஏலாது. வயதையோ அல்லது நான் வெள்ளைக்காரி என்றோ அல்லது ஜிப்சி என்றோ காரணம் சொல்வாய்." குழைந்த குரலில்

"இப்ப என்ன செய்யச் சொல்கிறாய்?";

"அதை நான் கொழும்பிற்கு வந்து சொல்கிறேன்" எனச் சொல்லி தொலைபேசியை துண்டித்தான் அசோகன்.

O

24

மெல்பன்

2009 மார்ச் மாத இறுதியில் அசோகன் ஸ்பொன்சர் கடிதத்தை கார்த்திகாவிற்கும் அவள் மகன் செல்வனுக்கும் அனுப்பியிருந்தான். ஆனாலும் அவனுக்கு உடல் மெல்பனில் இருந்த போதும் மனம் இலங்கையில் சஞ்சரித்தது. அங்கு வரட்டுமா, வரட்டுமா எனத் தொலைபேசியில் ஒவ்வொரு கிழமையும் தவறாமல் கேட்டான்.

போர் உக்கிரமாக நடக்கிறது. இலங்கைக்கு வர வேண்டாம் என ஜெனி தடுத்துக் கொண்டிருந்தாள்.

"போர் நடப்பதால் பாதுகாப்பு நடவடிக்கைகள் மிகவும் கடுமையாக இருக்கின்றன. கொழும்பில் தற்பொழுது பதினேழுக்கு மேற்பட்ட தற்கொலைப் போராளிகள் உலவுவதாக அரசாங்கம் கருதுகிறது. விடுதலைப்புலிகள் தோற்கும் தருணமானதால் நகரத்தில் தற்கொலைக் குண்டு வெடிப்புகளைச் செய்வார்கள் எனச் சந்தேகித்து பலரைச் சிறையில் அடைக்கிறது. அப்பாவித் தமிழர்கள் விசாரணைக்கு அழைத்துச் செல்லப்படுகிறார்கள். பலரைச் சிறையில் வைத்திருக்கிறார்கள். விடுதலைப்புலிகளின் விமானத்தாக்குதல் கொழும்பின் முக்கிய பகுதிகளில் எப்போதும் நடக்கலாமென பொதுமக்கள் நினைக்கிறார்கள். பதற்றமாக இருக்கும் கொழும்பு நகரம் இராணுவத்தாலும் பொலிசாராலும் நிறைந்து வழிகிறது. மரபான போர் வன்னியில் நடக்கிறது என்றால் மரபற்ற போர் கொழும்பில் நடக்கிறது.

இப்படியான நேரத்தில் நீ வந்து என்ன செய்யமுடியும்? நான் ஏற்கனவே உனது ஆவணங்களை அவுஸ்திரேலியத் தூதுவரிடம் கொடுத்து அங்கீகாரம் பெற்றிருக்கிறேன். போர் முடிந்தால் மட்டுமே நான் அகதிகள் முகாமுக்குச் செல்ல முடியும். கார்த்திகாவிடம் அவளது கடந்த காலத்தை எப்படியும் விசாரணை செய்வார்கள். அதன் பின்பே அவள் வெளியேறு வதற்கு அனுமதி கிடைக்கும்.

தற்போது இரண்டு அவுஸ்திரேலியர்கள் உட்பட சில வெளிநாட்டுப்பிரசைகள் விடுதலைப் புலிகளோடு அவர்கள் பிரதேசத்தில் இருக்கிறார்கள். அவர்கள் விடுதலைப்புலி ஆதரவாளர்கள். பலகாலமாக அவர்களோடு வேலை செய்தவர்கள். அவர்களுக்கும் சேர்த்துதான் இலங்கை அரசாங்கத் தோடு பேச்சுவார்த்தை நடத்த முடியும். நான் இங்கு வேலை செய்வதால் பல தகவல்கள் தெரிகின்றன. அல்லாவிடில் நானும் உன்னைப்போல் நிலைமையைப் புரியாது இருப்பேன். இரண்டு மாதத்தில் யுத்தம் அரசாங்கத்திற்கு வெற்றியாக முடியலாம். சாதாரண மக்கள் ஏராளம் பேர் இறக்கலாம் என நினைத்து அமெரிக்கா, நோர்வே போன்ற நாடுகள் இந்தியாவுடன் சேர்ந்து யுத்தத்தை இடைநிறுத்த முயற்சி செய்கிறார்கள். அது வெற்றி பெறுமா எனத்தெரியாது" என்று சொல்லி அவனைத் தடுத்து விட்டாள்.

ஜெனி சொல்லும் அரசியல் காரணங்களை பெரியம்மாவுக்கு சொல்லிப்புரிய வைக்கமுடியாது. குறைந்தபட்சமாக சொல்வதைக் கேட்கும் நிலையில் இல்லை. தொலைபேசியில் விம்முவார்

"தம்பி, அப்பாவின் நிலைமை இன்றோ நாளையோவென இருக்கிறது. அவள் வெளியில் வருவதற்கு முன்பாக இவர் எங்களை விட்டுப் போயிருவாரோ என மனம் தவிக்கிறது. இவளால் எவ்வளவு பிரச்சனை? கடந்த நாலு வருடங்களாக நாளும் பொழுதும் செத்துப் பிழைக்கிறோம். நீ மட்டும் அண்டைக்கு சாவகச்சேரியில் எங்களை சந்தித்திராது விட்டால் நானும் இவரோடை சேர்ந்து உயிரை விட்டிருப்பேன்."

"பெரியம்மா அழாதீங்க. நீங்கள் அழுதால் எனக்குக் கவலையாக இருக்கும். இங்கு எதுவும் செய்ய முடியாது. என்னால் முடிந்தவரையில் முயற்சிக்கிறேன். அவுஸ்திரேலிய ஹைக்கொமிசனில் உள்ளவர்கள், காம்பில் இருந்து வெளியே வந்தால் அகதி அந்தஸ்து தருவதாகச் சொல்லியிருக்கிறார்கள். அதற்குப் போர் முடிய வேண்டும். நாம் எப்படியும் காத்திருக்கவேண்டும்."

"யாரோ ஒருவனுக்குப் பிள்ளைப் பெத்திருக்கிறாளே தம்பி. இவளை இங்கு வைத்து என்ன செய்வது? சும்மா வந்திருந்தால் வீட்டில் இரடி எனச் சொல்லியிருப்பேன். அல்லாவிட்டால் வவுனியாவிலே, அடி நாயே என துவைச்சு காயவைத்திருப்பன். தாயும் பிள்ளையுமாக வந்ததால் ஊர் வாய்க்கு அஞ்ச வேண்டியிருக்கிறது." என்று விக்கியபடி

போர் நினைத்ததைவிட வேகமாக முடிந்தது.

பெரிய சமுத்திரமாக பேசப்பட்ட விடுதலைப்புலி இயக்கம் கோடைகாலத்தில் மணற்தரையில் இறைத்த நீராக இருந்த அடையாளம் அற்றுப் போய்விட்டது. இதுவரையும் மக்களைப் பற்றி பேசாத வெளிநாட்டு அரசுகள், விடுதலைப்புலிகளுக்குப் பல வகையில் ஆதரவாக இருந்த வெளிநாட்டுத் தமிழர்கள், வன்னியில் அவலப்படும் சாதாரண மக்களைப் பற்றிப்பேசத் தொடங்கினார்கள். பேசப்படும் பொருள் மாறியது. இலங்கை அரசாங்கத்திற்குத் தலையைப் பிய்த்துக்கொள்ள வைத்தது.

கொல்லப்பட்டவர்களது எண்ணிக்கை, காயமடைந்தவர்கள் மற்றும் அகதிகள் விபரங்கள் அகராதியில் புதிதாக இடம் பிடித்ததால் விடுதலைப்புலிகளை அழித்தும் அரசு அதைக் கொண்டாட முடியாது தடுமாறுகிறது. புலியைக் கொன்றதாக அரசு பெருமிதமடையும்வேளையில் அப்பாவி வெள்ளாடுகளே உங்களால் கொல்லப்பட்டது என்று அழுத்தமாகச் சொல்லியதால் வெற்றிக் கொண்டாட்டங்கள் அடக்கி வாசிக்கப்பட்டன.

கார்த்திகா பெரியம்மாவிடம் ஏற்கனவே சாந்தன்தான் தனது காதலன் என்றும் அவனை அசோகன் அண்ணாவுக்குத் தெரியும் என்றும் சொல்லியிருந்தாள். சாந்தனைப் பற்றி விசாரிக்க மலேசியாவில் உள்ள சிற்றம்பலத்தாரை தொடர்பு கொண்டபோது அவரது மனைவிதான் பேசினார்

"தம்பி அவரை மலேசியன் பொலிஸ் பிடித்துக்கொண்டு போய்விட்டது. தற்பொழுது அவுஸ்திரேலியப் பொலிசும் சேர்ந்து விசாரிக்கிறார்கள். பண விடயமாகவும் குடைகிறார்கள். எங்கள் வங்கிக் கணக்குகளை முடக்கி விட்டார்கள். பிள்ளைகள் அமெரிக்காவில் இருந்து வந்து, அவரது விடயமாக அலைகிறார்கள். வழக்கு நீதிமன்றத்திற்கு இன்னமும் வரவில்லை. அவருக்கு இதயநோய். ஃபேஸ் மேக்கர் இதயத்தில் உள்ளது. ஏதாவது அவருக்கு நடந்துவிடும் என தினம் தினம் அழுதுகொண்டிருக்கிறேன்" என தொலைபேசியில் சோகத்துடன்.

இரண்டு மாதமாக யாரைத் தொடர்புகொள்வது எனத் தெரியவில்லை. கவலையோடு இருந்தபோது 'எனக்கு

முகாமுக்கு போக சந்தர்ப்பம் கிடைக்கும் போலிருக்கு. உனது பெரியம்மாவின் முகவரியை அனுப்பு" என மின்னஞ்சல் ஒன்று ஜெனியிடமிருந்து வந்தது.

அடுத்த சில நாளில்,

"விடயம் வெற்றி. இப்பொழுது ஜூன் மாதம். ஜூலை இறுதியில் நீ வரலாம்."

கண்டி

போரில் காயமடைந்த சுனில் எக்கநாயக்காவின் குண்டுபட்ட கால் காயம் குணமடைய ஆறு மாதங்கள் எடுத்தன. இந்திராணி கொழும்பிற்குத் தனியாகச் சென்று இரு தடவைகள் வைத்தியசாலையில் அவனைப் பார்த்தாள். அநுராதபுரத்தில் இருந்து வந்து, கொழும்பில் பொரளைப் பகுதியில் ஒரு அறையில் இருந்துகொண்டு சுனிலைப் பராமரிக்கும் தாய் பிரேமாவதியைப் பார்த்தபோது மனதில் சோகம் குடிகொண்டது. 'ஒரே பிள்ளை அவனைத் தனியே விட்டிற்று இருக்க முடியாது' என இந்திராணியின் கையைப் பிடித்தபடி அழுதாள். கைகளால் கண்ணீரைத் துடைத்துக் கூறிய ஆறுதல் வார்த்தைகளால் வயதான தாயின் மனவலியைப் போக்க முடியவில்லை.

சுனில் நடப்பானா மகளே? பழைய மாதிரி என்பிள்ளை வருவானா? எனப் பல தடவை கேட்டு இந்திராணியின் முகத்தை வருடினாள்.

நொண்டியாக இருக்கும் என் மகனை இந்திராணி மணப்பாளா என்ற எண்ணமும் தாயின் மனதை அரித்தது. இவள் சம்மதித்தாலும் அண்ணன்கள் சம்மதிப்பார்களோ?

ஓரளவு அதைப் புரிந்துகொண்டாள் இந்திராணி. இனியும் காலம் கடத்த முடியாது. சுனிலைப் பராமரிக்கவாவது நான் திருமணம் செய்யவேண்டும். வயதான தாயில் மட்டும் பாரத்தை சுமத்திவிட முடியாது. அம்மாவை அணுக, அவர் தயக்கத்துடன் சம்மதித்தாள்.

சுனிலினது அப்பா ஒரு யாழ்ப்பாணத் தமிழர் என்ற விடயத்தை இந்திராணி மறைக்காது சொன்னபோது அம்மா அழுதார்.

"ஏனம்மா அழுகிறாய்?"

"உன் அண்ணன்மார்கள் இதைக்கேட்டு சந்தோசப்படுவார்கள். அவர்களை ஜாதி பேதம் பார்க்காதவர்களாக வளர்த்திருக்கிறேன். ஆனால், எப்படி புஞ்சி தாத்தாவிடம் சொல்லுவது?"

“ஏன் அப்படி? புஞ்சித் தாத்தாவை நீ புரிந்து கொள்ளவில்லை”

“இல்லை மகளே, அவர் அநுராதபுரத்தில் இருந்து கொண்டு வீடு வீடாகச் சென்று போருக்கு ஆட்களைச் சேர்த்தவர். ‘இந்தப் போர் நாட்டைக் காக்கும் துட்டகைமுனு காலத்துப் போர். குடும்பத்துக்கு ஒருவராவது வேண்டும்’ என ஆட்களை இராணுவத்திற்குச் சேர்த்திருக்கிறார். இராணுவத்தை விட்டுத் தப்பியோடியவர்களை அவர்கள் வீடுகளுக்குச் சென்று மனத்தை மாறவைத்து மீண்டும் போருக்குக் கொண்டுவந்தவர். அப்படியானவர் தனது அண்ணனது மகள் தமிழரை மணப்பதை ஏற்பாரா?”

“அம்மா இந்தக்கவலை வேண்டாம். நானே அநுராதபுரம் போய் புஞ்சிதாத்தாவிடம் என் கலியாணத்தை நடத்தும்படி கேட்கிறேன். எனக்கு அவர் மீது நம்பிக்கை இருக்கு.” என்றாள் அழுத்தமாக.

இந்திராணி சொன்னது போல் அடுத்த நாள் அநுராதபுரம் சென்று புஞ்சிதாத்தவிடம் அவள் கேட்ட போது அவர் அதை ஏற்றுக்கொண்டார்

“புஞ்சி தாத்தே சுனிலின் அப்பா யாழ்ப்பாணத்தவர் தெரியுமா?”

“போரில் நாட்டுக்காக போரிட்ட ஒருவன், எந்த ஜாதி, குலமாக இருந்தாலென்ன? துட்டகைமுனுவின் படையில் எத்தனை தமிழர்கள் இருந்தார்கள் தெரியமா? அவர்கள் நாட்டுக்காக பிறதேசத்தவர்களோடு போரிட்டார்கள். அதேமாதிரி சுனில் ஒரு சுத்த வீரன். எதிரிகள் மத்தியில் ஊடுருவித் தாக்கும்போது காயமடைந்ததாக குமார சொன்னபோது பெருமையாக இருந்தது, மகளே. நீ நாட்டுக்காகப் போரிட்டுக் காயமடைந்த ஒரு வீரனைத் திருமணம் செய்ய முன்வந்தது எனக்கு மகிழ்ச்சியே”

“நீங்கள் என்ன நினைப்பீர்கள் என அம்மா பயந்ததால்தான் நான் இங்கு வந்து கேட்டேன்”

“பயப்படவேண்டாம், கலியாண ஏற்பாட்டை செய்யச்சொல். மகிந்த அவுஸ்திரேலியாலிருந்து வருகிறானா?”

“லொக்கு அண்ணா வருகிறார்”

“எனது அண்ணனின் பிள்ளைகளை நினைக்க கர்வமாக இருக்கிறது என அம்மாவிடம் சொல்” என்று புஞ்சி தாத்தா வழியனுப்பிவைத்தார்.

2009 நத்தாருக்கு சில நாட்கள் முன்பாக கண்டியில் இந்திராணியுடன் சுனில் எக்கநாயக்காவின் திருமணம், கண்டி வாவியின் எதிரே உள்ள மலை உச்சியில் புதிதாக அமைக்கப்பட்ட பெரிய ஹோட்டலில் கோலாகலமாக நடந்தது. இராணுவத்தில் இருந்து காயமடைந்து, மரியாதையுடன் இளைப்பாறியதால் அரசாங்கத்தின் முக்கிய பிரமுகர்கள், இராணுவத்தினர், கண்டியில் உள்ள பௌத்த குருமார்கள் எனப் பலர் வந்திருந்தார்கள். இந்திராணியின் சித்தப்பா மகிந்தானந்ததேரோ திருமணத்திற்கான சமயச்சடங்குகளுக்குத் தலைமை வகித்தார்.

கைத்தடியை ஊன்றியபடி நடந்த மாப்பிளையைப் பார்த்தவர்கள், நாட்டுக்காகப் போராடிய ஒருவனது திருமணத் திற்கு வந்திருப்பது தங்கள் அதிர்ஷ்டமெனப் பேசிக்கொண்டனர். சுனிலின் முகத்தில் வலியின் தாக்கம் தெரிந்தது. அவன் முகம் சோர்ந்திருந்தது. காலில் காயம் ஏற்பட்டு ஒரு வருடத்திற்கு மேலாகிவிட்டது. முழங்காலின் மூட்டுக்குப் பக்கத்து எலும்பு உடைந்திருந்தது. வலி ஏற்படுவதால் நொண்டியபடி நடக்க வேண்டியிருக்கிறது. அடுத்த வருடத்தில் மீண்டும் ஒரு ஒப்பரேசன் செய்தால் வலி நிற்கலாம் என எலும்புமுறிவு வைத்தியர் சொல்லி விட்டார். அதுவரையும் திருமணம் வேண்டாம் என சுனில் எண்ணியிருந்தாலும் இந்திராணியின் பிடிவாதம் அவனை விடவில்லை.

○

கொழும்பு

2009 ஜுலையில் மின் அஞ்சல் வந்தது:

“உனது தங்கையும் குழந்தையும் என்னுடன் மவுண்டலவேனி யாவில் இருக்கிறார்கள். நீ விரைவாக வா”

கொழும்புக்கு விரைந்தான் அசோகன்.

மவுண்டலவேனியா ஹோட்டலில் இருந்து சிறிது தூரத்தில் ஜெனியின் வீடு இருந்தது. சுற்று மதிலோடு, பூந்தோட்டம் உள்ள வீடு பார்ப்பதற்கு அழகாக இருந்தது. இவ்வளவு வசதி களுக்கு ஜெனி எவ்வளவு பணம் கொடுக்கிறாள்? எப்படிக் கட்டுப்படியாகிறது?’ என்று அசோகன் யோசித்தான்.

கதவைத் தட்டியபோது பெரியம்மா திறந்தாள்.

பெரியம்மாவை அசோகன் எதிர்பார்க்கவில்லை. அசோகனைக் கட்டிப் பிடித்தாள். “என்ர மகன் வந்திற்றான்.

எடியே கார்த்திகா" என்றாள். பெரியம்மாவிடம் இருந்து விலகி கார்த்திகாவைக் காண ஆவலாக உள்ளே சென்றான். அவசரமாக குளியல் அறையில் இருந்து கைகளை தனது சேலையின் பின்பகுதியில் துடைத்தபடி வந்தாள் கார்த்திகா.

"அண்ணா" என்றவளைப் பார்த்தபோது வார்த்தைகள் வரவில்லை. வார்த்தைகளை தொலைத்துவிட்டதை உணர்ந்தான். வீட்டின் வாசல் அருகே செதுக்கிய சிலையாகினான்.

"ஏன் என்னுடன் கோபமா,அண்ணா?" அவள் கண்கள் நீர்க்கோலமிட்டு சிவந்திருந்தன.

கிளிநொச்சியில் கார்த்திகாவைப் பார்த்த தோற்றம் இன்னமும் மனத்திலிருந்து அழுத்தமாக பதிந்திருந்தது. வெட்டிய தலைமயிரும், விரிந்த தோள்களுடன் நேர்த்தியான பச்சைநிற இராணுவ உடை அணிந்திருந்தாள். கறுப்பு இடுப்புப்பட்டி, கால்களில் பூட்ஸ் அணிந்த அவளது கம்பீரம் அவனை வியக்க வைத்தது. அப்படி கிளிநொச்சியில் இவளைக் கண்டபோது என் பின்னால்இரட்டைப் பின்னலுடன் மூக்கைத் துடைத்தபடி திரிந்த கார்த்திகாவா என எண்ணியிருந்தான். ஆனால், அவள் இப்பொழுது சிவப்புநூல் சேலை, வெள்ளைச் சட்டை, கழுத்தில் மெல்லிய தங்கச் சங்கிலியணிந்து சிவப்பு பொட்டிட்டிருந்தாள். தலை மயிரை ஒற்றைப் பின்னலாக்கி அதில் ஒரு ரோஜாப்பூவை வைத்து சாதாரண குடும்பப் பெண்ணாகத் தெரிந்தாள். அவளது அகலக் கண்களில் இருந்து கண்ணீர் ஓடையாகி நாடியில் தாரையாக வடிந்தது.

திகைப்பில் இருந்து விடுபட்டு அவளது கையில் பிடித்தான். "ஏன் அழுகிறாய். கார்த்திகா? நீதான் வெளியே வந்துவிட்டாயே! உனக்கு இனிமேல் துன்பம் ஏற்படாமல் இருக்க இந்த அண்ணன் பார்த்துக் கொள்வான். கண்ணைத்துடை. அழாதே. என்ன சின்னபிள்ளைமாதிரி? உன்கண்ணீரை நான் இனிமேல் பார்க்கக் கூடாது" என்றான் அசோகன்.

"அண்ணை அன்று என்னைத்தேடி நீ கிளிநொச்சி வந்தபோது உன்னைப் புறக்கணித்ததை நினைத்து அழுகிறேன். எனது முட்டாள்தனத்தை யோசிக்காத நாள் இல்லை. பாடசாலையில் படிக்கும் காலத்தில் மூளையில்லாதவள். மண்டைக்குள் களிமண் என நீ சொல்லியதை உண்மையாக்கிவிட்டேனே"

"அதையெல்லாம் விடு. எனது மருமகன் எங்கே?"

"அவன் நித்திரை"

அறைக்குள் எட்டிப்பார்த்தான். கட்டிலில் இரு தலையணைகளின் இடையே, நிம்மதியாக சூப்பியுடன் தூங்கிக் கொண்டிருந்தான்.

"நல்லவேளை போரின் பின்பாகப் பிறந்திருக்கிறான். ஒரு விதத்தில் நம்மளைவிட அதிர்ஷ்டக்காரன். யாரு மாதிரி? உன்னை மாதிரியோ? சாந்தன் மாதிரியா?"

"அப்பா மாதிரி இருக்கிறான் என அம்மா சொல்கிறா"

"இது யாருடைய வீடு"

"ஜெனி அண்ணியின் வீடு"

"என்ன ஜெனி அண்ணி என்கிறாய்? எங்களுக்குள் எந்தத் தொடர்பும் இல்லை. நீயே எல்லாத்தையும் கோத்துவிடுவாய் போலிருக்கிறது. அம்மா அப்பாவை மீறி எதுவும் நடக்காது என ஜெனிக்கே சொல்லியிருக்கிறேன்" போலியான கோபத்தை முகத்தில் வரவழைக்க முயற்சித்தான். அது சுலபமாக இருக்கவில்லை. இறுதியில் முகத்தைத் திருப்பிக்கொண்டான். எக்காலத்திலும் பொய் சொல்வது அவனுக்கு இலகுவாக இருந்ததில்லை.

"எனக்கு எல்லாம் அண்ணி சொல்லியிருக்கிறார். நீ எதுவும் சொல்ல வேண்டியது இல்லை" கேலியான குரலில் அவளது தோளை உயர்த்தி முகத்தை அதில் இடித்தாள்.

எப்படித்தான் இந்தப் பெண்கள் தங்களது உணர்ச்சிகளை சுலபமாக மாற்றிக்கொள்கிறார்கள். கண்ணீர் விட்டு அழுதவள் இப்பொழுது என்னைக் கேலி பண்ணுகிறாளே? என்று மனதிற்குள் சிரித்தான்.

"தம்பி, அந்தப்பிள்ளை தெய்வம் மாதிரி. இல்லை தெய்வம்தான். அதுவும் கருணையுள்ள பெண்தெய்வம். உன்னை வளர்த்த புண்ணியம் அவள் உருவில் எங்களைக் காத்திருக்கு. இல்லையென்றால் எனது மகளை வெளியே எடுத்திருக்க முடியாது" என்று கார்த்திகாவிற்கு ஒத்தூதும் நாயனமாக பெரியம்மா பொல பொலவெனக் கண்ணீரைச் சிந்தினார்.

பெரியம்மா கார்த்திகா இருவரும் இப்போதைய நிலையில் ஜெனியைக் கொண்டாடுவது ஆச்சரியமில்லை. ஆனால், இவர்களுடன் ஜெனி எப்படிப் பேசி உறவாடினாள் என்பதுதான் அசோகனுக்கு ஆச்சரியமாக இருந்தது.

"உங்களை எப்படிச் சந்தித்தாள்? அடையாளம் கண்டாள்?"

"அது பெரிய கதை. போர் முடிந்த சில நாட்களில் வெளிநாடுகளில் இருந்து முக்கியமானவர்கள் வருவார்கள். அகதிகளைச் சந்திப்பார்கள். உதவிகளைச் செய்வார்கள். அவர்கள் வரும்போது மக்கள் அவர்களை நோக்கி கூட்டமாக ஓடுவார்கள். நான் அவர்களைப் பார்க்கப் போவதில்லை. மகனை வைத்துப் பராமரிப்பதே பெரிய வேலையாக இருந்தது. அம்மா பணமனுப்பியதால் எனக்கு எதுவித தேவையும் இல்லை. ஒரு நாள் மாலையில் யாரோ வெளிநாட்டுக்காரர்கள் வந்திருக்கிறார்கள் எனச் சொன்னார்கள். பலர் குழந்தைகளைக் கொண்டு அவர்களிடம் போவார்கள். அதற்கு என் பிள்ளையைக்கூடக் கேட்பார்கள். பால் குடுக்கவேணுமென அன்று மறுத்துவிட்டேன். அப்படிப் போனவர்கள் மீண்டும் வந்து அவுஸ்திரேலியர்கள் பால்மா தந்தார்கள் எனச் சொன்னார்கள். நான் என்பாட்டில் பிள்ளைக்குப் பால் கொடுத்தேன். அப்பொழுது ஒரு இராணுவ அதிகாரியின் நிழல் தெரிந்தது. அவர் ஏற்கனவே என்னை வவுனியாவில் விசாரித்தவர். அவருக்கு எனது பிள்ளைக்கு சாந்தன் தகப்பன் என்பதும் தெரியும். அவரைக் கண்டதும் உடன் எழுந்தேன். அவருக்குப் பின்னால் ஒரு அழகான வெள்ளைக்காரி சல்வார் கமிசுடன் நின்றாள். எனக்கு புதுமையாக இருந்தது.

அந்த சிங்கள அதிகாரி 'இது கார்த்திகா' என்று என்னை அறிமுகப்படுத்தினார்.

நான் அடக்கமுடியாமல் 'அண்ணியா' என்றேன்.

'இவர் உனது அண்ணனின் மனைவி' என்றார்.

அந்த அதிகாரி அதை ஆங்கிலத்தில் சொன்னபோது அதற்கு 'இன்னும் இல்லை' என்று பதில் கூறிவிட்டு எனது மகனை வாங்கிக் கொஞ்சினாள். சில பத்திரங்களைத் தந்து கையெழுத்திடச் சொல்லி அதை வாங்கிக்கொண்டார். மீண்டும் சில நாட்களில் வருவதாகக்கூறி பணம் தந்தபோது நான் மறுத்தேன். குழந்தைக்குத் தேவையான பால்மா டின்களைத் தந்தார். அதையும் மறுத்து 'எனக்கு பால் இருக்கிறது' என்றேன்.

'மற்றவர்களுக்கு கொடுக்கலாம் வாங்கு' என்றார் அந்த இராணுவ அதிகாரி. நான் வாங்கியதும் குழந்தையைத் தந்துவிட்டு மீண்டும் வருவதாகச் சென்றார். பின்பு இரண்டு கிழமையில் என்னை வவுனியா இராணுவ முகாமிற்கு அழைத்து வந்தார் அந்த இராணுவ அதிகாரி. அப்பொழுது அண்ணி இராணுவமுகாமில் சில கையெழுத்துகள் இட்டபின்பு என்னையும் வேறு ஒரு பெண்ணையும் மத்திய வயதான வழுக்கைத் தலையான ஆண் ஒருவரையும் ஜீப்பில் அழைத்துவந்தார். அவர்களை

கிளிநொச்சியில் பார்த்திருக்கிறேன். கொழும்பில் அவர்களை ஹோட்டலுக்கு அழைத்துச் சென்றார்கள். நான் அண்ணியின் வீட்டுக்கு வந்தேன்." எனக் கார்த்திகா சொல்லி முடித்தாள்.

உண்மையில் ஜெனியின் சாமர்த்தியம் அசோகனுக்கு சந்தோசத்தைக் கொடுத்தது. ஒரு நாவலில் வரும் கதாநாயகியாகத் தொழிற்பட்டிருக்கிறாளே !

"அவள் சொன்னதைவிட நான் ஒன்று சொல்லவேண்டும். எங்களது வீட்டிற்கு வந்து விட்டுத்தான் பிள்ளை, இவளைக் கொழும்புக்கு கொண்டு வந்தது. எனக்கும் அன்று ஆச்சரியமாக இருந்தது. மதியம்போல் எங்களது வீட்டுப்படலையில் ஜீப் வாகனத்தில் வந்திறங்கிய பிள்ளை, நேரடியாக பெரியப்பாவிடம் சென்று அவரது அருகில் உள்ள கதிரையில் இருந்தாள். பிள்ளையைத் தொடர்ந்து நான் போனபோது பெரியப்பாவின் சாரம் தொடைவரையும் விலகியிருந்தது. சாரத்தை எடுத்து காலை மறைக்க கஷ்டப்பட்டபோது அவரது கை அதற்கு ஒத்துழைக்காமல் நடுங்கியது. நான் அங்கே போவதற்கு முன்பு பிள்ளை அவரது சாரத்தை இழுத்து காலை மூடினாள். அவள் தன்னை அறிமுகப்படுத்திப் பேசியது எனக்குப் புரியவில்லை. ஆனாலும் உனது பெயரை சொல்லி ஐந்து நிமிடம் பேசிவிட்டு என்னை அணைத்துக் கொஞ்சி விட்டு வந்த வேகத்தில் போய்விட்டாள்.

பெரியப்பா சொன்னார் 'இந்தப்பிள்ளை, இவன் தம்பி அசோகனை விரும்புகிறாளாம். ஆனால் தம்பி, கார்த்திகா வெளிவந்த பின்பு, எங்கள் இருவரதும் சம்மதத்துடன்தான் திருமணம் முடிப்பதாக சொல்லியிருக்கிறானாம். கார்த்திகாவை முகாமில் இருந்து கொழும்புக்கு இன்று மாலை கூட்டிச் செல்கிறாள். உன்னைச் சில நாட்களில் கொழும்புக்கு வரட்டாம். தனக்கு பெற்றோர் இல்லை என்பதால் தானே மாப்பிளை கேட்டு வந்திருக்கிறாள் என்கிறாள். "அன்றையில் இருந்து நானும் பெரியப்பாவும் உனககேத்த பிள்ளை என முடிவு செய்துவிட்டோம். நீயே சொல்லு ? இதுக்கப்பால் அந்தப்பிள்ளையைத் தெய்வமென்று சொல்லாமல் எப்படிச் சொல்லுவது" எனக் கண்ணீரை சேலையால் துடைத்து மூக்கையுறிஞ்சினார் பெரியம்மா.

எதையும் விட்டு வைக்காது ஜெனி செய்துவிட்டாள். இவர்கள் எல்லோரையும் தன்பக்கம் சேர்த்து விட்டாளே ? இலங்கையிலே கல்யாணத்தை முடிப்போம் என்று நிற்கப்போகிறாளே ! அதற்குப் பணம் எதுவும் இல்லையே. கார்த்திகா இப்பொழுதுதான்

வெளியேவந்து இருக்கிறாள். அவளது பிளேன் ரிக்கட் மற்றைய செலவு எல்லாம் இருக்கிறதே? இது சரியான தருணமா?

ஜெனியை நினைத்தால் ஒரு புறத்தில் மகிழ்ச்சியும் மறுபுறத்தில் அச்சமும் ஜோடிப் பறவைகளாக இதயத்தில் குடியமர்ந்தன. இவளுக்கு என்ன கைமாறு செய்யமுடியும்? இதற்கு விலையாக என்னை மட்டுமே கேட்கிறாள்!

நான் தயங்குவதற்கு முக்கிய காரணம் இவளுக்கும் எனக்கும் ஒத்துவருமா? எமது திருமணம் எத்தனை வருடங்கள் நீடிக்கும்? அது இவளுக்குப் புரிந்ததா? என்னில் எதைக் கண்டாள்? இவளோடு சேர்ந்து ஒலிம்பிக் ரேசில் ஓட என்னால் முடியுமா? ஆனால், குடும்பத்தினர் வெள்ளைக்காரியை ஏற்றுக்கொள்ள மாட்டார்கள் என நினைத்ததும் நிராசையாகிவிட்டதே! நான் விரும்பாவிட்டாலும் அவர்கள் கட்டாயப்படுத்தும் நிலையை உருவாக்கி விட்டாளே. கடைசியாக என்னிடமிருந்த பாதுகாப்புக் கவசம் பெற்றோர்கள். அவர்களையும் தன்பக்கம் இழுத்து விட்டாள். போர் முனையில் மொத்தமாக ஈட்டி, வாள் மற்றும் பாதுகாப்புக் கவசம் எல்லாவற்றையும் இழந்த போர்வீரனின் நிலை எனக்கு.

நீ ஒரு ஜிப்சி. அது குறைந்த ஜாதி என்று சொல்லிப்பார்த்தால் ஆத்திரத்தில் விட்டுப்போவாளா? நகைச்சுவையாக எடுப்பாளா? இன்றைக்கு வரும்போது அவளது ஆயுதம் எதுவாக இருக்கும்? கார்த்திகாவும் பெரியம்மாவும் இருப்பதால் கொஞ்சம் அடக்கமாக இருப்பாள் என நினைக்கிறேன்.

மாலையில் மழை பெய்வதற்கான அறிகுறிகள் தென்பட்டன. மப்பு, மந்தாரத்துடன் இடியும் மின்னலும் தோன்றின. இவை எதற்கான அறிகுறிகள்? இயற்கையும் அவள் பக்கமா?

அன்று மாலை பெரியம்மா, ஜெனி வேலையால் வீடு திரும்பியபோது இருவரையும் புதுமணத் தம்பதிகளை நடத்துவது போல் நடத்தினாள். அசோகனுக்கு வெட்கம் தாங்கமுடியவில்லை. எல்லோரையும் ஹோட்டலுக்கு இரவு உணவிற்கு ஜெனி அழைத்தபோது பெரியம்மா மறுத்து விட்டார். ‘தம்பி, நீ பிள்ளையைக் கூட்டிப்போ. பிள்ளை எவ்வளவு காலம் உன்னைப் பிரிந்திருக்கிறது. அவளும் பாவம்’ எனச் சொல்லியபோது ஜெனி ‘இல்லை பரவாயில்லை நீங்கள் சமைத்ததை இன்று சாப்பிடுவோம்’ எனச் சொல்லிவிட்டாள்.

இரவு உணவின் பின்பு பெரியம்மா கார்த்திகாவின் அறைக்குள் சென்றுவிட்டார். மகன் செல்வனுக்கு பால்

கொடுக்கவேண்டுமென கார்த்திகா அறைக்குள் சென்றதும் ஏதோ திட்டமிட்டு நடப்பதாக அசோகனுக்குத் தெரிந்தது.

ஆறு மணியளவில் மப்பும் மந்தாரமாக இருந்த வானம் இரவு எட்டு மணியாகியதும் மழை இடிமுழக்கத்துடன் பெய்யத் தொடங்கியது. கொழும்பில் அன்று மாலையில் இருந்து மின்சாரமில்லை. தெருவிளக்குகள் அற்ற கொழும்பு நகரமாகத் தெரிந்தது.

மெழுகுதிரி வெளிச்சத்தில் சாப்பாட்டை முடித்துக்கொண்டு அறையுள் சென்ற ஜெனி அரைமணி நேரமாக வரவில்லை. குளித்துக் கொண்டிருக்கிறாளா? உடை மாற்றுகிறாளா? அவளைத்தேடி உள்ளே செல்வதா அல்லது காத்திருப்பதா? எப்போது வருவாள்? எதிர்பார்ப்பு எவ்வளவு துன்பமாக இருக்கிறது? மனதில் மட்டுமல்ல, உடலின் ஒவ்வொரு தசையிலும் வலியை உருவாக்குகிறாளே?

அங்கிருந்த பிரம்பால் பின்னிய பெரிய சாய்வு நாற்காலியில் காலை நீட்டி, கண்ணை மூடியபடி படுத்தான் அசோகன்.

இரண்டு பக்கமும் கைப்பிடிச் சுவருள்ள விராந்தை கொண்ட வீடு. மழைச் சாரலைத் தடுக்க மூங்கில்திரை.

கார்த்திகா அவசரமாக வந்து "என்ன அண்ணை இருட்டுக்குள்?" என்று அங்குள்ள முக்காலியில் கார்த்திகா மெழுகுவர்த்தியை ஏற்றி வைத்தாள். வைத்த கையோடு "அண்ணி வரவில்லையா?" என நமுட்டாக சிரித்துவிட்டு உள்ளே சென்று விட்டாள். அவளது நக்கலை விட, முகமலர்ச்சி அசோகனுக்கு ஆறுதலளித்தது.

காலடியோசை கேட்டுக் கண் விழித்தபோது ஜெனி சிகப்பு நைட்டியில் மெதுவாக சிரிப்புடன் எதிரே காற்றில் மிதந்தாள். அவள் வந்த இடமெல்லாம் வாசனைத்திரவியத்தின் நறுமணம் காற்றில் கலந்தது. அவள் முகத்தில் படர்ந்த புன்னகை இவள் ஏதோ திட்டத்துடன் வருகிறாள் என்பதைத் தெரிவித்தாலும் வேகமான இரத்த ஓட்டத்தையும், பலமான இதயத்தின் துடிப்பை மட்டும் உணர்ந்தபடி மயங்கிய நிலையில் அசோகன் இருந்தான்.

"என்ன மாப்பிள்ளை, நீ கேட்டதெல்லாம் செய்துவிட்டேன். இதைவிட உனக்கு என்ன வேணும்? சாய்வு நாற்காலியின் ஓரத்தில் அவனை இடித்தபடி இருந்து,குனிந்து அவனது கழுத்தை கைகளால் வளைத்தாள் ஜெனி.

மெதுவாக தலையை விலத்தி எழுந்து "உனது காலைக்காட்டு" என்றான்.

“ஏன்? என்ன செய்யப்போகிறாய்” என்றபடி வலது காலை உயரத்தி அவன் படுத்திருந்த சோபா நாற்காலியில் வைத்தாள். அசோகன் ஆசனத்தை விட்டு இறங்கி கையால் அவள் காலைப் பிடித்தபோது அவளது நைட்டி இரண்டாக இடைவரையும் விலகியது. அதே சிவப்பு புசிக்கற் என எழுதிய அண்டவெயர்.

“ஏய் என்ன செய்யப்போகிறாய்? பெரியம்மாவைக் கூப்பிடவா?” என அவனது தோளில் விழுந்தபடி கேட்டாள்.

“இந்தப் பாதங்களுக்கு முத்தம் கொடுக்கப்போறேன்”

“அவ்வளவுதானா?” ஏமாற்றத்தை வார்த்தையில் குழைந்தாள்.

“இப்போதைக்கு அது மட்டுமே” என அவள் பாதத்தில் முகம் புதைத்தபடி “சிறுவயதில் அம்மா, பாட்டி, அதற்குப்பின் பெரியம்மா, இப்பொழுது நீ. நான் எவ்வளவு அதிர்ஷடம் செய்தேன்” என்றான்.

அதற்கு எந்தப்பதிலும் சொல்லாது அவனை சாய்வு நாற்காலியில் தள்ளி அவன்மேல் படுத்து அவனது உடலோடு இறுகினாள். இருவரது விரல்களும் இரை தேடும் பாம்பாக உடல்கள் மேல் ஊர்ந்தன. இருட்டு அவர்களைப் போர்வையாக மூடியிருந்தது.

வெளியே மழை பலத்த சத்தத்தோடு பெய்தது.

வாயை அவளிடமிருந்து பிரித்து “எப்படி இவ்வளவும் ஆறு மாதத்தில் செய்தாய்? இவ்வளவு செய்வது இலகுவானதல்லவே?” என்றான் அசோகன்

“அது எனது திறமை” என அவனது இதழ்களைக் கவ்வியபடி தனது வார்த்தைகளை விழுங்கியபடி குப்புறத் திரும்பி விழுந்தாள். அவளது நைட்டி கீழே சரிந்தது.

வார்த்தைகளுக்கு அவசியமற்றபோது உடையற்ற உடல்கள், மொழியற்ற மூதாதையரின் காலத்திற்கு பயணமாகியது. மொழி– இனம் – மதம் என எதுவும் அற்ற காலம். விரும்பிய உள்ளங்கள் உடல்களால் சேருவதற்குத் தடையற்ற காலத்திற்கு இருவரும் பயணமடைந்தனர்.

அந்த முன்னிரவில் கொழும்பில் பெய்த மழையால் வறண்டிருந்த பூமி ஈரமாகியது. பல மாதங்களாக சூடேறியிருந்த நிலத்து வெம்மை தணிந்திருந்தது. அன்று பெய்தது ஜுலை மாதத்து தென்மேற்கு பருவ மழை. வானம் இடி இடித்தபடி தொடர்ச்சியாக இரவு முழுவதும் மழை பெய்தது.

கார்த்திகாவும் குழந்தையும் சிலநாட்களில் அசோகனோடு மெல்பன் சென்றனர். பெரியம்மா வவுனியா சென்றார்.

○

கண்டி

திருமணத்தின் பின் முதல் இரவு ஹோட்டலின் அறையில் தங்கியிருந்தபோது "உங்களது காயத்தைப் பார்க்கவேண்டும்" என்றாள் இந்திராணி.

"பார்த்து என்ன செய்யப்போகிறாய்?" அவளது கையைத் தட்டினான் சுனில் எக்கநாயக்க

"சொல்ல சொல்லக் கேட்காமல் அதிரடிப்பிரிவில் வேலை செய்ததால் வந்தது".

"உண்மைதான். ஆனால், அது எனது கட்டாயம். போர்க்கால நியதி" என்றபோது தொலைபேசி மணியடித்தது.

"ஏன் இதை வைத்திருக்கிறீர்கள் அதுவும் முதலிரவின்போது?" எனத் தொலைபேசியை எடுத்து தூரவைக்க முயன்றாள் இந்திராணி.

"பொறு, முக்கியமானதாக இருக்கும்" என எடுத்து அதைக்காதில் வைத்தான்.

"மாத்தையா மன்னிக்கவேணும். நீர்கொழும்பில் இருந்து வந்த படகை காலிக்கு 100 கிலோமீட்டர் தெற்கே பிடித்தோம். அதில் ஒருவர் உங்களது பெயரையும் தொலைபேசி இலக்கத்தையும் கொடுத்துள்ளார்"

"பெயர் என்ன?"

"சாந்தன்"

"அவர்களது படகை பாதுகாப்பாக சர்வதேச எல்லைவரை கொண்டு செல்லவும். தேவையான உணவையும் எரிபொருளையும் கொடுக்கவும். எங்களது சில தேவைக்காகத்தான் அவர்களை அனுப்புகிறோம்."

"இதைப்பற்றி தலைமை அலுவலகத்திற்குச் சொல்ல வேண்டுமா?"

"எனது பெயரைச் சொல்லி கடற்படைப் பெரிய மாத்தையா விடம் சொல்லவும். இது ஒரு இரகசியமான திட்டத்தின் பகுதி" போனை வைத்தான் சுனில்.

அதுவரையில் கேட்டுக்கொண்டிருந்த இந்திராணி "என்ன சுனில் இராணுவத்தில் இருந்து விலகியதாக அல்லவா நினைத்தேன்?" என்றாள்.

"ஆனாலும் சில கடமைகள் தொடர்கின்றன. யுத்தம் முடிந்தாலும் அவை முடியவில்லை." என்று சிரித்தான்

"யார் அது சாந்தன்?" அவனது தோளில் கை வைத்தபடி

"அவன்தான் எனது காலில் சுட்டவன்" மீண்டும் புன்னகை அவன் முகத்தில்

"அவனைப் பாதுகாக்கச் சொல்கிறீர்களா? அன்னே தெய்யனேய" என்று கண்களை அகலமாக விரித்து இமைகளை பட்டாம்பூச்சியாக படபடக்க.

அது பெரிய கதை. அவனாலேதான் இப்பொழுது உயிருடன் உனக்குக் கிடைத்திருக்கிறேன்?"

○

போரின் ஆரம்பத்தில் இந்திராணியின் எதிர்ப்புகளுக்கு மத்தியில் இராணுவப்பொலிசில் இருந்து அதிரடிப்பிரிவில் சேர்ந்தான் சுனில் எக்கநாயக்க.

போரில் ஊடுருவும் அணியினரை ஒருங்கமைத்தல் என்பதோடு இராணுத்தலைமைப் பீடத்தோடும் நேரடித் தொடர்புகள் வைத்திருந்தான். பாதுகாப்புச் செயலாளர் நேரடியாகத் தொடர்பு கொள்ளும் ஒருவனாக இருந்தான். கடற்படை, விமானப்படையின் செயல்களை வடக்கில் உள்ள இராணுவத்தினருக்குத் தெரிவித்து ஒருங்கிணைப்பைச் செய்வதற்கு உதவியாக இருந்தான். பல விடயங்களை கொழும்பு இராணுவத் தலைமைப்பீடத்தின் தொடர்பை தவிர்த்து, நேரடியாக செய்வதற்கு எக்கநாயக்கா உதவினான். முக்கியமாக கொழும்பு தலைமையகத்தில் இருந்து இராணுவத் திட்டங்கள் வெளியே கசிவதைத் தடுப்பதற்கான ஏற்பாடாக ஆரம்பத்தில் இது இருந்தது. பிற்காலத்தில் இராணுவத் தலைமை அதிகாரிக்கும் கடற்படைத் தலைமைக்கும் இருந்த கசப்புணர்வால் செயல் திட்டங்கள் பாதிப்படைவதைத் தவிர்க்கவும் இப்படியான பொறிமுறை தேவையாக இருந்தது. இந்தப் பொறிமுறையின் முக்கிய பொறுப்பை சுனில் எக்கநாயக்க ஏற்றுக்கொண்டான்

வடபகுதியில் கிளிநொச்சிப்பகுதியில் யுத்தம் நடந்தபோது முறிகண்டியருகே பத்து தேர்ந்தெடுத்த அதிரடிப் படைவீரர் களுடன் நடு இரவில் மரங்களூடாக வந்தனர். அவர்களது

நோக்கம் கிளிநொச்சியருகே விடுதலைப்புலிகளின் பின்னரங்கில் எதிர்பாராத தாக்குதலை நடத்திவிட்டுச் செல்வதாகும். வந்தவர்கள் பிள்ளையார் கோவில் பகுதியில் ஆட்களின் நடமாட்டமிருந்ததை அவதானித்தனர். சிலர் கூட்டமாக இருப்பது நைட்விஷன் கண்ணாடியூடாகத் தெரிந்தது.

உடன் வந்தவர்களை நிலத்தில் படுக்கும்படி சைகை செய்துவிட்டு சந்திரா என்ற தொலைத் தொடர்பு சாதனம் வைத்திருப்பவனுடனும் தமிழ் இயக்கத்தின் ஒருவனாகிய கோபாலுடனும் சுனில் எக்கநாயக்கா முன்னே சென்றான். விடுதலைபுலி இயக்கத்தவர்கள் சிறிய குழுவை கோயிலருகே நிறுத்தி விட்டுப் பின்வாங்கியிருக்கலாம் என நினைத்தபடி மரங்களூடாக மெதுவாக முன்னேறினார்கள்.

கூட்டமாக இருப்பவர்கள் கோயிலுக்கு அருகாமையில் கும்பலாக இருந்தார்கள். சுனிலின் அருகில் வந்த சந்திரா, “சேர் இங்கு சிறிய ஆட்டிலறித்தாக்குதலை செய்யும்படி படைப்பிரிவைக் கேட்போமா?” என்றான்.

அதை கோபால் தடுத்தான். ‘இவர்கள் பொதுமக்கள் போலிருக்கு. நாங்கள் மிக அருகில் உள்ளோம். தாக்குதல் நடத்தினால் நாங்களும் பாதிக்கப்படலாம். ஷெல் அடித்தால் கோயில் உடையும். அது பிரச்சினையானது. நெருங்கிச் சென்று பார்ப்போம்’ என்றான் அழுத்தமாக.

மூவரும் நிலத்தில் படுத்தபடி நேரடியாகச் செல்லாமல் சுற்றி நகர்ந்தார்கள். காட்டுப் பகுதியானதால் நிலத்தில் தவழ்வது இலகுவாக இருக்கவில்லை. கண்ணிவெடிகளை நினைத்து பயந்தபடி இரண்டு மணி நேரமாக அந்த நகர்வு நிகழ்ந்தது. கோயிலருகே கும்பலாக மக்கள் இருப்பது தெரிந்தது. அருகே செல்லாமல் கோவிலின் பின்பகுதியில் பாதுகாப்பாக நின்றபடி “ஹேன்ஸ் அப் “என்ற போது “நாங்கள் பொதுமக்கள்” எனக் கூவியபடி கைகளை உயர்த்தினார்கள்.

அந்தக்கூட்டத்தில் பெண்கள் பத்துப்பேர், ஐந்து மத்திய வயது ஆண்கள், சில குழந்தைகள், சிறுவர், சிறுமியர் இருந்தார்கள். இவர்களைக் கண்டதும் கைகளைத் தூக்கியபடி வந்தனர். அந்த இடத்திலே அசையாமல் படுக்கும்படி சுனில் கட்டளை பிறப்பித்தான். பொது மக்கள் என உறுதியாகிய போதும் அவர்களில் ஒருவர் தற்கொலைக் குண்டுதாரியாகவும் இருக்கமுடியும் என்பதால், அவர்களை நிலத்தில் படுக்கும்படி கூறியபோது ஒரு பெண் மட்டும் குப்புறப்படாமல் மல்லாக்கப் படுத்தாள்.

என்ன செய்வது எனத்தெரியவில்லை கோபாலும் சுனிலும் ஒருவரை ஒருவர் பார்த்துவிட்டு. மற்றவர்களை அமைதியாக இருக்கும்படி சைகை காட்டினர் தற்கொலை குண்டுதாரிப் பெண்ணாக இருக்கலாம் என நினைத்து அவளை நெருங்காமல் மற்றவர்களைத் தனிமைப்படுத்தினார்கள். அவர்களை விசாரித்தபோது அந்தப் பெண் நிறைமாதக் கர்ப்பிணி என்பதால் குனிந்து படுக்க முடியாது என்றார்கள். அவளை நேரடியாக கோபாலுடன் வவுனியா வைத்தியசாலைக்கு அனுப்பினார்கள். மற்றைய இருவர் மக்களை செட்டிகுளம் முகாமுக்கு அழைத்துச் சென்றனர். இருவர் காலையில் முகாமில் இருக்கவேண்டியதால் திரும்பினார்கள்.

பத்துப்பேரில் ஐந்து பேர் மட்டும் கிளிநொச்சியுள் நுழைவதற்குத் தயாரானார்கள். நேரம் காலை மூன்று மணியிருக்கும். பின்னரங்கில் ஒரு சிறு தாக்குதலை நடத்தி விடுதலைப்புலிகளின் தயார் நிலையை குழப்பிவிட்டு அடுத்த சில நாட்களில் பெரிய தாக்குதலை நடத்துவதே அவர்களது ஆரம்ப நோக்கமாக இருந்தது.

அதிகாலையில் கிளிநொச்சி புறநகர் பகுதிக்குச் செல்லும் போதே விடுதலைப்புலிகள் தரப்பில் இருந்து தாக்குதல் தொடங்கியது. எதிர்த்தாக்குதலை இராணுவம் நடத்தியது. அந்த நேரத்தில் ஐந்து பேரும் பின்வாங்குவது என முடிவெடுத்தபோது காலையாகிவிட்டது.

இரவில் அமைதியாக இருந்த இராணுவம் காலையில் தொடர்ந்து குண்டுகளை அடிக்கத் தொடங்கியது. இயக்கத்தினரும் மோட்டார்களை அடித்தனர். பொதுமக்களோடு இரவை வீணாக்கியதற்கான குற்ற உணர்வில் "நாங்கள் மீண்டும் முகாமுக்கு பகலில் செல்லமுடியாது. ஐந்துபேரும் பிரிந்து இன்று பகலில் கிளிநொச்சியில் தங்கிவிட்டு இரவு சந்தித்து தாக்குதல் ஒன்றை நடத்துவோம். எனது தகவலுக்கு காத்திருக்கவும்" எனசுனில் எக்கநாயக்கா சொல்லியிருந்தான்.

ஆயுதங்கள் மற்றும் உணவுகள் கொண்ட சிறிய பையுடன் சுனில், அருகில் அஸ்பெஸ்டஸ் கூரையுள்ள இடிபாடாக இருந்த வீட்டில் புகுந்தான். வீட்டின் முன்பகுதி உடைந்திருந் தாலும் பின்பகுதியும் அறைகளும் இன்னமும் கூரையுடன் இருந்தன. அங்குள்ள ஒரு அறையுள் உடைந்த சுவரின் துண்டுகளை பாதுகாப்பாக வைத்து தற்காலிகமாக பங்கர் ஒன்றை உருவாக்கியபோது, திடீர் என எங்கிருந்தோ தொடர் குண்டுகள் சுற்றி விழுந்து அந்த இடம் அதிர்ந்தது. வெளியே நின்ற வேம்பு தென்னை போன்ற மரங்களின் பகுதிகள் சிதைத்து

தூள்களாக்கின. அவனிருந்தஅறையின் யன்னலூடாகத் தெரிந்த வீட்டின் தண்ணீர் தொட்டியில் விழுந்து வெடித்த குண்டு தொட்டியை உடைத்ததும், தண்ணீரும் கற்களும் கலந்த துகள்களுடன் வீட்டுக்கூரையில் விழுந்து ஓசையை உருவாக்கி நனைத்தது. சில கணத்தில் தண்ணீர்த் தாங்கியின் பெரும்பகுதி நிலத்தில் சரிந்தபோது மீண்டும் அந்த இடம் அதிர தாங்கி இருந்த இடத்தில் நாலு சிறிதும் பெரிதுமான தூண்கள் உள்ளிருந்த இரும்பை வெளிக்காட்டியபடி மிகுதியாகின.

தொடர்ந்து இந்த வீட்டில் இருப்பது பாதுகாப்பாக இராது என நினைத்து வீட்டின் பின்பகுதியில் ஏதாவது பதுங்கு குழி இருக்கிறதா எனப்பார்த்து ஏமாற்றம் அடைந்தான். இந்த வீட்டில் யுத்தகாலத்தில் யாரும் இருக்கவில்லையா? இருந்தால் பதுங்கு குழி அமைத்திருப்பார்களே! இப்பொழுது என்ன செய்வது?

காலை வெளிச்சம் எங்கும் பரவியது.மறைந்துகொள்ள வேண்டும்.

ஒரே வழி என நினைத்து வீட்டின் பின்னால் இருந்த மலசலகூடத்தின் செப்டிக் டாங் அருகே சென்று அதன் சிமெந்து சிலாப்பை அசைத்தபோது அது அசைந்தது. சிறிது திறந்து உள்ளே இறங்கினான். நல்லவேளையாக பாவிக்கப்படாததால் ஈரமற்று காய்ந்து இருந்தது. மீண்டும் சிறிய துவாரத்தை விட்டு சிமெந்து சிலாப்பை கைகளால் மூடினான்.

தோளில் தொங்கிய பையை எடுத்து உண்பதற்காக திறந்த போது மூக்கை துளைக்கம் துர்மணத்தை உணர்ந்தான். மலத்தின் மணத்தைவிட வித்தியாசமாக இருந்தது. பிண நாற்றத்தைப்போல் இருந்தது.

சீஸ் பாரை மீண்டும் பையில் வைத்துவிட்டு அந்தக் குழியை கையில் இரந்த டோர்ச் லைட்டினால் பார்த்தபோது எதிரே அவனது உயரத்தில் ஒரு எலும்புக்கூடு இருந்தது. அது ஆணினது என்பதற்கு அடையாளமாக காலில் தோல் சப்பாத்து இற்றுப்போன பெல்ட் என்பன இருந்தன. கையில் மோதிரமும் இருந்தது. உடைகள் இற்றுப்போனாலும் தோலாலான சப்பாத்து , பெல்ட் என்பன இருந்தன. பல காலங்கள் மழை வெள்ளம் என்பன கண்ட மனிதனாக இருக்கவேண்டும். அதிக காலம் உயிரோடு வாழாத போதிலும் இறந்தபின் பிணமாக இருக்கு அதிஸ்டம் கிடைத்திருக்கறதே? எக்காலத்துப் பிணமோ? விடுதலைப்புலிகள் காலத்திற்கு முந்தியதாக இருக்கலாம். எனக்குத் துணையாக இருக்கட்டும் என நகைச்சுவை நினைவுடன்கையில் இருந்த உணவில் சொக்லட் பாரையும் சீசையும் உண்டு அன்றைய பகல்பொழுதைக் கடத்தினான்.

இரவு வெளியேறுவோம் என நினைத்தபோது இன்னும் வெளிச்சம் தெரிந்தது. கடிகாரம் ஆறுமணியைக் காட்டியது. வெளியே தமிழில் பேசிக்கேட்டது. தனது இடத்தைச் சொல்லி காப்பாற்றுமாறு பிராந்திய தளபதிக்கு செய்தி அனுப்புவோமாவெனச் சிந்தித்தான். இங்கு எனக்காக போர் நடந்தால் வீணாக பலரை இழக்க நேரும். என் ஒருவனுக்காக பலர் உயிர்களை – இழப்பது அதுவும் சண்டையின் இறுதிக் காலத்தில் நியாயமில்லை. இந்த இடத்தை விட்டு ஓரிரு நாளில் இயக்கம் பின்வாங்கியே தீரவேண்டும் என நினைத்து இரண்டாவது இரவையும் இந்திராணியை நினைத்தபடி நேரத்தை செலவிட்டான்.

அதிகாலையில் தொலைபேசியை பார்த்தபோது அதில் பட்டரி சார்ஜ் இல்லை. மலக்குழியில் இருந்து வெளியேறி அந்த கக்கூஸ் உள்ளே சென்றபோது மீண்டும் சண்டை தொடங்கியது. ரைஃபிள் மற்றும் இயந்திரத் துப்பாக்கிகளின் சத்தம் அருகே கேட்டது. இராணுவம் அருகில் இருக்க வேண்டும் என நினைத்தான். சிறிது எழுந்து கதவிடுக்கூடாக பார்த்தான். எதுவும்தெரியவில்லை

துப்பாக்கி சத்தம்கேட்டது. காலில் ஏதோ பட்டதுபோல் இருந்தது. கையை வைத்தபோது இரத்தம் பெருகியது – கதவூடாக ஒரு குண்டு பாய்ந்து கீழ்த் தொடையைத் தாக்கியது தெரிந்தது. இதோடு எனது வாழ்க்கை முடிந்தது. பாவம் இந்திராணி. யாரையாவது திருமணம் செய்து நன்றாக இருக்கட்டும். நான் இறப்பதற்குமுன் யாராவது உள்ளே வருவான். அவனை முடித்துவிட்டு சாவது எனத்தீர்மானித்து இடுப்பில் இருந்த கைக்குண்டை எடுத்து பின்னைக்கழற்றி கையில் வைத்துக்கொண்டு சுவரில் சாய்ந்தான்.

கதவைத் திறந்து வந்தவன் சுனில் கண்ணுக்கு இராச்சதன்போல் தோன்றினான்.

ஆறடிஉயரமும் வாட்டசாட்டமான உடல்வாகுடனும் இராணுவச்சீருடையில் இருந்தான். விடுதலைப்புலிகளைச் சேர்ந்தவன் என்பதை அவனது கழுத்தில் தொங்கிய கருத்த நூல் கயிறு காட்டியது. அவனது நடை தெளிவான பார்வை அவனை சீனியர் அந்தஸ்துள்ளவனாகக் காட்டியது.

அவன் கையில் பிஸ்டல் இருந்தது. அவனைக் கண்டதும் “சமாவெண்ட இந்திராணி” என கிரனைட்டை ஒருகையால் ஒளித்துக்கொண்டு மறுகையை உயர்த்தினான் சுனில்.

“யார் இந்திராணி” என்று ஆங்கிலத்தில் கேட்டான் வந்தவன்.

தயங்கியபடி "எனது காதலி அவள். என்னை அதிரடிப் பிரிவில் சேராதே என்றாள். அவளது வார்த்தையை உதாசீனம் செய்ததற்காகவும் அவளைத் தனியாக விட்டு விட்டு மரணமாவதற்காகவும் அவளை நினைத்து அவளிடமே மன்னிப்புக் கேட்டேன் – நான் தயார். இனி நீ சுடலாம்." நெஞ்சை முன்தள்ளினான்.

வந்தவன் ஒரு கணம் எதுவும்பேசாது நின்றான்.

அவனைப் பார்த்த சுனில் இவன் எப்படிக் கொல்லுவது என்று யோசிக்கிறானோ?. கைது செய்ய முனைந்தால் குண்டை வெடிப்பதற்கு நான் தயார் என்று மனத்தில் உறுதியெடுத்தான்

"குண்டையும் கிளிப்பையும் தா" என்று பிஸ்டலை இடுப்பில் மீண்டும் செருகினான்.

"ஏன்? நான் மரணத்தை ஏற்கத்தயார். கிளிப்பை விட்டால் இருவரும் சிதறிவிடுவோம்" என்று தயக்கத்துடன் சொன்னான் சுனில்.

"அப்படி ஏன் இறக்கவேண்டும்? இருவரும் தப்பலாம்." சிரித்தபடி

"எப்படி? அதுவும் இந்த நேரத்தில்" என்றான் நம்பாமல்

"இந்தப்போரில் நாங்கள் ஏற்கனவே தோற்று வருகிறோம். உன்னைக் கொல்ல நான் விரும்பவில்லை. எனக்கும் காதலி மட்டுமல்ல குழந்தையும் இருக்கலாம். நான் இறுதிப் போரில் மரணமாவேன். அவர்கள் அநாதையாவார்கள். குண்டால் சாகாது தற்கொலை செய்வதாக உறுதியெடுத்துள்ளேன். இப்போது அவர்கள் எங்கெனத் தெரியாது. இந்த நிலையில் உன்னைக் கொலை செய்வது ஈழத்தைத் தருமெனில் ஒரு கணமேனும் தயங்கமாட்டேன். உன்னைக் கொல்லாது விடுவது, நாங்களும் ஆசாபாசங்களை கொண்ட மனிதர்கள். நாங்கள் இந்த மண்ணின் மேல் கொண்டிருந்த அக்கறையில் தான் போரிட்டோம் என்பது உனக்கொருவனுக்காவது புரிவதற்காக ... குறைந்த பட்சமாக உன்காதலிக்கு எங்களைப்பற்றிச் சொல்வதற்காக ... அதற்காக உன்னைத் தப்பவிடுகிறேன். அது எனக்கு மனதிற்கு சாந்தியளிக்கும்." என்று சொல்லி தனது தொலைபேசியில் உள்ள சிம்மை எடுத்துவிட்டு, தொலைபேசியைக் கொடுத்ததுடன் சுனிலது தொலைபேசியை வாங்கிக்கொண்டான்.

"நாளை இந்த இடத்தில் இருந்து பின்வாங்கிவிடுவோம். அதுவரையில் மலக்குழியில் இருந்தால் உயிர் தப்புவாய் "எனச் சொன்ன அவனே குண்டைக் கையில் வாங்கி மீண்டும் பின்னை

அந்தக் குண்டுக்குள் செருகி சுனிலிடமே கொடுத்துவிட்டுச் சென்றான்.

இவன் போன்றவர்கள் இந்த நாட்டின் சொத்து. வீணாகிப் போகிறார்களே என அவன் சென்ற திசையைப் பார்த்துக் கொண்டிருந்தான் சுனில்.

பக்கத்தில் விழுந்த குண்டால் தென்னை மரம் ஒன்று சிதறி குருத்து குலை எனச் சிதறியது. போரின் வன்மத்தில் மனிதர்கள், மிருகங்கள் மட்டுமன்றி தாவரங்களும் அழிகின்றன.

❍

"மீண்டும் ஒருநாள் அல்ல மூன்று நாட்கள் அந்த மலக்குழியில் ரொபேட் உடன் வாழ்ந்து உயிர் தப்பினேன்." சுனில்

"யார் அந்த ரொபேட்?" என் கண்களை அகல விழித்தாள் இந்திராணி.

"வேறு யார்? அந்த எலும்புக்கூடுதான் நான் சொல்லும் அந்த ரொபேட். நான் மூன்று நாட்களும் மோபின் வலிமருந்தை ஏற்றியபடி இருந்தேன். வெளியே நடந்த சண்டை பயங்கரமாக அந்த இடத்தை அதிரப்பண்ணியது. மலக்குழியருகே குண்டுகள் விழுந்தபோது செத்தேன் என நினைத்தேன். நல்லவேளை நேரடியாக விழாதபடியால் அதிர்வு மட்டும் காதைப் பிளந்தது. கால் காயம் புரையேறிவிட்டதால் வலி அதிகமானது. காய்ச்சல் வந்தது உடல் நடுங்கியபடியே இருந்தபோது எலும்புக்கூட்டிற்குப் பெயரை வைத்து அதனுடன் பேசத்தொடங்கினேன். அவனது காதலியைக் கேட்டு எனது காதலைப் பரிமாறிக்கொண்டேன். இருவரும் பச்சைத் தூசணத்தில் பேசிக்கொண்டோம். யார் காதலிக்கு முலைகள், தொடைகள் அழகெனத் தர்க்கித்துக் கொண்டோம். யாரது ஆண்குறி பெரியது யாரால் அதிகநேரம் உடலுறவில் ஈடுபடமுடியும் என்று செய்முறையில் காட்டினோம். இறுதியில் நீதான் அழகி என்றும் என்னால்தான் அதிகநேரம் உடலுறவில் ஈடுபடமுடியும் என அவன் ஒத்துக் கொண்டதால் சமாதானமாகினோம். அவன் ஒத்துக்கொண்டு சரணடைந்ததால் அவனை விட்டுவிட்டு வரவில்லை. யுத்தத்தின் ஓசை குறைந்தவுடன் அந்த எலும்புக்கூட்டோடு வெளியே வந்தேன்.|

"சுனில் கெட்ட தெல்லாம் கதைக்கிறீங்க. மற்றவரோ உமது காதலியைப் பற்றி ஆபாசமாக கதைக்க எப்படி உங்களுக்கு மனம் வந்தது?"

"மூன்று நாள் மோபினிலும், புரையோடிய புண்ணால் ஏற்பட்ட காய்ச்சலிலும் உன்னை நினைக்காவிடில் அந்த

எலும்புக் கூட்டோடு நானும் சேர்ந்திருப்பேன். உனது உடலை தொட்டுக்கூடப் பார்க்காமல் நான் இறக்கத் தயாரில்லை. வாழ்விற்கும் மரணத்திற்கும் நூலிழை அளவே அங்கு இடைவெளி இருந்தது. உயிரைத் தக்க வைக்க வேறுவழியற்று எனது காம உணர்வே எனக்கு உயிர்காக்கும் மருந்தாகியது. உன்னிடம் அதற்கு எந்த மன்னிப்பும் நான் கேட்க மாட்டேன். வெளியே வந்ததும் அந்த எலும்புக்கூட்டுக்கு ரொபேட் எனப் பெயர் வைத்து அதை கொழும்புக்கு பரிசோதனைக்கு அனுப்பினேன். பல காலத்திற்கு முன்பாக காணாமல் போன இராணுவ வீரன் என அதைக்கண்டு பிடித்தேன். அதைவிட முக்கியமான விடயம் அந்த இராணுவ வீரன் கொலை செய்யப்பட்டது எதிரிகளால் அல்ல. தனது படையைச் சேர்ந்த ஒருவனால். பெண் தொடர்பான சொந்தத் தகராறால் கொலைசெய்து மறைத்திருந்தார்கள். கொலையைப் பற்றி விசாரணை நடத்தியவர்கள், கொலை செய்தவனும் தற்பொழுது இறந்துவிட்டதாகச் சொன்னார்கள். பார்த்தாயா விதியை? கொலை செய்தவன் ரோபட் மோதிரமிட்டு நிச்சயித்த காதலியைத் தனதாக்கக் கொலை செய்துவிட்டு தான் அந்தப்பெண்ணுடன் வாழமுடியும் என நினைத்திருந்தான். ஆனால், ஆறு மாதத்தில் அவன் கண்ணிவெடியில் இறந்தான் எனத் தெரிவித்தார்கள்"

"எலும்புக்கூட்டுக்கு என்ன நடந்தது?" இந்திராணி கேட்டாள்.

"கனத்தையில் உறவினரால் எரிக்கப்பட்டது. அவனது குடும்பத்திற்கு தப்பியோடியவனாக நினைத்து பணம் கொடுக்காத அரசாங்கம், பின்னர் பணம் கொடுத்தது. அவனது காதலிக்கு அந்த மோதிரம் சென்றது"

"இதற்கும் கடலில் பிடிபட்டதாக வந்த இன்றைய ரெலிபோனுக்கும் என்ன சம்பந்தம்?"

"என்னைத் தப்பவிட்ட அந்த மனிதன், இன்று போட் ஏறும்போது கடற்படையினர் கடலில் வைத்து மறித்திருக்கிறார்கள். அவனை விடும்படி சொல்லியிருக்கிறேன். அவனது மனைவியும் குழந்தையும் ஏற்கனவே அவுஸ்திரேலியா மெல்பனில் வந்து இருக்கிறார்கள்"

"இது உங்களால் எப்படி முடிந்தது?"

"அது பெரியகதை".

"எங்கள் முதலிரவு, கதைகளாலே ஏற்கனவே கடந்துவிட்டது. எனக்கு அதைச் சொல்லுங்கோ"

“அவள்தான் நாங்கள் முறிகண்டி கோயிலில் கண்ட நிறைமாதகர்ப்பிணிப்பெண். அவுஸ்திரேலிய தூதராலயத்தில் உள்ள அவளது அண்ணனது மனைவி அவுஸ்திரேலியாவின் உளவு நிறுவனத்தில் வேலை செய்பவள். அவளது தொடர்பாலே நாங்கள் பல விடுதலைப்புலிகளின் ஆயுதக் கப்பல்களை நடுக்கடலில் மூழ்கவைத்தோம். அவளே உனது அண்ணன் மகிந்தாவிற்குப் போர்த் தளபாடங்கள், பணம் சம்பந்தமாக அவுஸ்திரேலியாவில் உதவியவள். சுனாமிக் காலத்தில் இருந்து அவளை எனக்குத் தெரியும். அந்தப் பெண்ணுக்குக் கார்த்திகாவைப் பாதுகாத்து அனுப்புவதாக வாக்குறுதி கொடுத்திருந்தேன். இன்று அதைச் செய்து விட்டேன். சாந்தன் விடுதலைப்புலிகளில் முக்கியமான தளபதி. நேரடியாக நான் உதவி செய்வது முடியாது. சரணடைந்ததும் சிலகாலம் சிறையில் வைத்திருந்தோம். விடுவித்த பின்பு, சொந்தப் பணத்தில் அவுஸ்திரேலியாவுக்கு வெளியேறுகிறான். நம்மவர்கள் எத்தனையோ விடயங்களைக் கோட்டை விட்டு இந்த வள்ளத்தை மட்டும் பிடித்துவிட்டார்கள். சாந்தனைப் போன்ற தரத்தில் உள்ளவர்களை வெளியில் விடுவது ஆபத்து என்பதால் கொலை செய்யவேண்டும் என்பது இராணுவத் தளபதிகளின் கருத்து. அதைமீறி மிகவும் கஷ்டப்பட்டு பாதுகாப்புச் செயலாளருக்கு சொல்லி தப்பவைத்தேன். இதில் நாட்டுக்கு நன்மையுள்ளது. சாந்தன் போன்றவர்களை வெளிநாட்டுக்கு அனுப்புவதால் நமது நாட்டுக்கு பாதுகாப்பு. வெளிநாட்டுக்குச் சென்றால் அவர்களால் எமது நாட்டிற்கு எதிராக இயங்கமுடியாது. இயங்கினாலும் வெறும் வாய்க் கோசங்களாக மட்டுமே இருக்கும்.இங்கே உள்ளவர்களது வாய்க்கோசத்தை விடவா “கடைசி வசனத்தை அழுத்தமாக உச்சரித்தான்.

“எனது புருசன் பெரிய ஆள்த்தான்” எனச்சொல்லியவாறு சுனிலைக் கட்டிப்பிடித்தாள் இந்திராணி.

“உன் அண்ணன்கள் இருவரும் என்னைப் பெரிய ஆளாக்கிவிட்டார்கள். மகிந்த, அவுஸ்திரேலியா சென்ற போது வெடித்த குண்டால் அந்த ஜீப் சாரதி இறந்ததால் யாரோ உள்ளே இருப்பவர் உளவு கொடுத்ததால் செய்த வேலை என்பது உறுதியாகியது. இந்தியர்களோடு நான் சென்ற ஜீப்பைத் தாக்க முயற்சி செய்தார்கள். அதற்கான பணிப்புரை செய்தி தமிழ்ப் பத்திரிகையில் மரண அறிவித்தலாக வந்தது. தொடர்ந்து தலைமை அலுவலகத்தில் இருந்து விடயம் வெளியே வந்ததால் அண்ணனது நண்பர் மேஜர் பெரேரா மீது சந்தேகம் வந்தது. அவரைத் தொடர்ந்தபோது அவரது தங்கையின் கணவரும் நியாஸ் என்பவரும் எனக்கடைசியாக கண்டு பிடித்தோம்.

குமாரவும் நானும் இராணுவத் தலைமை அலுவலகத்திற்குத் தெரியாமல் விசாரணையை பாதுகாப்பு அமைச்சின் நேரடியான ஒத்துழைப்பில் நடத்தினோம். இந்த வெற்றி எங்களுக்கு சில அதிகாரத்தை பெற்றுத் தந்தது. இராணுவ உளவு தலைமையதிகாரியின் நேரடியான பார்வையில் வந்தோம். இந்தக்காலத்தில் அவுஸ்திரேலியவில் இருந்து இயங்கிய மகிந்த, இரகசியத்தைப் பாதுகாக்க சகல விடயங்களையும் என்னூடாகவே வைத்துக்கொள்வதாகக் கூறியதால் பாதுகாப்புச் செயலாளர் எனக்கு அனுமதியளித்தார். இதன் போதே இயக்கத்தின் கப்பல்கள் இந்து சமுத்திரத்தினூடாக வருவதைப் பற்றிய சட்டர்லைட் செய்திகள் கிடைத்தன. அவை இலங்கைக்குத் தெற்கே பூமத்தியரேகையில் ஆயுதங்களை றோலரில் மாற்றுவதற்காகக் காத்திருக்கின்றன என்ற தகவல்கள் எமக்கு அவுஸ்திரேலிய வேவு விமானங்களால் கிடைத்தன. இதனால் கடற்படைக்கு இலகுவாகியது. இதற்கப்பால் இந்திய உளவுப்பிரினரும் தங்கள் விடயங்களுக்கு என்னைத் தொடர்பாளராக்கியதால் மேற்குக் கடலூடாக எரிபொருள், உணவு என்பன வருவதைத் தடுக்க முடிந்தது. இவை எல்லாவற்றிற்கும் முக்கிய காரணம் கடற்படைத் தளபதிக்கும் இராணுவத்தளபதிக்கும் இடையே ஏற்பட்ட பிணக்கே. அவர்களை ஒருவிதத்திலும் சமாதானப்படுத்த முடியாது போய்விட்டது. கடற்படையினர் என்னூடாகத் தொடர்பு வைத்ததால் பலவிடயங்களை இராணுவத் தலைமை அலுவலகத்திற்கு அனுப்பாது அநுராதபுர பிராந்திய அலுவலகத்தோடு செய்வது இலகுவானதாக இருந்தது."

"அண்ணா வெளிநாடு போனபோது இராணுவத்தில் இருந்து விலகுவதாக நினைத்தேன். இதனால் புஞ்சி தாத்தா மிகவும் ஆத்திரமாக இருந்தார்."

"வெளியே இருந்து அனுப்பப்படும் ஆயுதங்களையும் பணத்தையும் கட்டுப்படுத்தாது உள்ளூரில் போரில் வெல்லமுடியாது என்பதை உணர்ந்தோம். பத்திரிகைளுக்கு இவை தெரியாமல் நடத்த வேண்டுமென்றால் வேறு வழியில்லை. கிழக்கு மாகாணத்தில் பிரிந்தவர்கள் எமக்கு முக்கியமானவர்கள். அவர்களிடத்தில் ஒருங்கிணைப்பை குமார செய்ததால் வெற்றியளித்தது. அவர்கள் பிரிந்த ஆரம்பகாலத்தில் அக்கால அரசாங்கத்தினது எதிர்ப்பைச் சம்பாதித்துப் பாதுகாத்தோம். மின்னேரியாவில் அவர்களைப் பாதுகாத்தபோது அவர்களது நம்பிக்கை எனக்குக் கிடைத்தது. அவர்களைக்கொண்டு வடபகுதியில் ஊடுருவித்தாக்குவதற்காக நான் அந்த அணியில் சேர்வது முக்கியமானது. சாதாரண இராணுவத்தினரை அவர்கள் நம்ப மறுத்தார்கள். எமது ஊடுருவித்தாக்கும்

அணியில் பெரும்பான்மை அவர்களே. விடுதலைப்புலிகள் இயக்கம் இராணுவத்தில் பலரை பணத்தால் வாங்கியிருந்ததால் இப்படியான அதிரடி நடவடிக்கைகளை இராணுவத் தலைமைக்கு அறிவிக்காது செய்யும் முடிவுக்குத் தள்ளப்பட்டோம். இதற்கு பாதுகாப்பு அமைச்சு ஆதரவும் தந்தது."

"போரை வென்றாகிவிட்டதே. இனியேன் இரகசியமாக வைத்திருக்கவேண்டும்?" எனக்கேட்டாள் இந்திராணி.

"இந்த விடயங்கள் எல்லாம் இலகுவில் நடக்கவில்லை. விசாரணையின்றிப் பல கொலைகள் இதன் பொருட்டு நடந்தன. பெரேராவின் தங்கையின் வீட்டில் தற்கொலைப் போராளிகள் தங்கியிருந்தனர். வெடிமருந்து பிடிபட்டது. இதை எப்படி வெளிப்படுத்துவது? நமது இனத்தவர்கள் இதைச் செய்தார்கள் என வெளியாலே எப்படிச் சொல்லமுடியும்? அவர்களது வீடு மொத்தமாக தகர்க்கப்பட்டது. நாங்கள் அவரைக் கைது செய்வதற்கு சில மணிநேரத்தின் முன்பாகவே அதைத் தெரிந்து பெரேரா மாத்தையா தற்கொலை செய்தார். இவைகளை வெளியே சொல்ல முடியுமா? அதேபோல் கொழும்பில் விடுதலைப்புலிகளின பணத்தை வைத்திருந்த பலரை இன மத வேறுபாடுகள் கடந்து தேவையற்றுக் கொலை செய்ய நேர்ந்தது."

"இறுதிப் போரில் இயக்கத்தவர்களுக்கு என்ன நடந்தது?"

"நீ என்ன பத்திரிகை நிருபர் மாதிரி துருவுகிறாய்?"

"நீங்கள்தானே சொல்லத் தொடங்கினீர்கள்" என்றாள் இந்திராணி

"உனக்கு நான் சொன்னது எனது உயிரைக் காப்பாற்றியவனின் கதை மட்டுமே. மற்றவற்றை நீதான் துருவினாய்? அதிகமான விடயங்களை அறிந்திருத்தல் ஆபத்து"

"நீங்கள் விலகிவிட்டீர்கள்தானே?""

"ஆனாலும் விசாரணைகள் நடக்கலாம். என்னைப் பொறுத்தவரை இந்தப்போரை எப்படியாவது எமது தலைமுறையில் முடிப்பதே நோக்கம். இதற்காக எதுவும் செய்யத் தயாராக இருந்தோம். எமது குழந்தைகள் போரற்று வாழவேண்டும்"

"சுனில் உங்கள் உயிர் காத்தவர் பெயர் என்ன?"

"சாந்தன். உனக்கேன்?"

"எனது பிள்ளைக்கு அந்தப் பெயரை வைக்கவேண்டும். அவுஸ்திரேலியா போய்ச் சேருவாரா?"

"அவுஸ்திரேலியா போய்ச் சேரவேண்டும். நான் வாக்குறுதி கொடுத்திருக்கிறேன்"

O

ஜெனியை அழைப்பதற்கு மெல்பன் விமான நிலையத்தில் சர்வதேச பயணிகள் பகுதியில் அரைமணி நேரமாக அசோகன் காத்திருந்தான்.

வந்தவளைப் பார்த்ததும் வியப்படைந்தான். உடம்பு பெரிதாகி வயிறு சிறிதாக வீங்கியிருந்தது.

"என்ன நடந்தது? கொழும்பு சாப்பாடு அவ்வளவு நல்லதா? எத்தனை கிலோ?" அப்பாவியாக அவளைக் கட்டிப்பிடித்தான்.

"எல்லாம் உன்னால்தான். அன்று கொஞ்சம் பாதுகாப்பாக இருந்திருக்கலாம். திருமணமே எனக்கு நடக்காது போல் இருக்கிறது. நான் ஐந்து மாத கர்ப்பிணி."என சிரித்தாள்.

அசோகன் அதிர்ச்சியுற்றான். "ஏன் எனக்கு இதைச் சொல்ல வில்லை." அவளது கையைப் பிடித்தபடி கேட்டான்.

"நீ திருமணத்தைக் கடத்தினாய். இதைப்பற்றி என்ன சொல்வாய்? இப்போது பிள்ளை பெற வேண்டாம் என்றால் நான் என்ன செய்வது?"

"ஒருவிதத்தில் அப்படித்தான் சொல்லியிருப்பேன். கல்யாணம் செய்யாது குழந்தை பெறுவது எங்கள் சமூகத்தில் நடக்காத விடயம். ஏற்கனவே கார்த்திகாவின் விடயத்தால் பெரியம்மா மனம் வருந்தியதை நான் அறிவேன்" எனக் கூறி முகத்தைத் திருப்பினான்.

"அப்படியென்றால் அந்த மின்சாரமற்ற மழைக்காலத்து இரவில் என்னைத் தொடாமல் இருந்திருக்கவேண்டும். இல்லையா? தொட்டுப்போட்டு விட்டிருக்கலாம்தானே? புரட்டி எடுத்தாயே! பெரியம்மா தங்கச்சி வீட்டில் இருந்தார்கள் என நீ நினைக்கவில்லை. உன்னைச் சொல்லி என்ன செய்ய? எனக்கு இது நடக்கவேண்டும் என இருக்கிறது. எனது பாட்டி, அம்மா எல்லோரும் இந்த முறையில்தான் குழந்தை பெற்றார்கள். ஆம்பிளையள் இதுக்கு அவசரப்படுவாங்கள் எனப் பாட்டி சொல்லியிருக்கிறா." என்றபடி ஜெனிஅசோகனுடன் பொதிகளை எடுப்பதற்குச் சென்றாள்

அசோகன் அவளை முறைத்துப் பார்த்தான்.

"என்னில் பிழை. ஒத்துக்கொள்கிறேன். இதைப் பேசி பிரயோசனமில்லை"

இருவரும் காரில் பேசிக் கொள்ளவில்லை

கார் நோத் மெல்பேனில் நின்றது.

அப்பார்ட்மெண்டில் கார்த்திகா "வாங்கள் அண்ணி" என வந்து கட்டியணைத்து விட்டு "அண்ணை என்ன நடந்தது, அண்ணிக்கு" என சிரித்தாள்.

சிரித்தபடி "உன் அண்ணியைக் கேள்" என்று உள்ளே சென்றான் அசோகன்.

"அப்பா தனது இரண்டு பிள்ளைகளைப் பற்றியும் என்ன கனவு கண்டிருப்பார்? பெத்தபிள்ளையும் அப்படி. வளர்த்த பிள்ளையும் இப்படியா?" எனச் சிரித்தாள் கார்த்திகா.

○

இரவு உணவருந்தும்போது "அண்ணி, சாந்தனைப் பற்றி ஏதாவது கேள்விப்பட்டீங்களா?" என்றாள் கார்த்திகா.

"இன்னமும் முகாமிலேதான். ஆனால் எந்த பிரச்சினையும் இல்லாமல் பார்ப்பதாக பாதுகாப்பு பிரிவில் வாக்குறுதியளித்துள் ளார்கள். இராணுவ உளவுப்பிரிவில் எனக்கு நெருங்கிய ஒருவர் இருக்கிறார். அவனைக் கவனிப்பதாக சொல்லியிருக்கிறார்."

அவளையே வைத்த கண் வாங்காமல் பார்த்தபடி இருந்த அசோகன் கேட்டான். "ஜெனி எப்படி உனக்கு இவ்வளவு செல்வாக்கு?"

"அசோக், நான் ஒரு உண்மை சொல்லவேண்டிய தருணமிது. இதுவரையும் மறைத்தேன். நான் அவுஸ்திரேலிய உளவு நிறுவனத்தில் வேலை பார்த்தேன். அப்பொழுதே உன்னைச் சந்தித்தேன். அதன் தொடர்ச்சியாக இலங்கைக்கு அனுப்பப் பட்டேன்"

"உனது உளவு வேலைக்காக என்னைப் பயன்படுத்தினாயா?" எனக் கண்சிவந்து உடல் நடுங்கியபடி சாப்பாட்டை விட்டு எழுந்தான்.

"உண்மையில் அதைத்தான் செய்தேன். அது எனக்கு இடப்பட்ட கட்டளை."

"அதற்காக என்னை மயக்கினாயா?"

"உன்னைக் கண்காணிக்கும்படிதான் எனக்கு உத்தரவு. ஆனால், உனது தங்கை கார்த்திகாவின் முன்பு, நான் உன்னில் மயங்கினேன் என்பதை வெட்கத்தைவிட்டுச் சொல்கிறேன்."

"அப்பொழுதாவது உண்மை சொல்லியிருக்கலாமே?"

"சொன்னால் என்ன செய்திருப்பாய்? சரி, நீ மட்டும் உண்மை சொன்னாயா?"

"என்னத்தை?"

"என்ன இப்படிக் கேட்கிறாய்? நீ இங்கிருந்தவர்களைப் பற்றி உளவுபார்த்து விடுதலைப்புலிகளுக்குச் சொன்னாயே?"

"சிறுவயதிலே அவர்களது வலையில் மாட்டுப்பட்டிருந்தேன்"

கையில் எடுத்த பீட்சாத்துண்டை வைத்துக்கொண்டு இதுவரையும் வியப்புடன் இருவரையும் பார்த்துக்கொண்டிருந்த கார்த்திகா "அண்ணை, அண்ணி சொல்வது உண்மையா?" எனக்கேட்டாள்.

"அந்தப் பாதிரியார் என்னை விடுதலைப்புலிகளுக்கு வேலை செய்வதற்காகவே அவுஸ்திரேலியாவுக்கு அனுப்பினார். நான் மலேசியாவில் அவர்களில் ஒருவரிடம் சிக்கினேன். இங்கு இயக்கத்தின் பணம் வசூலிப்பவர்களைப் பற்றிய விபரத்தை அறிவதும் இயக்கத்திற்கு அறிவிப்பதும் எனது வேலை. சாந்தனோடு இயக்கத் தொடர்பு ஏற்பட்டது அப்படியே. நான் வெறுத்தபடியே அந்த வேலையைச் செய்தேன். நல்லவேளையாக யுத்தம் முடிவுக்கு வந்ததால் என்னால் நிம்மதியாக இருக்க முடிகிறது."

மீண்டும் மேசைக்கு வந்தான். உடலிலும் முகத்திலும் அமைதி தெரிந்தது.

இருவரையும் பார்த்த கார்த்திகா, இதுவே நல்ல சந்தர்ப்பம் என நினைத்தபடி சொன்னாள். "இரண்டு பேரும் ஒரே வேலையைச் செய்திருக்கிறீர்கள். அண்ணி சம்பளத்திற்கான தொழிலாகவும் நீ பயத்திலும் செய்திருக்கிறாய். இதில் எப்படி அண்ணியை மட்டும் குறை சொல்லமுடியும்?"

"என்னால் இதை அப்படி இலகுவாக எடுத்துக்கொள்ள முடியாது. ஐந்து வருடம் இருவரும் காதலித்து இருக்கிறோம். ஆனால், ஒருவரை ஒருவர் மற்றவர்களுக்கு ஒளித்து வைத்திருக்கிறோம்." மீண்டும் எழுந்து யன்னல் வழியே பார்த்தான். சூரியன் மறைந்தாலும் இன்னமும் ஒளியிருந்தது. கோடைகாலத்து நீண்டபகலாக இருந்தது.

"அசோக், அந்த நிலையெல்லாம் கடந்து புதிய நிலைக்கு நாம் வந்திருக்கிறோம். எனக்கு வேறு ஒருவருமில்லை. தங்க இடமில்லை. நீ கலைத்தாலும் எங்கும் போக முடியாது. ஒரு

குழந்தைக்கு நீ அப்பாவாகப் போகிறாய். இதற்கு என்ன சொல்கிறாய்?” பிட்சாவைத் தின்றபடி எழுந்து வீங்கிய வயிற்றைக் காட்டினாள் ஜெனி.

“என்னை எடுத்து வளர்த்த அப்பா, அம்மா, தங்கை எனப் பாசத்தோடு இருக்கும் என்னிடம் நீ இப்படிக் கேட்பது அவமதிப்பது போன்றது. உன்னைப் பற்றியோ குழந்தையைப் பற்றியோ நான் ஏதாவது சொன்னேனா? தற்பொழுது நான் கவலைப்படுவது உனது தொழில்”

“நான் என்ன செய்வது? எனக்குத் தெரிந்த தொழில் உளவறிவதே.”

“ஒவ்வொருமுறையும் உன்னைப்பார்த்தால் நீ என்னை உளவு பார்ப்பதாகத் தெரியும். இனிமேல் இந்த வேலை வேண்டாம்”

“உனக்காக நான் வேலையை விட்டு விலகத்தயார். ஆனால், கார்த்திகாவை மூன்று மாதத்தில் அவுஸ்திரேலியாவுக்கு எடுத்ததுபோல் சாந்தனை எடுப்பதற்கு இந்தப்பதவி இல்லாமல் எதுவும் செய்யமுடியாது.”

“அண்ணை, அண்ணியில்லாதபோது எப்படி என்னைக் கண்டு பிடித்திருப்பாய்? தயவு செய்து கொஞ்சம் சிந்தித்துப்பார். அண்ணி உனக்காக எவ்வளவு செய்திருக்கிறார். உன்னில் உள்ள ஆசையில் தானே என்னைக் கண்டு பிடித்தது, அப்பாவிடம் போய் அனுமதி பெற்றது எல்லாம். எவ்வளவு காலம் என்னை இப்படி வைத்திருப்பாய்? அண்ணியால் மட்டுமே எனக்கு உதவி செய்ய முடியும். உனக்கு நான் இவற்றைச் சொல்லவேண்டுமா?” என்றாள் கார்த்திகா.

பதில் சொல்லாமல் அவளை முறைத்தபடி தொலைக்காட்சியை இயக்கிவிட்டு அதன் முன்னால் இருந்தான் அசோகன். பழைய இந்திய – அவுஸ்திரேலிய கிரிக்கட் போட்டி ஒளிபரப்பினார்கள்.

கார்த்திகா குழந்தை செல்வனுடன் ஒரு அறையில் படுக்க அசோகனின் அறையில் ஜெனி படுத்தாள். விமானப் பயணத்தின் களைப்பு அவளை விரைவாக தூக்கத்திற்கு அழைத்துச் சென்றது.

○

கண்டி

“ஏதாவது சொல்ல விரும்பிறீர்களா?” எனக்கேட்டாள் இந்திராணி

“என்ன பேட்டியா எடுக்கிறாய்?”

பாண்டியன் போனில் ஒட்டுக்கேட்டதாக சொன்னது உண்மையா பொய்யா? அதை இவளுக்கு எப்படிச் சொல்ல முடியும்?

சென்னையில் உள்ள பத்திரிகை அலுவலகத்தில் நடந்த சம்பாசணை சுனிலுக்கு நினைவில் வந்தது. பாண்டியனது வார்த்தைகளை அச்சொட்டாக நினைத்தான்.

சென்னையில் உள்ள பத்திரிகை ஆசிரியரிடம் சென்ற இந்திய அரசியல்வாதி “இலங்கையில் எல்லாம் முடிந்துவிட்டதே” என்றார்.

“என்ன சொல்கிறீர்கள்?”

“முக்கியமானவர்களை பிடித்துவிட்டார்களாம்”

“யார் சொன்னது?”

“அமெரிக்காவில் இருந்து வந்த தகவலை புதுடில்லியில் இருந்து வந்த தகவல் உறுதி செய்தது”

“நாம் பெரியவரிடம் ஜோர்டானுக்கு போன் செய்து கேட்போம்”

“அட உடனே தொடர்பு கிடைத்துவிட்டதே” என்றபடி பத்திரிகை ஆசிரியர் பேசினார்.

“ஆயுபோவன். இங்கு பெரியவரை பிடித்து வைத்திருப்பதாக தகவல் வந்துள்ளது”

“இந்திய அரசாங்கத்திற்கும் தலைவர்களுக்கும் நாங்கள் எப்பொழுதும் கடமைப்பட்டவர்கள். காலம் முழுவதும் நன்றியாக இருப்போம்.”

“நாங்கள் கேள்விப்பட்ட விடயம் உண்மையா?”

“பாரததேசத்திற்கு நாங்கள் நன்றியாக இருப்போம்”

“வேறு ஏதாவது சொல்ல இருக்கிறதா? சார்?”

“இது இன்று நேற்றல்ல, இரண்டாயிரம் ஆண்டுகளுக்கும் மேலாக எமது அரசியல் மத கலாசாரத் தொடர்புகள் வலிமையானவை. அதற்கு நன்றி கூறுகிறோம்.”

“நன்றி. கொழும்பில் சந்திப்போம்“ எனச்சொன்ன பத்திரிகை ஆசிரியர் முகம்கோணியபடி தொடர்பைத் துண்டித்தார்

இவை இந்திய உளவு நிறுவனம் ஒட்டுக்கேட்டதாக பாண்டியனால் சொல்லப்பட்டது.

O

குமார சொன்ன விடயங்கள்...

மச்சான், இறுதிப்போரில் பல விடயங்கள் எதிர்பார்க்காமல் நடந்துவிட்டன. உண்மையில் வீணாகப் பல கொலைகள். எவ்வளவோ போராடிப் பார்த்தேன். முடியவில்லை. இராணுவத்தலைமையில் உள்ளவர்கள் செய்ததும், நடந்து கொண்டதும் பலருக்குப் பிடிக்கவில்லை. உயிருடன் இருப்பவர்களைப் பாதுகாக்க வெளிநாட்டு அழுத்தம் ஏற்பட்டதால் இந்தக் கொலைகள் நடந்ததென்கிறார்கள்.

"உண்மையாகவா?"

"நீ கூட நம்பவில்லையா?" சுனில் என்றான் குமார

போரின் இறுதிக்காலத்தில் பொரளை வைத்தியசாலையில் இருந்தபோது கேள்விப்பட்டவிடயங்கள் இவை. எனக்கே உறுதியாகத் தெரியாத விடயங்களை இவளுக்கு எப்படிச் சொல்வது.

"இந்திராணி இன்றைய முதலிரவை வீணாக்கிவிட்டேன் என நினைக்கிறேன்."

"விடியப்போகிறது. இன்னமும் நான்கு நாட்கள் இந்த ஹோட்டலில் இருக்கப்போகிறோம். அதன் பிறகு நுவரெலியாவில் எங்கள் தோட்டத்திற்குப் போகிறோம். கண்ணிரம்ப நித்திரை. உடல் களைத்து விட்டது. நான் உறங்கப்போகின்றேன்." என சிணுங்கினாள்.

O

மெல்பேன்

கிரிக்கெட்டைப் பார்த்துக் கொண்டிருந்த அசோகனது கவனத்தை யன்னலில் வந்திருந்த இரண்டு சோடிப் பறவைகள் ஈர்த்தன. ஞாயிற்றுக்கிழமை மாலையில் வழக்கமாக வரும் இரண்டு லொரிக்கிட்டுகள் வந்து யன்னலின் வெளிப்புறத்தில் அமர்ந்து அலகுகளால் கண்ணாடியை தட்டின. இன்று வெள்ளிக்கிழமை அல்லவா? ஆறு மாதங்களாக ஞாயிற்றுக்கிழமை மாலையில் மட்டும் வருபவைக்கு இன்றைக்கு என்ன நடந்தது? வேறு இடத்தில் உணவு கிடைக்கவில்லையோ? பறவைகளுக்காக வைத்திருந்த உணவை எடுப்பதற்காக எழும்புவதற்கு தயாரான

போது அவை கண்ணாடியைத் தாண்டி வந்தன. யன்னலைப் பூட்டவில்லையா என நினைத்தபோது இரண்டும் அசோகனது இரு பக்கத்திலும் வந்து அமர்ந்தன.

அவை இப்பொழுது அம்மாவும் அப்பாவுமாக உருமாறியிருந்தன. என்ன ஆச்சரியம் கடைசியாக கொக்குவிலில் பாத்திரங்கள் எடுக்கச் சென்றபோது அணிந்த அதே அடைகளை அணிந்திருந்தார்கள் என வியந்தபோது அம்மா அசோகனின் கையில் பிடித்தபடி "தம்பி நீ நல்லபிள்ளை. அப்பாவி. நாங்கள் எப்பொழுதும் உன்னைக் கவனித்து கொண்டே இருக்கிறோம். கொக்குவிலில் நாங்கள் உன்னைவிட்டுப் பிரியவில்லை. இலங்கை மலேசியா அவுஸ்திரேலிய எனத் தொடர்ந்து வருகிறோம். ஒரே பிள்ளையான உன்னை விட்டு எப்படி விலகமுடியும்? உனது நெஞ்சத்தில் எங்கள் நினைவு இருக்கும் மட்டும் நாம் உன்னுடனே வாழுவோம். உனக்காக வாழ்வோம். உனக்காக நாம் ஏற்கனவே பொருத்தமான பெண்ணாக ஜெனியை பார்த்திருக்கிறோம். அவள், உன்னைப் பார்த்துக் கொள்வாள் என எங்களுக்கு நம்பிக்கை இருக்கிறது. அவளது பாட்டியோடு என்லாம் பேசி முடித்துவிட்டோம். உள்ளே போய்ப்படு. இந்தவயதிலும் சின்னப் பயல்போல் அடம் பிடிக்காதே" என அழைத்துச் சென்றாள். அப்பா பின் தொடர்ந்து வந்தார்.

"கதவைத் திறந்து படு" சொல்லிவிட்டு இருவரும் படுக்கையில் அமர்ந்தனர். அம்மா மடியில் இருந்து ஒரு பனை ஓலைப் பையை எடுத்து அதிலிருந்து "இது நாகபூசணியின் வீபூதி" எனக் கையால் எடுத்து நெற்றியில் மூன்று விரலால் இட்டபோது அடுத்த கையால் கண்ணைப் பொத்தினாள். அப்பு போர்வையை இழுத்து அவனை மூடினார்.

○

காலையில் இடுப்பில் பாரமாக இருப்பதை உணர்ந்து கையால் தடவினான். ஜெனியின் தொடை அவன் மேல் கிடந்தது.

பாவம், பிள்ளத்தாச்சி தூங்கட்டும். இரவு அவளது மனதைக் கஷ்டப்படுத்திவிட்டேன் என மெதுவாக அவளது காலைத் தூக்கி படுக்கையில் வைத்தான். அவளது நைட்டி விலகியிருந்தது. தள்ளிய வயிற்றில் தொப்புள் வெளியே தள்ளியிருந்தது. அவள் வயிற்றில் தலையை வைத்தபடி சிறிது நேரம் இருந்தான்.

மெதுவாகக் கண்விழித்தவள், "கொழும்பில் மூசி மூசி செய்துவிட்டு மெல்பனில் சண்டித்தனம். என்ன செய்வது காலம் காலமாக நடக்கிற விடயம்தானே. பாட்டி எனக்குச் சொல்லியது, அந்தக் காலத்தில் இராமன் என்ற கடவுள்கூட

பிள்ளைத்தாச்சியை காட்டுக்கு அனுப்பியதாக. கடவுளே அப்படியிருந்தபோது இவனை விட்டுப்புடி எனச் சொன்னது. நாங்கள் பெண்கள். நீங்கள் ஆண்கள் என்ற திமிர்" என முகத்தில் தடவினாள்.

"ஏற்கனவே உன் பாட்டியின் ஆலோசனை தொடங்கி விட்டதா?"

"ஒவ்வொரு விடயமும் என் பாட்டி சொல்லித்தான் நடந்தது. நான் பொறுப்பல்ல."

"நீயும் உன்பாட்டியும். ஜிப்சிகளை நம்பக்கூடாது" என அசோகன் சீண்டினான்.

எனது அப்பா அம்மா கனவில் வந்ததைச் சொல்லி விடுவோமா என யோசித்தான். பின்பு வேண்டாம் பாட்டியால்தான் எல்லாம் நடந்தது என்ற சந்தோசத்தை அவளுக்குக் கொடுப்போம். எனக்காக எவ்வளவு கஷ்டப்பட்டிருக்கிறாள். நான் இவளுக்கு என்ன கைமாறு செய்ய முடியும்? குறைந்த பட்சமான அமைதியையும் சந்தோசத்தையும் மட்டுமே கொடுக்க முடியும்" என முடிவு செய்து மௌனமாக இருந்தான்.

"என்ன சத்தமில்லை? மாப்பிளை. என்றாள் ஜெனி.

"எங்களுக்குத் தெரியாத ஏதோ சக்திகள் எங்களை இணைத்து வைப்பது என முடிவு எடுத்தது உண்மைதான். உனக்கு அது பாட்டியாகத் தெரிகிறது எனக்கு அது…" எனச்சொல்லிக் கொண்டு, அவளைப்பார்த்து "ஒன்றுமில்லை படு. நான் உனக்கு காலை உணவு தயாரிக்கிறேன்." என்று எழுந்தான் அசோகன்.

நொயல் நடேசனின் நூல்கள்

வாழும் சுவடுகள் (கதைகள்)

நடேசன், இலங்கையில் பேராதனைப் பல்கலைக்கழகத்தில் விலங்கு மருத்துவத்துறையில் பட்டம்பெற்று விலங்கு மருத்துவராக இலங்கையில் பணியாற்றியவர். அவுஸ்திரேலியாவுக்கு 1988இல் வந்த பின்னரும் குறிப்பிட்ட துறையிலேயே பணியாற்றுகிறார்.

தமது தொழில் அனுபவங்களை, கதைகளாக எழுதித்தொகுத்தவர். இதுவரையில் மூன்றுபாகங்கள் வெளியாகியுள்ளன.

வீட்டில் வளர்க்கப்படும் செல்லப்பிராணிகளுக்கும் அவற்றை பராமரிப்பவர்களுக்குமிடையிலிருக்கும் இயல்புகளை இக்கதைகள் சித்திரிக்கின்றன.

மலேசியன் ஏயர்லைன் 370 (சிறுகதைகள்)

மலேசியன் ஏயர்லைன் 370 என்ற விமானம் ஒன்றுக்கு நேர்ந்த அனர்த்தம் ஒரு செய்தி. சமகாலத்தில் உலகை உலுக்கிய விமான விபத்து. இந்த விபத்தோடு சம்பந்தப்பட்ட ஒரு செய்தியை உள்ளடக்கிக் குடும்ப உறவுகளை சித்திரிக்கும் கதை உட்பட மேலும் சில கதைகளைக் கொண்டது.

சிங்களத்திலும் மொழிமாற்றப்பட்டது.

வண்ணாத்திக்குளம் (நாவல்)

இலங்கையில் வடமத்திய மாகாணத்தில் மதவாச்சியில் பதவியா என்ற ஊரில் பதவியாகுளத்திற்கு முன்னர் வண்ணாத்திக்குளம் என்ற பெயர் இருந்ததாகச் சொல்லப்படுகிறது. இப்பிரதேசத்தில் பணியாற்றச் சென்ற ஒரு யாழ்ப்பாணத்துத் தமிழ் இளைஞனுக்கும் அந்த ஊரைச்சேர்ந்த ஒரு சிங்கள யுவதிக்கும் இடையில் தோன்றும் காதலின் பின்னணியில் இலங்கையில் நீடித்த இன அரசியல் நெருக்கடியைப் பேசும் நாவல்.

இந்நாவல் ஆங்கிலத்தில் *'Butterfly lake'* என்ற பெயரிலும் சிங்களத்தில் 'சமணலவெவ' என்ற பெயரிலும் மொழிபெயர்ப்புச் செய்யப்பட்டிருக்கிறது.

உனையேமயல் கொண்டு (நாவல்)

இலங்கையில் 1983 வன்செயல் காலத்தில் பாதிக்கப்பட்ட பெண்ணின் மன உணர்வுகளைச் சித்திரிக்கும் நாவல் 'உனையேமயல் கொண்டு'. இப்பெண்ணுக்கும் இவள் கணவனுக்கும் இடையே நீடித்த பாலியல் சார்ந்த பிரச்சினைகளை *(Bipolar Disease)* சித்திரித்த நாவல்.

இந்நாவல் *Lost In You* என்ற பெயரில் ஆங்கிலத்தில் மொழிபெயர்க்கப்பட்டுள்ளது.

அசோகனின் வைத்தியசாலை நாவல்

சக்கரவர்த்தி சாம்ராட் அசோகன்தான் முதல்முதலில் விலங்குகளுக்காக வைத்தியசாலை அமைத்தார் என்பது வரலாறு.

அவுஸ்திரேலியா மெல்பனில் இயங்கும் ஒரு விலங்கு மருத்துவ சிகிச்சைமனையில் இடம்பெறும் சம்பவங்களைச் சித்திரிக்கும் இந்நாவல், நாம் வாழும் வாழ்க்கை மனிதர்களால் மட்டுமல்ல விலங்குகளாலும்தான் இயங்குகிறது என்ற செய்தியைச் சொல்கிறது.